माझी गीता

देवदत्त पट्टनायक यांची 'पॉप्युलर' प्रकाशने

माझी गीता

देवदत्त पट्टनायक

अनुवाद : अभय सदावर्ते

रेखाचित्रे : देवदत्त पट्टनायक

पॉप्युलर प्रकाशन, मुंबई

माझी गीता
(म–१२९५)
पॉप्युलर प्रकाशन
ISBN 978-81-7991-959-0

MAZI GITA
(Marathi : Mythology)
Devdutt Pattanaik
Tr. Abhay Sadavarte

पहिली आवृत्ती : २०१९/१९४०
दुसरे आवृत्ती : २०२०/१९४१
पुनर्मुद्रण : २०२२/१९४३
दुसरे पुनर्मुद्रण : २०२३/१९४५

मुखपृष्ठ आणि आतील रेखाचित्रे :
देवदत्त पट्टनायक

प्रकाशक
अस्मिता मोहिते
पॉप्युलर प्रकाशन प्रा. लि.
३०१, महालक्ष्मी चेंबर्स
२२, भुलाभाई देसाई रोड
मुंबई ४०००२६

अक्षरजुळणी
ऑलरीच एण्टरप्रायझेस
मुंबई ४०००१६

मुद्रक
रेप्रो इंडिया लि.
लोअर परेल, मुंबई ४०००१३

माझ्या मित्रांना
पार्थो, जो ऐकतो,
परोमिता, जी न्याहाळते.

अनुवादकाची अर्पणपत्रिका

सुगंध असलेला स्वर किंवा स्वर असलेल्या चांदण्याचे
आपण मूर्धन्य नृपती; आपल्या गळ्यातला
तो, निःसंग करणारा देवदुर्लभ गांधार;
बालगंधर्वा, जगदीश्वराच्या या स्वयंभू आणि नादमधुर
गायनाला घातलेली ही मराठी पैरण. जमली तशी.
आपल्या चरणी ...
जोहार मायबाप, जोहार !

एका अद्भुताचे विलोभनीय दर्शन

अभय सदावर्ते

या देशाच्या मातीत जन्मलेल्या आणि भारतीयत्वाचे संस्कार झालेल्या कुणालाही भगवद्गीतेचा मोह टाळता येत नाही. वस्तुतः या जगताच्या पाठीवर असणाऱ्या कुठल्याही संवेदनशील मनाला आयुष्यात कधीना कधी गीता न्याहाळावी असे वाटतेच, याला मीही अपवाद नाही. या काव्याचा अनुवाद करताना झालेला अनिर्वचनीय आनंद हा दुर्लभ होता, हे नमूद केले पाहिजे.

गीता हा धार्मिक वा आध्यात्मिक ग्रंथ आहे, असे मला तरी वाटत नाही. गीता वाचकाला त्याच्या नगण्य अस्तित्वाची आणि, तरीही या चक्राकार सृष्टीत त्याला असणाऱ्या महत्त्वाची जाणीव करून देते, असे माझे मत झालेले आहे. गीता वाचकाच्या अहंकारावर प्रहार करते. परिणामी, जगड्व्याळ असणाऱ्या निसर्गचक्राचा एक नाममात्र भाग म्हणजे माणूस, याचे भान गीता वाचनानंतर माणसाला येते. निसर्गातल्या अन्नाच्या साखळीमधील आपण एक दुवा आहोत, हे गीता आपल्याला समजावून सांगते हे खरेच; पण ते समजून घेणे कठीण आहे आणि तितकेच ते विदारकही आहे, या सत्याची जाणीव गीता आपल्याला करून देते.

सृष्टीतील अन्य प्राणिमात्र आणि माणूस यांतला फरक गीता ज्या अचूकपणे समजावून सांगते, त्याला तोड नाही. माणूस स्वतःपलीकडे

जाऊन अन्य माणसाचा आणि अन्य प्राणिजातांचा सहृदयतेने विचार करू शकतो, नव्हे माणसात वसणारी ही सहसंवेदना हेच माणसांचे अपूर्व असे वैशिष्ट्य होय हा गीतेचा सांगावा आहे.

माणसाच्या मनोविश्वाचे सामर्थ्य, त्याच्या अंतरंगात असणारी अनिर्बंध कल्पनाशक्ती, त्याच्या मनाच्या डोहावर तरंगणारे विचार आणि याच विचारांतून आकाराला येणारे माणसाचे आयुष्य हाही गीतेचा एक प्रतिपाद्य विषय आहे.

अखरेतः गीता हा एक मनोज्ञ, आकर्षक, गूढ आणि तरीही सर्वसामान्य माणसाच्या मनातल्या हरएक प्रश्नाला, त्याला हवे तसे उत्तर देणारा आद्य आणि सनातन ग्रंथ आहे. कदाचित यामुळेच गीतेसंबंधी एक कधीही न संपणारे अद्भुत आकर्षण पृथ्वीच्या पाठीवर सर्वत्र दिसते.

माझ्या मनात रुतून बसलेल्या बऱ्यावाईट पूर्वग्रहांना धक्का देऊन समोरच्याला समजून घेण्याच्या, पर्यायाने माझ्या सहिष्णुत्वात झालेली अल्पस्वल्प वाढ, आणि अनंत असणाऱ्या निसर्गचक्राच्या विराट स्वरूपाचे मला झालेले यथामती दर्शन, हे मला झालेले या अनुवादाचे अमूल्य लाभ होत!

चराचर सृष्टीत राहणाऱ्या हरएक प्राणिजाताला या पृथ्वीतलावर राहण्याचा माणसाइतकाच हक्क आहे, तसेच ही सृष्टी वैविध्यपूर्ण सचेतनांनी आणि अचेतनांनी बहरलेली असली तरी या साऱ्या वैविध्यामध्ये वास करणारे आणि या महाकाय निसर्गचक्रात प्राण फुंकणारे प्राणतत्त्व मात्र एकच होय, या चिरंतन सत्याची जाणीव गीतेशिवाय अन्य कुणी करून देत असेल, असे मला वाटत नाही.

एकूणच जगरहाटीचा वेध घेण्यासाठी; ती समजून घेण्यासाठी माणसासमोर ज्ञान, कर्म आणि भक्ती हे तीन प्रमुख मार्ग आहेत, असे गीताचे प्रतिपादन असले तरी, गीता कुठल्याही एका मार्गाचे समर्थन करत नाही. ती तुमच्यासमोर विविध पर्याय तेवढे ठेवत जाते. गीतेला कुठल्याही परिपूर्णत्वाचा ध्यास नाही. माणसाच्या अपूर्णत्वाची गीतेला माहिती आहे. आणि म्हणूनच गीतेत कुठलाही अट्टाहास नाही, असलेच तर विविध तत्त्वे आणि विचार यांचे सखोल विश्लेषण तेवढे आहे.

वाचकाने आपल्याला उचित वाटणारे तत्त्व अनुसरावे अथवा सोडून द्यावे. म्हणजेच, गीता हा एक कॅमेरा आहे. तो तुम्हाला तुमच्या अंतरंगासह सभोवतालचे चित्र तटस्थतेने दाखवतो. तो त्याचे अर्थनिर्णयन करीत नाही, हे महत्त्वाचे आहे. कारण, चित्रणाचा अर्थ हा वाचकाच्या दृष्टीवर अवलंबून असतो याची गीतेला जाणीव आहे.

मानवी आयुष्यातील आणि निसर्गातील हिंसेची दखल गीतेने घेतलेली आहे. तिचे सखोल विश्लेषणही तिने केलेले आहे. मात्र, गीता इथेही तटस्थ आहे. ती हिंसेचे समर्थनही करीत नाही आणि हिंसेची निंदाही करीत नाही. अहिंसेवरही गीतेचे भाष्य असले, तरी तिचे समर्थन वा अहिंसेचा धिक्कार असे काहीही गीता करीत नाही.

मानवी आयुष्यातील 'माया' या संकल्पनेने गीतेत आरंभापासून ते अखेरपर्यंत ठिकठिकाणी जागा व्यापलेली दिसते. मात्र, माया ही एक मानवनिर्मित कल्पना आहे, ते काही सत्य नव्हे, असाच गीतेतील विवेचनाचा अर्थ आहे. मायेतील कृत्रिमतेकडे गीतेने केलेला अंगुलिनिर्देश मला अतीव महत्त्वाचा वाटतो.

गीतेतले शब्दवैभव, तिच्या श्लोकातले नादमाधुर्य, तिच्यात असणारी अंगभूत गेयता, एकाच शब्दातून अनेक अर्थ ध्वनित करण्याचे गीतेत असणारे असामान्य सामार्थ्य, तिचे अल्पाक्षरत्व, तिचे रचनासौंदर्य, तिच्यातल्या उपमा, तिच्या शब्दाशब्दाआड दडलेली अनेकांगी आणि तरीही सघन असणारी अर्थवत्ता अशा एक ना अनेक अंगांनी गीतेचा सखोल विचार जगातल्या ज्ञानवंतांनी केलेला आहे, आणि यापुढेही तो अव्याहतपणे होत राहील हे वेगळे सांगावयाची गरज नाही. या साऱ्या विदग्ध तारकामंडळात मी कुठेही नसलो किंवा माझी ती पात्रता नसली तरीही, जगातल्या विलक्षण प्रगल्भ तत्त्वज्ञानाचे दर्शन घेण्याची एक हवीहवीशी वाटणारी दुर्मीळ संधी या अनुवादामुळे मला मिळाली. या एकाच समाधानाचे सोनपाणी, नव्हे, त्या सोनपाण्याचे काही थेंब माझ्या मस्तकी योगायोगाने का होईना शिंपडले गेलेत यापरते आणखी भाग्य ते कोणते?

❑❑❑

अनुक्रमणिका

माझ्या गीतेचे प्रयोजन काय?

श्रीमद्भगवद्गीता अथवा गीता म्हणून ज्या ग्रंथाला जनसामान्य ओळखतात तो ग्रंथ महाभारत या महाकाव्याचा एक भाग आहे.

श्रीमद्भगवद्गीता

कौरव आणि पांडव या दोघांत कुरुक्षेत्रावर झालेल्या महायुद्धाचे तपशीलवार वर्णन महाभारत या आर्ष महाकाव्यात येते. उभयतांमध्ये युद्धाला प्रारंभ होण्याआधी कृष्णाने अर्जुनाला जो उपदेश केला तो म्हणजे गीता होय! कृष्ण हा प्रत्यक्ष भगवान वा परमेश्वर आहे असे समजले जाते. त्याच्या प्रत्येक शब्दाला वेदांतल्या प्रगल्भ ज्ञानाचा मधुर परिमळ आहे. हाच हिंदुधर्माचा मूलाधार आहे.

एकोणिसाव्या शतकात रामकृष्ण परमहंस यांनी गीतेमध्ये दडलेले ज्ञान उलगडण्याची एक सोपी युक्ती सांगितलेली आहे. ते म्हणतात; 'गीता हा शब्द आपण केवळ उलट्या क्रमाने म्हणजे ता-गी असा लिहिला म्हणजे झाले! ता-गी अथवा त्यागी म्हणजेच जी कशाचाच संग्रह करीत नाही अशी व्यक्ती.

गीता (गाणे) → गी+ता → ता+गी → तागी → त्यागी (ज्याने सर्वस्व त्यागलेले आहे असा)

गीता ते ता-गी

या विश्लेषणाच्या पार्श्वभूमीवर मी या पुस्तकाला 'माझी गीता' असे संबोधतो आहे. साहजिकच यातला विरोधाभास कुणाच्याही ध्यानात येणारा आहे. मी या लिखाणाला मालकीहक्काचा गंध येणारे हे नाव दिले आहे, त्याची तीन कारणे आहेत.

कारण १ : माझ्या गीतेची मांडणी विषयानुसारी आहे

एकमेकांशी संवाद साधण्यासाठी उपयुक्त ठरणारी अनेक आधुनिक तंत्रे आपल्याला गीतेमध्ये दिसतात. गीतेच्या पहिल्या अध्यायात अर्जुनाची समस्या सामोरी येते, आणि त्यानंतरच्या म्हणजे दुसऱ्या अध्यायापासून

ते अठराव्या अध्यायापर्यंत कृष्ण अर्जुनाच्या समस्येचे निराकरण करताना दिसतो. अर्जुनाच्या समस्येच्या सोडवणुकीला आरंभ करताना आपण नेमके काय सांगणार आहोत याची कल्पना कृष्ण अर्जुनाला देतो (अध्याय दुसरा). आधी कल्पना दिल्याप्रमाणे तिसऱ्या अध्यायापासून कृष्ण विलक्षण काळजीपूर्वक आणि निगुतीने अर्जुनाला एक एक संकल्पना समजावून देतो. कृष्णाच्या या निरूपणाची सांगता सतराव्या अध्यायात होते, तर अखेरच्या म्हणजे गीतेच्या अठराव्या अध्यायात आपण यापूर्वी जे काही सांगितलेले आहे, त्याचा कृष्ण सारांश रूपाने आढावा घेतो. कृष्णाच्या या कथनात समस्येचे विश्लेषण (सांख्य) आणि संश्लेषण (योग) म्हणजेच त्या संपूर्ण समस्येचे तपशीलवार विवेचन वा तिचे बारीक बारीक तुकडे करणे आणि नंतर केलेले हे तुकडे पुन्हा एकसंध करणे ही प्रक्रिया आपल्याला दिसते. कृष्णाने दिलेले हे उत्तर सर्वसमावेशक आहे. त्यामध्ये तुमची वागण्याची पद्धती (कर्मयोग), तुमच्या भावभावना (भक्तियोग) आणि तुमच्यामध्ये वसणारी ज्ञानतृष्णा (ज्ञानयोग) यांचा समावेश आहे. हे सगळे खरे असले तरी एखाद्या ग्रंथाप्रमाणे गीतेचे वाचन कुणीही करत नाही किंवा तिच्यातील श्लोकांचे श्रवणही अथपासून इतिपर्यंत एकाच बैठकीत कुणी करीत नाही.

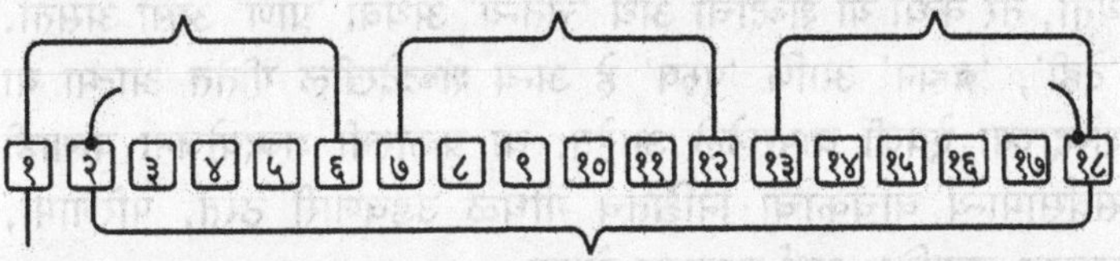

गीतेतील एखाद्या विशिष्ट श्लोकाचे वा श्लोकांच्या संचाचे अथवा कुठल्याही एकाच अध्यायाचे तपशीलवार, सखोल विवेचन करण्याचा अधिकार परंपरेने केवळ गुरूलाच दिलेला होता. त्यामुळे गीतेचे निरूपण शिष्याला गुरुमुखातूनच ऐकावे लागे. आधुनिक काळात छपाईची कला अवगत झाल्यावरच गीता ग्रंथरूपाने उपलब्ध झाली आणि तिच्यातील प्रत्येक श्लोक, तिचा हरएक अध्याय हा क्रमाक्रमाने

एकाच बैठकीत वाचावा आणि या ग्रंथातील प्रतिपाद्य विषयाचा उत्कर्षबिंदू आपल्या स्वतःच्या पद्धतीने न्याहाळावा असे वाचकाला वाटू लागले. मात्र, आपण असा प्रयत्न करून पाहिला तर आपली निराशा होते. कारण आधुनिक लेखनप्रणालीप्रमाणे गीतेची कथनशैली एकरेषीय नाही. काही काही कल्पना वा विचार अनेक अध्यायांमध्ये विखुरलेले आहेत, तर अन्य काही कल्पनांची सातत्याने पुनरुक्ती होते आहे, असे गीता वाचताना आपल्या ध्यानात येते. इतकेच नव्हे तर, गीतेमधल्या काही विचारांचा उगम हा अन्यत्र म्हणजेच वैदिक वाङ्मयात अथवा उपनिषदांमध्ये झालेला आहे, त्या संकल्पनांचे ज्ञान वाचकाला असेल असे गीतेत गृहीत धरण्यात आलेले आहे. गीतेच्या तेराव्या अध्यायातील पाचव्या श्लोकात ब्रह्मसूत्रांचा संदर्भ येतो. कुणा बादरायण नावाच्या ऋषीने रचलेल्या या ब्रह्मसूत्रांना वेदान्तसूत्रे असेही संबोधले जाते. आणि क्वचित बादरायण आणि व्यास म्हणजे एकच व्यक्ती असेही मानले जाते. कधी एकच शब्द वा एकच शब्दसमूह वेगवेगळ्या श्लोकांत वेगवेगळे अर्थ ध्वनित करतो, तर कधी वेगवेगळ्या शब्दांतून अर्थाचा सारखेपणा जाणवत राहतो. उदाहरणार्थ, कथनाच्या ओघात येणारा 'आत्मा' हा शब्द कधी 'मन' या अर्थाने येतो, तर कधी या शब्दाचा अर्थ 'चैतन्य' अथवा 'प्राण' असा असतो. 'देही', 'ब्रह्मन' आणि 'पुरुष' हे अन्य शब्ददेखील गीतेत आत्मा या शब्दाच्या ऐवजी वापरलेले आहेत. या प्रकारची शब्दयोजना कुणाही सर्वसामान्य वाचकाचा निश्चितच गोंधळ उडवणारी ठरते, परिणामी, त्यातून नानाविध अर्थ जन्माला येतात.

म्हणूनच गीतेचे भाषांतर करताना तिच्यामधील श्लोकांचा क्रमाक्रमाने केला जाणारा अनुवाद आणि त्या अनुवादित श्लोकानंतर त्यावर केलेले भाष्य अथवा त्याचा वाचकाला समजावून दिलेला अर्थ, ही पारंपरिक पद्धती माझ्या गीतेमध्ये आपल्याला दिसणार नाही. उलट, माझ्या या लिखाणाचा आराखडा विषयानुसारी आहे. मात्र तरीही गीतेत ज्या क्रमाने वेगवेगळे विषय येतात तोच क्रम ढोबळमानाने माझ्याही या

■□□○○○○○○○○○○○○○○○○○○○○○○○○□□

लिखाणात राहील असा माझा प्रयत्न आहे. विवेचनासाठी एखादा मुद्दा निवडल्यावर त्याचे स्पष्टीकरण करताना गीतेच्या विविध अध्यायांमध्ये त्या विषयाला धरून असणाऱ्या सर्व श्लोकांचा आधार मी घेतला आहे. या श्लोकांमधून ध्वनित होणारा अर्थ मी विशद केलेला आहे. त्यांचा अनुवाद किंवा शब्दशः भाषांतर केलेले नाही. विवेचनाच्या या पद्धतीमुळे अशा प्रकारे विशद केलेले श्लोक गीतेच्या जन्माआधी उपलब्ध असलेली, वैदिक, औपनिषदिक आणि बौद्ध साहित्यामधील ज्ञानसंपदा तसेच रामायण, महाभारत आणि गीतेच्या जन्मानंतर आलेली पुराणे यांमधील कथा या दोन्हींच्या संदर्भात अभ्यासले तर त्यांचा अर्थ अधिक सुस्पष्ट होईल. ऐतिहासिक संदर्भात विचार करताना, या सृष्टीचा अर्थ लावण्याचा हिंदू दृष्टिकोन इतर दृष्टिकोनांपेक्षा पूर्ण भिन्न आहे, हेही आपल्या लक्षात येते.

भगवद्‌गीतेच्या श्लोकांचा शब्दशः अर्थ ज्यांना समजून घ्यायचा आहे त्यांना उपयुक्त ठरतील अशा पुस्तकांची यादी शेवटी दिली आहे.

कारण २ : माझी गीता आत्मनिष्ठ आहे

कृष्णाने अर्जुनाला काय उपदेश केला हे आपल्यापैकी कुणीही ऐकलेले नाही. दिव्यदृष्टी प्राप्त झालेल्या संजय नावाच्या सारथ्याने, जिथे सारी भौतिक सुखे हात जोडून उभी होती, त्या हस्तिनापूरच्या राजप्रासादात जन्मांध असलेल्या सम्राट धृतराष्ट्राला सुदूर कुरुक्षेत्राच्या रणभूमीवर घडलेल्या घटना प्रामाणिकपणे जशा घडल्या तशा कथन केलेल्या आहेत. या कथनाचाच एक भाग म्हणून संजयाने धृतराष्ट्राला गीताही सांगितलेली आहे असे आपण पिढ्यान् पिढ्या ऐकत आलेलो आहोत. आपल्याला ज्ञात असलेली गीता, हाती तीळमात्र सत्ता नसलेल्या परंतु दिव्यदृष्टी असणाऱ्या एका सारथ्याने, संजयाने दृष्टिहीन सम्राटाला, धृतराष्ट्राला कथन केलेली आहे. कथनाच्या या विलक्षण प्रक्रियेकडे

पाहिल्यावर मुळात जे काही सांगितले गेले ते म्हणजे 'ज्ञान' आणि जे ऐकणाऱ्याच्या कानावर पडले वा ऐकणाऱ्याने जे ग्रहण केले ते म्हणजे 'विज्ञान' या दोन क्रियांमध्ये असणारे महद्अंतर कुणाचेही लक्ष वेधून घेतल्याशिवाय राहत नाही.

कृष्णाचे बोलणे आणि संजयचे सांगणे यामध्ये तीळमात्रही फरक नाही असे मानले तरी आपण कशाबद्दल बोलतो आहोत याची कृष्णाला पूर्ण जाणीव आहे तर संजयाला मात्र ती नाही. या साऱ्या प्रक्रियेत कृष्ण हा उद्‌गाता आहे तर संजय हा केवळ वाहक. तसेच या प्रक्रियेमध्ये संजयाचे ऐकणे हे अर्जुन जे ऐकतो त्यापेक्षा वेगळे आहेच पण धृतराष्ट्राचे ऐकणेही त्या दोघांपेक्षा भिन्न आहे. संजय कृष्णाने उच्चारलेले शब्दच ऐकतो आहे आणि ते जसेच्या तसे पुढे नेतो आहे. त्याला या शब्दांच्या अर्थाशी काहीही देणेघेणे नाही. पण अर्जुन मात्र साधकाच्या वृत्तीने कृष्णाच्या शब्दांमागचा खरा अर्थ जाणून घेऊन आपल्याला पडलेल्या प्रश्नाची उत्तरं त्यातून मिळवण्याचा प्रयत्न करतो. कृष्ण नेमके काय सांगू इच्छितो, याबद्दल धृतराष्ट्राला मात्र काहीही स्वारस्य नाही. एका बाजूला कृष्णाचा उपदेश ऐकताना मधेमधे प्रश्न विचारून स्पष्टीकरणे मिळवून अर्जुन हे कथन प्रवचन न होता संवाद होईल, याची दक्षता घेताना दिसतो तर दुसरीकडे धृतराष्ट्राने मात्र संपूर्णतः मौन बाळगलेले दिसते. खरे पाहता, कृष्ण आपल्या मुलांविरुद्ध म्हणजेच कौरवांविरुद्ध युद्धाला उभा ठाकलेला असल्यामुळे धृतराष्ट्राच्या मनात कृष्णाबद्दल एक प्रकारचे भय दाटून आलेले आहे. परिणामी, कृष्णाच्या या कथनातील स्वतःला

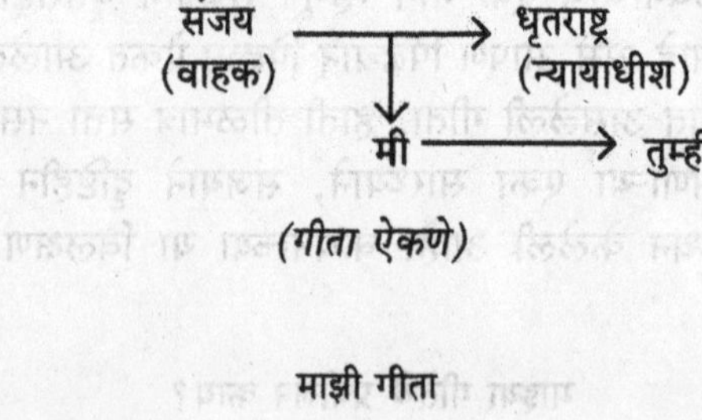

(गीता ऐकणे)

सोयीचे असणारे तेवढेच धृतराष्ट्र ऐकतो आणि जे आपल्याला सोयीचे नाही त्याकडे दुर्लक्ष करतो.

मी गीतेचा उद्‌गाता नसलो तरी संजयाप्रमाणे तिचा केवळ वाहक असणे ही भूमिकाही मला करावयाची नाही. माझ्यासमोर आज अर्जुनासारखी कुठली समस्याही नाही अथवा मला अर्जुनासारखे पुढच्या क्षणी कुठल्या युद्धालाही सामोरे जायचे नाही. तरीही, अर्जुनाच्या भूमिकेतून गीता समजून घेण्याची माझी इच्छा आहे. कारण असे म्हटले जाते की अर्जुनाच्या निमित्ताने कृष्णाने सांगितलेले वैदिक ज्ञान जीवनातल्या कुठल्याही संदर्भात मार्गदर्शक ठरते. ते केवळ अर्जुनापुरते मर्यादित नाही हे लक्षात ठेवूनच मी मूळ संस्कृत गीता महिनोन् महिने श्रवण केली आणि त्यामध्ये असणारी अंगभूत गेयता आणि नादमाधुर्य अनुभवले. गीतेवरील नानाविध भाष्ये, तिची झालेली विविध भाषांतरे, तिचे पुनःपुन्हा केले गेलेले कथन, गीतेच्या कथनातून पुढे येणारे अनेकानेक आकृतिबंध वा घाट आणि या आकृतिबंधांचे हिंदू पुराणांमध्ये असणाऱ्या आकृतिबंधांशी दिसणारे अन्योन्य नाते तसेच, हे आकृतिबंध आणि बौद्ध, ग्रीक आणि अब्राहमिक पुराणकथा यांमधले आकृतिबंध या दोहोंची तुलना आणि त्याचबरोबर या दोघांतला परस्परविरोध हे सगळे न्याहाळण्याचा माझा प्रयत्न होता. या अभ्यासाच्या पार्श्वभूमीवर मी लिहिलेले 'माझी गीता' पुस्तक म्हणजे माझे गीतेसंबंधीचे आकलन आहे. त्याकडे तुम्ही अर्जुनाच्या उत्सुकतेने पाहा किंवा धृतराष्ट्राच्या पूर्वग्रह असलेल्या संशयी वृत्तीने. कोणत्याही भूमिकेतून पाहताना तुम्हाला यातून जे गवसेल ते तुमचे तुमच्यापुरते सत्य असेल, ती तुमची गीता असेल!

गीतेतील वस्तुनिष्ठ सत्य (कृष्णाने अर्जुनाला नेमके काय सांगितले असावे?) जाणून घेण्याची आदिम तृष्णा तोषवण्याच्या प्रयत्नांची परिणती अटळपणे वादविवादात झालीच म्हणून समजा! कुठल्याही वादविवादात आपलेच म्हणणे खरे आहे असा त्या वादात सहभागी झालेल्या प्रत्येकाचा हट्टाग्रह असतो. मात्र, जर तुम्ही वादविवादाचा मार्ग सोडून संवादाच्या पाऊलवाटेने जायचे ठरवले म्हणजे गीतेचा मला गवसलेला अर्थ काय

आहे; (व्यक्तिसापेक्ष सत्य) याचा शोध घ्यायचे ठरवले तर मात्र तुम्ही आणि मी आपण दोघेही एकमेकांच्या दृष्टिकोनातील तथ्यांश समजून घेऊ शकतो आणि आपल्या सत्यांचा परीघ विस्तारतो. या प्रक्रियेमध्ये सहभागी असणाऱ्या प्रत्येकाला आपापल्या परीने आणि आपापल्या गतीने

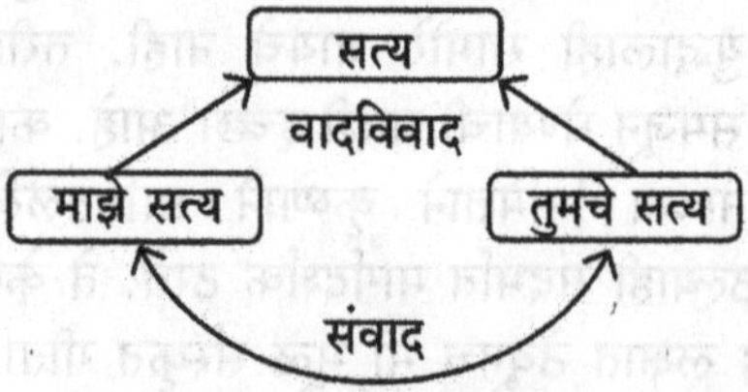

मतभिन्नता आणि चर्चा

आद उपलब्ध असलेल्या अनेक गीतांच्या साहाय्याने गीतेमध्ये दडलेल्या अर्थाचा शोध घेण्याचा अवसर मिळतो.

वस्तुनिष्ठता अतिअचूकतेचा आग्रह धरते. साहजिकच वास्तवापासून थोड्याबहुत ढळलेल्या सत्याच्या बाबतीत हा दृष्टिकोन काहीसा असहिष्णू असतो. काहीसा एकेश्वरवादी पुराणकथांमधल्या मत्सरी परमेश्वरप्रमाणे. मात्र, कालौघात परिस्थितीनुसार आणि माणसांच्या विचारधारेनुसार संकल्पनांचे अर्थ बदलतात. संकल्पना ही मुळात स्थिर असते; आणि त्या संकल्पनेवर नियंत्रण मिळवणेही शक्य असते, या समजुतीलाच व्यक्तिसापेक्षता आव्हान देते. व्यक्तिसापेक्षता प्रवाही असते आणि हे प्रवाहीपण हेच तिचे वैशिष्ट्य आहे. आधुनिक वैश्विक विचारधारा सत्य या संकल्पनेकडे गुणात्मक दृष्टीनेच पाहते. साहजिकच इथे एखादी गोष्ट खरी अथवा खोटी असते. याचाच अर्थ, वस्तुनिष्ठतेच्या कसोटीवर जे उतरेल ते सत्य आणि वैज्ञानिकही असते. जे व्यक्तिसापेक्ष आहे ते गूढ आणि मिथ्या असते. मात्र हिंदू विचारधारेत सत्याकडे संख्यात्मक दृष्टीने पाहिले जाते. सत्याच्या हरएक अंशाकडे वा भागाकडे पाहण्याची मुभा हिंदू विचार आपल्याला देतो आणि म्हणूनच जो कुणी

सत्य सर्वांशाने वा त्या सत्याचे सगळे भाग पाहू शकतो त्याला हिंदू 'भग-वान' असे संबोधतात. कुठलेही मर्यादित सत्य वा सीमित सत्य हे मिथ्या होय, तर अमर्याद वा असीम खरेपणा म्हणजे सत्य होय. सत्य या संकल्पनेत सर्व गोष्टींचा समावेश असतो. ती एक पूर्णावस्था आहे (पूर्णम). असीमित असणाऱ्या सत्याच्या दिशेने होणारा आपला प्रवास आपल्याच मनाच्या (ब्रह्मन) कक्षा विस्तृत करीत असतो.

व्यक्तिसापेक्षता अथवा आत्मनिष्ठेची मौलिकता गीतेतच अधोरेखित केलेली आहे. अर्जुनाला करावयाच्या उपदेशाची सांगता केल्यानंतर कृष्णअर्जुनाला म्हणतो; 'मी तुला जे काही सांगितले आहे, त्यावर विचार कर आणि त्यानंतर तुला सुचेल तसे वाग!' (यथा इच्छसि तथा कुरु). कुरुक्षेत्रावर कृष्णाने अर्जुनाला हा जो उपदेश केलेला आहे, त्यामध्ये असणाऱ्या सुप्त सामर्थ्याबद्दल संजयानेही आपले विचार मांडलेले आहेत. मात्र आपल्या या विचारांच्या अखेरीस, हे माझे मत आहे (मति मम) हे संजयाने स्पष्टपणे नोंदवलेले आहे.

कारण ३ : माझी गीता स्वकेंद्री नाही

परंपरेने आपल्यापर्यंत गीतेची जी माहिती आलेली आहे, त्या संहितेत आत्मज्ञानाची महती गायलेली आहे. सर्वसामान्य समाजापासून स्वतःला विलग केलेल्या दृष्टीने असे म्हणणे उचित ठरते. त्यामुळेच आदिशंकराचार्य, रामानुजाचार्य, मध्वाचार्य आणि ज्ञानेश्वर यांसारख्या गीतेच्या आरंभीच्या काळातील बहुतेक भाष्यकारांनी किंवा कथनकारांनी गृहस्थाश्रम स्वीकारलेला नव्हता; याचे आश्चर्य वाटत नाही. मठामधले निरिच्छ आणि संन्यस्त जीवन ही बौद्ध धर्माची मूळ विचारसरणी पुढे भारतात शिल्लक राहिली नसली तरी हिंदूंच्या आश्रमाधिष्ठित जीवनप्रणालीवर या बौद्ध विचारधारेचा विलक्षण प्रभाव पडला. साहजिकच, हिंदूंच्या विचारप्रणालीमध्ये निरिच्छ आयुष्य या बौद्ध

विचारांचे प्राबल्य निर्माण झाले. कुणाला आवडो वा न आवडो मात्र आजच्या आधुनिक जगात व्यक्तिस्वातंत्र्याचा पुरस्कार करणारे आणि ज्यांना आत्मशोध आणि आत्मपरीक्षण करण्याची इच्छा आहे, ज्यांना आत्मसत्यातून दिसणाऱ्या स्वप्रतिमेचे अवलोकन करायचे आहे त्यांना या निरिच्छ जीवनपद्धतीचे आकर्षण आहे हे मात्र खरे!

या पार्श्वभूमीवर महाभारताकडे पाहिले असता असे दिसते की महाभारत गृहस्थाश्रमाचे महत्त्व कथन करते आहे. माणसामाणसांतील नातेसंबंधांना, स्वतःपेक्षाही इतरांना या महाकाव्यात महत्त्वाचे स्थान आहे. भूमी आणि संपत्ती यांच्या मालकीविषयी भावंडांमधील भांडण हा

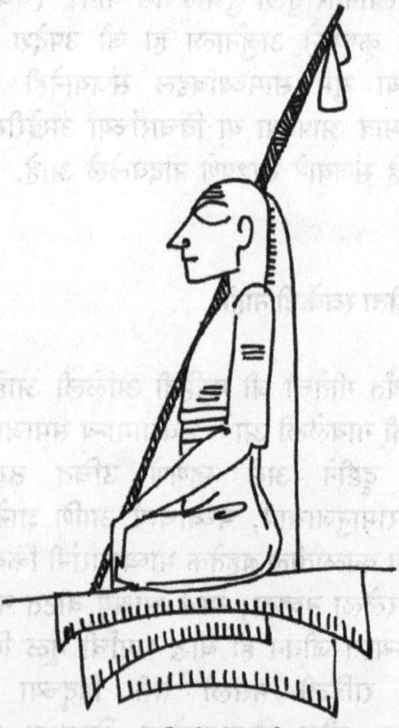

आदिशंकराचार्य

■□□○○○○○○○○○○○○○○○○○○○○○○○□□

या आर्षकथेचा मूळ गाभा आहे. या युद्धातला शत्रुपक्ष म्हणजे आपल्याच रक्तामासाचे नातेवाईक आहेत याची अर्जुनाला जाणीव होते आणि आपल्याच कुटुंबीयाना ठार मारल्यामुळे होणाऱ्या सामाजिक दुष्परिणामांची जाणीव होऊन अर्जुनाची मनःस्थिती द्विधा बनते. ही अर्जुनासमोर उभ्या ठाकलेल्या समस्येची सुरुवात आहे. संभाषणाच्या ओघात, मनुष्याची समाजाशी बांधिलकी निर्माण करणाऱ्या, यज्ञविधीचा कृष्ण सातत्याने उल्लेख करतो. कृष्ण यज्ञाविषयी बोलतो आहे. कुणाही सजिवाचे, ज्याला कृष्ण जीवात्मा म्हणतो, ईश्वराशी, म्हणजेच परम-आत्म्याशी (परमात्म्याशी) आणि पर्यायाने इतरांशी (पर) असलेले नाते कृष्ण तपशीलवार उलगडून सांगतो. बुद्धाने निर्वाणाची कल्पना मांडली होती. निर्वाण म्हणजे स्वतःची वैयक्तिक ओळख पूर्णतः पुसून टाकणे होय. कृष्ण मात्र ब्रह्मनिर्वाण या संकल्पनेविषयी बोलतो. ब्रह्मनिर्वाण म्हणजे मनाच्या (ब्रह्मन) कक्षा विस्तृत करणे. यातूनच पुढे मोक्षप्राप्तीचे महाद्वार उघडते. त्याचवेळी संयोगाची (योग) शक्यता वर्तवतानाच सर्वसंगपरित्याग करून सन्यस्त जीवन-व्यतीत करण्यासंबंधी काहीसे उपरोधाने सांगितले आहे.

हिंदू मंदिरांमध्ये बहुशः देव हा नेहमीच देवतेसह दाखवलेला दिसतो. याचाच अर्थ या देवाने गृहस्थाश्रम स्वीकारलेला आहे. पुरुष आणि प्रकृती वा स्त्री आणि पुरुष या जोडीतला देव हा केवळ अर्धाच भाग आहे हे इथे सूचित केलेले दिसते. भक्त आपल्या आराध्य दैवताचे दर्शन घेताना त्या दैवताकडे सरळ पाहत असतो. आणि दैवतही त्याच्या भक्ताकडे पापणी न लवता आपल्या मोठ्या डोळ्यांनी पाहत असते. दर्शन ही क्रिया दोन्ही बाजूंनी घडणारी क्रिया आहे. ती केवळ एकतर्फी प्रक्रिया नाही.

गीतेच्या पाचव्या अध्यायातील तेराव्या श्लोकात कृष्णाने मानवी शरीराचे वर्णन नऊ दारे असणारे नगर (नवद्वारपूर) असे केलेले आहे. दोन डोळे, दोन कान, दोन नाकपुड्या, एक तोंड, एक जननेंद्रिय आणि एक गुदद्वार असा हा नऊ द्वारांचा हिशोब आहे. नात्यामध्ये किमान

तुम्ही, मी आणि सगळे विश्व
काय बनू शकते?

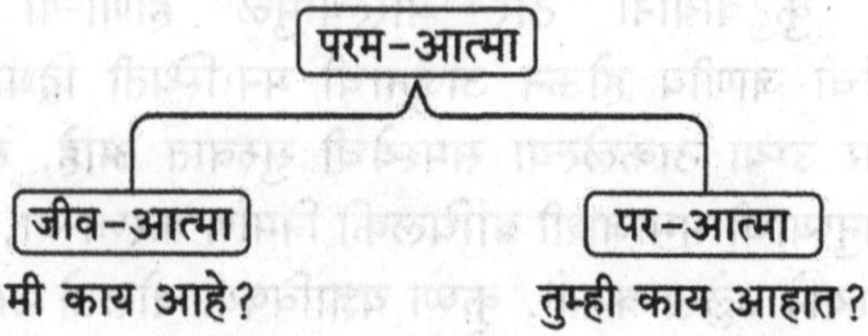

नातेसंबंध

दोघेजण अपेक्षित असतात. दोन शरीरे, दोन व्यक्ती, स्व आणि पर, तुम्ही आणि मी ही दोन नगरे आहेत आणि दोन्ही नगरांना एकूण अठरा दारे आहेत. हेच चित्र आपल्याला पुढेही दिसते ते असे; गीतेचे अठरा अध्याय आहेत. महाभारताची अठरा आहेत. या महाभारतात कौटुंबिक कलहातून झालेले महायुद्ध देखील अठरा दिवस लढले गेले. या महासंगरात दोन्ही पक्षांकडून एकूण अठरा अक्षौहिणी सैन्याने भाग घेतलेला आहे. यातून अठरा या संख्येचे महत्त्व ध्यानात येते. गीतेतून

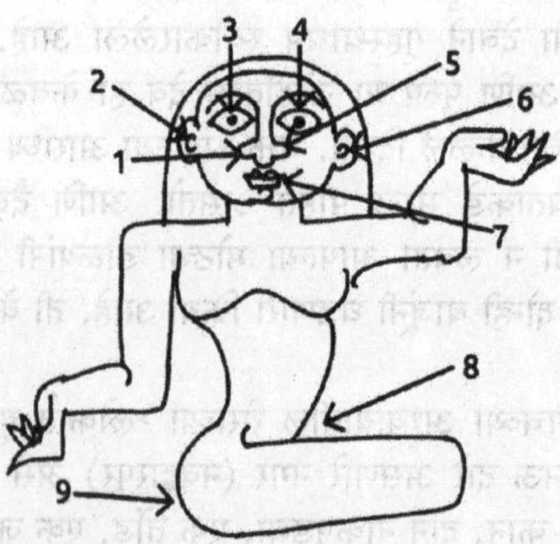

नऊ दारे

माणसामाणसांतील नात्यासंबंधी शिकवण मिळते. ही शिकवण हाच गीतेचा गाभा आहे. कुणाही तपस्व्याच्या गरजांपेक्षा गृहस्थधर्म स्वीकारलेल्या आणि समाजात राहणाऱ्या माणसाच्या गरजा लक्षात घेऊनच गीता सांगितली आहे.

गीतेच्या अठरा अध्यायांकडे वळण्याआधी तिच्या इतिहासावर एक संशोधनात्मक दृष्टिक्षेप टाकणे उचित ठरेल. या अठरा अध्यायांविषयीचे विवेचन संपले की गीतेच्या अर्जुनावर झालेल्या परिणामाचीही चर्चा आपण करू.

'माझी गीता'च्या लेखनामुळे माझ्या मनाच्या कक्षा रुंदावण्यास मदत झाली. या लिखाणामुळे मला मूलभूत कल्पनांचा शोध लागला, परिणामी माझ्या वास्तवाविषयी असणाऱ्या आकलनात सुधारणा झालेली आहे. माझ्या या गीतेमुळे तुमच्या गीतेतही नवी भर पडू शकेल आणि तुमच्याही मनाच्या कक्षा रुंदावू शकतील असे मला वाटते. जगातल्या एकमेव आणि स्थिर असणाऱ्या वस्तुनिष्ठ सत्याच्या शोधाची तृष्णा तुम्हाला असलीच तर खालील काव्यपंक्तींचे स्मरण ठेवा.

अनंत मिथकांच्या अद्भुत जगात सत्य कुठेतरी दडलेले असते
पूर्णांशाने कुणी ते पाहिले तरी आहे का?
वरुणाला सहस्र नेत्र आहेत
तर, इंद्र शंभर लोचनांचा धनी
तुला आणि मला मात्र, केवळ दोन डोळे लाभलेले आहेत!!

माझ्या गीतेआधी

गीतेच्या इतिहासावर एक ओझरता दृष्टिक्षेप

भगवद्गीतेआधी अथवा जगदीश्वराच्या या श्रुतिमधुर गाण्यापूर्वीही व्याधगीता किंवा पारध्याचे गान अस्तित्वात होते.

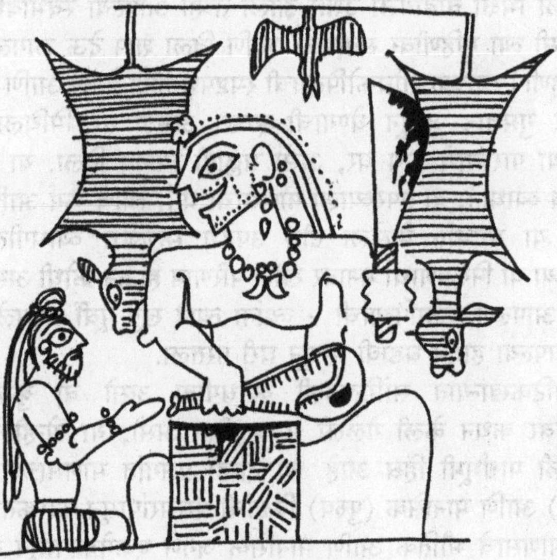

व्याधगीता

हस्तिनापुरात कौरव आणि पांडव या दोघांमध्ये झालेल्या द्यूतात पांडव हरले. परिणामी, आपले राज्य गमावून ते आता एक तपाच्या वनवासात राहताहेत. या पार्श्वभूमीवर, महाभारताच्या तिसऱ्या म्हणजे वनपर्वामध्ये व्याधगीता येते, तर महाभारताच्या सहाव्या म्हणजे भीष्मपर्वात, कुरुक्षेत्राच्या समरांगणावर कौरव आणि पांडव आपापल्या शस्त्रसज्ज सेनेसह एकमेकांवर प्रहार करायला आतुर झालेले असताना भगवद्गीतेचे दर्शन आपल्याला होते.

पांडवांच्या विजनवासात त्यांची आणि मार्कंडेय ऋषींची वनामध्ये भेट होते. त्या प्रसंगी हे ऋषिवर कुणा एका संतापी तापसाची कथा पांडवांना सांगतात. ध्यानधारणा करीत असताना वनातल्या झाडावरच्या कुणा पक्ष्याने चुकून जरी त्याच्या अंगावर मलविसर्जन केले तरी केवळ आपल्या आग ओकणाऱ्या नजरेने हा तापस त्या पक्ष्याला जिवंत जाळून टाकत असे. कधीतरी हा तापट संन्यासी कुणा एका गृहिणीच्या दारी भिक्षा मागण्यासाठी उभा राहिला. मात्र, आपल्या दैनंदिन घरकामात व्यग्र असणाऱ्या त्या गृहिणीला भिक्षा वाढायला उशीर झाला तेव्हा आपल्या स्वभावधर्मानुसार हा तापसी त्या गृहिणीवर संतापला आणि तिला शाप देऊ लागला. तेव्हा त्या गृहिणीने त्याच्या शीघ्रकोपित्वाची स्पष्टपणे निंदा केली आणि वेदांमध्ये असणारे गुप्तज्ञान जाणून घेण्याची इच्छा असेल तर मिथिला नगरीत राहणाऱ्या पारध्याचे पाय धर, असा सल्लाही त्याला दिला. या पारध्याने म्हणजेच व्याधाने, या तपस्व्याला माणसाचा धर्म, त्याचे कर्म आणि त्याचा आत्मा या संदर्भात केलेला दीर्घ उपदेश म्हणजेच व्याधगीता होय! व्याधाच्या या निरूपणाचा मनावर खोल परिणाम होऊन क्रोधी असणारा हा तापसी आपल्या मातापित्यांची – ज्यांना त्याने खूप पूर्वी त्यागले होते – सेवा आपल्या हातून घडावी म्हणून घरी परतला.

खाटिकखान्यात सांगितलेली व्याधगीता असो वा कुरुक्षेत्राच्या युद्धभूमीवर कथन केली गेलेली भगवद्गीता असो, या दोन्ही कथनांना लाभलेली पार्श्वभूमी हिंस्र आहे. या दोन्ही प्रसंगांत माणसाच्या भौतिक (प्रकृती) आणि मानसिक (पुरुष) विश्वांची परस्परांपासून फारकत झालेली आहे. माणसाचे भौतिक आणि मानसिक जगणे एकमेकांपासून वेगवेगळे करणे ही वैदिक तत्त्वज्ञानाची निजखूण आहे. या दोन्ही गीतोपदेशांमध्ये,

■■□○○○○○○○○○○○○○○○○○○○○○○□□

भौतिक जगाकडे पाठ फिरवून रानावनातील एकांतात संन्यस्त आयुष्य कंठण्यापेक्षा समाजात राहून गृहस्थधर्माचे आचरण करणे हेच श्रेष्ठ आहे, असे सांगितलेले आढळते.

परमेश्वर (भगवान) आणि त्याची भक्ती यांसंबंधी केलेले विवेचन हे भगवद्गीतेचे वेगळेपण आहे. पारंपरिक कर्मकांडाधारित वैदिक हिंदुधर्माकडून नव्या उपदेशाधारित पुराणिक हिंदुधर्माकडे झालेल्या वाटचालीचा हा प्रारंभ होय.

हिंदू इतिहासाकडे बघण्याचे दृष्टिकोन :

हिंदुत्ववादाचा इतिहास पाच सहस्र वर्षांच्या विस्तृत कालपटलावर अंकित झालेला आहे. अभ्यासासाठी म्हणून या कालावधीचे आपण आठ खंड करू शकत असलो तरी या कालखंडांची एकमेकांत थोडीबहुत सरमिसळही झालेली आहे. हिंदू संस्कृतीचा सिंधू संस्कृतीशी निगडित असलेला सिंधू (इंडस) हा पहिला कालखंड. त्यानंतर वैदिक, औपनिषदिक, बौद्ध, पौराणिक, भक्ती, पौर्वात्य आणि सरतेशेवटी आधुनिक कालखंड असे टप्पे सर्वसाधारणपणे केले जातात. सिंधू आणि सरस्वती या नद्यांच्या तीरावर जी पुरातन संस्कृती अस्तित्वात होती, तिचे अवशेषरूप असणाऱ्या चित्राकृती आणि मूर्ती यांना हिंदुत्वाच्या विचारधारेत आजही पवित्र मानले जाते. मात्र तत्कालीन समाजाने संपादित केलेले ज्ञान आज केवळ तर्काच्या बळावरच जाणून घ्यावे लागते. त्यानंतरचे चार टप्पे वैदिक हिंदुत्ववाद म्हणून ओळखले जातात. या काळात मंदिरे नव्हती आणि देव ही संकल्पनादेखील अमूर्त होती. पौराणिक हिंदू विचारधारा या शीर्षकाखाली अखेरचे चार कालखंड येतात. मंदिरे अथवा देवळांची सर्वत्र झालेली वाढ, शिव अथवा त्याच्या दोन मुलांपैकी एक, विष्णू किंवा त्याने घेतलेल्या अनेक अवतारांपैकी कुठलातरी एक अथवा स्थानिक पातळीवरील देवी वा अनेक तत्सदृश दैवते, यांसारख्या व्यक्तिशः निवडलेल्या दैवतांची केली जाणारी उपासना ही या पौराणिक हिंदुत्ववादाची वैशिष्ट्ये सांगता येतात. हिंदूंच्या इतिहासात असणारे गीतेचे

■■□○○○○○○○○○○○○○○○○○○○○○○○○□□

अनन्यसाधारण वा निर्णायक स्थान अधोरेखित करण्यासाठी हिंदू संस्कृतीच्या वैदिक कालखंडाला गीतापूर्व कालखंड आणि पौराणिक कालखंडाला गीतोत्तर कालखंड असे म्हणता येईल.

सुमारे चार हजार वर्षांपूर्वी वैदिक कालखंडाचा आरंभ झाला तर औपनिषदिक काळ हा तीन सहस्र वर्षांपूर्वीचा होता असे समजले जाते. बौद्ध विचारप्रणालीचा जन्म अडीच हजार वर्षांपूर्वी झाला आहे. पौराणिक काळाचा आरंभ दोन हजार वर्षे जुना आहे तर, भक्तीचा उदय एक हजार वर्षे जुना आहे. पौर्वात्य दृष्टिकोनाचा उदय केवळ दोनशे वर्षांपूर्वी झाला तर, आधुनिक कालखंडाची सुरुवात नुकतीच झालेली आहे. आजपर्यंत पाश्चिमात्यांच्या चष्म्यातून लावल्या गेलेल्या हिंदुत्ववादाच्या अर्थनिर्णयन प्रक्रियेलाच भारतीयांचा हा आधुनिक दृष्टिकोन आव्हान देताना दिसतो आहे.

हिंदू इतिहासाच्या कालनिश्चितीबद्दल केवळ स्वैर अंदाज किंवा तर्क करता येणे शक्य आहे. कारण लेखनकला अवगत होण्यापूर्वी शतकानुशतके मौखिक पद्धतीनेच ज्ञानार्जन केले जाई. कालौघात जेव्हा केव्हा माणसाला लिहिता येऊ लागले तेव्हा स्मरणशक्तीच्या आधारे जपलेल्या या ज्ञानभांडारापैकी काही ज्ञानाला अंशतः लिखित स्वरूप प्राप्त होऊ लागले. ज्ञानाला लेखनात रूपांतरित करण्याचे हे कार्य वेगवेगळ्या भूप्रदेशांत वेगवेगळ्या लेखकांकडून अनेक पिढ्या सुरू होते. आपल्या आज्ञापत्रांद्वारे सम्राट अशोकाने ब्राह्मी लिपीचा प्रसार केल्यानंतर अंदाजे केवळ दोन हजार तीनशे वर्षांपूर्वी लेखनकला भारतात जनसामान्यांना अवगत झाली, हे ध्यानात घेतले तर वर वर्णन केलेली प्रक्रिया ही एकूणच किती जटिल आणि गुंतागुंतीची असेल हे लक्षात येते.

हिंदू विचारप्रणालीकडे पाहण्याचा ऐतिहासिक दृष्टिकोन सगळ्याच हिंदूंना मान्य नाही, ही गोष्ट लक्षात ठेवली पाहिजे. हिंदू विचारधारेत सांगितलेल्या सगळ्या कल्पना आणि संकल्पना या कालातीत आहेत असे, हिंदुधर्माकडे अनैतिहासिक दृष्टीने पाहणाऱ्यांचे म्हणणे आहे. हिंदुत्वाचा दुरभिमान बाळगणारे प्रागैतिहासिक विचारधारेचे लोक या धर्मातील वैदिक अथवा पौराणिक संहितांमध्ये असणारी सर्व कर्मकांडे, कथा, चिन्हे आणि चित्रे या सगळ्यांची निर्मिती अंदाजे पाच सहस्र वर्षांपूर्वी एकाच वेळी

झालेली आहे असे मानतात. आज हा साराच विषय एकीकडे राजकीय तर दुसरीकडे सवंग विद्वत्तेचा झालेला आहे.

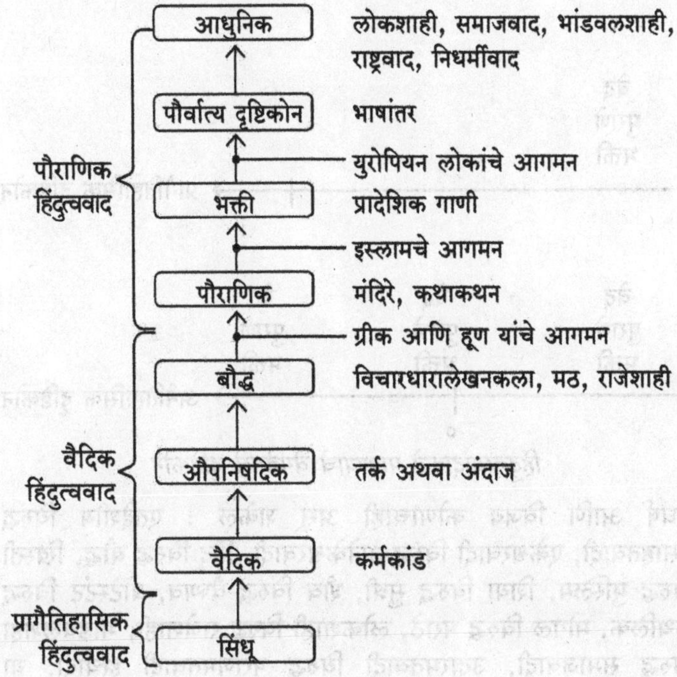

हिंदू इतिहास

इतिहास हे ज्याचे त्याचे सत्य असले तरी त्याला उपलब्ध पुराव्यांची मर्यादा असते. बहुतेक वेळा ज्याला इतिहास म्हटले जाते त्या वस्तुतः पौराणिक कथा अथवा दंतकथा असतात. आपले समज, भावना, इच्छा यांतून तयार झालेल्या एखाद्या व्यक्तिगत सत्याचा उपलब्ध पुराव्यांशी दूरान्वयानेही संबंध नसतो. तरीही ते कपोलकल्पित किंवा असत्य नसते.

केवळ संघर्ष आणि विजय यांवर आधारित पुरुषी दृष्टिकोनातून लिहिलेल्या इतिहासापासून आपण सावध राहिले पाहिजे – मग असा

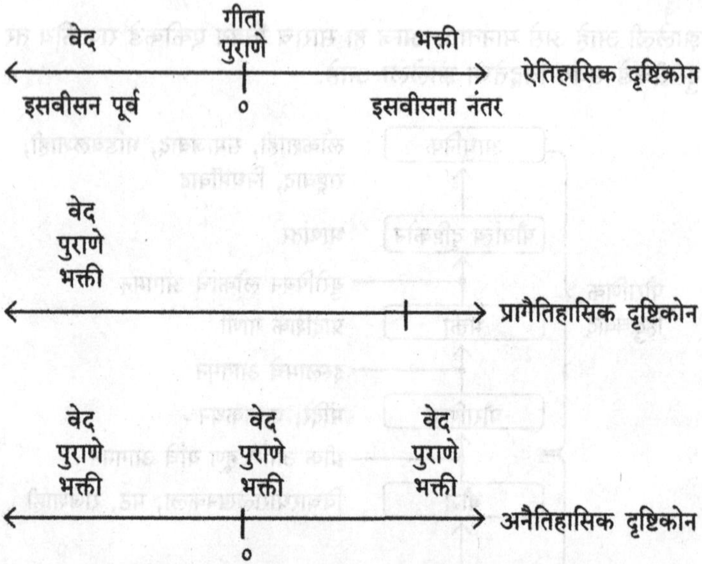

हिंदुत्ववादाकडे पाहण्याचे वेगवेगळे दृष्टिकोन

संघर्ष आणि विजय कोणाचाही असू शकेल : एतद्देशीय विरुद्ध वसाहतवादी, एकेश्वरवादी विरुद्ध अनेकेश्वरवादी, हिंदू विरुद्ध बौद्ध, ख्रिस्ती विरुद्ध मुस्लिम, शिया विरुद्ध सुन्नी, शैव विरुद्ध वैष्णव, प्रोटेस्टंट विरुद्ध कॅथलिक, मोगल विरुद्ध मराठे, लोकशाही विरुद्ध राजेशाही, भांडवलशहा विरुद्ध समाजवादी, उदारमतवादी विरुद्ध पुराणमतवादी इत्यादी. या पद्धतीच्या इतिहासाची मांडणी हेगेलच्या वादविवाद कलेच्या प्रभावात असलेल्या पाश्चात्त्य शिक्षणतज्ज्ञांनी लोकप्रिय केलेली आहे. हेगेलच्या विचारानुसार सिद्धान्त प्रतिसिद्धान्ताला जन्म देतो आणि त्याचा प्रतिवाद करणारा नवा सिद्धान्त निर्माण होईतो तो प्रचलित राहतो. हेगेलियन विचारधारेनुसार इतिहासाला त्याची अशी एक नैसर्गिक दिशा आणि हेतू असतो.

इतिहासाकडे पाहण्याचा पर्यायी स्त्रीवादी दृष्टिकोनही प्रचलित आहे. या विचारसरणीनुसार, घडणारी प्रत्येक कृती वा प्रसंग हे भूतकाळात घडलेल्या कर्माचे फळ (कर्मफल) तर असतेच, पण आज घडलेल्या

■■□○○○○○○○○○○○○○○○○○○○○○○□□

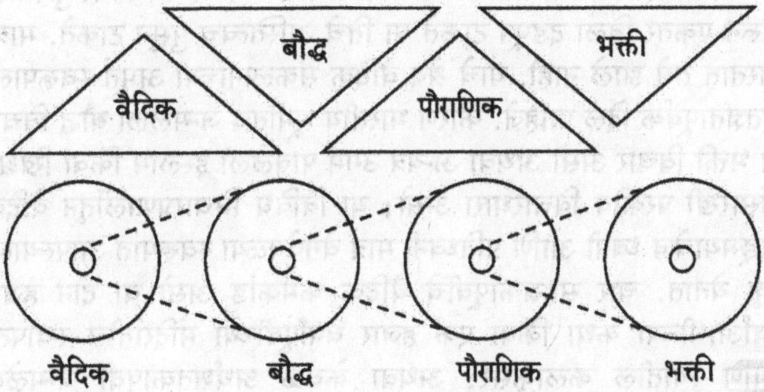

इतिहासाकडे पुरुषी आणि स्त्रीवादी दृष्टिकोनातून पाहाणे.

कृतीत भविष्यात घडणाऱ्या प्रसंगांचे बीजारोपणही होत असते (कर्मबीज). यात कुणीही न्यायाधीशाची भूमिका घेण्याची गरज नसते. म्हणूनच, गीता हा बौद्ध धर्मातील निरिच्छ आणि मठाधिष्ठित जीवनपद्धतीला दिलेला प्रतिसाद आहे, तो काही बौद्ध विचारसरणीवर केलेला हल्ला नव्हे, या भूमिकेतून आपण गीतेकडे पाहू शकतो. तद्वत बौद्ध धर्मात स्त्रीला दिले गेलेले स्थान म्हणजे हिंदू पुराणांमध्ये देवतांची जी संकल्पना मांडण्यात आलेली आहे तिला दिलेले प्रतिउत्तर नव्हे तर हिंदू पुराणांतील देवतेच्या कल्पनेला दिलेला तो प्रतिसाद आहे हे समजून घेता येते. कुठल्याही कल्पनेचा जन्म हा निर्वात पोकळीत होत नसतो. वेळोवेळी वेगवेगळ्या कल्पना समाजात पुढे येतात. या नव्या कल्पना समाजमनावर अधिराज्यही गाजवतात. समाजात आधीपासून अस्तित्वात असलेल्या जुन्या कल्पना यादेखील या नवकल्पनांसह समाजात नांदत असतातच. साहजिकच समाजात एकाच वेळी परस्परविरोधी कल्पनांचे सहअस्तित्व असते आणि त्या एकमेकींवर प्रभावही गाजवताना दिसतात. इथल्या विश्वाला ना आरंभ आहे ना शेवट, ना मूल्य आहे ना उद्देश. मानवानेच व्यक्तिशः आणि सामूहिक रीत्या या विश्वाचा अर्थ लावला, अनेक सीमारेषा निर्माण केल्या आणि त्यासाठी कलह केले.

■■□○○○○○○○○○○○○○○○○○○○○○□□

जगात इतरत्र समाजात नवी कल्पना प्रचलित जुन्या कल्पनेवर कुरघोडी करून एकतर तिला दडपून टाकते वा तिचे अस्तित्वच पुसून टाकते. मात्र, भारतात तसे झाले नाही. याचे श्रेय वैदिक संकल्पनांच्या अमूर्त स्वरूपाला कृतज्ञतापूर्वक दिले पाहिजे. कारण भारतीय भूमीतच जन्मलेला बौद्ध विचार वा भक्ती विचार असो अथवा अन्यत्र उगम पावलेली इस्लाम किंवा ख्रिश्चन यांसारखी परकीय विचारधारा असो; या विविध विचारप्रणालींतून वैदिक वाङ्मयाचेच ध्वनी आणि प्रतिध्वनी मात्र वेगवेगळ्या स्वरूपांत आपल्याला ऐकू येतात. चार सहस्रकांपूर्वीचे वैदिक कर्मकांड असो वा दोन हजार वर्षांआधीच्या कथा किंवा एक हजार वर्षांपूर्वीच्या मंदिरांतील स्थापत्य आणि त्यातील कलाकुसर; अथवा केवळ अर्धशतकापूर्वी जन्मलेले भक्तिरसपूर्ण काव्य असो, या सर्वांतून एकच कल्पना व्यक्त होताना दिसते.

परिस्थितीनुरूप बदलून पुनःपुन्हा आपल्या मूळ स्वरूपात येण्याच्या अंगभूत गुणांमुळे पुढे ब्रह्मसूत्रांसारख्या नंतरच्या संहितांमध्ये 'वेद हे अपौरुषेय आहेत' असे वर्णन केले गेले. अपौरुषेय म्हणजे अकृत्रिम वा निसर्गाची म्हणजेच प्रकृतीची प्रतिमा आहे. नव्हे वेद हीच प्रकृती आहे! कुठल्याही कृतीला अद्भुताचे वलय प्रदान करणे हा मानवी स्वभाव ध्यानात घेता वेद ही एक दैवी निर्मिती आहे वा ते अपौरुषेय (सुपरह्युमन) किंवा अलौकिक (सुपर नॅचरल) आहेत असे संबोधणे हे जनरीतीला धरूनच झालेले आहे असे म्हटले पाहिजे.

सर्वसामान्य जनांच्या जे आवाक्याबाहेरचे होते, सर्वसाधारण माणसाला जे दिसत नव्हते, इतरांना जे दिसू शकत नव्हते वा त्यांना जे दिसणारही नव्हते असे काहीतरी लोकविलक्षण ज्ञान समाजातल्या महाप्रज्ञ आणि ज्ञानव्रती असणाऱ्या ऋषिवर्यांना प्रतीत होत होते वा त्यांनी केलेल्या निरीक्षणातून जे त्यांच्यासमोर येत होते, ते समग्र ज्ञान (विद्या) या ज्ञानसाधकांनी ईशस्तवन करणाऱ्या नादमधुर स्तोत्रांतून, त्याला कर्मकांडाची जोड देऊन कधी एखाद्या रूपकाच्या आधारे तर कधी सांकेतिकपणे अंदाजे चार सहस्रकांपूर्वी समाजाला समजावून दिले. या ज्ञानगर्भ ऋचा वा स्तोत्रे हे वैदिक वाङ्मयाचे अनन्यसाधारण वैशिष्ट्य आहे. वेदांमधल्या या अमूर्त संकल्पनांची तर्काशी वा अनुमानाशी सांगड घातली ती उपनिषदांनी; तर दुसरीकडे, वैदिक संकल्पनांमधून स्फुरलेले विधी आणि कर्मकांड यांना

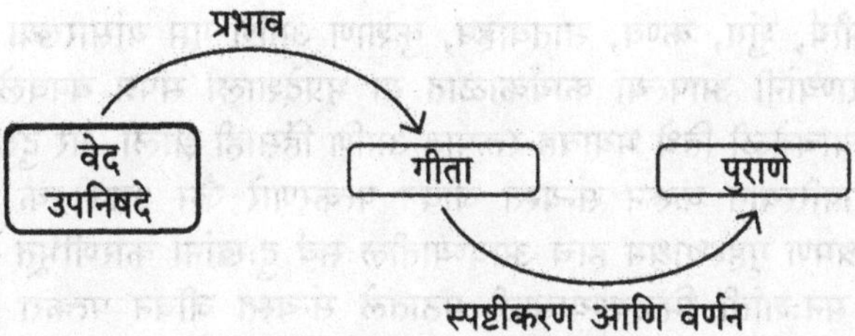

प्रभाव, स्पष्टीकरण आणि वर्णन

मठातील संन्यस्त जीवनप्रणालीला महत्त्व देणाऱ्या बौद्ध आणि अन्य विचारांनी आव्हान दिले. गीताकथनाची बीजे वर सांगितलेल्या या पार्श्वभूमीत रुजलेली आहेत. गीतेतल्या संकल्पनांचे केवळ स्पष्टीकरणच नव्हे तर त्यांचे तपशीलवार वर्णन पुराणांमध्ये वारंवार येते. तसेच रामायण आणि महाभारत या आर्ष महाकाव्यांतही गीतेतील विचारांचे प्रतिबिंब पडलेले दिसते. गीतेत तुलनेने कठीण भाषेत सांगितल्या गेलेल्या संकल्पना समाजात भक्तिभावनेचे अधिराज्य असताना सुबोध आणि सोप्या भाषेत समजावून सांगितल्या गेल्या. याच काळात गीता प्रादेशिक भाषांतही अवतीर्ण झाली. अठराव्या शतकात आणि त्यापुढच्या काळात गीता विचाराला इंग्रजीतही स्थान मिळाले. गीतेचा हा सगळा प्रवास पाहता तिच्या कुणाही अभ्यासकाला सुरुवातीचा वैदिक कालखंड, त्यानंतरचा औपनिषदिक काळ, बौद्ध विचार, पौराणिक कालावधी, भक्तीची विचारधारा आणि गीतेकडे पौर्वात्य दृष्टीने पाहणारे विचारवंत या सगळ्यांचा विचार करणे आवश्यक ठरते.

विविध गीता आणि हिंदुत्ववादाची पुनर्मांडणी :

दोन हजार वर्षांपूर्वी दक्षिण आशियामध्ये दोन टोकाच्या घटना घडत होत्या. परिणामी या प्रदेशाचे दोन तुकडे झाले आहेत की काय; असे वाटत होते. एकीकडे या भूप्रदेशात नवनव्या राजसत्ता आणि सम्राटांचा उदय होत होता.

नंद, मौर्य, शुंग, कण्व, सातवाहन, कुशाण आणि गुप्त यांसारख्या महान राजघराण्यांनी आपल्या कार्यकाळात या भूप्रदेशाला संपन्न बनवले खरे, मात्र त्याचवेळी तिथे भयावह रक्तपात आणि हिंसाही झाली. तर दुसरीकडे सर्वसंगपरित्याग करून संन्यस्त जीवन पत्करणारे जैन आजीवक आणि बौद्ध श्रमण गृहस्थाश्रम हाच आयुष्यातील सर्व दुःखांना कारणीभूत आहे; तेव्हा मनःशांती मिळवण्यासाठी मठातले संन्यस्त जीवन पत्करा आणि समाजापासून दूर एकांतात जाऊन विहारामध्ये साधना करा, असा उपदेश समाजाला करीत होते. परिणामी, तत्कालीन सम्राटांसह सामान्यजन या विचारप्रवाहांकडे मोठ्या प्रमाणावर आकृष्ट होत होते आणि विवाह, कौटुंबिक जबाबदाऱ्या असणाऱ्या गृहस्थाश्रमापेक्षाही संन्यस्त आयुष्य कंठण्याकडे लोकांचा कल वाढत होता. त्यामुळे समाजात मोठीच अनवस्था परिस्थिती निर्माण झाली. चंद्रगुप्त मौर्याने जैन धर्म स्वीकारला तर त्याचा नातू सम्राट अशोक बौद्ध धर्माचा अनुयायी झाला.

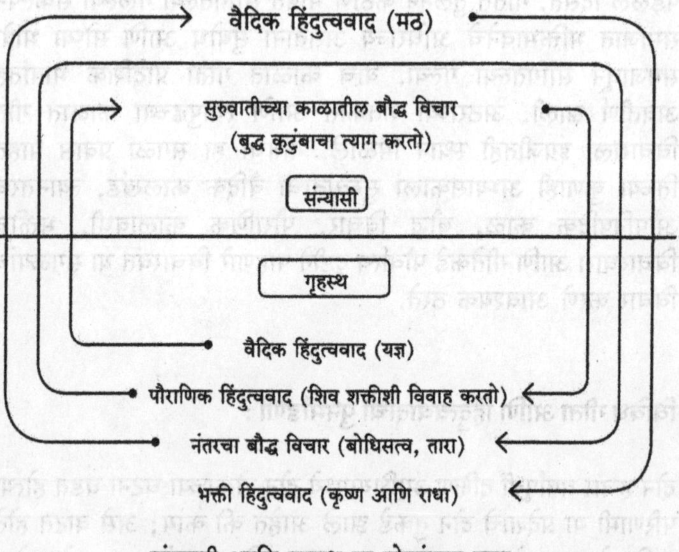

संन्यासी आणि गृहस्थ या दोघांतला ताण

■■□○○○○○○○○○○○○○○○○○○○○○○○□□

या कालावधीच्या आधी दोन हजार वर्षे या समाजात वैदिक ज्ञानाचे वर्चस्व होते. यज्ञविधी हा वैदिक संस्कृतीचा गाभा होता. यज्ञ म्हणजे इच्छित गोष्ट प्राप्त करून घेण्यासाठी केलेली देवाणघेवाण आणि त्याद्वारे एका बाजूला यज्ञ करणारा यजमान आणि दुसऱ्या बाजूला यजमानाचे कुटुंबीय, त्याचे मित्र, निमंत्रित, त्रयस्थ, यजमानाचे पूर्वज, देव, निसर्ग म्हणजे एकूणच सारे विश्व यांच्यात एक नाते प्रस्थापित होत असे. यज्ञविधी हे सर्वार्थाने गृहस्थाश्रमाशी संबंधित असणारे कर्मकांड होते.

वैदिक कालखंडामध्येही आश्रमवासी होते; यांत त्या काळातले ऋषी हे विवाहित असत. मात्र भौतिक सुखापेक्षा त्यांचा ओढा तत्त्वचिंतनाकडे अधिक असे. तसेच त्या काळात संन्यासाश्रम स्वीकारणारे संन्यासीही होते. आपली सर्व सांसारिक कर्तव्ये आणि जबाबदाऱ्या यथाशक्ति निभावल्यानंतर हे लोक संन्यासाश्रमाचा स्वीकार करीत. त्याचप्रमाणे आपल्याला एखादी गूढ शक्ती, म्हणजेच सिद्धी प्राप्त व्हावी यासाठी ब्रह्मचर्याचा पर्याय निवडून त्या शक्तीची उपासना करण्यात आयुष्य व्यतीत करणारे तपस्वीही असत. गृहस्थाश्रम आणि संन्यासाश्रम या दोन मार्गांमधील संघर्षरहित जगताची देणगी वेदांनी दिली, असे म्हणता येते. या प्रकारचा सुसंवादी मानवी समाज जनकाच्या मिथिलेत सुखेनैव नांदत होता अशी दंतकथा आहे.

ऋग्वेदातल्या घनगंभीर स्तोत्रांद्वारे, सामवेदातल्या सुमधुर सुरावटींच्या हिंदोळ्यांवर विहार करीत तर यजुर्वेदातल्या कर्मकांडांच्या मदतीने आणि अगदी अथर्ववेदातल्या तांत्रिक आणि गूढ मंत्रोच्चारांच्या आवर्तनांतून या वैदिक संकल्पना समाजासमोर मांडल्या गेलेल्या आहेत. अथर्ववेदालाही वेदांच्या मालिकेत स्थान दिले जावे हा निर्णय समाजाने बऱ्याच काळानंतर घेतलेला आहे. त्याच्याही नंतर आर्ष महाकाव्य महाभारत आणि कला व सौंदर्य यांची चर्चा करणारे नाट्यशास्त्र या दोहोंना पाचवा वेद समजण्यात येऊ लागले.

वेदांतले हे ज्ञान आत्यंतिक सूचक आणि चिन्हांकित आहे. हे ज्ञान सांगण्याचे दायित्व हे यज्ञामध्ये पौरोहित्य करणाऱ्या ब्राह्मणांचे असे तर, पुरोहित सांगत असलेल्या विधीमागचा अर्थ समजून घेणे ही कर्त्या यजमानाची जबाबदारी असे. यानंतर काही शतकांचा कालावधी उलटला.

आता लोकसंख्या वाढली. समाजाचे आकारमान वाढले आणि आयुष्यातली गुंतागुंतही वाढली, माणसांचे भटके समूह आणि त्या समूहाच्या वंशांनी खेडी वसवायला आरंभ केला. समाजाचे आर्थिक आणि राजकीय चित्र झपाट्याने बदलू लागले आणि यातूनच पुढे छोटी छोटी राज्ये आणि पुढे साम्राज्ये उभी राहिली. अशा परिस्थितीत ज्ञान हस्तांतरित करण्याची पारंपरिक पद्धती अपयशी ठरू लागली. वैदिक ज्ञान एका पिढीकडून दुसऱ्या पिढीकडे वाहून नेणाऱ्या ब्राह्मणांनी ज्ञानसंग्राहकाच्या आपल्या भूमिकेत बदल केला. ब्राह्मण आपल्याजवळ असणाऱ्या ज्ञानातला अर्थही उलगडून सांगू लागले. थोडक्यात, ग्रंथपालाने प्राध्यापकाची भूमिका करायला सुरुवात केली. याचा परिणाम म्हणून वेदातील ऋचा आणि कर्मकांडे यांच्याकडे पाहण्याचा माणसांचा दृष्टिकोन बदलला. ती जगाची गूढे उकलणारी कोडी आहेत असे मानण्याऐवजी, आपल्याला सुखसमृद्धी मिळवून देणारी आणि संकटांना टाळू शकणारी जादुई साधने म्हणून त्यांच्याकडे पाहिले जाऊ लागले.

आत्मशोधाऐवजी नश्वर असणाऱ्या भौतिक सुखाच्या पाठीमागे लागण्याच्या या प्रवृत्तीमुळेच कदाचित ब्राह्मण आणि ब्राह्मण करीत असलेली कर्मकांडे यांचा तिरस्कार करणाऱ्या श्रमणांचा उदय झाला असावा. वस्तुतः वैदिक संकल्पनांची पुनर्रचना करण्याची आवश्यकता वैदिक काळातच भासू लागलेली होती.

पुढच्या साधारण एक हजार वर्षांत या वैदिक संकल्पनांची, पर्यायाने हिंदू विचारप्रणालीची नैसर्गिकरीत्याच पुनर्रचना झाली. या पुनर्रचनेच्या मोहिमेचे कुणाही ज्ञानवंताने नेतृत्व केलेले नव्हते. ऋचा, स्तोत्रे अथवा कर्मकांड यांच्याऐवजी समाजातल्या जाणत्या माणसांनी आता कथा हे माध्यम निवडले आणि या कथाकथनाद्वारे समाजाला वैदिक संकल्पना समजावून सांगण्यास सुरुवात केली. या कथांचा गाभा हा पारंपरिक ज्ञानसंचितावर जसा आधारित होता तसेच तत्कालीन आयुष्यातील प्रत्यक्षाप्रत्यक्ष अनुभवांची गुंफणही या कथांमध्ये केली गेली होती. या कथा वा ही कथने म्हणजे मुक्त स्रोत होता. या कथांमध्ये मानवी जीवनातले नाट्य होते, त्यातला संघर्ष होता, कारस्थाने आणि प्रतिकारस्थाने होती. हळूहळू हे नानाविध अनुभव आणि त्या अनुभवांचा सारांश सांगणाऱ्या

कथा आणि उपकथांचा एक देखणा आणि वैचित्र्यपूर्ण गोफ विणला गेला. या कलाकुसरीत समाजातल्या प्रत्येकाने अनाम राहूनही आपापल्या वाट्याचे काम चोख केले. सरतेशेवटी या महान कामाचे श्रेय कुणा कोळिणीच्या पोटी उपजलेल्या मुलाला, व्यासाला दिले गेले. कालौघात इतस्ततः विखरून पडलेल्या वेदवाङ्मयाची पुनर्रचनाही याच व्यासाने केली असे परंपरा मानते. व्यास म्हणजे संग्राहक. वेदांत उच्चारल्या गेलेल्या मौलिक ज्ञानाचा तसेच पौराणिक कथांचा संग्राहक.

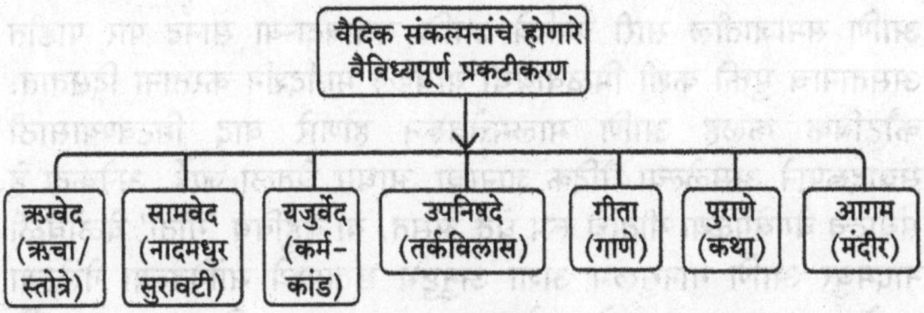

वेदांचा प्रवास

व्यासाने ज्या कथा सांगितल्या त्यांना पुराणे अथवा इतिहास असे संबोधले जाते. यांमध्ये भौतिक संपदेवरील म्हणजे राज्यावरील आपला हक्क सिद्ध करण्यासाठी झालेला संघर्ष ज्यांमध्ये चित्रित केला गेलेला आहे त्या रामायण आणि महाभारत या आर्ष महाकाव्यांचा समावेश आहे. या महाकाव्यांना इतिहास हेच नामाभिधान प्राप्त झालेले आहे. इतिहास याचा शब्दशः अर्थ भूतकाळातील कथा असा होतो तर इतिहास या शब्दाला प्रतीकात्मक अर्थ आहे : ज्या कथा सांगितल्या गेलेल्या आहेत त्यांतले सत्य भविष्यकाळातही बदलणार नाही. त्यांतले सत्य आजही बदललेले नाही. नव्हे, भूतकाळातही या कथा सत्यच होत्या. या कथनांमधून 'इति' या संकल्पनेचा पुनरुच्चार ऐकू येतो. इति याचा अर्थ, जसे आहे तसे. मानवी जीवनात असणारी विषयवासना, हिंसा, माणसाच्या मनी वसणारी इच्छा, त्याच्या नात्यानात्यांमधली संघर्ष, तंटे, त्याचा संसार आणि एकूणच त्याचे आयुष्य यांचे वास्तव आहे तसे स्वीकारणे हा या कथांतील संदेश आहे.

इति या संकल्पनेवर विश्वास ठेवणारे आस्तिक होते तर ही संकल्पना नाकारणारे नास्तिक होते. कालौघात पुढे हिंदू धर्मात आस्तिक्यभावनेचे प्राबल्य वाढले. साहजिकच इति या संकल्पनेवर विश्वास असणे म्हणजे परमेश्वराच्या अस्तित्वावर श्रद्धा असणारे म्हणजे आस्तिक आणि परमेश्वरावर ज्यांची श्रद्धा नाही त्यांना नास्तिक समजण्यात येऊ लागले.

बौद्ध विचारात मठातील संन्यस्त आयुष्याची महती सांगताना संसाराकडे पाठ फिरवून सर्वसंगपरित्याग करावा असे म्हटलेले आढळते, तर वैदिक संकल्पनांचा गाभा कथन करणाऱ्या या कथा गृहस्थाश्रमातील आणि समाजातील सारी कर्तव्ये आणि जबाबदाऱ्या सानंद पार पाडीत असतानाच मुक्ती कशी मिळवायची याबद्दल मार्गदर्शन करताना दिसतात. कौटुंबिक कलह आणि मालमत्तेवरून होणारे वाद मिटवण्यासाठी संवादरूपाने असलेल्या वैदिक ज्ञानाचा आधार घेतला जाई. अनेकदा हे संवादच वेगवेगळ्या गीतांचे रूप घेत असत. या बहुविध 'गीता' वेळोवेळी नादमधुर आणि गानसुलभ अशा अनुष्टुभ छंदामध्ये सांगितल्या गेलेल्या आहेत. अनुष्टुभ छंदामध्ये प्रत्येक कडव्यात चार पंक्ती असतात आणि प्रत्येक पंक्तीत आठ शब्द असतात.

प्रत्यक्ष महाभारतामध्येच व्याधगीता आणि भगवद्‌गीतेशिवाय अन्यही काही गीतांचे दर्शन आपण घेऊ शकतो. शांतिपर्वातल्या बाराव्या अध्यायात भीष्माने पांडवांना एकूण नऊ प्रकारच्या गीतांचे कथन केलेले आढळते : गणिकेचे गाणे (पिंगलागीता), पुरोहिताचे गाणे (शंपाकगीता), शेतकऱ्याचे गाणे (मंकिगीता), संन्यस्ताचे गाणे (बोध्यगीता), नृपतीचे गाणे (विचारुक्नुगीता), निवृत्त पुरुषाचे गाणे (हरितगीता), पिशाचाचे गाणे (वृत्रगीता), तत्त्वचिंतकाचे गाणे (पराशरगीता) आणि हंसाचे गाणे (हंसगीता). महाभारताच्या कक्षेबाहेरही अनेक गीता आहेत. त्यांमध्ये अष्टावक्रगीता, वसिष्ठगीता, रामगीता, शिवगीता, देवीगीता, गणेशगीता इत्यादींचा समावेश आहे.

मात्र, या विविध गीतांमध्ये भगवद्‌गीतेलाच सर्वाधिक वाचक लाभलेले आहेत. भगवद्‌गीता हा कृष्ण नावाच्या एका सारथ्याने त्याच्याच रथात आरूढ झालेल्या अर्जुन नामे धनुर्धराला, एका बाजूला पाच पांडव आणि दुसरीकडे त्यांचे प्रतिस्पर्धी असणारे त्यांचेच शंभर चुलतभाऊ जे

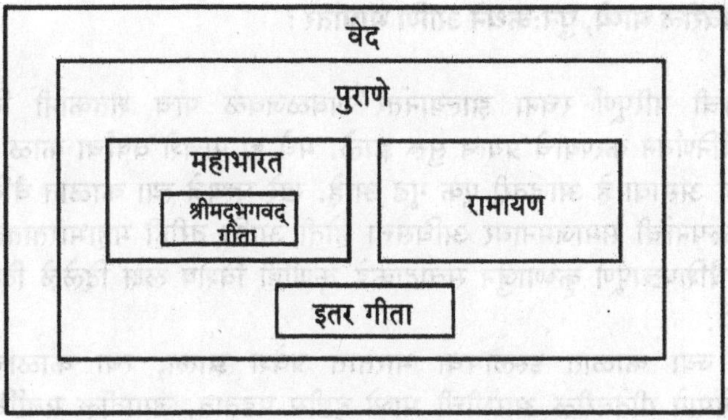

धर्मग्रंथांच्या सागरातील गीतेची स्थाननिश्चिती

कौरव; असे दोघेही कुरुक्षेत्राच्या रणांगणावर एकमेकांविरुद्ध लढण्यासाठी शस्त्रसज्ज उभे असताना केलेला उपदेश आहे. कृष्णाने अर्जुनाला केलेला हा उपदेश आज इतका लोकप्रिय आहे की, जेव्हा आपण गीता असा उल्लेख करतो तेव्हा आपल्याला भगवद्‌गीता असेच अपेक्षित असते.

गीतेला जेव्हा परिपूर्णत्व आले तेव्हा तिची आभा अठरा अध्यायांत विभागलेल्या एकूण सातशे श्लोकांमध्ये विलसत होती. या सातशे श्लोकांपैकी पाचशे चौऱ्याहत्तर श्लोक हे कृष्णाने उच्चारलेले आहेत तर चौऱ्याऐंशी श्लोक हे अर्जुनाच्या तोंडी आहेत. एक्केचाळीस श्लोक संजयाच्या मुखातून आलेले आहेत तर एकमात्र श्लोक धृतराष्ट्राच्या मुखी आहे. गीतेमध्ये मूलतः सातशे पंचेचाळीस श्लोकांचा समावेश होता असे काहीजण सुचवताना दिसतात. गीता हा उपदेश आहे असे वाटत असले तरी तो एक संवाद आहे आणि दोन प्रतिस्पर्धी सैन्ये कुरुक्षेत्राच्या युद्धभूमीवर एकमेकांवर प्रहार करायला सज्ज झालेली असताना घडलेला हा साधारणतः नव्वद मिनिटांचा संवाद आहे. हा संवाद प्रत्यक्षात आणि तोही ठरावीक वेळेत खरोखरच झाला होता की नाही; म्हणजेच हा इतिहास आहे की, हा संवाद हे एक मानसिक आणि कालातीत असे प्रत्येकाच्या स्वभावानुसार ज्याचे त्यालाच अनुभवता येणारे म्हणजेच व्यक्तिसापेक्ष सत्य आहे, यावर मतमतांतरे आहेत.

■■□○○○○○○○○○○○○○○○○○○○○○○○□□

गीतेवरील भाष्ये, पुनःकथने आणि भाषांतरे :

गीतेची परिपूर्ण रचना झाल्यानंतर जवळजवळ पाच शतकांनी तिचे अर्थनिर्णयन करण्याचे प्रयत्न सुरू झाले. मधे हा पाचशे वर्षांचा काळ का गेला असावा हे आजतरी एक गूढ आहे. खरे म्हणजे त्या काळात वैदिक संकल्पनांची समाजमनावर अधिसत्ता होती आणि तरीही महाभारतातल्या या वैशिष्ट्यपूर्ण कृष्णार्जुन संवादाकडे कुणीही विशेष लक्ष दिलेले दिसत नाही.

ज्या काळात इस्लामचा भारतात प्रवेश झाला, त्या काळाच्या आगेमागे गीतेवरील आरंभीची भाष्ये दृष्टीस पडतात. जगातील सर्वाधिक जुन्या असणाऱ्या मशिदींपैकी एक मशीद ही केरळमध्ये, मलबार किनाऱ्यावर सातव्या शतकात बांधली गेली आणि गीतेवर पहिले सखोल व विस्तृत भाष्य लिहिणारे आणि गीता हा वेदान्ताचा महत्त्वाचा भाग आहे असे प्रतिपादन करणारे आदिशंकराचार्य यांचाही जन्म याच मलबार भूप्रदेशात आठव्या शतकात झाला होता. या दोघांमध्ये दिसणारा संबंध नाकारता येणे शक्य नाही. हा एक केवळ योगायोग म्हणावयाचा की इस्लामचा भारतातला प्रवेश हे गीतेच्या पुनरुत्थानामागचे कारण ठरले याविषयी तत्कालीन क्षुद्र राजकारणाच्या पार्श्वभूमीवर केवळ अंदाजच करावा लागेल.

इस्लामने भारतात प्रवेश करताच एकेश्वरी विचारसरणी आणि तिच्याशी संबंधित पुराणकथा (अब्राहमिक मायथॉलॉजी) यांचे दालन भारतात खुले झाले. एकेश्वरी विचारधारा म्हणजे एकमेव निराकार परमेश्वर, पवित्र असणारा एकमेव धर्मग्रंथ, आणि वर्णव्यवस्था व मूर्तिपूजा यांना प्रखर नकार असलेली एकमार्गी विचारसरणी होय. एकेश्वरी विचार- प्रणालीतल्या या संकल्पना व्यापारउदिमाच्या निमित्ताने येणाऱ्या ख्रिश्चन आणि यहुदी व्यापाऱ्यांमुळे भारताला परिचित असल्या तरी इस्लामइतक्या आक्रमकपणे या संकल्पनांचा प्रसार कुणीही केलेला नव्हता हे खरे आहे. इस्लामी जीवनप्रणाली आचरणारे अनेक मुस्लिम भारतात स्थिरावले. अनेक राजसत्तांवर मुस्लिमांनी आपले आधिपत्य स्थापन केले. अनेक भारतीय जातिजमाती आणि समूह यांचे धर्मांतर करून त्यांना मुस्लिम धर्माची दीक्षा

दिली गेली, या सगळ्यांचा हिंदुविचारप्रक्रियेवर काहीएक प्रभाव पडणे अटळ होते. मात्र याविषयीच्या कुठल्याही चर्चेला संतप्त विवादाचे स्वरूप येते असा आजवरचा सर्वसाधारण अनुभव आहे.

गीताकथनाचा हा प्रवास साधारणतः बाराशे वर्षांचा आहे असे ध्यानात येते. गीतेच्या निरूपणाच्या या प्रवासाचे पाच टप्पेही आपल्या लक्षात येतात.

या प्रवासातली पहिली लाट वेदान्ताचे गाढे अभ्यासक असणाऱ्या ज्ञानोपासकांनी गीतेवर केलेल्या संस्कृत भाष्यांची आहे. यांतले सर्वाधिक ख्यातकीर्त भाष्यकार म्हणजे केरळचे असणारे, आठव्या शतकातले आदिशंकराचार्य हे होत; त्यानंतर अकराव्या शतकातले रामानुजाचार्य यांचा क्रम आहे. ते तमिळनाडूचे होते. कर्नाटकाच्या मध्वाचार्यांच्या गीतेवरील टीकेचा काळ हा तेराव्या शतकातला आहे. या तिघाही विद्वानांना परमेश्वराचे स्वरूप आणि त्याचे माणुसकीशी असणारे नाते जाणून घेण्याची तृष्णा होती. ईश्वर माणसामध्येच असतो की माणसाहून वेगळा असतो, जगदीश्वर हा सगुण आणि साकार असतो की तो निर्गुण आणि निराकार आहे हे या ज्ञानव्रतींना पडलेले प्रश्न होते आणि त्यांच्या या प्रश्नांच्या उत्तरांची संशोधनयात्रा म्हणजेच या तिघांची विलक्षण विद्वत्ताप्रचुर असणारी गीतेवरील ही भाष्ये होत. गीतेचे, आरंभीच्या काळातील हे तिघेही संस्कृत भाष्यकार ब्रह्मचारी आणि संन्यासी होते. एकतर त्यांनी विवाह केला नव्हता अथवा गृहस्थाश्रमाचा त्याग करून हिंदू मठांची स्थापना केली होती. यातून एक सत्य निःसंदिग्धपणे पुढे आले आणि ते म्हणजे, कोणे एके काळी ज्या हिंदुत्ववादामध्ये गृहस्थाश्रमाला सर्वोच्च स्थान होते इतकेच नव्हे तर ज्या हिंदुधर्माने पूर्वी बौद्ध संन्याशांचा उपहास केलेला होता त्या धर्मानेही सरतेशेवटी संन्यासाश्रमाला प्राधान्य दिले. या सगळ्याचा आणखीही एक परिणाम झाला. केवळ तर्क आणि बुद्धिगम्य जाणिवांच्या प्रगल्भतेवर आधारित असणारा वेदान्त आणि मंत्रतंत्रज्ञान या एकाच मानवी आयुष्याच्या दोन अभिन्न अंगांमध्ये हळूहळू अंतर पडत गेले ज्यात बुद्धिगम्य जाणिवांना माणसाच्या आयुष्यात महत्त्व प्राप्त झाले आणि मंत्रतंत्र, जादूटोणा यांना दुय्यम स्थान मिळाले.

गीतेचा अर्थ लावण्याच्या प्रवासातला दुसरा टप्पा हा गीतेच्या

■■□○○○○○○○○○○○○○○○○○○○○○○□□

प्रादेशिक भाषांत केल्या गेलेल्या पुनःकथनांचा आहे. प्रादेशिक भाषेतले सर्वांत पहिले कथन कोवळ्या वयाच्या ज्ञानेश्वरांनी तेराव्या शतकात मराठी भाषेत केले आहे. त्या पाठोपाठ चौदाव्या शतकात मल्याळी भाषेत निरणम माधव पण्णीकर यांनी, पंधराव्या शतकात पेदा तिरुमलाचार्यांनी तेलुगू भाषेत आणि बलरामदास यांनी ओरियामध्ये व सोळाव्या शतकात गोविंद मिश्रा यांनी आसामी भाषेत गीतेवर टीका लिहिली आहे. सतराव्या शतकात मराठीतल्या दिगंबर दासोपंत आणि तुकाराम यांनीही गीतेचा अर्थ सांगण्याचा प्रयत्न केलेला आहे. ही यादी आणखीही वाढवता येईल.

गीतेवर प्रादेशिक भाषांत झालेली निरूपणे ही वृत्तीने कवी असणाऱ्या महानुभावांनी परमेश्वराशी विलक्षण जिव्हाळ्याने केलेले हितगूज असल्यामुळे ती पराकोटीची भावूक झालेली आहेत. ज्ञानेश्वर त्यांच्या भावार्थदीपिकेत (ज्ञानेश्वरी) ईश्वराला आईच्या ('माउली'च्या) रूपातच पाहतात. इतकेच नव्हे तर, घाबरलेल्या आपल्या पाडसाला म्हणजेच अर्जुनाला गायरूपी कृष्ण आपले दूध म्हणजेच गीता, प्यायला देऊन त्याला धीर देतो आहे अशी देखणी उपमाही देतात. गीतेवर या रितीने झालेली निरूपणे ही बहुशः गाण्यांच्या स्वरूपात आहेत. या साध्या आणि गेय भाष्यांमार्फतच गीतेतील अनुपमेय सौंदर्य आणि मानवी मन उन्नत करणारे ज्ञान जनसामान्यांपर्यंत पोहोचले आहे. याच काळात कृष्णाच्या बालपणीच्या आयुष्यातील, म्हणजेच जेव्हा तो पावा वाजविणारा आणि गाई राखणारा साधा गुराखी होता, त्या काळातील त्याच्या लीला वर्णन

ज्ञानेश्वर

करणाऱ्या भागवत पुराणांची म्हणजेच भागवताची रचना झालेली आहे. हे भागवत हाच हिंदू धर्माचा एक प्रमुख ग्रंथ झाला. याच काळात गीता या ग्रंथाला एका देवतेचे रूप बहाल करण्याचे प्रयत्न सुरू झाले. गीतेवरचे चिंतनमनन करणारी (गीताध्यान) आणि गीतेची स्तुती करणारी (गीता माहात्म्य) स्तोत्रे रचण्यात येऊ लागली. मार्गशीर्ष महिन्यातल्या शुद्ध एकादशीला (डिसेंबर) कृष्णाने अर्जुनासमोर म्हणजेच पर्यायाने जगासमोर गीतारूपी ज्ञानभांडार प्रथमतः मोकळे केले असे मानण्यात येऊ लागले. तो दिवस गीताजयंती म्हणून साजरा केला जाऊ लागला.

गीतेच्या इतिहासातला तिसरा कालखंड हा अठराव्या शतकातील युरोपीय प्राच्यविद्याविदांनी केलेल्या गीतेच्या भाषांतरांचा आहे. गीतेचे भाषांतर करावे यासाठी ईस्ट इंडिया कंपनीने ज्याला सक्रिय पाठिंबा दिला त्या चार्ल्स विल्किन्सने, तसेच एकोणिसाव्या शतकातल्या पाश्चात्त्य कवींनीही गीतेची भाषांतरे केलेली आहेत. यांमध्ये बौद्ध विचारासह, पौर्वात्य संस्कृतीच्या विविध वैशिष्ट्यांची ओळख ज्याने पाश्चात्त्य जगाला करून दिली त्या एडविन अर्नोल्डचाही समावेश आहे. या पाश्चिमात्यांनी गीतेचा वस्तुनिष्ठ आणि अचूक पाठ मिळवण्याचे प्रयत्न केले. पूर्वी करण्यात आलेली गीतेवरील भाष्ये, पुनःकथने आणि काव्ये यांमध्ये भरपूर कलात्मक स्वातंत्र्य घेतले गेले असल्यामुळे ती दुय्यम दर्जाची आहेत, अशी प्रच्छन्न टीकाही त्यांनी केली. गीतेचे युरोपातले हे सारे अनुवादक एकेश्वरी उपासना पद्धतीवर श्रद्धा असणारे ख्रिश्चन आहेत. त्यामुळे मुस्लिमांप्रमाणेच या ख्रिश्चनांवरही एकेश्वरी पुराणकथांचा पगडा होता, ज्यांत परमेश्वर हाच ज्ञानाचा एकमेव स्रोत असतो. पृथ्वीवर जन्माला आलेली सर्व माणसे पापी असतात आणि पापक्षालन करण्यासाठी त्यांनी ईश्वरीमार्गाचे आचरण करणे क्रमप्राप्त असते. ख्रिश्चन अनुवादकांनी याच चष्म्यातून गीतेकडे पाहिले आणि साहजिकच, गीतेतल्या परमेश्वराला हिंदूंचा न्यायाधीश ठरविले, हिंदू धर्मात ही संकल्पना नसली तरीही. आणि गीता ही प्रत्यक्ष ईश्वराने कथन केलेली असल्यामुळे गीता हा प्रत्यक्ष परमेश्वराचा आदेश आहे, असेही मानले गेले आणि गीतेला 'हिंदू बायबल' असे संबोधले गेले. पौर्वात्य संस्कृतीच्या या पश्चिमी अभ्यासकांनी गीतेतल्या संस्कृत शब्दांचा अर्थ लावताना एकेश्वरी विचारप्रणालीतील संकल्पनांचा आधार घेतला. हीच

■■□○○○○○○○○○○○○○○○○○○○○○○○□□

प्रक्रिया पुढेही सुरू राहिल्यामुळे या साऱ्या विचारप्रक्रियेचा सखोल परिणाम आधुनिक काळात गीता समजून घेताना झालेला दिसतो.

भारताच्या स्वातंत्र्यलढ्याचे नेतृत्व करणाऱ्या नेत्यांनी केलेल्या गीतेच्या पुनर्भाषांतरांचा चौथा टप्पा. विसाव्या शतकाच्या आरंभी भारतीय स्वातंत्र्य चळवळीने वेग घेतलेला होता. भारतीय उपखंडात विखुरलेल्या जनतेला एकत्र आणू शकेल अशा एखाद्या ग्रंथाची वाढती गरज निर्माण झाली होती. आणि भगवद्गीता हा सर्व भारतीयांना एकत्र आणू शकणारा ग्रंथ होता. मात्र प्रत्येक नेत्याने गीतेकडे वेगवेगळ्या दृष्टिकोनातून पाहिले आहे, असे आपल्या ध्यानात येईल. श्री. अरविंद यांना गीतेत आर्षकालीन संस्कृतीतल्या गूढ संकल्पनांचा साक्षात्कार झाला तर डॉ. बाबासाहेब आंबेडकरांनी गीता ही क्रूर असणाऱ्या जातिव्यवस्थेचे समर्थन करते याकडे समाजाचे लक्ष वेधले. ज्या हिंसेचे नैतिक समर्थन करता येऊ शकते अशी हिंसा क्षम्य असते, हा गीतेचा संदेश आहे असे लोकमान्य टिळकांचे प्रतिपादन आहे तर त्याच गीतेने महात्मा गांधींना मात्र अहिंसेच्या मार्गावर चालण्याची प्रेरणा दिलेली आहे. याच काळात गौतम बुद्धाने दिलेला संदेश आणि गीतेत श्रीकृष्णाने केलेला उपदेश या दोन्हींतील तुलना जगाच्या समोर आली, परिणामी, नैसर्गिकपणे अर्जुनासमोर उभ्या ठाकलेल्या पेचप्रसंगाचे स्वरूप आमूलाग्र बदललेल्या रूपात समाजासमोर ठेवले गेले. 'माझ्याच कुटुंबीयांवर मी शस्त्र कसे चालवू?' या अर्जुनाच्या मूळ प्रश्नाचे गांभीर्य त्या काळात मागे पडले आणि 'मी कुणाचीही हत्या कशी काय करू शकतो?' या बदललेल्या प्रश्नाला समाजात महत्त्व प्राप्त झाले.

दोन महायुद्धानंतर जगातील वासाहतिक साम्राज्यांचा अस्त होऊन प्रजासत्ताक राष्ट्रांची निर्मिती झाली. जागतिक महायुद्धांच्या वणव्यात होरपळलेल्या जगाला गीतेचा नेमका काय आणि कसा अर्थ लावायचा याबद्दल संभ्रम होता. जगाच्या पुनर्रचनेचा हा कालखंड म्हणजे गीतेच्या इतिहासातला पाचवा टप्पा होय. जे. रॉबर्ट ओपनहायमर यांनी अणुबॉम्बची तुलना वाईट पद्धतीने कृष्णाच्या जगड्व्याळ विश्वरूपाशी केली. माणुसकीच्या चिरंतन तत्त्वज्ञानाचा गीता ही एक भाग आहे, असे अल्डस हक्सले यांचे मत आहे. जीवनातील शांतीचा संदेश देणारा हिंदूंचा पवित्र ग्रंथ, ही गीतेची प्रतिमा या काळात स्थिर झाली. गीता हा प्रत्यक्ष

■■□○○○○○○○○○○○○○○○○○○○○○□□

परमेश्वरानेच दिलेला आदेश आहे आणि तोच मोक्षाचा मार्ग आहे, अशी गीतेची प्रतिमा समाजमनात उभी करण्यास काही आध्यात्मिक गुरूंनी याच काळात आरंभ केला. परिणामी हिंदुत्ववाद ही एक विचारप्रणाली न राहता त्याचे धर्मात रूपांतर झाले. व्यवस्थापन क्षेत्रातल्या गुरूंनी गीतेच्या आधारे नेतृत्व, नीतिमत्ता, प्रशासकीय तत्त्वे आणि जिंकण्याची कला इत्यादी संकल्पना आपल्या विद्यार्थ्यांना समजावून दिल्या. इंटरनेटचा स्फोट होण्यापूर्वी म्हणजे एकोणीसशे ऐंशीच्या दशकापर्यंत गीतेची अंदाजे तीन हजार भाषांतरे आणि तीही जगातल्या पन्नास विविध भाषांत उपलब्ध असावीत. यांपैकी सुमारे एक हजार अनुवाद हे इंग्रजीत होते.

गीता हा शांतीचा संदेश देणारा ग्रंथ आहे, या समजाला अलीकडच्या काळातील काही अमेरिकन शिक्षणतज्ज्ञांनी आव्हान दिलेले आहे. त्यांच्या म्हणण्याचा कल काहीसा असा आहे की, हिंदुत्ववाद हा अतिशय क्रूर आणि अन्याय्य अशा ब्राह्मणवादातून उद्‌भवला असून तो बौद्ध तत्त्वज्ञानातील अहिंसेचा समाजावरील प्रभाव नष्ट करतोच आणि पुरुषसत्ताक पद्धती व अस्पृश्यतेची भलामण करणाऱ्या उच्चनीचतेची उतरंड असणाऱ्या समाजरचनेचाही प्रसार करतो. ही भूमिका स्वीकारायची म्हटली तर गीतेमध्ये हिंसेचे समर्थन केलेले आहे हे मान्य करावे लागते. आणि या भूमिकेला आव्हान देण्याचे प्रयत्न धार्मिक मूलतत्त्ववादी अथवा हिंदुराष्ट्रवादी असा सरसकट शिक्का मारून फेटाळले जातात. हिंदुत्ववादाला संघर्षाधारित रांगड्या ऐतिहासिक चौकटीत बळजबरीने ठोकून बसवण्याचे भाबडे प्रयत्न पाश्चात्त्यांनी फार पूर्वीपासून आवडीने केले. मात्र याची जाणीव झाल्यापासून पाश्चात्त्यांच्या मनात वसणारा हा हिंदुविषयीचा केवळ भयगंड आहे, असा या मांडणीचा प्रखर प्रतिवाद मूळ धरताना दिसतो. विशेष म्हणजे, आपली मातृभूमी सोडून जे हिंदू पृथ्वीच्या पाठीवर अन्यत्र राहत आहेत ते या प्रकारची टीका करण्यात आघाडीवर आहेत. दक्षिण आशियाई बुद्धिवंत काय किंवा राष्ट्राभिमानी अभ्यासक काय, हिंदुत्ववाद आणि त्यातले सांस्कृतिक संदर्भ यांच्याकडे पाहण्याचा दोहोंचाही दृष्टिकोन पूर्वग्रहदूषितच आहे. त्याचा गीतेच्या अर्थनिर्णयनावर बराच प्रभाव पडतो याकडे अनेक इतिहासतज्ज्ञांनी लक्ष वेधलेले दिसते.

गीतेच्या इतिहासातले आजपर्यंतचे हे सारे टप्पे म्हणजे तत्कालीन

■■□○○○○○○○○○○○○○○○○○○○○○○□□

परिस्थितीला दिलेला प्रतिसाद आहे, हे लक्षात येईल. मग तो बौद्ध किंवा इस्लामिक विचारांचे समाजात प्राबल्य वाढले असताना हिंदूंच्या ईश्वरी अस्तित्वावरील श्रद्धेला फुंकर घालून ती प्रज्वलित करणे असो अथवा भारताच्या ब्रिटिश वसाहतीत होणाऱ्या रूपांतराचा काळ असो किंवा समाजात राष्ट्रीयत्वाची भावना चेतवणाऱ्या स्वातंत्र्य चळवळीचा कालखंड असो वा एकीकडे जगातली साम्राज्ये लयाला जात असताना निधर्मी लोकशाही प्रजासत्ताकांच्या उदयाचा काळ असो किंवा अगदी अलीकडचा; म्हणजे डिजिटल क्रांतीची लाट सर्वत्र वेगाने पसरत जाऊन अवघ्या विश्वाला एका वैश्विक खेड्याचे रूप येत असतानाचा काळ असो. या विश्वाच्या पसाऱ्यात आपली नेमकी ओळख कोणती, या अनुत्तरित प्रश्नाच्या कोंडीत सापडलेल्या, इतकेच नव्हे तर आजूबाजूला नित्याच्याच झालेल्या हिंसेमुळे, तिचा वीट आलेला असूनही त्या हिंसेपासून फारकत घेण्यास असमर्थ ठरलेल्या या विलक्षण अस्थिरतेच्या काळालाही गीतेतले विचार प्रतिसाद देताना दिसतात.

मित्रा, तू असो वा मी, आपल्याला एका वैचित्र्यपूर्ण आणि तरीही अनोख्या काळात या पृथ्वीतलावर राहण्याचे भाग्य लाभलेले आहे. गीतेचा आजपर्यंतचा इतिहास जसा आपण वाचू शकतो तसेच तो इतिहास कसा उत्क्रांत होत गेला आहे हेदेखील आज आपल्याला समजून घेता येते. त्या इतिहासात कालौघात होत गेलेले बदलही आपण न्याहाळू शकतो. जगातल्या विविध विचारधारा वा संस्कृती यांना ठसठशीतपणे चित्रित करणाऱ्या पुराणकथा, जगाचा भूगोल, जगाचा इतिहास, इतकेच नव्हे तर पुराणकथांतून वाहणारा अनेकविध तत्त्वज्ञानांचा वा तत्त्वप्रणालींचा प्रवाह या साऱ्या पैलूंचा आपण आज अधिक सखोल आणि अभिनिवेष टाळून समजूतदारपणे अभ्यासही करू शकतो. तसेच या अभ्यासाच्या बळावर जगात प्रचलित असणारी तत्त्वज्ञाने अथवा विचारधारा आणि गीतेतले विचारधन या दोघांतली तुलना वा त्या दोघांत असणारा विरोध सर्वांसमोर मांडू शकतो. आपल्याजवळ पशुधन, मनुष्यप्राणी आणि विकसित होत जाणारे मानसशास्त्र या सर्व क्षेत्रांमध्ये संशोधन करण्यासाठीच्या आधुनिक सुविधा आज उपलब्ध आहेत. गीतेचा कुठल्याही दृष्टिकोनातून कुणीही अभ्यास केला तरी सरतेशेवटी हा अभ्यास हा विविध माणसे जगाकडे कशी

पाहतात, भूतकाळात भारतीयांनी जगाकडे कसे पाहिले होते, पश्चिमेतील माणसे आज भारताकडे कसे पाहू इच्छितात इतकेच नव्हे, तर आज भारतीय स्वतः एकमेकांकडे कसे पाहतात आणि अखेरतः आपण गीतेकडे कसे पाहतो इथेच येऊन थांबतो, असे मला वाटते.

गीतेतल्या उपदेशातून कुठलाही एक आणि एकच वा खराखुरा संदेश शोधून काढण्यापेक्षाही तू आणि मी म्हणजे आपण दोघांनी, शतकानुशतके वाहणारा मानवी संस्कृतीचा जो अखंड प्रवाह आहे त्याच्या या प्रवासात ज्या अनेकानेक संकल्पना उदयाला आल्या, समाजात स्थिरावल्या, त्या साऱ्या संकल्पनांना एकाच सूत्रात ओवणारे आणि बांधून ठेवणारे तसेच त्यांना एकमेकांपासून विलग करणारे वास्तव समजून घेणे, त्याची योग्यता ओळखणे आवश्यक आहे. गीतेची जी विविध भाषांतरे वा तिच्यावर केली गेलेली भाष्ये अथवा तिची जी नानाविध कथने उपलब्ध आहेत त्यांमधून स्वतः (अर्जुन) आणि इतर म्हणजे जे आपल्या बाजूने उभे राहिलेले आहेत (पांडव) तसेच जे आपल्याविरुद्ध उभे ठाकलेले आहेत (कौरव) इतकेच नव्हे तर जे कुणी हरएकाचे पक्षधर आहेत (कृष्ण) आणि अर्थातच या सर्वांचे कुरुक्षेत्राशी (भौतिक संपत्ती) असणारे नाते यांविषयीच प्रामुख्याने सर्वसाधारण निरूपण केलेले आढळते. आपले इतरांशी असणारे नाते, मग ते एखाद्या निर्जीव वस्तूशी असेल वा परस्परावलंबी असणाऱ्या जैविक साखळीतील अन्य सजीवांशी असेल, तद्वत इतरांचे म्हणून आपल्याशी असणारे जे काही नाते असेल त्यावरच आपल्यात वसणाऱ्या मानवतेचे स्वरूप ठरते. हे आणि हेच कालातीत अथवा सनातन सत्य आहे आणि हा आपल्या महाप्रज्ञ पूर्वजांनी लावलेला शोध आहे. तेव्हा याच सार्वकालिक सत्याचा पुनश्च एकदा शोध घेण्याचा प्रयत्न म्हणजेच 'माझी गीता' होय!

माझी गीता

विश्वरूप

इथून पुढे, गीतेमध्ये चर्चिल्या गेलेल्या अठरा विषयांची मी आणि तू मिळून एक संशोधनयात्रा करणार आहोत. विविध नातेसंबंधांनी विणलेले बाह्यविश्व आणि विचार व भावना यांनी तयार झालेले आंतरविश्व या दोन ध्रुवांच्या दरम्यान आपला प्रवास सातत्याने सुरू राहील. तेव्हा, आपण जगाकडे आणि त्याचबरोबर स्वतःकडे कसे पाहतो तिथपासून; म्हणजेच दर्शनापासून आपण सुरुवात करू. त्यानंतर अनेक दृश्य आणि अदृश्य (आत्मा, देही, कर्म) गोष्टींपासून निर्माण झालेल्या ज्या जगात आपण राहतो आहोत त्या जगाची रचना जाणून घेण्याचा प्रयत्न आपण करू. धर्म, यज्ञ आणि योग यांच्याद्वारे माणूस समाजाशी कसा एकरूप होऊ शकतो; याकडे आपण नंतर वळू. त्यानंतरची पायरी म्हणजे देव किंवा भगवान अथवा ब्रह्मन आणि अवतार या संकल्पना समजून घेणे होय. परमेश्वराचे वास्तव्य आपल्यातच असते आणि तोच आपल्या मनात वसणाऱ्या व आपल्याला समाजापासून तोडून टाकणाऱ्या भीतीवर मात करायला मदत करीत असतो. आपल्यामध्येच असणाऱ्या परमेश्वरावर आपली श्रद्धा नसली की आपण बाह्य जगात मालमत्तेचा – म्हणजेच क्षेत्र, माया यांचा – आधार शोधत राहतो. यामुळे आपले बाह्य जग आणि अंतर्गत जग या दोन विश्वांमध्ये एक द्वंद्व निर्माण होते. जोपर्यंत आपल्याला मोह असतो, तोपर्यंत आपण सापळ्यात अडकलेलो असतो. मात्र मोहाची ही भावना सोडून देण्याचा अवकाश; आपण मुक्ती अनुभवतो. आपल्याला मोक्षप्राप्ती होते. आपण स्वतंत्र आणि आत्मरत होतो. साहजिकच, आपल्यात उदारमनस्कता जन्माला येते. आपला इतरांना आधार वाटू लागतो. हेच ते ब्रह्मनिर्वाण होय!

माझ्या या गीतेतला विषयानुक्रम हा भगवद्गीतेतील अनुक्रमापेक्षा थोडासा वेगळा आहे. कारण वाचकाला गीतेतील मथितार्थ अधिक चांगल्या पद्धतीने समजावा यासाठी काही काही संकल्पनांचे मी विस्तृत विवेचन केले आहे.

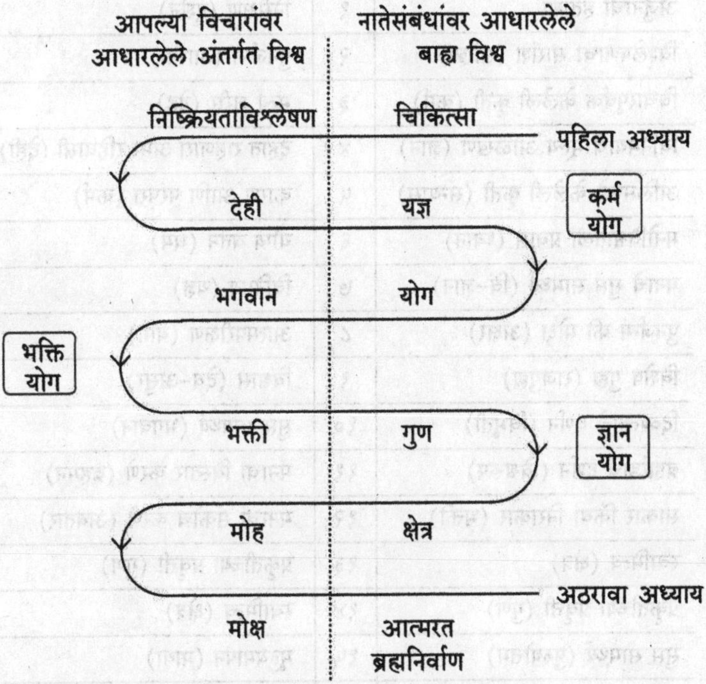
आपल्या विचारांवर आधारलेले अंतर्गत विश्व
नातेसंबंधांवर आधारलेले बाह्य विश्व
निष्क्रियताविश्लेषण
चिकित्सा
पहिला अध्याय
देही
यज्ञ
कर्म योग
भगवान
योग
भक्ति योग
भक्ती
गुण
ज्ञान योग
मोह
क्षेत्र
अठरावा अध्याय
मोक्ष
आत्मरत ब्रह्मनिर्वाण

माझ्या गीतेचा आराखडा

■■■■○○○○○○○○○○○○○○○○○○○○○○○○□□

गीतेतील विषय	प्रकरण	माझ्या गीतेतील विषय
अर्जुनाची हताशा	१	निरीक्षण (दर्शन)
विश्लेषणाचा सारांश (सांख्य)	२	पुनर्जन्म (आत्मा)
विचारपूर्वक केलेली कृती (कर्म)	३	मर्त्य शरीर (देह)
विनिमयाचे मूल्य ओळखणे (ज्ञान)	४	देहात राहणारा अमर रहिवासी (देही)
अलिप्तपणे केलेली कृती (संन्यास)	५	कारण आणि परंपरा (कर्म)
मनोविश्वातला प्रवास (ध्यान)	६	योग्य वर्तन (धर्म)
मनाचे सुप्त सामर्थ्य (वि-ज्ञान)	७	विनिमय (यज्ञ)
पुनर्जन्म की मोक्ष (अक्षर)	८	आत्मपरीक्षण (योग)
विशेष गुह्य (राजगुह्य)	९	विश्वास (देव-असुर)
दिव्यत्वाचे वर्णन (विभूती)	१०	सुप्त सामर्थ्य (भगवान)
ब्रह्मांडाचे दर्शन (विश्वरूप)	११	मनाचा विस्तार करणे (ब्रह्मन)
साकार किंवा निराकार (भक्ती)	१२	मनाचा संकोच करणे (अवतार)
स्वामित्व (क्षेत्र)	१३	प्रकृतीच्या प्रवृत्ती (गुण)
प्रकृतीच्या प्रवृत्ती (गुण)	१४	स्वामित्व (क्षेत्र)
सुप्त सामर्थ्य (पुरुषोत्तम)	१५	मूल्यमापन (माया)
आस्तिक (देव-असुर)	१६	गुंतून पडणे (मोह)
समर्पणातील वैविध्य (श्रद्धा)	१७	मुक्ती (मोक्ष)
उपायांचा सारांश (मोक्ष)	१८	संयोग (ब्रह्मनिर्वाण)

■■■●○○○○○○○○○○○○○○○○○○○○□□

१.

तू आणि मी न्यायाधीश होण्याची गरज नाही

हिंदू पुराणांमध्ये निवाड्याचा दिवस ('जजमेंट डे' किंवा अरबी संस्कृतीत असणारी 'कयामत') ही संकल्पना नाही. हिंदू संस्कृतीमध्ये परमेश्वर हा न्यायाधीश नसतो आणि म्हणूनच कृष्ण गीतेमध्ये कुठलीही आज्ञा देत नाही. तो जगाची रचना केवळ समजावून देताना दिसतो. जोपर्यंत आपण न्यायाधीशाच्या भूमिकेत वावरत असतो आणि आपले आप्त, आणि आपले शत्रू अशी विभागणी करत स्वतःच स्वतःभोवती घातलेल्या काल्पनिक सीमारेखांमध्येच गुंगून जातो तोपर्यंत या विश्वाचे सत्य स्वरूप आपण पाहू शकत नाही. गीतेच्या पहिल्या अध्यायात याच परिस्थितीचे वर्णन आहे. या अध्यायात आपली दर्शन अथवा निरीक्षण या संकल्पनेशीही ओळख होते. दर्शन ही संकल्पना वेद, गीता आणि महाभारतातही सांगितली गेलेली असली तरी, तिचे कथन हे सूचकतेने केले गेलेले आहे. मात्र, हेच दर्शन पौराणिक हिंदू संस्कृतीतल्या मंदिरांमध्ये एक प्रमुख आणि ठळक असे कर्मकांड होते. या दर्शन प्रक्रियेत भक्त जसा आपल्या लाडक्या परमेश्वराचे निरीक्षण करीत असतो, तद्वत ते उपास्य दैवतही आपल्या या समर्पित भक्ताकडे अनिमिष नेत्रांनी पाहत असते.

कुरुक्षेत्राच्या रणभूमीकडे धृतराष्ट्र कसे पाहत होता, त्या समरभूमीकडे पाहण्याची दुर्योधनाची दृष्टी कशी होती आणि तेच कुरुक्षेत्र अर्जुनाला कसे दिसत होते, याच्या वर्णनाने गीतेला आरंभ झालेला आहे. गीतेच्या पहिल्या अध्यायातील पहिला श्लोक हा धृतराष्ट्राच्या मुखातून बाहेर पडलेला आहे. संपूर्ण गीतेमध्ये धृतराष्ट्राच्या तोंडी असलेला हा एकमेव श्लोक आहे.

> संजया, मला सांग, धर्मक्षेत्र असणाऱ्या या कुरुक्षेत्रावर जिथे माझी आणि पंडूची मुले एकत्र जमलेली आहेत तिथे त्यांच्यामध्ये काय घडते आहे? तिथे त्यांनी जे काही करणे अपेक्षित आहे ते हे करताहेत का? *(अध्याय १, श्लोक १)*

कुरू या ख्यातकीर्त राजवंशाचा धृतराष्ट्र हा कुटुंबप्रमुख आहे. याच राजघराण्याच्या दोन शाखा एकमेकींविरुद्ध युद्ध करण्यासाठी कुरुक्षेत्रावर उभ्या ठाकलेल्या आहेत. त्यामुळे युद्धभूमीवर नेमके काय घडते आहे हे जाणून घ्यायला धृतराष्ट्र साहजिकच उत्सुक आहे. या होऊ घातलेल्या युद्धात धर्मयुद्धाचे नियम पाळले जातील की नाही; याचीही या कुरूंच्या कुटुंबप्रमुखाला काळजी वाटते आहे म्हणूनच कुरुक्षेत्राचा उल्लेख तो धर्मक्षेत्र असा करतो. मात्र, पुढे हाच धृतराष्ट्र आपल्या मुलांचा म्हणजे कौरवांचा उल्लेख 'माझी (मम) मुले' असा जिव्हाळ्याने करतो तर, त्याचेच पुतणे असणाऱ्या, पंडूच्या मुलांचा उल्लेख तो केवळ 'पांडव' असा करतो. 'माझ्या भावाची मुले' असा उल्लेख धृतराष्ट्र करीत नाही. याचाच अर्थ धृतराष्ट्राने पांडवांना आपल्या मनातून वगळलेले आहे. पांडवांना आपले कुटुंबीय मानण्याऐवजी धृतराष्ट्र त्यांना परके, घुसखोर आणि शत्रू मानतो. मात्र, पांडवांना आपल्या हृदयातून वगळणे हेच अधर्माचे मूळ आहे आणि यामुळे कुरुवंशाचाच नाश होईल हे धृतराष्ट्राच्या ध्यानात आलेले नाही. धृतराष्ट्राचे अंधत्व दृष्टीच्या अभावापेक्षा अधिक, सहानुभूतीच्या अभावामुळे होते. हेच अंधत्व धृतराष्ट्राचा ज्येष्ठ पुत्र दुर्योधन याच्याही वर्तणुकीत दिसून येते. रणभूमीवरील दुर्योधनाच्या वर्तणुकीचे वर्णन धृतराष्ट्राचा सारथी असणाऱ्या संजयाने गीतेच्या पहिल्या अध्यायातल्या दुसऱ्या श्लोकापासून ते अकराव्या श्लोकापर्यंत केले आहे.

राजन, आपल्यासमोर सर्वार्थाने शस्त्रसज्ज उभी असणारी शत्रु-पक्षाची सेना पाहून तुझा पुत्र मुळीच चकित झाला नाही. कारण आपले गुरू असणारे द्रोण हेच धृष्टद्युम्न या, शत्रूच्या सरसेनापतीचेही गुरू आहेत याची दुर्योधनाला कल्पना आहे. शत्रूने रचलेल्या व्यूहाकडे पाहून दुर्योधन अभिमानाने म्हणाला, पांडवांकडे आपल्या मर्यादित सैन्याचे नेतृत्व करणारा महाबलवंत भीम आहे हे खरे असले तरी, माझ्याकडेही माझ्या अगणित सेनेचे नेतृत्व करणारे दीर्घानुभवीच नव्हे तर अजेय असणारे भीष्म आहेत. असे म्हणून त्याने सैनिकांना भीष्मांना सर्व बाजूंनी संरक्षण देण्याची आज्ञा केली. *(अध्याय १, श्लोक २ ते ११)*

संजयाने कथन केलेल्या दुर्योधनाच्या या वक्तव्यातून त्याच्या मनात धुमसणारा पांडवांबद्दलचा क्षोभ, त्याच्या मनाला ग्रासणारी असुरक्षिततेची भावना आणि त्याची अस्थिर वृत्ती दिसून येते. वस्तुतः या युद्धप्रसंगी दुर्योधनाकडे असणारी सैन्यसंख्या (अकरा अक्षौहिणी) पांडवांच्या सैन्यसंख्येपेक्षा (सात अक्षौहिणी) अधिक होती.

संजय

यानंतर समरभूमीवर पाय ठेवणाऱ्या अर्जुनाचे वर्णन करताना संजय धृतराष्ट्राला सांगतो; ज्याच्या शिरोभागी फडकणाऱ्या ध्वजावर महाबली

हनुमंताचे चिन्ह आहे आणि ज्याला चार शुभ्र अश्व जोडलेले आहेत अशा सुसज्ज रथावर आपल्या धनुष्य आणि बाणांसह विराजमान होऊन युद्धाला सिद्ध झालेल्या अर्जुनाने कुरुक्षेत्रावर विलक्षण आत्मविश्वासाने प्रवेश केला. अर्जुनाने आपल्या सारथ्याला म्हणजेच कृष्णाला आपला रथ दोन प्रतिस्पर्धी सेनांच्या मधे असलेल्या मोकळ्या भूभागाच्या मधोमध नेऊन उभा करावा, असे सांगितले. अर्जुनाच्या इच्छेनुसार श्रीकृष्णाने रथ दोन्ही सैन्यांच्या मध्ये मोकळ्या असणाऱ्या रणक्षेत्रावर उभा केला मात्र, निमिषार्धात, अर्जुनाला पुढच्या महाविनाशाच्या तीव्रतेची जाणीव झाली. युद्धोत्सुक असणाऱ्या या दोन्ही पक्षांत कुटुंबीय आणि मित्र होते. त्यांमध्ये परिवारातल्या वडीलधाऱ्या व्यक्ती, गुरुजन, चुलते, पुतणे, जावई, सासरे या सगळ्यांचा समावेश होता. ज्यांचे त्याने रक्षण करावे अशी तरुण मुले आणि ज्यांनी त्याचे रक्षण करावे असे ज्येष्ठ योद्धे त्याच्या पुढ्यात उभे होते. हे सारे त्याचेच आप्त त्याला ठार मारण्यासाठी सज्ज झालेले होते, आणि आपल्याच कुटुंबीयांचा जीव घ्यायला अर्जुनही सिद्ध झाला होता. हे असे विपरीत का घडत होते? तर केवळ एका जमिनीच्या तुकड्यावर स्वामित्व मिळवावयाचे आहे म्हणून! ते उचित अथवा चांगले आहे का? याचा आपल्या संस्कृतीवर काय परिणाम होईल?

> कृष्णा, धृतराष्ट्राची मुले आपले कुटुंबीय आहेत. आपण त्यांना कंठस्नान कसे काय घालू शकतो? राज्यसंपदेच्या मोहाने भविष्यात उद्भवणाऱ्या भयावह परिस्थितीकडे ते कानाडोळा करत आहेत. भौतिक साधनसंपत्तीसाठी जर आपण आपल्याच कुटुंबीयांचा नाश करणार असू तर महिलांनी तरी त्यांच्या नैतिक आचरणाला महत्त्व का द्यावे? विविध समूहांच्या राज्यकर्त्यांनी आपापल्या राज्यांच्या भौगोलिक सीमांचा मान तरी का ठेवावा? असे काही घडले तर सगळे विधी आणि कर्मकांडे यांचे समाजातून उच्चाटन होईल, इतकेच नव्हे तर, समाज आपल्या पूर्वजांना विसरून जाईल. एक मात्र निश्चित, कुटुंबाची ही घडी विस्कटून टाकायला जे कारणीभूत ठरतील त्यांना नरकाशिवाय अन्य सोयरा नसेल! *(अध्याय १, श्लोक ३७ ते ४५)*

कुरुक्षेत्राचे अवलोकन केल्यावर अर्जुनाने दिलेला हा प्रतिसाद एका भीतिग्रस्त आणि गोंधळलेल्या मनाचा प्रतिसाद असला तरी तो धृतराष्ट्र आणि दुर्योधन यांच्या प्रतिक्रियांपेक्षा वेगळा आहे. धृतराष्ट्र आणि दुर्योधन या पितापुत्रांनी, ज्यांना ते आपले आप्त समजताहेत आणि ज्यांना ते परके अथवा शत्रूच समजताहेत, त्या दोघांमध्ये एक सुस्पष्ट अशी सीमारेखा आखलेली आहे. अर्जुनाची मनःस्थिती मात्र दोलायमान झालेली आहे, आपलेच कुटुंबीय आपले शत्रू कसे काय होऊ शकतात?

महाभारतात अर्जुनाची प्रतिमा एक निष्णात, स्थिरचित्त धनुर्धर अशी रंगवलेली आहे, ज्याला आपल्या बाणाने उडत्या पाखराच्या डोळ्याचा वेध घेताना आकाशातल्या मेघांचा अथवा जमिनीवरच्या झाडांचा अडसर येत नाही. आपल्या लक्ष्यावरील लोकविलक्षण एकाग्रतेसाठी ख्यातकीर्त असणारा अर्जुन कुरुक्षेत्रावर मात्र, आपल्या निर्धारित लक्ष्यापलीकडे पाहताना दिसतो. आपल्याच कुटुंबीयांवर शस्त्र उचलणे हे नीतिमत्तेला धरून आहे का आणि आपल्या या कृत्याचा संपूर्ण मानवी समाजावर काय परिणाम होईल? असे प्रश्न त्याला पडतात. अर्जुनाला इथे आपल्या हातून घडणाऱ्या हिंसेची चिंता नाही. कारण याआधीही त्याच्या हातून हिंसा झाली होती. मात्र अर्जुनाला चिंता जाळते आहे ती म्हणजे, ज्या कुटुंबीयांचे रक्षण करणे हे आपले कर्तव्य आहे, त्याच कुटुंबीयांना कसे ठार मारायचे?

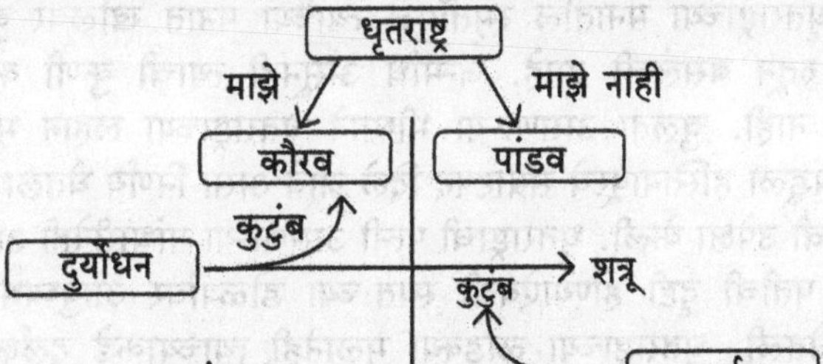

कुरुक्षेत्र : एक अवलोकन

धृतराष्ट्र आणि दुर्योधनाला जे एक मानसिक अंधत्व प्राप्त झालेले आहे त्याच्या नेमकी उलटी अशी भूमिका अर्जुनाने घेतलेली दिसते. ज्या क्षणी

अर्जुन 'स्व' पासून 'पर' आणि 'कृती' पासून 'जबाबदारी' यांच्यातली सीमारेषा नाकारतो त्या क्षणी त्याचा दृष्टिकोन अधिक व्यापक बनतो. त्याची वाटचाल आता ध्यानाकडून धारणेच्या मार्गावर होताना दिसते हेच दर्शन होय!

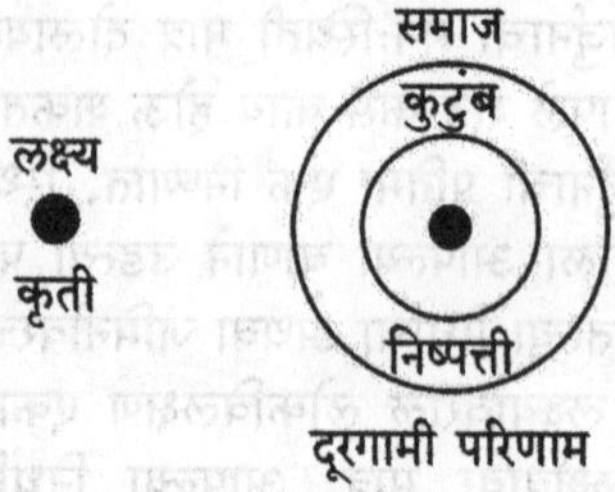

एकाग्रता आणि यथार्थ दर्शन

दर्शन या क्रियेत कुठलाही निवाडा अंतर्भूत नसतो. कारण दर्शनामध्ये कुठल्याही सीमारेषा नसतात, कुठलेही यमनियम नसतात, उचित आणि अनुचित, माझे आणि परके असा भेद नसतो.

धृतराष्ट्र हा या प्रकारच्या 'दर्शना'चा लाभ घ्यायला असमर्थ आहे. कारण धृतराष्ट्राच्या मनातील स्मृतींमुळे त्याच्या मनात खोलवर कुठेतरी असूया रुतून बसलेली आहे. जन्मांध असूनही त्याची कुणी काळजी वाहिली नाही. चुलता असणाऱ्या भीष्माने धृतराष्ट्राच्या लहान भावाला म्हणजे पंडूला हस्तिनापूरचे सम्राटपद दिले जावे असा निर्णय घेतला आणि धृतराष्ट्राची उपेक्षा केली. धृतराष्ट्राची पत्नी असणाऱ्या गांधारीनेही आपल्या जन्मांध पतीची दृष्टी होण्याऐवजी स्वतःच्या डोळ्यांवर आयुष्यभर पट्टी बांधून घेतली. धृतराष्ट्राच्या लाडक्या मुलानेही त्याच्याकडे दुर्लक्ष केले आणि आपल्या पित्यापेक्षाही आपल्या मामाचा म्हणजे शकुनीचा शब्द सदैव प्रमाण मानला. धृतराष्ट्राचा सल्लागार विदुर यानेही धृतराष्ट्राच्या शंभर मुलांपेक्षा सदैव पांडवांचीच प्रशस्ती केली. या रितीने धृतराष्ट्र हा सर्वांकडूनच सदैव दुर्लक्षिला गेला आहे. परिणामी केवळ आपल्या अंधत्वासह धृतराष्ट्र कालक्रमण करीत राहिला.

अर्जुनालाही अनेक कारणांमुळे 'दर्शना'चा लाभ घेता येत नाही. कौरव आणि पांडव हे दोघेही बालवयाचे होते त्यावेळेपासून कौरवांनी अर्जुनाला आणि त्याच्या इतर भावंडांना ठार मारण्याचे शक्य ते सारे प्रयत्न केलेले होते. पुढे द्यूत खेळताना कौरवांनी अर्जुनासह त्याच्या इतर बांधवांना पुनःपुन्हा अत्यंत अपमानास्पद वागणूक दिलेली होती. इतकेच नव्हे, तर द्यूतप्रसंगी पाचही पांडवांची पत्नी, द्रौपदी हिला दुःशासनाने तिचे केस ओढीत फरफटत द्यूतगृहात आणले होते. इतकेच नव्हे तर, सर्वांसमक्ष तिच्या वस्त्रहरणाचाही कौरवांनी यत्न केलेला होता. द्यूतात सर्वस्व हरल्यानंतर ठरलेल्या पणानुसार बारा वर्षांचा वनवास आणि एक वर्षाच्या अज्ञातवासाचा कालावधी पूर्ण करून दिलेल्या शब्दाप्रमाणे पांडव प्रत्यक्षात वागलेले होते आणि तरीही कौरवांनी इंद्रप्रस्थाचे राज्य पांडवांना परत करायला नकार दिलेला होता. सरतेशेवटी शांततेसाठी पांडवांतर्फे केले गेलेले तडजोडीचे सारे प्रयत्नदेखील कौरवांनी उधळून लावलेले होते आणि असे सगळे असूनही कौरवांच्या या अंध वागणुकीला त्यांच्याच भाषेत उत्तर द्यायला अर्जुनाचे मन तयार नव्हते.

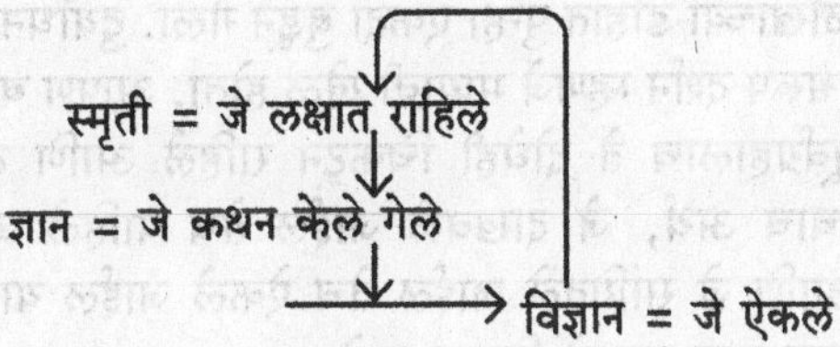

स्मृतींमुळे प्रत्यक्ष निरीक्षण विपर्यास्त स्वरूपात केले जाते.

हतप्रभ झालेल्या अर्जुनाने युद्धाला सज्ज व्हावे यासाठी कृष्ण, अर्जुनाला, त्याच्या बांधवांच्या आणि पत्नीच्या यातनांची पुनश्च एकदा आठवण करून देतो. शिवाय एक योद्धा म्हणून, एक भाऊ म्हणून आणि एक पती म्हणून असलेल्या त्याच्या कर्तव्यांचीही जाणीव कृष्ण त्याला करून देतो. सरतेशेवटी अर्जुनाच्या पुरुषत्वालाच आव्हान देत त्याची कृती एखाद्या नपुंसकाप्रमाणे आहे, असा कृष्णाने अर्जुनाचा शेलका उपहासही

केला आहे. पुढे या युद्धात जर तू धारातीर्थी पडलास तर तुला दिव्य अशा स्वर्गाची प्राप्ती होईल, आणि जर तू या समरात विजयी ठरलास तर तुला या धरणीचा अधिपती झाल्याचे समाधान लाभेल, असेही कृष्णाने अर्जुनाला सांगितलेले आहे. मात्र, या कशाचाही परिणाम अर्जुनावर झाला नाही. कारण भूतकाळातील घटनांचा आठव करून आपली सहअनुभूती गमावण्यास अर्जुन तयार नाही. अखेरतः अर्जुनाला 'दर्शन' होते, परिणामी गीतेतला उपदेश प्रत्यक्ष ऐकण्याची योग्यता त्याला प्राप्त होते.

प्रत्यक्ष युद्धाला आरंभ होण्याच्या बऱ्याच आधी, कौरव आणि पांडवांमध्ये तडजोड होऊन शांतता नांदावी म्हणून कृष्णाने शिष्टाई केली होती. मात्र ती असफल ठरताच कौरवांच्या राजसभेत कृष्णाने आपल्या विराट स्वरूपाचे दर्शन, कदाचित आपले म्हणणे अधिक गांभीर्याने घ्यावे या हेतूने असावे, त्या सभागारात हजर असणाऱ्या धृतराष्ट्र आणि दुर्योधन या पितापुत्रांना घडवले होते. आपल्या याच विराट स्वरूपाचे दर्शन कृष्णाने अर्जुनाला गीता सांगताना घडवलेले आहे. क्षणिक दृष्टीचे वरदान लाभलेल्या धृतराष्ट्राने विलक्षण सुंदर असे हे विराट रूप पाहिल्यावरही आपण असहाय आहोत असे जाहीर केले, आणि दुसऱ्याच क्षणी तो आपल्या काळोखाच्या डोहात पुन्हा एकदा बुडून गेला. दुर्योधनाच्या दृष्टीने कृष्णाचे हे विश्वरूप दर्शन म्हणजे मायावी खेळ होता. आपण बळी ठरलेलो आहोत या पूर्वग्रहालाच ते दोघेही चिकटून राहिले आणि त्यांनी दर्शन नाकारले. याचाच अर्थ, जे दाखवले जाईल तेच पाहिले जाईल याची खात्री नसते आणि जे सांगितले जाईल तेच ऐकले जाईल याचीही खात्री नसते. थोडक्यात ज्ञान म्हणजे विज्ञान नव्हे.

ज्यावेळी एखादा निवाडा दिला जातो तेव्हा या विश्वाची सुस्पष्टपणे विभागणी होते. उदाहरणार्थ : चांगले आणि वाईट, निरपराध आणि अपराधी, अशुद्ध आणि शुद्ध, जुलमी आणि बळी, ज्यांना काही विशेषाधिकार आहेत असे आणि ज्यांना कुठलेही विशेषाधिकार नाहीत असे, सबल आणि दुर्बल इत्यादी. मात्र, 'दर्शना'मध्ये त्याचा लाभ घेणाऱ्याला एक कार्यकारण भाव आणि त्या भावामुळे होणाऱ्या परिणामांनी युक्त असे एक सदैव अस्थिर अथवा प्रवाही जग दिसते. या जगाला कुठल्याही सीमा नसतात, तिथे कुठलीही विभागणी नसते. तिथे

निवाडा	दर्शन
↓	↓
बरोबर/चूक	भीती
माझे/माझे नाही	भूक
↓	↓
रणभूमी	रंगभूमी

रणभूमी आणि रंगभूमी

ना अधिकारांची उतरंड असते ना हे जग कुठल्या नियमांनी बांधलेले असते.

जे जग निवाड्यांवर आधारित असते तिथे क्रोध जन्म घेतो. जीवन कुरुक्षेत्रासारखी रणभूमी होते. या रणभूमीत लढणाऱ्या दोन्ही पक्षांना आपण बळी आहोत आणि काहीही करून आपण जिंकणे आवश्यक आहे असे वाटत असते. मात्र या रणभूमीवर कुणा एकाचा नेहमीच पराभव होणार असतो. याउलट जे जग निरीक्षणांवर आधारित असते तिथे सर्वच सजीवांच्या ठिकाणी वसणारी भूक आणि भीती या भावनांची जाणीव झाल्यामुळे एक अंतर्दृष्टी आणि आपुलकी यांचा उगम होतो. आयुष्य हा जीवनाच्या रंगभूमीवरचा एक प्रवेश ठरतो ज्यात जगण्याचा हेतू हा इतरांच्या आनंदात आनंद मानण्याचाच असतो. कृष्ण हा त्याच्या लीलांमुळेच रंगनाथ किंवा रंगभूमीचा देव म्हणून ओळखला जातो. कृष्ण कधीही कुणाचा निवाडा करीत नाही. साहजिकच तो कुणाकडेही बळी म्हणूनही पाहत नाही. कृष्ण याच भूमिकेतून गीताकथनाला आरंभ करतो.

> अर्जुना, ज्यांच्याबद्दल तुला कुठलेही दुःख वाटू नये अशांबद्दल तू एकीकडे शोक करतोस आणि दुसरीकडे स्वतःला विद्वानही समजतोस. मात्र जाणती माणसे जिवंत व मृत व्यक्तींसाठी शोक करीत नसतात. *(अध्याय २, श्लोक ११)*

तुला माझ्यात कोण दिसते – एक नायक, खलनायक की बळी? जर तू माझ्याकडे या तऱ्हेने एका पूर्वनिश्चित भूमिकेतून पाहत असशील तर तू दर्शन घेत नाहीस. मात्र ज्या भीतीपायी माणसे नायक, खलनायक अथवा बळी ठरतात ती भीती तू जाणून घेऊ शकलास तर तू खऱ्या अर्थाने दर्शन घेतलेस. त्यानंतर तुला इतरांपासून विभक्त करणाऱ्या सर्व सीमारेखांच्या पलीकडे तू पाहू शकशील.

■■■●●○○○○○○○○○○○○○○○○○○○□□

२.

तू आणि मी याआधीही इथे होतोच

आपले शरीर मर्त्य आहे त्यामुळे ते सुरक्षिततेच्या शोधात असते. आणि आपल्याभोवती अनेक प्रकारच्या तटबंदीही उभारते. या कुडीच्या आत असलेला आत्मा मात्र अमर्त्य असतो. परिणामी तो स्वतःसाठी सुरक्षितता शोधत नाही किंवा कुठल्याच बंधनांची पर्वा करीत नाही. नाशवंत असणाऱ्या हाडामासाच्या वेष्टनात गुरफटलेला हा आत्मा जन्म आणि मृत्यूचा पुनःपुन्हा अनुभव घेतो. गीतेच्या दुसऱ्या अध्यायात अमरत्व आणि पुनर्जन्म या संकल्पनांच्या आधारे कृष्ण चर्चेची कक्षाच बदलतो. मृत्यू ही मानवी आयुष्याची अखेर आहे असे गृहीत धरले नाही की भीती उरणार नाही, अन्न आणि भौतिक सुखासाठीची तळमळ उरणार नाही. कुठून येणे नाही किंवा कुठेही पोहोचणे नाही. कारण आरंभ हा आरंभ उरणार नाही आणि अखेर ही अखेरही राहणार नाही. जिथे संयमाची अवज्ञा केली जाते असे जग बदलण्यापेक्षा किंवा क्षणिक गोष्टींना महत्त्व देण्यापेक्षा आपण अंतर्मुख होऊ या, निरीक्षण करू या; शोधू या आणि आनंदाचे धनी होऊ या!

■■■●●○○○○○○○○○○○○○○○○○○○□□

> अर्जुना, तुझ्यामाझ्यासह हे जग आजच्या प्रसंगापूर्वीही अस्तित्वात होते आणि या प्रसंगानंतरही अस्तित्वात असेल, याची जाणीव ज्ञानी माणसाला असते. या देहाच्या कुडीचा रहिवासी पुढच्या प्रवासाचा आरंभ करण्याआधी, या देहात बाल्य, यौवन आणि वार्धक्य या अवस्थांचा अनुभव घेतो. देहाला भौतिक जगाविषयी मोह उत्पन्न होतो आणि त्यातूनच मृत्यूचे भय निर्माण होते. मात्र या नश्वर शरीरातला रहिवासी अमर आहे; जन्ममृत्यूच्या चक्रातून प्रवास करावा लागतो तो केवळ शरीराला; याची या ज्ञानी असणाऱ्यांना जाणीव असते म्हणूनच या बाह्य बदलाचे अथवा मृत्यूचे भय त्यांना वाटत नाही. जे अमर्त्य आहे त्यातच अर्थ असतो, जे मर्त्य आहे त्यात नव्हे; हे ज्ञानी माणसांना ठाऊक असते. *(अध्याय २, श्लोक क्रमांक १२ ते १६)*

अशा शब्दांत कृष्णाने मृत्यूला सहजतेने असंबद्ध ठरवले. समोर असणाऱ्या विस्तीर्ण कुरुक्षेत्राचे रूपांतर कृष्ण, मानवी देहाच्या मर्त्य कवचाआड वसणाऱ्या आणि अमर्त्य असणाऱ्या आत्म्याला (देही) जे अनंत अनुभव येत असतात त्यांपैकीच केवळ एका अनुभवात करताना दिसतो. इथे कृष्णाने आत्म्यासाठी 'देही' असा शब्द योजला आहे. पुढे याच आत्म्याला कृष्ण पुरुष, ब्रह्मन् अथवा क्षेत्रज्ञ या नावांनीही संबोधताना आढळतो. हा आत्मा अनेकानेक शरीरांमध्ये पुनःपुन्हा वास करीत असतो आणि आयुष्यांमागून आयुष्ये कंठीत असतो. याचाच अर्थ असा की, हा काही आपला पहिलाच जन्म नव्हे किंवा अखेरचा जन्मही नव्हे. या जन्माआधीही आपण या पृथ्वीतलावर होतो आणि या जन्मानंतरही आपण परत इथे येणार आहोत. आपला जन्म हा एक पुनर्जन्म असतो तर आपला मृत्यू हाही पुनर्मृत्यूच असतो.

> अर्जुना, ज्या ज्या वेळी तू जन्म घेतोस त्या त्या वेळी तू नवी वस्त्रे परिधान करतोस आणि ज्या ज्या वेळी तुझा मृत्यू होतो त्या त्या वेळी तू ही परिधान केलेली वस्त्रे टाकून देतोस इतकेच. मात्र, तू म्हणजे ही वस्त्रे नव्हेत! *(अध्याय २, श्लोक २२)*

■■■●●○○○○○○○○○○○○○○○○○○□□

गीतेच्या चौथ्या अध्यायात कृष्ण म्हणतो, हे जे ज्ञान तुला मी आज सांगतो आहे तेच ज्ञान मी याआधी विवस्वान या पहिल्या दिव्य प्राण्याला, त्यानंतर पृथ्वीवर अवतरलेल्या पहिल्या मानवाला म्हणजे मनूला आणि त्यानंतर या धरणीवर ज्याने प्रथमतः राज्य केले, त्या इक्ष्वाकू राजाया सांगितले होते. मात्र, या ज्ञानाचा वारंवार विसर पडतो.

> कृष्णा, विवस्वान हा कधीकाळी या पृथ्वीतलावर राहत होता. मात्र तू तर या क्षणी माझ्यासमोर आहेस; तेव्हा तू विवस्वानाला शिकवणे कसे काय शक्य आहे? *(अध्याय ४, श्लोक ४)*

कृष्णाच्या कथनामुळे आश्चर्यचकित झालेल्या अर्जुनाने विचारलेल्या प्रश्नाला उत्तर देताना कृष्ण अर्जुनाला म्हणतो, अर्जुना, या भूमीवर मी जसा या आधीही जन्म घेतलेला होता तद्वत तूही याआधी इथे जन्मला होतास. फक्त मला माझे पूर्वजन्म आठवतात, तुला मात्र तुझे पूर्वीचे जन्म आठवत नाहीत. अर्जुनाला त्याच्या पूर्वजन्मांचे विस्मरण झाले कारण तो भौतिक जगाच्या सापळ्यात अडकून पडला आहे आणि आपल्या मनात वसणारे अमूर्त विचारांचे जग न्याहाळण्यासाठी लागणाऱ्या अंतर्दृष्टीचा अर्जुनाकडे अभाव आहे.

> अर्जुना, ब्रह्मदेवाच्या दिवसाची पहाट होते तेव्हा या चराचर सृष्टीला आकार प्राप्त होतो तर ब्रह्मदेवाचा दिवस जेव्हा मावळतो तेव्हा आकाराला आलेल्या या सृष्टीचा विलय होतो. ती आकारविहीन होते. इंद्रियसुखांवर लक्ष केंद्रित झालेली ब्रह्म्याची मुले पुनर्जन्माच्या अव्याहत चक्रात अडकतात. मात्र, या बाह्य जगावरचे लक्ष काढून घेऊन जे मला शरण येतात, त्यांची जन्म आणि पुनर्जन्म या चक्रातून तसेच साकार आणि निराकार या दोन अवस्थांच्या हिंदोळ्यांवर हेलकावत राहणाऱ्या भौतिक जगातून मुक्तता होते. *(अध्याय ८, श्लोक क्रमांक १६ ते २६)*

पुनर्जन्माच्या या आधारशिलेवरच हिंदू विचारविश्व उभे राहिलेले आहे. बौद्ध आणि जैन विचारधारेतही पुनर्जन्माच्या कल्पनेला आत्यंतिक महत्त्व आहे. मात्र, या दोन्ही विचारांत फरक आहे. बौद्ध तत्त्वज्ञानाचा आत्म्याच्या अस्तित्वावर विश्वास नाही तर जैन विचारात देव म्हणजेच परम-आत्मा या संकल्पनेला स्थान नाही. तरीही या दोघांचा पुनर्जन्मावर मात्र विश्वास आहे. जैन आणि बौद्ध या दोन्ही तत्त्वप्रणालींत पुनर्जन्माच्या जगाला संसार असे संबोधले आहे. माणूस सध्या करीत असलेले कर्म आणि त्याच्या हातून पूर्वी घडलेल्या कृतींच्या स्मृती म्हणजेच संस्कार या दोहोंतून संसाराची उत्पत्ती होते. ही दोन्ही म्हणजे कर्म आणि भूतकाळात घडलेली कृत्ये या दोघांना कधीकधी धर्माच्या पुराणकथा असे म्हटले जाते. ज्यू, ख्रिश्चन आणि इस्लाम या एकेश्वरी विचारांवर विश्वास ठेवणाऱ्या विचारधारांच्या पुराणकथांपासून जैन आणि बौद्धांच्या धार्मिक पुराणकथा वेगळ्या ठरतात कारण एकेश्वरी विचारधारेत, कुणालाही केवळ एकदाच जन्म लाभतो आणि मृत्यूनंतरचे आयुष्य हे स्वर्गात अथवा नरकात व्यतीत करावे लागते असे मानले जाते. विज्ञानालाही केवळ एकच जन्म मान्य आहे; कारण मृत्यूनंतरच्या आयुष्याला किंवा पुनर्जन्माला कुठलाही वैज्ञानिक पुरावा नाही.

भारतीय पुराणकथांची कक्षा

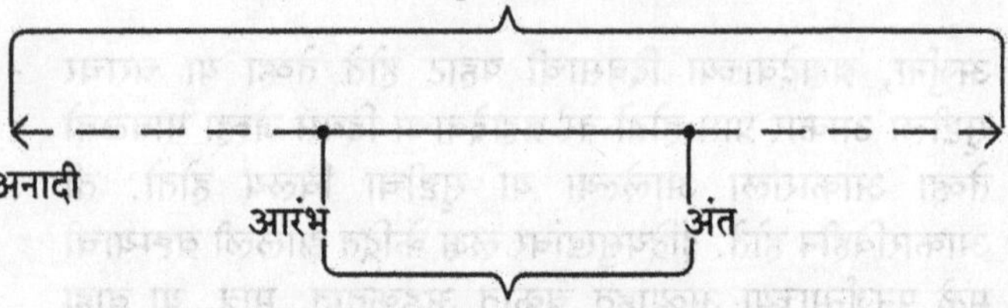

पाश्चात्त्य पुराणकथांची कक्षा

धार्मिक आणि अधार्मिक पुराणकथा

पुनर्जन्माची संकल्पना आध्यात्मिक, सामाजिक आणि मानसिक पातळ्यांवर समजून घेता येते. परिणामी आयुष्याकडे पाहण्याचा आपला दृष्टिकोन बदलतो.

■■■●●○○○○○○○○○○○○○○○○○○○○□□

आध्यात्मिक पातळीवर पुनर्जन्माच्या संकल्पनेमुळे गूढ गोष्टींचे स्पष्टीकरण मिळण्यास मदत होते आणि मानसिक संघर्षाची जागा मनःशांती आणि स्वीकृती या गोष्टी घेतात. समाजातील काही लोक श्रीमंत कुटुंबांत जन्म घेताना दिसतात तर अन्य काही गरीब कुटुंबांत. काही मुलांना त्यांच्यावर प्रेमाचा वर्षाव करणारे आई-वडील लाभतात, तर काहींना निर्दयी आई-वडिलांना तोंड देणे भाग पडते. काहीजण जन्मजातच बुद्धिमान तर काही बुद्धिहीन निपजतात. असे का घडते? याला जबाबदार कोण?

एकेश्वरी पुराणकथांच्या दृष्टीने या जगात हरएक गोष्ट ही केवळ परमेश्वराच्या इच्छेनुसारच घडत असते; सैतानाच्या अमलाखाली येऊन परमेश्वराच्या इच्छेची वा त्याच्या नियमाची अवज्ञा केल्यामुळेच आपल्या वाट्याला दुःख आणि यातना येतात. आपल्या पापाचे प्रायश्चित करणे, परमेश्वरी प्रेमाचा स्वीकार करणे आणि परमेश्वरी आज्ञांचे पालन करून आपली निष्ठा सिद्ध करणे, या मार्गाने आपली दुःखातून सुटका होऊ शकते. एकेश्वरी विचारधारेत असणाऱ्या या दृढ समजुतीमुळे मनात अपराधगंड वाढीस लागतो.

ग्रीक पुराणांनुसार संपत्ती आणि सत्ता ही समाजातल्या संख्येने अल्प असणाऱ्या आणि विशेष अधिकारप्राप्त अशा लोकांनी बळकावलेली असते आणि या जुलमी, मदांध सत्ताधाऱ्यांशी दोन हात करून, वीर नायक न्यायाची स्थापना करतो आणि समाजातील सर्वांना समान संधीही उपलब्ध करून देतो. ग्रीक पुराणांतील या विचारसरणीमुळे मनातला क्रोध वाढीला लागतो.

मुळातच विज्ञानाच्या अभ्यासाचा विषय, 'हे का घडले?' हा नसून 'असे कसे घडले?' हा असल्यामुळे विज्ञानाकडे याचे स्पष्टीकरणच नाही. जेव्हा 'असे का घडले' या प्रश्नाचे उत्तर शोधण्याची वेळ येते तेव्हा समाजशास्त्रे अटळपणे ग्रीक पुराणांकडे वळतात आणि त्यांतल्या जुलूमशहा - जुलूमशाही या मांडणीचा आधार घेतात. ग्रीक पुराणांतल्या या मांडणीचे पुनरुज्जीवन युरोप खंडामध्ये सहाशे वर्षांपूर्वी सांस्कृतिक पुनरुत्थानाचे पर्व संपल्यानंतरच्या काळात झाले आहे किंवा त्याकाळी या पुनरुज्जीवनाच्या प्रक्रियेत युरोपखंडात लोक अथवा जनसामान्य या नव्या देवाची रचना झाली.

हिंदू पुराणांमधील विचारधारेनुसार आपल्या त्रासाचे कारण आपण स्वतःच असतो. परमेश्वर किंवा जुलूमशहा यांना त्यासाठी जबाबदार धरता येत नाही. प्राप्त परिस्थितीचा स्वीकार करत भविष्याच्या जबाबदारीची जाणीव करून देणे, हाच पुनर्जन्म या संकल्पनेमागचा हेतू असतो. जोपर्यंत आपण 'दर्शन' घ्यायला नकार देत असतो तोपर्यंत आपल्या देहाच्या कुडीत असणारा अविनाशी आत्मा जन्म-पुनर्जन्माच्या फेऱ्यांत अडकून पडतो. महाभारतातल्या कर्णाच्या कथेत हेच सूत्र निःसंदिग्धपणे पुढे आणले गेलेले आहे.

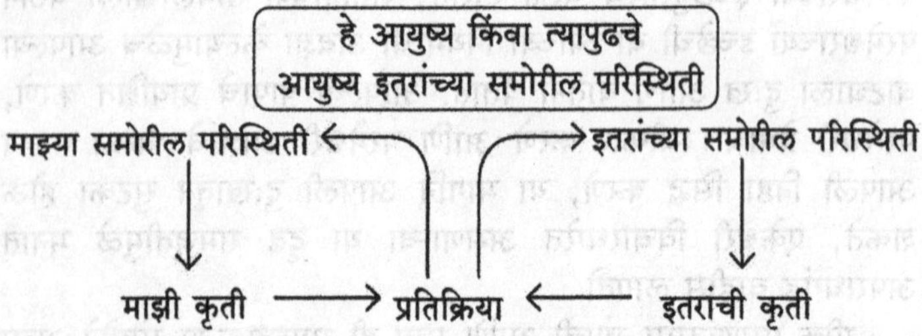

माझी कृती, माझ्या समोरील परिस्थिती

मातेने टाकून दिलेल्या कर्णाचे पालनपोषण हे एका सामान्य सारथ्याच्या घरी झालेले आहे हे खरे असले तरी, स्वप्रयत्नाने आणि स्वतःच्या बुद्धिसामर्थ्यावर तो एका राज्याचा राजा झालेला आहे. आपला जन्म एका उच्च राजकुलात झालेला असून आपल्या आईने म्हणजेच कुंतीने आपल्याला आपला जन्म होताच टाकून दिले आणि हस्तिनापुराधिपती पंडूशी विवाह केला, हा शोध कर्णाला त्याच्या आयुष्यात फार उशिरा लागलेला आहे. ज्या कुंतीपुत्रांनी आपल्याला आपल्या हीन ज्ञातीवरून नेहमीच हिणवले आणि जे आपला हितकर्ता व जीवश्चकंठश्च मित्र दुर्योधन याचे शत्रू आहेत ते पांडव आपले बंधू आहेत, या सत्याची जाणीव या शोधानंतर कर्णाला झाली. या साऱ्या पार्श्वभूमीवर युद्धाआधी आपल्या बांधवांचा म्हणजेच पांडवांचा पक्ष स्वीकारणे व कौरवांच्या विरुद्ध युद्धाला उभे ठाकणे हा पर्याय कर्णाला उपलब्ध होता. कर्णाने जर हा पर्याय

निवडला असता तर पंडूचा सर्वांत ज्येष्ठ पुत्र या नात्याने तो पंडूचा वारस आणि द्रौपदीचा प्रथम पती ठरला असता. पण कर्णाने कौरवांशीच एकनिष्ठ राहण्याचा पर्याय निवडला. मात्र युद्धभूमीवर हरएक गोष्ट कर्णाच्या विरुद्धच घडत गेली. युद्धाला आरंभ होण्याआधीच, कौरवांचे सरसेनापती असणाऱ्या भीष्मांनी कर्णाला, आपण जिवंत असेपर्यंत कर्णाने युद्धभूमीवर प्रवेशदेखील करू नये असा आदेशच दिला. त्यानंतर द्रोणाने त्याला आपली सर्वोत्तम शस्त्रे वेळेआधीच वापरण्यास भाग पाडले. कर्णाच्या दानशूर वृत्तीचा गैरफायदा घेत अर्जुनाचा पिता असणाऱ्या पर्जन्याधिपती इंद्राने कर्णाकडून त्याची जन्मजात असलेली कवचकुंडले दानात मिळवली. पांडवांचा उपहास करण्यासाठी दुर्योधनाने पांडवांचा मामा शल्य याची कर्णाचा सारथी म्हणून नियुक्ती केली. मात्र, दुर्योधनाचा हा निर्णय त्याच्याच अंगलट आला. कारण, युद्धभूमीवर कर्णाचा रथ हाकत असताना शल्य सदैव अर्जुनाची स्तुती करीत राहिला. त्यामुळे कर्णाचे मनोधैर्य खच्ची होत गेले. पुढे कर्णाच्या रथाचे चाक धरणीने गिळताच, आपण एक राजा आहोत, सारथी नाही या सबबीवर शल्याने कर्णाला रथाचे चाक उपसून काढायला मदत करण्याचे नाकारले. युद्धभूमीवर फसलेल्या रथचक्राला उपसून काढता यावे यासाठी परशुरामाने कर्णाला शिकवलेल्या मंत्राचेही ऐनवेळी कर्णाला विस्मरण झाले. या परिस्थितीत कर्णाने आपले धनुष्य बाजूला ठेवून स्वतःच रथचक्र उद्धरण्याचा प्रयत्न केला. त्या क्षणी कृष्णाच्या चेतावणीवरून अर्जुनाच्या बाणाने निःशस्त्र आणि असहाय झालेल्या कर्णाचा वेध घेतला. ज्या कर्णाने आपले सारे आयुष्य हे एक असामान्य धनुर्धर आणि एका राज्याचा अधिपती होण्यासाठी व्यतीत केले आणि जो आपल्या पालनकर्त्या पित्याच्या व्यवसायापासून कायम लांब राहिला, त्याला अखेरतः सारथ्यकर्म करीत असतानाच मृत्यूने कवेत घेतले.

कर्णाची ही कथा शोकात्म आहे. कुटुंबाचा सदस्य असूनही कर्ण नेहमीच परका राहिला. त्याला कुटुंबात कधीच सामावून घेण्यात आले नाही. स्वतःच्या स्वार्थासाठी सर्वांनीच कर्णाचा वापर केला. त्याचे शोषण केले. केवळ कौरवांनीच नव्हे जन्मदात्री कुंतीनेही युद्ध आता अटळ आहे हे ध्यानात आल्यावर अगदी शेवटच्या क्षणी कर्णाच्या दानशूरत्वाचा लाभ करून घेतलेला आहे. कृष्णानेही प्रलोभन दाखवून कर्णाला दुर्योधनापासून,

त्याच्या उपकारकर्त्यापासून फोडण्याचा प्रयत्न करून पाहिला. वस्तुतः निःस्वार्थ दानशूरत्व, सचोटी आणि अपूर्व निष्ठा असूनही कर्ण आयुष्यभर यातना आणि अवहेलनेला सामोरा गेला. कर्ण हा परिस्थितीचा बळी आहे असे आपले मत होते. मात्र कृष्णाला तसे वाटत नाही. कारण कृष्णाला कर्णाच्या पूर्वजन्मांची जाणीव आहे.

एका कथनानुसार पूर्वजन्मात कर्ण हा एक असुर होता आणि त्याला मिळालेल्या वरदानानुसार त्याच्या अंगात एक हजार चिलखते होती, म्हणून त्याला सहस्रकवच म्हणत असत. कर्णाने घातलेल्या एक सहस्र कवचांपैकी एका कवचाचा जरी नाश करायचा झाला तरी कुणाही योद्ध्याला एक हजार वर्षे तप करून विशेष शक्ती प्राप्त करून घेणे आवश्यक होते. एवढे तप आणि विशेष शक्ती प्राप्त करून घेतल्यावरही कर्णाच्या अंगावरचे चिलखत मोडून काढण्यासाठी पुढची हजार वर्षे लागणार होती. या पार्श्वभूमीवर विष्णूचा अवतार असणाऱ्या नर आणि नारायण या दोघा तापसांनी या असुरावर एकाचवेळी हल्ला केला. नर आणि नारायणांतला एक जण या असुराशी दोन हात करीत असे, त्याचवेळी दुसरा विशेष शक्ती प्राप्त व्हावी म्हणून तपःसाधना करीत असे. या रितीने या दोघांनी या असुराची ९९९ कवचे फोडून काढण्यात यश मिळवले आणि आता एकच कवच मोडीत काढायचे शिल्लक राहिलेले असताना जगाचा अंत झाला. प्रलय झाला. त्यानंतर सृष्टीची पुनः उत्पत्ती झाली, तेव्हा या असुराने कर्ण म्हणून पुन्हा जन्म घेतला. तर नराने अर्जुनाचा अवतार घेतला आणि नारायण हा कृष्ण झाला. कर्णाच्या पूर्वजन्माची ही संपूर्ण कथा केवळ कृष्णालाच ज्ञात होती असे आपल्याला सांगण्यात आले. हे सगळे पाहिले म्हणजे ज्या कुणाला कर्णाचा याच आयुष्यातला इतिहास ज्ञात आहे, त्याला कर्ण हा परिस्थितीचा बळी ठरलेला आहे असे वाटणे स्वाभाविक आहे. मात्र, अज्ञात असणारी त्याच्या पूर्वजन्माची कथा समजते तेव्हा मात्र आपल्या मनात असणारी कर्णाची प्रतिमा बदलून कर्ण खलनायक होता, असे आपले मत होते.

अन्य एका कथेनुसार विष्णूने जेव्हा पृथ्वीवर रामाच्या रूपात अवतार घेतला त्यावेळी रामाने सुग्रीवाची बाजू घेऊन वालीचा वध केलेला होता. ज्या वालीला रामाने मारले तो इंद्राचा मुलगा होता तर रामाने ज्याची बाजू

घेतलेली होती तो सुग्रीव हा सूर्यपुत्र होता. साहजिकच, विष्णूने कृष्णाचा अवतार घेतला तेव्हा विश्वाचे संतुलन राखण्यास तो बांधील होता. म्हणून कृष्णावतारात विष्णूने सूर्यपुत्र कर्णाला मारले तर इंद्रपुत्र अर्जुनाला तारले. अशाप्रकारे कर्णाचे एका जन्मातले भाग्य आणि दुसऱ्या जन्मातले दुर्भाग्य यांचा समतोल साधला गेला. सर्व इच्छा-अपेक्षांमधून मुक्त झालेल्या कर्णाची पुनर्जन्मांच्या फेऱ्यांमधून मुक्तता झाली. त्यामुळेच वरवर पाहता शोकात्म वाटणारी कर्णाच्या मृत्यूची घटना विलोभनीय वाटते.

पुराणांत कर्णाविषयी अन्यही एक कथा येते. त्या कथेनुसार विष्णूने पृथ्वीवर जेव्हा परशुरामाचा अवतार घेतला तेव्हा त्याने भीष्म, द्रोण आणि कर्ण या आपल्या शिष्यांना धनुर्विद्येचे शिक्षण दिले. मात्र या तिन्ही शिष्यांनी नेहमीच कौरवांची बाजू उचलून एका अर्थाने जन्मभर अधर्माचीच पाठराखण केली. आपण स्वतःच आपल्या या शिष्यांना मारू शकत नाही म्हणून विष्णूने कृष्णाच्या अवतारात सदैव पांडवांना सहाय्य केले. पांडवांनी कौरवांशी युद्ध करून त्यांचा आणि त्यांच्या सेनापतींचा संहार केला. पूर्वजन्मात आपल्या हातून झालेल्या चुकीची दुरुस्ती करण्यासाठी कृष्णाने पुन्हा पृथ्वीवर जन्म घेतला आणि आपल्या या चुकणाऱ्या शिष्यांना शिक्षा ठोठावली. त्या शिष्यांपैकी एक कर्ण होता.

पुराणांमध्ये एकमेकींना छेद देणाऱ्या पूर्वजन्मांच्या कथांचा एक ओघ नित्य वाहताना दिसतो. त्यामुळेच आपली कथा एका जगड्व्याळ कोड्याचाच भाग आहे आणि या सृष्टीच्या महाचक्राचा आपण एक नगण्य भाग आहोत, याची जाणीव आपल्याला होते. भूतकाळातल्या कथांचा परिणाम वर्तमानातल्या कथांवर होताना दिसतो आणि वर्तमानातल्या कथा भविष्यातल्या कथांवर आपला प्रभाव टाकताना दिसतात. या कथा पूर्णांशाने कदाचित आपल्याला ज्ञात नसतात हे खरे. मात्र या कथांमध्ये आपली काही ना काही भूमिका असते हे नक्की! जी कथा आपल्याला ठाऊक आहे, अथवा जी आपण अनुभवलेली आहे वा जी कथा आपल्याला आठवते आहे तीच एकमात्र कथा जगामध्ये अस्तित्वात आहे असा समज कुणीही करून घेऊ नये. विश्वाच्या घडामोडींत ज्या अनंत कथा आकाराला येत असतात आणि कळत नकळत त्या कथांतून आपण जी भूमिका पार पाडत असतो त्याचा परिणाम म्हणजेच आपले आयुष्य

असते. या कथांचे किंवा त्यांमधल्या आपल्या भूमिकांचे आपल्याला विस्मरण जरी झालेले असले तरी त्यांच्या परिणामांतून आपली सुटका होऊ शकत नाही, हे निश्चित होय!

> अर्जुना, मी जेव्हा साकार आणि सगुण स्वरूपात अवतीर्ण होतो तेव्हा माझेच अंश या सृष्टीत नांदणाऱ्या नानाविध जीवमात्रांचे रूप घेतात. मन व इंद्रियांना मी माझ्याकडे आकर्षित करतो. या इंद्रियांद्वारे मीच या सृष्टीचा अनुभव घेतो. जेव्हा मी धारण केलेला आकार सोडून देतो तेव्हा या जन्मात मी जे अनुभव घेतलेले असतात त्यांच्या स्मृती मी पुढचा जन्म घेताना, वाऱ्याच्या झुळकीने स्वतःसह फुलाचा सुगंध स्वाभाविकपणे पुढे न्यावा तद्वत सोबत नेत असतो. या रितीने मी स्वतःचेच एका जन्मातून दुसऱ्या जन्मात या स्मृतींसह जे सानंद वहन घडवून आणतो, त्याचा अनुभव ज्ञानी माणूस घेतो; जे अज्ञानी असतात त्यांना मात्र हा अनुभव घेता येत नाही. *(अध्याय १५, श्लोक क्रमांक ७ ते १०)*

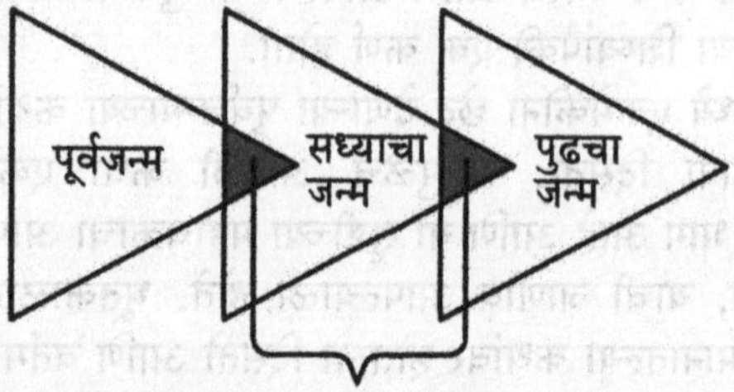

पूर्वजन्माचा सध्याच्या जन्मावर आणि सध्याच्या जन्माचा पुढच्या जन्मावर होणारा परिणाम.

पुनर्जन्माची ही संकल्पना सामाजिक पातळीवर विचार करता आपल्या आयुष्याचा पट विस्तृत आणि प्रमाणबद्ध करते. परिणामी जीवनाचे एक यथार्थ दर्शन घेण्यास आपल्याला ती मदत करते. आपण या पृथ्वीवर जन्म घेण्याच्या आधीही हे जग अस्तित्वात होते आणि आपल्यानंतरही ह्या

■■■■●●○○○○○○○○○○○○○○○○○○○○□□

जगाचे अस्तित्व असणार आहे, याचे पुन्हा एकदा स्मरण करून देण्यात पुनर्जन्म या कल्पनेचा सहभाग आहे. आपल्याप्रमाणेच अन्य अनेकांनी या जगात बदल घडवून आणण्याचा, हे जग आहे त्यापेक्षा अधिक सुंदर करण्याचा खरे म्हणजे परिपूर्ण करण्याचा प्रयत्न केला; मात्र, केवळ तांत्रिक बदल होत असताना मानसिकदृष्ट्या जग मुळीच बदलत नाही. माणसाच्या मनामधले काम, क्रोध, लोभ, मद, मोह, मत्सर, हे षड्रिपु आजही कायम आहेत. माणसांना दुःख आहे. समाजात होणाऱ्या बाह्य बदलाचे पाश्चात्त्यांना कौतुक वाटत असले तरी गीता मात्र हरएक व्यक्तीच्या मानसिक विश्वाच्या कक्षा रुंदावण्यावर आपले लक्ष केंद्रित करते.

आपण ज्या जगात जन्म घेतलेला आहे ते जग म्हणजे एक भलामोठा रंगमंच आहे आणि त्यावर अगणित अभिनेत्यांची आणि अभिनेत्रींची गर्दी झालेली आहे, अशी आपण कल्पना केली तर या रंगमंचावर वावरणाऱ्या कुणाही अभिनेत्याकडे त्याच्या भूमिकेची संहिता नाही. या नाटकाला कुणी दिग्दर्शकही नाही. या रंगमंचावरचे नायक वा सूत्रधार आपणच आहोत असा या नाटकात वावरणाऱ्या प्रत्येकाचा दृढ समज असतो; मात्र सरतेशेवटी आपला हा समज चुकीचा होता हेही त्याच्या लक्षात येत असते. वस्तुतः जगाच्या या रंगभूमीवर जे नाट्य सुरू आहे त्यामध्ये आपल्याला विशिष्ट भूमिका करायला आणि ठरावीक संवाद उच्चारायला भाग पाडले जाते. पण आपले मन त्याविरुद्ध बंड पुकारते. कारण आपण स्वतः लिहिलेल्या नाट्यसंहितेतील संवाद इतरांनी ऐकावेत अशी आपली इच्छा असते आणि आपण पूर्वनिश्चित केलेली भूमिकाच आपल्याला करावयाची असते. साहजिकच सहकलाकारांसह आपण वाटाघाटी करतो. काहीजण आपले म्हणणे काही जणांना ऐकवण्यात यशस्वी ठरतात, तर अन्य बहुतांश अपयशी ठरतात. मात्र या वाटाघाटींत कुणीही सर्वस्वी यशस्वी ठरत नाही. कारण आपण स्वतःच्याच संहितेला चिकटून राहतो तर कधी इतरांनी लिहिलेल्या संहितेला शरण जातो, कधी या महानाट्यातल्या उपकथानकाशी तरी संबंध कायम राहावा म्हणून आपल्या इच्छेविरुद्ध बोलतो. रंगमंचावरच्या या महानाट्यात नायकांचा खलनायकांचा उदय होतो. एका प्रसंगातले नायक अन्य प्रसंगातले खलनायक ठरतात. सरतेशेवटी सगळेच अभिनेते ही रंगभूमी सोडून जातात हे खरे असले तरी,

त्यानंतरही या रंगमंचावरच्या नाटकात खंड पडत नाही. हे सगळे प्रत्यक्षात काय चाललेले आहे, हे कुणाला तरी ठाऊक आहे का? विष्णू - जो रंगनाथ आहे, त्याला तरी याची जाणीव आहे का? त्याच्याप्रमाणेच या महानाट्यातल्या काही अंशांचाच उलगडा आपल्याला होतो.

देव आणि असुर या उभयतांत सुरू असलेला अखंड संघर्ष विष्णू पाहत असतो, असे पुराणांत सांगितलेले आहे. देव आणि दानव वा असुरांमधील या अव्याहत लढतीमागे, आपणच हक्कदार आहोत ही देवांची भावना आणि आपल्याला देवांनी फसविलेले आहे, ही असुरांच्या मनात घर करून राहिलेली कल्पना आहे. देव आपल्या हक्कांमध्ये कुणालाही भागीदारी देत नाहीत तर असुर हे नेहमीच घाबरवत असतात. परिणामी, एकीकडे देवांची शक्ती आणि दुसरीकडे या शक्तीला तितकेच तुल्यबळ प्रतिउत्तर देऊ शकणारे असुरांचे सामर्थ्य; या दोघांमधले युद्ध आणि या युद्धात एकदा देवांचा विजय तर दानवांचा पराजय आणि त्यानंतर होणारा असुरांचा जय आणि देवांचा पराजय या अव्याहत चक्रामुळे विश्व हालतेचालते राहते. एकीकडे हे चक्र अखंड सुरू असतानाच विष्णू निद्राधीन होतो. तो जागृत होतो आणि त्याला शक्य असेल त्या त्या वेळी देव आणि दानवांतल्या या अर्थहीन संघर्षाला एका अर्थवाही मंथनामध्ये सुहास्य वदनाने परावर्तित करतो. कारण याच वेळेला विष्णूच्या हस्तक्षेपानंतरही ब्रह्मदेव आणि त्याची मुले आपल्याला लाभलेल्या आयुष्याचा स्वीकार करून त्याचा आनंद लुटण्याऐवजी त्या आयुष्यावर आपले नियंत्रण असावे यासाठी सातत्याने झगडत असतात.

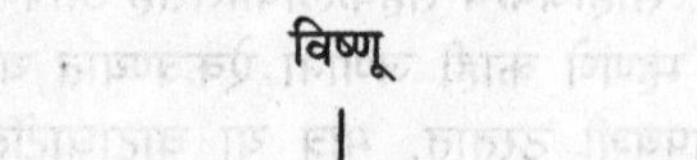

देव, असुर आणि विष्णू

रामायणात आपला स्वतःचा मुलगा, आणि स्वतःचा भाऊ या दोघांचा मृत्यू ओढवतो, अगदी स्वतःचे राज्यदेखील अग्नीच्या भक्ष्यस्थानी पडते तरीही सीतेची मुक्तता करायला नकार देणाऱ्या रावणाचा विष्णू वध करतो. महाभारतात, द्यूतक्रीडेत झालेला आपला पराभव मान्य करण्याऐवजी, आपल्या स्वतःसह आपली राज्यसंपदा, आपले बंधू, आपली धर्मपत्नीही पणाला लावणाऱ्या युधिष्ठिराविरुद्ध तो उभा राहतो. पांडवांना सुईच्या अग्रावर मावेल एवढीदेखील भूमी द्यायला नकार देऊन लक्षावधींचा संहार घडवून आणणाऱ्या महायुद्धाच्या खाईत स्वतःच्याच कुटुंबीयांना लोटणाऱ्या दुर्योधनाविरुद्ध विष्णू उभा राहतो. या प्रसंगांतून माणसाच्या मनात लपून बसलेला दुरभिमान, अहंकार, ईर्षा, मत्सर, क्रोध आणि त्याच्या इच्छा वा आकांक्षा यांचे दर्शन होते. मानवी स्वभावातल्या या प्रवृत्ती अविनाशी आहेत आणि कोणत्याही काळात त्या अनुभवास येतात.

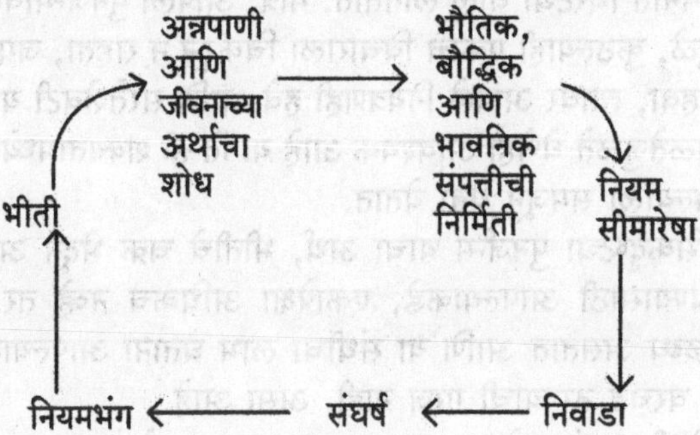

दर्शन या चक्रात खंड निर्माण करते

हे जीवन अनादी आहे आणि ते अनंतही आहे, तसेच आपले अस्तित्व हेही बंधमुक्त आहे आणि या अस्तित्वालाही ना आरंभ आहे ना अंत; ही विचारधारा ग्रीक पुराणांवर आधारलेल्या आधुनिक विचारप्रणालीच्या सरळ सरळ विरुद्ध आहे. ग्रीक पुराणकथांनुसार आयुष्य म्हणजे धावण्याची एक शर्यत आहे आणि या शर्यतीत आपल्याला जिंकावेच लागते. ग्रीक पुराणकथांमधील विजेत्यांना मृत्युपश्चात 'इलिझिअम'मध्ये जागा मिळते.

■■■●●○○○○○○○○○○○○○○○○○□□

एकेश्वरी विचारांवर आधारित पुराणकथांमध्ये, जे ईश्वराच्या इच्छेनुसार वागतात आणि त्याचा शब्द प्रमाण मानतात त्यांनाच केवळ स्वर्गप्राप्ती होते. उरलेल्यांच्या नशिबी अपरिहार्यपणे नरक येतो. या पार्श्वभूमीवर पुनर्जन्माची संकल्पना पाहिली तर असे ध्यानात येते की, निकडीची भावना आणि परिपूर्णत्वाची आस या पाश्चात्त्य विचारांच्या एकमेवाद्वितीय असणाऱ्या वैशिष्ट्यांमधले प्राणच ही पुनर्जन्माची संकल्पना हिरावून घेते. आपण जगात बदल घडवून आणावयास हवा, असे काही गीता मुळातच सांगत नाही. उलट या नित्य बदलत्या जगाला तुम्ही समजून घ्या, असे गीतेचे सांगणे आहे. आपल्याला केवळ एकदाच जन्म मिळतो असे गृहीत धरले की, मिळालेल्या या एकुलत्या एक जन्मात, आपण जग बदलले पाहिजे, त्यावर आपण नियंत्रणही मिळवले पाहिजे किंवा हे जग जसे आहे त्याच्याशी मिळतेजुळते घेऊन शरणागती तरी पत्करली पाहिजे हे विचार आपल्या मनात घिरट्या घालू लागतात. मात्र, आपला पुनर्जन्मावर विश्वास असल्यामुळे, कुठल्याही एकाच विचाराला चिकटून न राहता, जगात बदल करायला हवा, त्यावर आपले नियंत्रणही हवे आणि सरतेशेवटी या जगाशी आपण मिळतेजुळते घेणेही आवश्यक आहे या तिन्ही शक्यतांमध्ये असणारे अर्थ आपल्याला समजून घेता येतात.

मानसिकदृष्ट्या पुनर्जन्म याचा अर्थ, भीतीचे चक्र भेदून आयुष्याचा अर्थ शोधण्यासाठी आपल्याकडे, एकापेक्षा अधिकच नव्हे तर बहुविध संधी उपलब्ध असतात आणि या संधींचा लाभ घेताना आपल्याला अन्य कुणापेक्षा वरचढ ठरण्याची गरज नाही, असा आहे.

ज्यावेळी तुम्हांला केवळ एकदाच आयुष्य लाभते तेव्हा आयुष्यभरात तुम्ही काय मिळवले याची गोळाबेरीज हेच तुमच्या आयुष्याचे मूल्य ठरते आणि म्हणूनच तुम्ही परमेश्वरी विचारांनुसार आपली वर्तणूक ठेवणे वा त्या विचारांवर श्रद्धा ठेवून काहीएक मिळवणे यासाठी ही विचारधारा तुम्हांला ऊर्जा पुरवीत असते; ही पाश्चात्त्य विचारसरणी आहे. ख्रिश्चन आणि इस्लामी विचारांमध्ये या पाश्चात्त्य विचारसरणीत थोडा बदल होऊन तिचे रूपांतर झालेले दिसते. ही विचारधारा जीवनाचा अचूक मार्ग सुचवते. ग्रीक म्हणजेच निधर्मी पुराणांतून जी विचारप्रणाली पुढे आलेली आहे, त्यामध्ये एक नायक असावा लागतो आणि तो एकतर या आयुष्याची शर्यत जिंकतो

किंवा जुलूम करणाऱ्यांना पराभूत करतो. यांपैकी काहीही प्रत्यक्षात घडले तरी या प्रकरणाचा शेवट कुणावर तरी नियंत्रण मिळवण्यात आणि म्हणून, अन्य कुणापेक्षा वरचढ ठरण्यात होतो. हा एक सापळा आहे ज्यात तुम्ही अडकून पडता.

मात्र, ज्यावेळी तुम्हांला अनेक जन्म घ्यावे लागतात तेव्हा एका कुठल्या तरी जीवनातील तुमची कार्यसिद्धी तसेच तुम्ही परमेश्वराच्या इच्छेचा ठेवलेला मान इत्यादी गोष्टी अर्थहीन ठरतात. इथे तुमच्यातील सामंजस्य, शहाणीव यांना अत्यंत महत्त्व आहेः या जगाच्या अस्तित्वामागे असणारी कारणपरंपरा समजून घेणे, आपल्या स्वतःच्या अस्तित्वामागचे कारण जाणून घेणे, इतकेच नव्हे तर आपण एखाद्या अव्याहत फिरणाऱ्या चक्राप्रमाणे पुनःपुन्हा मृत्युलोकात जन्माला का येतो, हे समत्वबुद्धीने जाणून घेणे अतीव महत्त्वाचे आहे. जेव्हा हे आपण समजून घेतो तेव्हा इतरांवर नियंत्रण ठेवण्याची आपली तृष्णा निमते आणि आपण मुक्त होतो. या प्रक्रियेत आपण जगासहच वावरत असतो हे खरे; मात्र आपण सापळ्यात अडकून पडत नाही. इतःपर आपण कुणावरही अवलंबून नसतो. मात्र जगातील इतरेजन आपल्यावर विश्वासाने विसंबू शकतात.

एखादा मार्ग कितीही श्रेष्ठ असला तरी त्या मार्गाला चिकटून राहणे कठीण असते याकडे अर्जुन कृष्णाचे लक्ष वेधतो.

> केशवा, मला सांग; जो कुणी अंतर्दृष्टीमुळे प्रकाशमान झालेल्या मार्गावरून भरकटतो त्याच्या नशिबी काय येते? ज्ञानामुळे मिळणारे समाधान आणि इंद्रियभोगांमुळे मिळणारे सुख दोन्हींना तो यामुळे पारखा होतो का? एखाद्या छिन्नविच्छिन्न झालेल्या ढगाप्रमाणे ते नष्ट तर होत नाही ना? *(अध्याय ६, श्लोक क्रमांक ३७ आणि ३८)*

ब्रह्मांडामधे असणारे काहीही वाया जात नाही, वा ब्रह्मांडातील कशाचाही नाश होत नाही, असे या प्रश्नावर कृष्णाने उत्तर दिलेले आहे. कृष्ण बोलण्याच्या ओघात पुढे म्हणतो, तुम्ही केलेल्या सगळ्या प्रयत्नांची ब्रह्मांडात योग्य ती नोंद ठेवलेली असते आणि त्यांचा परिणाम तुमच्या

■■■●●○○○○○○○○○○○○○○○○○○○○□□

पुढच्या जन्मांवर होतो. पूर्वजन्मात तुम्ही जे काही ज्ञान मिळवलेले असते, त्याचा उपयोग पुढच्या जन्मांत तुमची शहाणीव वाढण्यात होतो.

ज्या कुणाला या जन्मात या ज्ञानाचे आकलन होत नाही, त्याचा पुनर्जन्म होतो. मात्र या जन्मात त्यांनी ज्ञानप्राप्तीसाठी केलेले प्रयत्न वाया जात नाहीत. या प्रयत्नांच्या बळावरच यांचा पुढचा जन्म ज्ञानवान कुटुंबात होतो. परिणामी ज्ञानप्राप्तीसाठी ते पुनश्च प्रयत्न करू शकतात. पूर्वजन्मांच्या स्मृती आणि संस्कार यांच्या सामर्थ्यावर त्यांची ज्ञानप्राप्तीच्या दिशेने वाटचाल सुरू राहते. या रितीने अनेक जन्मांचा प्रवास करून झाल्यावर ते जन्म-मरणाच्या या गुंतागुंतीतून स्वतःला मुक्त करून घेण्यात यश मिळवतात आणि सरतेशेवटी परमेश्वराशी एकरूप होतात. *(अध्याय ६, श्लोक क्रमांक ४१ ते ४५)*

इथे कृष्ण, पुराणांत असणारा मृत्यूचा अधिपती, जो यम - त्याचा अप्रत्यक्ष उल्लेख करताना दिसतो. या यमाकडे चित्रगुप्त नावाचा हिशेबनीस आहे, जो माणसांच्या सगळ्या कृत्यांचा हिशेब ठेवीत असतो. चित्रगुप्ताच्या या हिशेबांनुसारच आपल्या पुढील जन्मांची परिस्थिती निश्चित केली जाते. पुढच्या जन्मात आपले माता-पिता कोण असणार; आपण स्त्री असणार की पुरुष; आपण कोणत्या सुखद वा दुःखद अनुभवांचे धनी होणार, हे सारे या हिशेबांनुसार ठरत असते. आपण पूर्वजन्मांतल्या आपल्या संचिताला कसा प्रतिसाद देतो यावर पुढच्या जन्मात आपण काय सोबत नेणार हे ठरते. पुढच्या जन्मात बरोबर नेण्याजोगे काही संचित नसेल तर जन्म आणि मृत्यू आणि पुन्हा जन्म या फेऱ्यातून तुमची सुटका होऊ शकते.

अर्जुना, दोन मार्ग आहेत. त्यांपैकी एक मार्ग हा जनन आणि मरणाच्या अव्याहत चक्राच्या दिशेने जातो. हा परतीचा मार्ग आहे. तर दुसरा, या जन्ममृत्यूच्या फेऱ्यातून मुक्त होण्याच्या दिशेने जातो. ज्ञानी वा योगी यांना या उभय मार्गांतला फरक

■■■●●○○○○○○○○○○○○○○○○○○□□

> ठाऊक असतो, साहजिकच ते न परतीच्या वाटेची निवड करतात. *(अध्याय ८, श्लोक क्रमांक २७ आणि २८)*

याचाच अर्थ पुनर्जन्म माणसाला दुसरी संधी देतो. रामायणाच्या कथेत रामाचा पूर्वज असणारा राजा सगर याचे पुत्र कपिलमुनींच्या एका जळजळीत कटाक्षाने मृत्यू पावतात. कारण कपिलमुनींनीच आपला घोडा चोरलेला आहे, असा चुकीचा आळ ही मुले त्या ऋषीवर घेतात. सरतेशेवटी ज्या इंद्राने मुळात हा घोडा चोरून नेलेला असतो त्याची या मुलांचा नातू विनवणी करतो की, स्वर्गातील मंदाकिनी नामक नदीला 'गंगा' हे नाव धारण करून पृथ्वीवर अवतीर्ण होऊ द्यावे. पृथ्वीवर अवतरलेल्या गंगेच्या पाण्याचा स्पर्श होताच सगराच्या पुत्रांना पुनर्जीवन प्राप्त होते. त्यांना जीवन जगण्याची दुसरी संधी प्राप्त होते. वस्तुतः मिळणारे हे दुसरे आयुष्य ही दुसरी संधीच नसते का? उपलब्ध झालेल्या दुसऱ्या आयुष्याची वाटचाल करीत असताना भीतीच्या चक्रात अडकून पडायचे की विश्वाच्या आराखड्याचा शोध घेऊन आणि तो आराखडा कुठलेही मत न बनवता न्याहाळायचा आणि भीतिचक्रातून मुक्त व्हायचे याचा निर्णय तुम्हीच घ्यायचा असतो. म्हणूनच हिंदूंमध्ये अंत्यविधी करताना कलेवरावर आधी अग्निसंस्कार केला जातो आणि नंतर त्याची झालेली राख आणि शिल्लक राहिलेली हाडे नदीत सोडतात. अग्नी आणि त्यानंतर नदीचे वाहते पाणी ही वर उल्लेख केलेल्या, गीतेच्या आठव्या अध्यायातील दोन्ही मार्गांचे प्रतिनिधित्व करतात. एका मार्गाचा प्रवास तुम्हांला मुक्ततेच्या दिशेने नेतो तर दुसरा सापळ्याच्या दिशेने.

> अर्जुना, हे दोन्ही मार्ग एकमेकांचे जुळे भाऊ आहेत म्हणजेच अग्नी आणि धूर किंवा शुक्लपक्षात वृद्धिंगत आणि कृष्णपक्षात निस्तेज होणारा चंद्र जणू; अथवा वर्षाकालाच्या आधी उत्तरेकडे आणि पर्जन्यकालानंतर दक्षिणेकडे होणारा उगवत्या सूर्याचा प्रवास! *(अध्याय ८, श्लोक २४ आणि २५)*

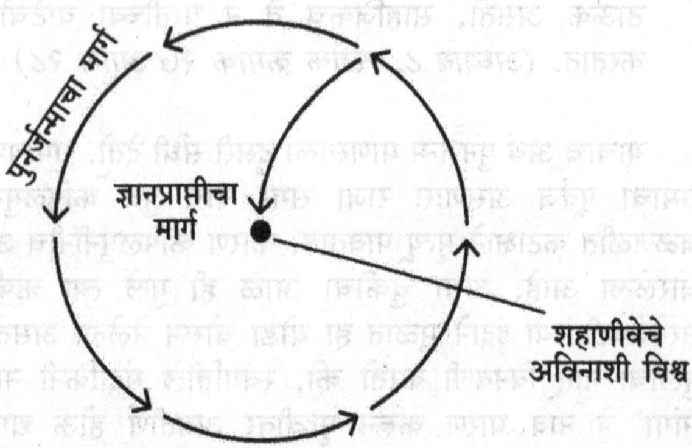

पुनर्जन्म आणि मुक्तीचे दोन वेगवेगळे मार्ग

तुझा आणि माझाही एकमेकांसह असणारा हा काही पहिलाच जन्म नव्हे. याआधीही आपण दोघे इथे एकमेकांसह आलेलो होतो. मात्र, बहुतांश आयुष्य अनाकलनीय असते आणि कुणाला जुमानत तर नाहीच, तसेच ते तुम्हांला नेहमीच दुसरी संधी देते; एवढेच नव्हे तर, आपल्या आधीही हे जग अस्तित्वात होते आणि आपल्यानंतरही ते अखंडपणे अस्तित्वात असेल हे पूर्वानुभवातूनही आपण शिकू शकलेलो नाही. जोपर्यंत आपण या वास्तवाचा प्रतिकार करीत राहू, तोपर्यंत आपल्याला अमर्त्याचा (आत्म्याचा) शोध लागणार नाही. परिणामी आपण आपल्या भौतिक आयुष्याला एक अर्थ आणि समर्थन लाभावे, या तीव्र इच्छेपोटी जन्म-मृत्यू आणि पुनः जन्म या चक्रातच फिरत राहू.

■■■●●●○○○○○○○○○○○○○○○○○□□

३.

तुझा आणि माझा आयुष्याचा अनुभव वेगवेगळा असतो

अमरत्व आणि पुनर्जन्म हे एक वास्तव आहे की या केवळ संकल्पना आहेत? सरतेशेवटी सत्य म्हणजे तरी काय? एखादी संकल्पना हे सत्य असू शकते का? सत्य समजून घेणे हे आत्म्याचे घर असलेल्या आपल्या शरीराच्या क्षमतांचे म्हणजेच अखेरतः देहाचे कार्य आहे. एखाद्या झाडाझुडपासाठी जे वास्तव असते, तेच एखाद्या श्वापदाच्या दृष्टीने वास्तव नसते आणि एका माणसासाठी जे वास्तव असते ते दुसऱ्या माणसासाठीही सत्य नसते. मुळातच वैविध्य म्हणजेच निसर्ग होय! जगातील एकूणच वास्तवाचा अनुभव आपण ज्या शरीराद्वारे घेतो आणि ज्या शरीराद्वारे आपल्याला जाणवलेले सत्य जगासमोर मांडतो, त्या शरीराला होणारे आकलन हा विषय सुस्पष्टपणे गीतेचा भाग नाही हे खरे; मात्र, हा विषय वेदांमधील जे ज्ञान उपनिषदांत उलगडून सांगितलेले आहे त्या ज्ञानाचा एक भाग आहे हे निश्चित आणि अर्जुन या ज्ञानाशी परिचित आहे असे कृष्णाने गृहीत धरलेले आहे.

पाषाणाची रचना ही एखाद्या वनस्पतीच्या रचनेपेक्षा वेगळी असते; वनस्पतीची रचना श्वापदाच्या शरीरापेक्षा वेगळी असते आणि श्वापदाचे शरीर हे मानवी शरीरापेक्षा भिन्न असते. साहजिकच एखाद्या दगडाला येणारा अनुभव हा एखाद्या झाडाच्या किंवा श्वापदाच्या अथवा मानवाच्या अनुभवापेक्षा भिन्न असतो. कुणाही माणसाला आलेला अनुभव व्यक्त करण्याची त्या त्या माणसाची म्हणून वेगवेगळी तऱ्हा असते. त्यामुळे माणसाला आलेला अनुभव ही पुढे जाऊन आणखीनच एक गुंतागुंतीची प्रक्रिया ठरते. कारण काही जण आपला अनुभव अचूकपणे सांगू शकतात, तर काही जण आपल्या अनुभव कथनाला कल्पकतेची झालर जोडताना दिसतात. अन्य काही माणसे आपला अनुभव रुक्षपणे सांगून मोकळे होतात, तर आलेल्या अनुभवासाठी रूपकांचा वापर करण्याची काही जणांना सवय असते. याच प्रक्रियेचा पुढचा भाग म्हणजे मानवाचे वास्तव हे परमेश्वराचे वास्तव असू शकत नाही. पंचमहाभूते, झाडेझुडपे, प्राणिजगत आणि माणूस या चार वर्गांत विश्वाची जी विभागणी झालेली आहे, तिचा हिंदू पुराणांमध्ये सातत्याने संदर्भ येतो. ही विभागणी स्वस्तिक या चिन्हाद्वारे दर्शवलेली आहे.

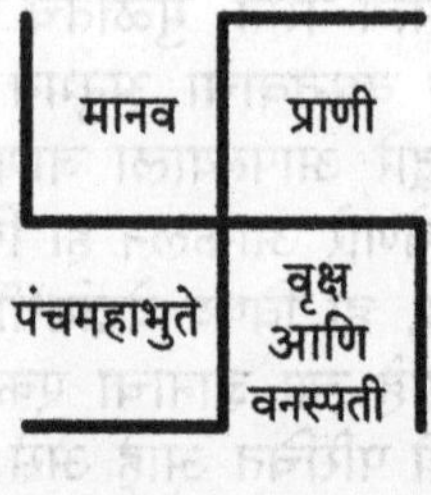

विश्वाची चार भागांत झालेली विभागणी

आकाश, पृथ्वी, वायू, पाणी आणि अग्नी या पंचमहाभूतांनी हे विश्व उभे केलेले आहे हे खरे असले तरी, ही पंचमहाभूते जगाचा अनुभव घेत नाहीत. कारण त्यांच्या आजूबाजूला जे घडत असते त्याची जाणीव होण्यासाठी किंवा त्याला प्रतिसाद देण्यासाठी या पंचमहाभूतांकडे इंद्रिये

■■■●●●○○○○○○○○○○○○○○○○○○□□

नाहीत. तारे, कातळ अथवा नद्या यांच्याकडे ऐंद्रिय संवेदना नसतात. ते हालतेचालते असतात. मात्र ते स्वतः होऊन कुठलीही कृती करीत नाहीत. ते कुठल्याही संधीचा शोध घेत नाहीत; त्याचप्रमाणे कुठल्याही धोक्यापासून पळही काढत नाहीत. त्यांना कुठलीही जाणीव नसते वा ते विचारही करीत नाहीत. त्यांना जाणीव वा विचारशक्ती असते असे आपण क्षणभर गृहीत जरी धरले तरी नद्या, पाषाण वा तारे हे स्वतःच्या भावना व्यक्त करू शकत नसल्यामुळे आपल्याला कळत नाही किंवा आजूबाजूला घडणाऱ्या घटनांना त्यांचा जो प्रतिसाद असतो, त्या प्रतिसादाची खोली ही आपल्याला समजत नाही. हे घटक आपण जिवंत राहावे यासाठी कुठलाही दृश्य संघर्ष करताना दिसत नाहीत. साहजिकच, त्यांना मृत्यूचा अनुभव येत असावा असे वाटत नाही. पंचमहाभूतांपैकी एक असणाऱ्या अग्नीला आपले अस्तित्व टिकवण्यासाठी इंधनाची गरज असली तरी अग्नीने त्यासाठी इंधनाचा शोध घेतला आहे असा अनुभव नाही. इंधन संपताच अग्नी विझून जातो, म्हणूनच पंचमहाभूतांना निर्जीव समजले जाते.

वनस्पती, प्राणी वा श्वापदे तसेच माणूस हे सजीव आहेत. या सजीवांचे अस्तित्व हवेवर (प्राण) अवलंबून असते, म्हणून त्यांना प्राणी (श्वास घेणारा) ही संज्ञा दिली गेलेली आहे. जिवंत राहण्यासाठी आणि श्वासोच्छ्वास चालू राहण्यासाठी हे सजीव आपल्या अन्नाचा शोध घेतात. अन्नपदार्थांचा शोध घेता यावा म्हणून वृक्ष वा वनस्पती वाढत जातात, तर प्राणी धावाधाव करीत असतात. झाडेझुडपे असोत वा प्राणी, दोघेही भुकेचा आणि भीतीचाही अनुभव घेतात. त्यांना स्वतःला खाद्य हवे असते, दुसऱ्यांचे खाद्य बनायचे नसते. त्यांना जगायचे असते, त्यांना मरणाची इच्छा नसते. साहजिकच जिवंत राहण्यासाठी हे प्राणी संघर्ष करतात.

झाडापेडांना आणि वनस्पतींना, त्यांच्या अवतीभोवती असणाऱ्या बाह्य जगाची जाणीव व्हावी आणि त्यांना त्यानुसार पाणी, सूर्यप्रकाश आणि बदलते हवामान यांना योग्य तो प्रतिसाद देता यावा म्हणून ज्ञानेंद्रिये असतात. मात्र ती हालचाल करू शकत नाहीत. म्हणजेच ती 'अचर' असतात. 'चर' असणाऱ्या प्राण्यांसारखी धोक्यापासून झाडेझुडपे पळून जाऊ शकत नाहीत. याचाच अर्थ, चर असणाऱ्या प्राण्यांना अधिक संवेदनशील अशी कर्मेंद्रिये असतात. या कर्मेंद्रियांमध्ये हात, पाय, तोंड,

गुदद्वार आणि जननेंद्रिय या पाच इंद्रियांचा समावेश होतो तर ज्ञानेंद्रिये म्हणजे डोळे, कान, नाक, जीभ आणि त्वचा ही पाच इंद्रिये होत.

विशेषतः ज्या प्राण्यांना आकाराने मोठा असणारा मेंदू लाभलेला असतो, ते आपल्या भावभावना अधिक प्रमाणात आणि बुद्धिमत्ता काही प्रमाणात व्यक्त करू शकतात. तसेच त्यांना स्मरणशक्तीही असते. परिणामी ते निवड स्वातंत्र्याचा वापर करतात. जगताना येणाऱ्या साध्यासाध्या अडचणींवर हे प्राणी मात करतात. आपल्या जगण्यासाठी आवश्यक असणाऱ्या अन्नाचा शोध घेताना हे प्राणी आपापला कळप करून शोध घेतात, ते अन्न ठेवण्यासाठी साठवणीची जागा शोधतात. तसेच संकट आल्यावर त्याचा प्रतिकार करून स्वतःचे संरक्षणदेखील हे प्राणी कळपानेच करतात. कळपाने जे अन्न गोळा करून आणलेले असते त्यातला अधिक भाग आणि जोडीदारांचा अधिक सहवास आपल्याला मिळावा यासाठी अग्रहक्काचा क्रमही हे प्राणी ठरवतात. ते आपल्या बछड्यांची काळजी वाहतात, तर काहीजण आपले आपल्या कळपापासूनचे वेगळेपणदेखील सिद्ध करण्यात यशस्वी ठरतात.

या पार्श्वभूमीवर माणूस आणि त्याचे वागणे कमालीचे विस्मयजनक असते. आपल्या जाणिवा, आपल्या भावना आणि आपली बुद्धिमत्ता हे सगळे विलक्षण प्रगल्भ असते. मात्र अन्य सृष्टीपासून आपले वेगळेपण ज्यामुळे सिद्ध होते ते आपले वैशिष्ट्य म्हणजे आपल्याला मिळालेले कल्पनाशक्तीचे ('मनस्') वरदान! वनस्पती आणि प्राणी यांना भूक, भीती आणि मृत्यू यांचा अनुभव येतो हे खरे, मात्र मनुष्यप्राणी आपल्या कल्पनाशक्तीच्या बळावर जिथे क्षुधा, भीती वा मृत्यू यांचे अस्तित्व नाही अशा विश्वाची कल्पना करू शकतात. तसेच, ज्या जगात अंतहीन भूक आहे, भीतीला शेवट नाही आणि मृत्यूचे अनंत असे अस्तित्व आहे अशा जगताचे कल्पनाचित्र ते चितारू शकतात. भूक, भीती किंवा मृत्यूचे अस्तित्वही नाही अशा जगाची कल्पन मनुष्यप्राणी करू शकतात. इथेच कुठेतरी अमरत्वाच्या कल्पनेचा जन्म झाला आहे! भावनिक अनुभव (जग कसे वाटते) किंवा ज्ञानेंद्रियांद्वारा येणारा अनुभव (प्रत्यक्षात होणारी जाणीव) यापेक्षा वेगळ्याच अशा कल्पनात्मक वास्तवाचे चित्र मनात उभे करण्याची क्षमता फक्त मनुष्यांकडेच असते. इतकेच नव्हे, तर हरएक

मनुष्याला लाभलेले हे अनोखे सामर्थ्य माणसागणिकही वेगवेगळेच असते. तुला गवसलेले वास्तव हे मला दिसणाऱ्या वास्तवापेक्षा वेगळे असते; कारण तुझा देह हा माझ्या देहापासून वेगळा आहे, तुझी तारतम्यबुद्धी, तुझे अनुभव आणि तुझे ज्ञान ही सर्व माझ्यापेक्षा वेगळी आहेत.

सत्याच्या वा वास्तवाच्या हरएक भागाचा- मग ती पंचमहाभूते असोत, वृक्षवल्लरी असोत, प्राणी असोत की माणसे - कृष्ण अनुभव घेतो म्हणूनच कृष्णाला गीतेत परमेश्वर (भग-वान) असे संबोधले गेलेले आहे.

> अर्जुना, लक्षात घे की, मीच सूर्य, चंद्र, अग्नी आहे. ज्यामुळे वनस्पती बहरतात ती प्राणशक्ती वा जीवनरस म्हणजेही मीच. अखिल प्राणिमात्रांत भडकणारा वैश्वानर आणि श्वास हे देखील माझेच रूप आहे. मीच खातो. माणसाप्रमाणे विचार करतो तोही मीच. भूतकाळाचा आठव होतो तोही मलाच! सर्वांना समजून घेतो तोही मीच; माणसासारखा मलाही विसर पडतो. ज्ञानाचा दाता तो मीच. मीच गुरू आणि मीच शिष्य; माणसातली शहाणीवदेखील मीच होय! नाश पावणारा तोही मीच आणि अविनाशी आहे तोही मीच आणि या दोहोंचा आधारही मीच. *(अध्याय १५, श्लोक १२ ते १८)*

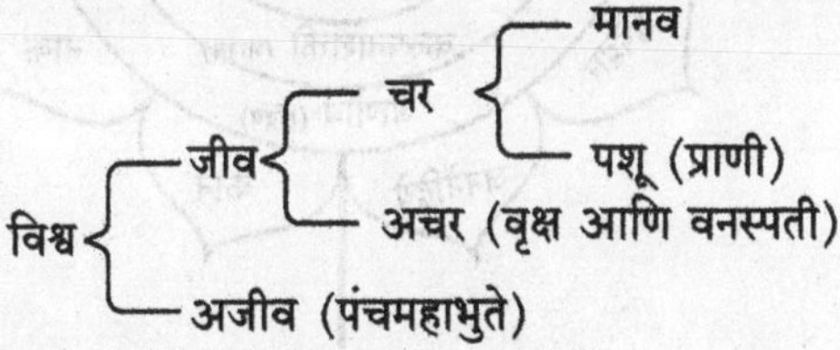

निसर्गातील विविध रचना

वेदांतामध्ये मानवाच्या शरीराला कोशांच्या मालिकेची उपमा दिली गेलेली आहे. माणसाच्या देहाला लपेटणारे मांस हा शरीराचा सर्वांत बाहेरचा कोष होय. आणि तो इंद्रियांचा बनलेला असतो. तो अन्नातून

घडलेला असतो. इतकेच नव्हे तर त्याचा अन्न म्हणूनही उपयोग होतो. साहजिकच या कवचाला अन्नकोष असे म्हटले जाते. यामध्ये प्राणकोषामुळे चैतन्य येते. याच्याही आतमध्ये असतो तो माणसाच्या मनात उद्‌भवणाऱ्या विविध विचारांचा मनकोष, आणि त्याच्या आत जिथे तुमच्या श्रद्धा वा विश्वास वास करीत असतात त्या विज्ञान किंवा बुद्धिकोषाचा क्रम आहे आणि सर्वांत आत असतो. तो तुमच्या भावभावनांना स्थान देणारा चित्तकोष! वनस्पतींमध्ये फक्त अन्नकोष आणि प्राणकोष यांचे अस्तित्व असते. प्राण्यांमध्ये अन्नकोष, प्राणकोष आणि चित्तकोष असतात. काही प्राण्यांमध्ये मात्र मनकोष जो त्या प्राण्यांच्या भावभावनांवर प्रभाव गाजवतो,

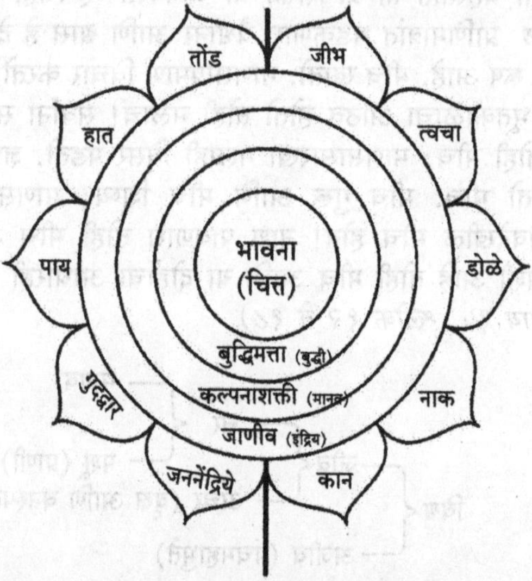

शरीराची पाच भांडी

तोही अस्तित्वात असतो. माणूस हा एकमेव प्राणी असा आहे की ज्याच्यामध्ये त्याच्या श्रद्धा, विश्वास आणि संकल्पना वा कल्पनांचा समावेश असणारा विज्ञानकोष वा बुद्धिकोष असतो. या बुद्धिकोषाच्या मदतीनेच माणसाला आपल्या अवतीभोवती असणाऱ्या जगताची जाणीव

होत असते. आपले विचार आणि श्रद्धा आपल्या भावभावनांना आकार देत असतात तर आपले हे भावविश्व हेच आपले विचार आणि श्रद्धाही निश्चित करीत असते.

या पाच कोषांमुळे तीन प्रकारची सत्ये (रिॲलिटी) जन्म घेतातः माणसाला इंद्रियांद्वारे जाणवणारे वास्तव, हे माणसाला जे हाडामांसाचे आवरण लाभलेले असते त्याद्वारे जाणवते. दुसरे सत्य हे माणसाला त्याच्या हृदयाद्वारे (चित्त) प्रतीत होत असते, त्याला भावनिक वास्तव म्हणतात. आणि माणसापाशी असणाऱ्या कल्पनाशक्तीच्या सामर्थ्यावर (मनस्) आणि बुद्धीच्या बळावर त्याच्या मनात ज्या विविध संकल्पना आकाराला येत असतात ते तिसऱ्या प्रकारचे सत्य होय. पंचमहाभूतांपैकी कोणीही या वास्तवात अस्तित्वात नसते. झाडाझुडपांना (अचर) इंद्रियांद्वारे जाणवणारे भौतिक सत्य समजते. वरच्या कोटीतील प्राण्यांना (चर) इंद्रियांमुळे जाणवणारे सत्य तर कळतेच, पण त्यांना भावनिक सत्याचीही जाणीव होते. केवळ माणसांनाच इंद्रियांमार्फत जाणवणारे, हृदयाला प्रतीत होणारे म्हणजे चित्ताला जाणवणारे आणि माणसाने कल्पनाशक्तीच्या बळावर जे सत्य कल्पिलेले असते ते, अशा तिन्ही सत्यांची प्रचिती घेता येते.

माणूस वास्तवाची कल्पना करू शकतो. हे विलक्षण कल्पनासामर्थ्य आपल्याला उर्वरित निसर्गापासून वेगळे करते. प्रत्यक्षात येणाऱ्या अनुभवाच्या अगदी विरुद्ध असा अनुभवदेखील आपण कल्पनाशक्तीच्या

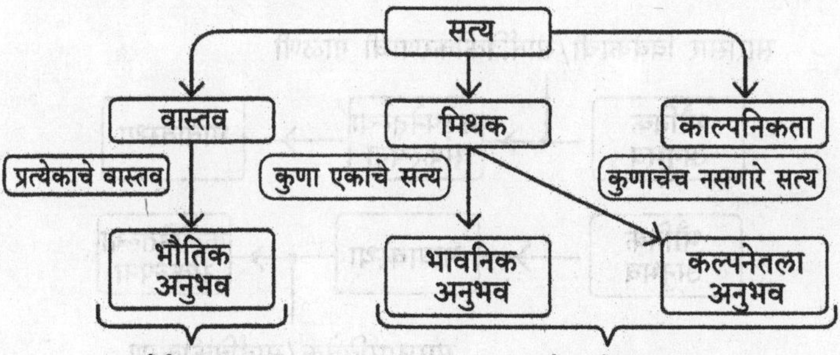

तीन वास्तव

मदतीने घेऊ शकतो. उदाहरणार्थ – प्रत्यक्षात आपल्याला वेदना होत असतील (भौतिक अनुभव) तरी आपण सुखसंवेदनेची अनुभूती घेतो आहोत अशी कल्पना करू शकतो. इंद्रियांना सुखाचा अनुभव येत असला तरी आपले मन दुःखाची कल्पना करू शकते. डोळ्यांसमोर साकार रूप उभे असले तरी त्याचवेळेला मनःचक्षूंसमोर मात्र निराकार असू शकतो. प्रत्यक्षात म्हणजेच भौतिक जगात आपण एखादा सीमित स्वरूपाचा अनुभव घेत असू; मात्र त्याच क्षणी आपल्याला मनोमंचावर एखादा असीम असा अनुभव घेता येतो. इंद्रियांना मर्त्यतेची जाणीव झाली तरी त्याचवेळी आपल्या मनात अमरत्वाची भावना चितारू शकतो, हेही तितकेच खरे आहे.

कल्पनाशक्तीमुळे संकल्पना तयार होण्यास मदत होते. या संकल्पना आपल्या इंद्रियजन्य अनुभवांची पारख करून शेवटी भावनिक अनुभवांवर परिणाम करतात. यामुळेच समोरच्या एखाद्या कातळामध्ये अथवा वाहत्या नदीमध्ये आपण परमेश्वर पाहू शकतो. त्यामुळे जेव्हा जेव्हा तो कातळ वा ते वाहते पाणी आपण पाहतो तेव्हा तेव्हा आपल्याला देवदर्शनाचा आनंद लाभतो. कारण समोरचा पाषाण वा नदी हे देवाचे रूप आहे अशी शिकवण आपण आपल्या मनाला दिलेली असते. आपल्याला येणारे विविध भावानुभव हेही आपल्याला काही ना काही सांगत असतातच. त्यामुळे सुद्धा आपल्या संकल्पना आकाराला येतात.

म्हणूनच जेव्हा एखादा पाषाण वा नदी पाहून आपल्याला एक प्रकारचा आनंद होतो तेव्हा तो पाषाण वा वाहते पाणी हेच जगदीश्वराचे रूप आहे

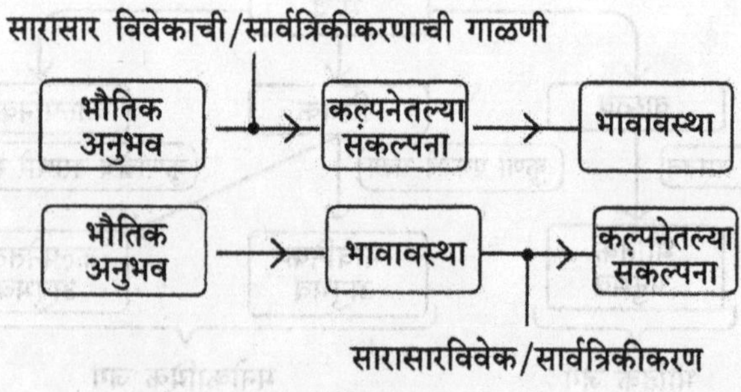

मनोनिर्मित प्रकिया

असे आपण घोषित करतो. याचाच अर्थ, आपल्या मनातल्या संकल्पना या आपल्या भावभावनांचे सुसूत्रीकरण करायला मदत करीत असतात. तसेच दुसऱ्या बाजूने आपल्या भावना आपल्या संकल्पनांच्या सुसूत्रीकरणास मदत करतात. थोडक्यात, ही प्रक्रिया दोन्ही बाजूने घडत असते.

एकाच प्रवर्गातील सर्व वनस्पती तसेच प्राणी वा जनावरे यांना चेतावण्यासाठी सारख्याच गोष्टींचा उपयोग केला तर सर्वसाधारणपणे या साऱ्यांचा प्रतिसाद हा तसा एकसारखाच असतो. या त्यांच्या प्रतिसादात थोडाबहुत फरक पडतो, नाही असे नाही. पण हे बहुदा, ज्या प्राण्यांचा वा वनस्पतींचा बुद्ध्यंक हा वरच्या दर्जाचा असतो त्यांच्या बाबतीत आणि तेही अगदी क्वचितच घडते. मात्र, माणसांच्या बाबतीत असे घडत नाही. कारण एकाच घटिताकडे वा वस्तूकडे अथवा परिस्थितीकडे पाहण्याची हरएक माणसाची दृष्टी ही वेगवेगळी असते. कारण या प्रत्येकाच्या मनातल्या संकल्पना या वेगवेगळ्या असतात आणि म्हणूनच कुरुक्षेत्राच्या युद्धभूमीला धृतराष्ट्र, दुर्योधन आणि अर्जुन या तिघांनीही आपापला आणि एकमेकांपासून पूर्णतः भिन्न असा प्रतिसाद दिलेला आहे. आपल्या मनातील कल्पना कालौघात अधिकाधिक सुस्पष्ट करून घेत असताना आणि अवतीभोवतीचे जग हे एकीकडे जसे आहे तसे समजून घेत असताना त्याचवेळी इतरांना जग जसे दिसते तशी जगाची अनुभूती घेणे म्हणजेच मानवाचा देवत्वाकडे होणारा प्रवास होय!

हे सगळे विवेचन ध्यानात घेतले तरी संकल्पना या वास्तविक असतात का? माणसाला लाभलेल्या कल्पनाशक्तीतून त्यांचा जन्म झालेला नसतो का? सरतेशेवटी मानवाला लाभलेल्या या कल्पनाशक्तीचे मूल्यमापन आपण कसे करणार?

वास्तवातील आणि कल्पनेतील ही दोन्ही एकमेकांपासून वेगळे करीत असताना आपण एक गोष्ट निक्षून लक्षात घ्यायला हवी आणि ती म्हणजे माणसाला माणूस म्हणतात याचे एकमेव कारण त्याच्यापाशी असणारे कल्पनाशक्तीचे सामर्थ्य हे होय! न्याय, समता, भाषणस्वातंत्र्य, मानवी हक्क या आणि यांसारख्या ज्या मूल्यांना आज सुसंस्कृत समाजात किंमत दिली जाते, ती सारी मूल्ये वस्तुतः कालौघात उत्क्रांत होत गेलेल्या केवळ संकल्पना आहेत. संकल्पनांचे दुसरे उदाहरण म्हणजे मानवाच्या कल्पनेतून

जन्माला आलेल्या परमेश्वर, स्वर्ग, नरक, पुनर्जन्म आणि अमरत्व इत्यादी संकल्पना होत! या संकल्पनांचे आपण निधर्मी अथवा धार्मिक, तर्कसंगत अथवा दैवी असे वर्गीकरणही करू शकतो, एकापेक्षा दुसऱ्याला अधिक महत्त्व देऊ शकतो; मात्र, ही सारी मूल्ये वा संकल्पना या मूलतः मानवनिर्मित आहेत. ही मानवाने मानवासाठी केलेली निर्मिती आहे. अर्थात, ही एक कृत्रिम बांधणी आहे, म्हणजेच इंद्रिय-गोचर, अशी ही गोष्टच नाही. या मानवनिर्मित संकल्पनांचे अस्तित्व हे केवळ माणसाच्या मनातच असते हे खरे आहे!

मुळातच आपली स्वतःची समाजात असणारी ओळख म्हणजेच 'अहम्' हे आपण स्वतःबद्दल मनात जी कल्पना उभी करतो त्यावरच अवलंबून असते. आपण कुणा वन्य जमातीत जन्माला आलेलो आहोत का, आपण ज्या समाजात जन्माला आलेलो आहोत, त्याची रचना कशी आहे, किंवा त्या समाजाची सांस्कृतिक उतरंड कशी आहे या सर्वांची निसर्ग मुळातच काळजी करीत नाही. इतकेच नव्हे तर आपण करीत असलेल्या कृती योग्य की अयोग्य, चूक की बरोबर याची किंवा आपण एकमेकांबद्दल जे काही अंदाज बांधत असतो याचीही कुठलीच दखल निसर्ग घेत नाही. हे सगळे खरे असले, तरी आपली ओळख ही आपल्या स्वतःसाठी महत्त्वाची असते, तसेच आपल्या संकल्पनाही आपल्यासाठी महत्त्वाच्याच असतात, कारण आपण माणूस आहोत. आपण ज्या संकल्पना मनात वागवीत असतो त्यातूनच आपल्या सहृदयतेची पातळी

विश्वासाच्या आधारे प्रस्थापित झालेल्या सांस्कृतिक संकल्पना

दैवी अथवा अलौकिकत्वावर आधारित	परमेश्वर स्वर्ग नरक पुनर्जन्म आत्मा	संपत्ती न्याय समानता राष्ट्र	भौतिक अथवा व्यवहारी वास्तवावर आधारित

काल्पनिक संकल्पना

ठरते. त्यामुळे निसर्गाच्या आणि त्यामध्ये असणाऱ्या जीवमात्रांच्या हिंसाचाराशी दोन हात करण्याचे बळ आपल्याला मिळते.

आपण पांडव, कुंतीपुत्र, कुरुवंशीय आहोत ही स्वतःची ओळख अर्जुनाने स्वतःला दिलेली आहे. त्यामुळे तो ज्या कुटुंबीय आणि मित्र यांच्यासह वावरतो आहे त्यांनाही एक अर्थ प्राप्त झालेला आहे. इतकेच नव्हे तर, या ओळखीमुळे अर्जुनाच्या हातून होणाऱ्या कृतीलाही एक मूल्य प्राप्त होते आणि त्याने याप्रकारे केलेल्या कृतीची प्रतिक्रिया काय होऊ शकेल याचाही अंदाज अर्जुनाला बांधता येतो. (आपण कुरुक्षेत्रावरील युद्धात आप्तस्वकीयांचा संहार केला तर, समाज कोसळून पडेल.) हे सगळे चित्र अर्जुन त्याच्या मनःपटलावर उभे करू शकतो. कारण हे सारे, अर्जुनाकडे संकल्पनांच्या अवकाशाच्या सीमांची कल्पना करण्याची, निर्मिती करण्याची किंवा परंपरा म्हणून त्या सीमा स्वीकारण्याची आणि त्या अवकाशामध्ये वावरण्याची जी क्षमता आहे, तिच्यामुळे होते.

> अर्जुना, भौतिक पदार्थांच्या पलीकडे (ते पदार्थ जाणणारी) इंद्रिये असतात. इंद्रियांच्या पल्याड असते ते मन. या मनाच्याही पलीकडे असते ती बुद्धी आणि बुद्धीच्याही पलीकडे असते ती स्वतःसंबंधीची जाणीव (आत्मा). वास्तवात तू स्वतः कोण आहेस याचे तुला एकदा ज्ञान झाले की तू तुझ्या साऱ्या इच्छांवर विजय मिळवू शकशील. *(अध्याय ३, श्लोक क्रमांक ४२ आणि ४३)*

कृष्णाचे संकल्पनांचे जे वास्तव आहे, त्यामध्ये अमरत्व ही एक वस्तुस्थिती आहे. त्यामुळे कृष्ण निर्भयपणे कर्म तर करतोच, पण त्याचमुळे त्याला जीवनासंबंधीच्या एक अंतर्दृष्टीचाही लाभ होतो. या त्याच्या अंतर्मुखतेवर कुरुक्षेत्रावर होऊ घातलेल्या संघर्षाची कुठलीही छाया पडलेली नाही. धृतराष्ट्र आणि दुर्योधन या दोघांच्या काल्पनिक सृष्टीमध्ये आपण बळी ठरलेलो आहोत हे त्यांचे असे वास्तव आहे. परिणामी, या दोघांच्या कर्माची प्रेरणा क्रोधातून जन्मलेली आहे. आपला छळच केला गेला यावर हे दोघे ठाम आहेत. साहजिकच आपण हे जग बदलायला हवे अशी एक इच्छा या दोघांच्या मनात दडून बसलेली आहे. या दोन्ही

कल्पनाचित्रांपैकी योग्य चित्र कोणते?

गीतेला कल्पनाशक्तीबद्दल असलेल्या आस्थेला विज्ञानात काहीही स्थान नाही. ज्या गोष्टींची गणना करता येते, ज्या मोजता येतात अशाच बाबींना विज्ञानात किंमत आहे. तर गीता, जे मोजता येत नाही म्हणजेच अनंत आहे आणि जे अमर म्हणजेच नित्य आहे अशा गोष्टींना म्हणजेच अपरिमेय संकल्पनांना महत्त्व देते.

गणनयंत्रांद्वारे (मेझरिंग इन्स्ट्रूमेन्ट्स) जे निष्कर्ष काढता येतात, ते निष्कर्ष हे वैज्ञानिक सत्याचा पाया असतात. तथापि, भावनांपेक्षाही कुठल्याही भौतिक गोष्टींची मोजणी करणे अधिक सोपे असते. यामुळेच पदार्थविज्ञान, रसायनशास्त्र आणि जीवशास्त्र यांना केवल विज्ञान असे समजले जाते, तर मानसशास्त्र हे एक अपूर्ण किंवा मिथ्या विज्ञान (स्युडो सायन्स) ठरते. फार तर, एखाद्या भावनेला तुमचे शरीर कसा प्रतिसाद देते या क्रियेचा उपयोग माणसाच्या मनाची कार्यपद्धती समजून घेण्यासाठी आपण करू शकतो. चेता मानसशास्त्र आणि माणसाच्या वागणुकीचा अभ्यास करणारी जी शास्त्रे आहेत, त्यांमध्ये वरील क्रियेचा अध्ययनासाठी काहीएक उपयोग करून घेण्याकडे कल असतो.

मानवविज्ञानातील, समाजशास्त्र, इतिहास, अर्थशास्त्र, व्यवस्थापन आणि राज्यशास्त्र यांसारख्या, माणसांशी संबंधित असणाऱ्या विषयांना आता समाजविज्ञान म्हणतच नाहीत. कारण या विद्याशाखांच्या अभ्यासासाठी गोळा केलेली माहिती शास्त्रीय पद्धतीने गोळा करता येत असली तरी या माहितीच्या विश्लेषणावर विश्लेषकाच्या मनातील ग्रह आणि पूर्वग्रहांची, तो ज्या मूल्यांवर विश्वास ठेवतो त्या मूल्यांची आणि

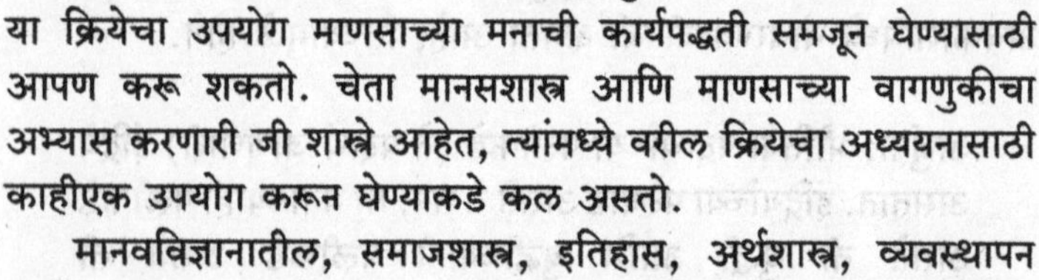

विज्ञानांचे वर्गीकरण

त्याला सत्य वाटणाऱ्या संकल्पनांची छाया अटळपणे पडतेच, ही वस्तुस्थिती आहे.

असे असले तरी विज्ञानातदेखील या संकल्पना कळीची भूमिका निभावतात. अंकगणिताच्या (मॅथमॅटिक्स) बाबतीत हे विशेषत्वाने खरे आहे. अंकगणितात असणाऱ्या शून्य आणि अनंत (इन्फिनिटी) या संकल्पना म्हणजे काल्पनिक अंकच आहेत; कारण त्यांचे अस्तित्व हे एक भौतिक वास्तव म्हणून सिद्ध करता येत नाही. मी आपल्याला एक, दोन वा तीन वृक्ष प्रत्यक्षात दाखवू शकतो पण शून्य वृक्ष किंवा अनंत वृक्षही दाखवू शकत नाही. त्यांची कल्पना करणेच गरजेचे ठरते.

या भूतलावर अनेक संस्कृतींनी जन्म घेतला, त्यांचा इथेच उत्कर्षही झाला, हा इतिहास असला तरी, शतकानुशतकांचा कालावधी उलटून गेल्यावरही त्यांना या संकल्पनांचे ज्ञानच नव्हते ही वस्तुस्थिती आहे. भारतातल्या बौद्ध, जैन आणि हिंदू तत्त्ववेत्त्यांनी सुमारे दोन सहस्र वर्षांपूर्वी भौतिक आणि मानसिक जगाचे गूढ समजून घेण्याचा प्रयत्न करीत असताना शून्य आणि अनंत या संकल्पनांची निर्मिती केली आहे. या सर्वसंगपरित्याग केलेल्या संन्यस्त ज्ञानसाधकांनी भौतिक जगातून माघार घेऊन विस्मृतीत जाण्याच्या म्हणजे स्वतःचे अस्तित्वच शून्यवत करण्याच्या मार्गाला प्राधान्य दिले. म्हणून शून्याची कल्पना सुचलेली आहे तर अवतीभोवती असणाऱ्या जगातील हरएक गोष्टीला आपल्या कवेत घेण्याच्या गृहस्थाश्रमींच्या प्रयत्नामुळे अनंत ही संकल्पना स्फुरलेली आहे. आज गणितातील विशिष्ट प्रतीकांनी युक्त असणारी अध्ययनाची जी शाखा (कॅलक्युलस - कलनशास्त्र) आहे, त्यामध्ये शून्य आणि अनंत या दोन्ही संकल्पना कळीची

काल्पनिक अंक	पूर्णांक	काल्पनिक अंक
० ——————	१ ——————	∞
निर्वाण विस्मृती (संकल्पना)	जीव आयुष्य (भौतिक)	ब्रह्मनिर्वाण एकत्रीकरण (संकल्पना)

तत्त्वज्ञान आणि अंकगणित यांमधील संकल्पना

भूमिका निभावतात आणि जगातील वैज्ञानिकांना वास्तवातल्या जगातील तांत्रिक अडचणी सोडवण्यात मदत करतात हे सत्य आहे.

अनंत आणि शून्य यांप्रमाणेच अमरत्व हीदेखील एक संकल्पनाच आहे. अमरत्वाच्या या संकल्पनेची ओळख कृष्णाने अर्जुनाला करून दिली आणि अर्जुनाच्या अनुभवाचा पट विस्तृत केला. इतकेच नव्हे तर आपल्या स्वतःच्या अस्तित्वाचा नेमका उद्देश काय याचा एका व्यापक दृष्टीने धांडोळा घ्यायलाही कृष्णाने अर्जुनाला प्रवृत्त केले. त्यामुळे जीवनाकडे बघण्याची एक वेगळीच दृष्टी अर्जुनाला प्राप्त झाली. इथे 'जीवन' यात आपण सध्या जे जीवन जगतो आहोत तेच केवळ अभिप्रेत नाही. कारण आपले सध्याचे आयुष्य म्हणजे जी अनेक आयुष्ये आपण याआधी जगत आलेलो आहोत त्यांचाच एक भाग आहे आणि आपल्या हातून या पूर्वजन्मांच्या साखळीत जी काही कृत्ये घडलेली असतात त्यांचे अनंत परिणाम होत असतात हे जसे खरे, तसेच आपल्यासमोरही त्या त्या वेळी अगणित पर्याय उपलब्ध असतात हेही खरे आहे. मात्र, त्यासाठी आपले मन मुक्त असणे गरजेचे आहे. या रितीने आपल्या कल्पनाविश्वात बदल घडून येण्याचा अवकाश की आपली स्वतःची ओळख, आपल्या अस्तित्वापाठीमागे असणारा अर्थ, आपली जीवन मूल्ये, आपल्या समजुती आणि आपल्या आकांक्षा या सर्वांमध्येही नाट्यमयरीत्या बदल घडून येतो.

> अर्जुना, आपले संकुचित अनुभवविश्व आणि त्यानुरूप असणाऱ्या मर्यादित आशा आणि आकांक्षा यांच्या मर्यादा पडल्यामुळेच लोक मर्यादित देवतांचीच उपासना करतात. वस्तुतः या देवतांवर असणाऱ्या या लोकांच्या विश्वासाचा जन्म हा माझ्यातूनच उगम पावतो. इतकेच नव्हे तर, त्यांचा हा विश्वास माझ्यामुळेच सार्थही ठरत असतो. (स्वर्गादी फलांच्या इच्छेचे) निर्बंध पडलेले लोक (जन्ममरणाच्या चक्रात) अडकून पडतात; परंतु फलाकांक्षेची तटबंदी भेदणाऱ्यांना अनंत असणाऱ्या माझी प्राप्ती होते. *(अध्याय ७, श्लोक क्रमांक २० ते २३)*

■■■●●●○○○○○○○○○○○○○○○○□□

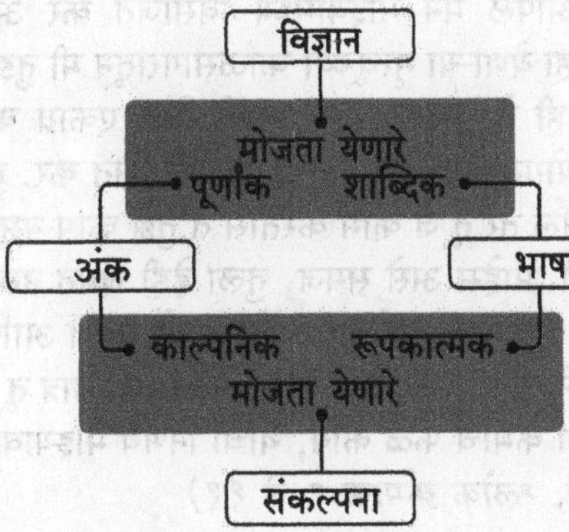

शाब्दिक आणि रूपकात्मक

एखाद्या संकल्पनेचे स्पष्टीकरण दोन पद्धतीने करता येते. ज्यांना कल्पनाविश्वात विहार करायला आवडते त्यांना चिन्हे आणि रूपक यांच्याद्वारे केलेली संकल्पनेची मांडणी भावते. ज्यांना ही मांडणी रुचत नाही ते शाब्दिक रचनेद्वारे संकल्पना समजून घ्यायला प्राधान्य देतात. खरे म्हणजे, एखादी संकल्पना समजावून सांगण्यासाठी रूपक आणि चिन्हे यांसारखा दुसरा मार्ग नाही. ज्या कल्पना भौतिक नसतात, अथवा ज्या मोजता येणेही शक्य नसते त्या कल्पना समजावून सांगण्यासाठी काव्य हाच मार्ग असतो – मग ते प्रेम असो, किंवा न्याय अथवा एखाद्यामध्ये असणारा लक्षणीय गुण. हे सारे खरे असले तरी, जग हे वेगवेगळ्या प्रकारच्या माणसांचे आहे याची गीतेला जाण आहे. या जगामध्ये, ज्यांना दृश्य मृत्यूच समजू शकतो असे काहीजण आहेत, तसेच अदृश्य असणाऱ्या अमरत्वाची आणि पुनर्जन्माची जाणीव असणारेही अन्य काही आहेत, हे गीतेला ठाऊक आहे. आपण स्वतः जसा या जगाचा अनुभव घेत असतो वा त्या जगाला प्रतिसाद देत असतो अगदी तसाच जगाचा अनुभव इतरांनी घ्यावा वा आपल्यासारखाच प्रतिसाद द्यावा ही कृष्णाची अपेक्षा नाही. म्हणूनच कृष्णाकडे विविध क्षमता आणि बहुविध सामर्थ्ये असणाऱ्या प्रत्येकासाठी सोयीच्या ठरणाऱ्या उपाययोजनांची जंत्री आहे.

■■■■●●●○○○○○○○○○○○○○○○○○○○○□□

अर्जुना, तू आपले मन माझ्यामध्ये विसर्जित कर आणि मग पाहा, पुनःपुन्हा येणाऱ्या मृत्यूच्या काळसागरातून मी तुझी मुक्तता करतो की नाही ते. तुला माझ्या ठायी चित्त एकाग्र करता येत नसेल तर तू योगसाधना करून तुझे मन प्रशिक्षित कर. तुला हेही करता येत नसेल तर तू जे काम करतोस ते तुझे काम नसून माझेच काम तू करतो आहेस असे समज. तुला हेही जमत नसेल तर तू केवळ माझ्या हुकमाचा ताबेदार आहेस असे समज आणि केवळ मी सांगतो तसे वाग. तुला हेही जमत नसेल तर, मात्र तू तुझे कर्म कर आणि त्या कर्माचे फळ काय, याचा निर्णय माझ्यावर सोपव.
(अध्याय १२, श्लोक क्रमांक ६ ते ११)

माझा देह हा तुझ्या देहापासून वेगळा आहे. माझी भूक, माझी क्षुधा हीदेखील तुझ्या भुकेपासून आणि क्षुधेपासून भिन्न आहे. माझी समजही तुझ्या समजेपासून वेगळी आहे. माझ्या क्षमता आणि सामर्थ्ये ही तुझ्या क्षमता आणि सामर्थ्ये यांच्याहून वेगळी आहेत, तसेच माझे अनुभवही तुझ्या अनुभवांपासून भिन्न आहेत. माझी अभिव्यक्ती ही तुझ्या अभिव्यक्तीपासून वेगळी आहे.

■■■●●●●○○○○○○○○○○○○○○○○□□

४.

तू आणि मी, स्वतःचा आणि विश्वाचा अर्थ शोधतो आहोत

या देहामध्ये राहणारा आणि अविनाशी असणारा देही म्हणजेच आत्मा होय! हा क्षणभंगुर देह, त्याच्या अवतीभोवती असणाऱ्या विश्वाचा अनुभव कसा घेतो, हे देही न्याहाळीत असतो. पण मग देही म्हणजे नेमके कोण? भौतिक जगात ज्या काही घडामोडी घडत असतात त्यांना या देहाने काहीएक प्रतिसाद द्यावा यासाठी देहाला चालना देणारी इंद्रिये म्हणजे देही तर नव्हे? की या देहाच्या आत असणारे जे मन आहे ते वा, या मनात येणारे विचार, कल्पना अथवा साऱ्या भौतिक जाणिवा यांमधून झिरपत जाऊन भावनांवर प्रभाव टाकणाऱ्या संकल्पना म्हणजे देही? की देही म्हणजे काहीतरी मोजता न येणारे, असे गूढ आणि ज्याबद्दल काहीएक चर्चा होऊ शकते असे सबोधावस्थेसारखे काही म्हणजे देही? की तुमच्या मनातल्या संकल्पना अधिकाधिक सुस्पष्ट होत जाऊन सरतेशेवटी त्यामुळे तुम्हांला प्राप्त होणारी प्रगाढ शांती म्हणजे देही? संकल्पनांच्या सुस्पष्टतेमध्ये, आपल्या अस्तित्वासह आजूबाजूच्या या विश्वालाही एक सघन असा अर्थ देण्याची मानवाला लाभलेली असाधारण क्षमता अभिप्रेत असते का? चला, आपण या प्रकरणात या साऱ्या प्रश्नांची उत्तरे शोधू या!

शारीर तटबंदीच्या आत राहणाऱ्या आणि अविनाशी असणाऱ्या देहीचा संदर्भ गीतेच्या अगदी प्रारंभीच कृष्ण देतो.

> अर्जुना, शस्त्रे त्याचा वेध घेऊ शकत नाहीत; अग्नी त्याचा घास घेऊ शकत नाही; पाणी त्याला भिजवू शकत नाही; तर वायू त्याला सुकवू शकत नाही. तो नित्य, सर्वव्यापी, स्थिर व अचल असतो. *(अध्याय २, श्लोक क्रमांक २३ आणि २४)*

यानंतर देहीलाच कृष्ण आत्मा असे संबोधतो. देहाच्या कवचाआड असलेला परंतु इंद्रिये आणि मन या दोहोंचीही झेप ज्याच्यापर्यंत पोहोचू शकत नाही तो आत्मा, असे कृष्णाचे प्रतिपादन आहे.

> अर्जुना, नऊ द्वारे असणाऱ्या या शरीररूपी नगरीमध्ये जो अलिप्तपणे आणि स्थिरचित्ताने वास करीत असतो, इतकेच नव्हे तर, आत्मविश्वासाने जो सर्व काही न्याहाळतही असतो (तो आत्मा होय.) *(अध्याय ५, श्लोक क्रमांक १३)*

झाडावरचे फळ खाणाऱ्या पक्ष्याचे निरीक्षण करणारा अन्य पक्षी

एका झाडावर दोन पक्षी बसलेले आहेत. त्यांपैकी एक पक्षी त्या झाडाचे फळ खातो आहे तर दुसरा पक्षी या फळ खाणाऱ्या पक्ष्याला न्याहाळतो आहे. ऋग्वेदातील हे रूपक जग (फळ), देह (फळ खाणारा पक्षी) आणि देही अथवा आत्मा (फळ खाणाऱ्या पक्ष्याला न्याहाळणारा दुसरा पक्षी) यांवरचे भाष्य आहे. आपल्यासह इतरांचीही भौतिक जगात काहीएक मिळविण्यासाठी जी धडपड सुरू असते, ती आपण पाहू शकतो, असे हे रूपक आपल्याला सांगण्याचा प्रयत्न करते.

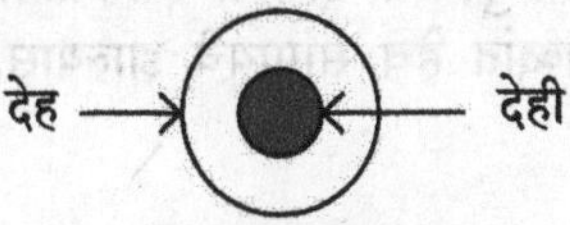

देह *आणि देही*

आपल्या देहामध्ये सामावलेला देही आणि पुरुष या दोन संकल्पनांचे जे वर्णन कृष्णाने केलेले आहे, त्यात कमालीचे साम्य आढळते. देहाच्या अवतीभोवती जी चराचर सृष्टी आहे त्या सृष्टीमध्ये पुरुषाचे वास्तव्य असते. देही हा स्वतःच्या देहामध्ये असतो तर पुरुष इतरांमध्ये असतो.

> अर्जुना, तुझ्या आजूबाजूला जे प्रसंग घडत असतात, त्यांची जबाबदारी ही प्रकृतीची असते. निसर्गात वास करणारा पुरुष या प्रसंगांचा सुखावह आणि यातनादायी अनुभव घेतो. *(अध्याय १३, श्लोक २० आणि २१)*

आपल्याला लाभलेले शरीर आणि आपल्या या देहाच्या अवतीभोवती असलेला निसर्ग हा डोळ्यांनी पाहता येतो, म्हणजेच तो सगुण असतो. मात्र आपल्या स्वतःच्या शरीरामध्ये राहणारे आणि आजूबाजूच्या निसर्गामध्ये असणारे, मात्र जे डोळ्यांनी पाहता येत नाही ते निर्गुण असते. आपल्याला लाभलेला देह आणि त्याच्या आजूबाजूला असणारी प्रकृती हे दोघेही काळ आणि अवकाश या दोहोंच्या नियमांत बद्ध असल्याने ते इंद्रियगम्य असतात. याचाच अर्थ, या दोघांचेही मोजमाप घेता येते.

त्यामुळे साहजिकच ते क्षणभंगुर आहेत. याउलट देही आणि पुरुष हे दोघे इंद्रियांच्या आटोक्याबाहेर असतात. ते काळ आणि अवकाश यांनी घालून दिलेल्या नियमांना बांधलेले नसतात. याचाच अर्थ, त्यांचे मोजमाप किंवा गणना करता येत नाही. म्हणजेच ते चिरंतन असतात.

देह हा प्रकृतीचाच एक भाग आहे हे खरे; पण देही हा पुरुषाचा भाग आहे का? देही म्हणा वा पुरुष; हे दोघेही अविनाशी आणि अनंतही आहेत. तसेच या दोघांनाही अवकाशाच्या चौकटीत बंदिस्तही करणे शक्य नसते, नव्हे, देही आणि पुरुष या दोघांना एकमेकांपासून वेगवेगळेही करता येत नाही. दुसऱ्या शब्दांत हेच सांगायचे झाल्यास, देही आणि पुरुष हे एकच असतात.

> अर्जुना, (त्याचे अस्तित्व) हे दोन्ही ठिकाणी म्हणजे देहात आणि देहाच्या बाहेरही असते. कुठल्याही सचेतनात तसेच अचेतनातही त्याचाच वास असतो. तो (आपल्या) सन्निध तर असतोच पण आपल्यापासून दूरही असतोच. तो सूक्ष्म असतो त्यामुळे त्याचे कुठल्याही प्रकारे मोजमाप करता येत नाही. त्याचे विभाजनही करता येत नाही, हे खरे असले तरी सृष्टीतल्या नानाविध सजीवांमध्ये तो विभागला गेलेला आहे असे वाटते. हाच सर्वांना एकत्र आणतो आणि नवनिर्मिती करतो. *(अध्याय १३, श्लोक १५ आणि १६)*

इतरांपासून आपल्याला वेगळे करतो तो देह आणि आपला इतरांशी संयोग घडवून आणतो तो देही होय! जगात प्रत्येकाचे एक व्यक्तिमत्त्व प्रस्थापित होते ते देहामुळे तर विश्वातील अन्य साऱ्या जीवमात्रांशी आपले साधर्म्य आहे ते देहीमुळे! अन्य जगापासून आपल्याला अलग करीत असते ते नेमके काय आहे याची ओळख करून घेताना आपण विविध घटकांचे पृथक्करण करतो. या प्रक्रियेला सांख्य म्हणतात. तर अन्य जगताशी आपले एक आंतरिक नाते आहे ते काय ते शोधताना जगाशी जो संयोग घडून येत असतो, त्याचा शोध योग क्रियेद्वारे घेतला तर आपला हा शोध देहीपाशी येऊन थांबतो. अर्जुनाचा देह हा दुर्योधनासारखा नाही तसेच जे अश्व

अर्जुनाच्या रथाला जोडलेले आहेत त्यांचा देह आणि अर्जुनाचे शरीर या दोघांतही साम्य नाही. हे खरे असले, तरी अर्जुनाच्या देहात जो देही आहे, त्याच्यामुळे, पृथ्वीवर वसणाऱ्या इतर हरएक सजीवाच्या मनात जी भूक आणि भीती असते त्यांची जाणीव अर्जुनाला होते. तसेच या भावना कुठल्याही अचेतनात नसतात, हेही अर्जुनाला समजते.

शरीर	देह	देही
बाह्यशरीर	प्रकृती	पुरुष
	दृश्य परिमेय वा मोजता येणारे सगुण	अदृश्य अपरिमेय वा मोजता न येणारे निर्गुण

देह आणि प्रकृती

देही आणि पुरुष हे दोघेही एकच आहेत हे खरे असले तरी, त्यांच्यामध्ये फरक आहे. देहीला जीव-आत्मा असे संबोधले जाते तर पुरुष हा परम-आत्मा आहे. कारण कुठलाही देही ज्या शरीरात वास करत असतो, त्या विशिष्ट शरीरामुळे देहीचे अनुभवविश्व सीमित होत असते. मात्र पुरुष हा असीमित प्रकृतीमध्ये राहत असल्यामुळे त्याचे अनुभवविश्व असीम असते. याचाच अर्थ, देही अथवा जीवात्मा याला वास्तवाची अंशतःच जाणीव होते. उलट भगवान वास्तवाचा सर्वांगीण अनुभव घेतो. म्हणजेच अनुभवाच्या हरएक अंशाची जाणीव परमेश्वराला असते आणि म्हणूनच तो परमात्मा आहे. पृथ्वीवरचा जो जीवात्मा समाधान आणि परिपूर्णतेच्या शोधात असतो तो भक्त (भगत) होय! पृथ्वीवरचा हरएक सजीव हा जीवात्माच असतो. या प्रत्येक जीवात्म्याच्या दृष्टिकोनातून हरएक सजीव हा परआत्मा असतो. साहजिकच या भूमीवर राहणाऱ्या सगळ्या सजीवांचे एकत्रित रूप म्हणजेच परम आत्मा होय.

देह (शरीर), प्रकृती आणि आत्मा यांमध्ये असणारे नाते कलात्मक रूपकाद्वारे विशद करून सांगावयाचे झाल्यास आसामधून अनेक आऱ्या

■■■●●●●○○○○○○○○○○○○○○○□□

(स्पोक) निघणाऱ्या चाकाचे चित्र डोळ्यांसमोर आणा. यामध्ये चाकाचा हब किंवा मध्य म्हणजे माझा देह आणि चाकाची धाव (रिम) म्हणजे माझ्याभोवतीचे जग (प्रकृती) आहे असे समजा. चाकाच्या मध्यापासून बाहेरच्या दिशेने जाणाऱ्या आऱ्यांप्रमाणे आपल्यामधील आत्मा (जीवात्मा) स्वतःमधून सर्व दिशांना प्रकाश उत्सर्जित करतो आणि आपल्या सभोवती असणाऱ्या प्रत्येकातील आत्म्याशी (परात्मा) संबंध प्रस्थापित करतो. हे सगळे घटक मिळून तयार होतो त्याचे नाव परमात्मा, म्हणजेच आपल्या सर्वांमध्ये असणारे सुप्त सामर्थ्य ज्याची आपल्यासह आजूबाजूला असणाऱ्या प्रत्येकाला जाणीव होऊ शकते. आऱ्या असणारे असेच चक्र (सुदर्शनचक्र) कृष्ण आपल्या बोटावर धारण करतो. पृथ्वीवर असणाऱ्या हरएक जीवात्म्याचा एकत्रित विचार केला असता त्या साऱ्यांना व्यापून एक अंगुळभर अधिक असणाऱ्या परमात्म्याचे हे सुदर्शनचक्र निदर्शक आहे. जीवात्मा परमात्म्यावर अवलंबून असतो; मात्र परमात्मा जीवात्म्यावर, अवलंबून नसतो.

> अर्जुना, कुठल्याही इंद्रियांवाचून तो इंद्रियगम्य अनुभव घेतो. तो कशातही आणि कुणातही गुंतलेला नसतो; मात्र, तरीही सर्वांसह चराचराला आधार देतो तो हाच आहे! याच्यामध्ये कुठलीही प्रवृत्ती नसते आणि तरीही तो साऱ्या ऐहिक प्रवृत्तींचा आनंद घेतो. *(अध्याय १३, श्लोक १४)*

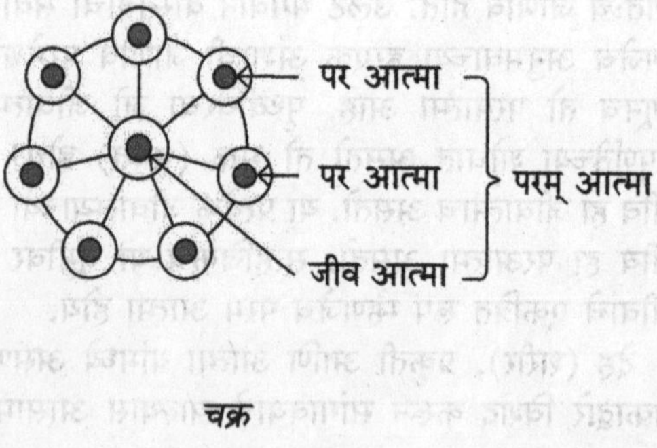

चक्र

■■■●●●●○○○○○○○○○○○○○○○○□□

जीवात्मा आणि परमात्मा, देही आणि देह, पुरुष आणि प्रकृती, भगवान आणि भक्त या साऱ्यांमध्ये एकमेकांशी असणारे नाते नेमके कसे आहे याचे स्पष्टीकरण आणि विश्लेषण करताना वेदांचे सार शोधण्याचा प्रयत्न करणारे अनेक वेदान्त संप्रदाय निर्माण झाले. अद्वैत विचारधारा मानवता आणि देवत्व यांत कुठलाही भेद करीत नाही. तर द्वैत विचारप्रणाली माणूस आणि परमेश्वर हे एकमेकांपासून पूर्णतः वेगवेगळे आहेत असे प्रतिपादन करते आणि भेद आणि अभेद यांच्या गृहीतकावर उभ्या असणाऱ्या सिद्धांतानुसार मानवता हा देवत्वाचा एक भाग आहे.

परम-आत्मा = जीव-आत्मा	अद्वैत
परम-आत्मा ⋗ जीव-आत्मा	भेद-अभेद
परम-आत्मा ≠ जीव-आत्मा	द्वैत

विविध वेदान्त संप्रदाय

पुरुष नामे वृक्षाचे बीज म्हणजे देही होय असे अनेकांचे मत आहे. प्रत्येक बीज हे त्या बीजातून जन्म घेणाऱ्या वृक्षापासून अलग असते, ते ह्या वृक्षावर अवलंबूनही असते आणि तरीही या बीजामध्ये त्या वृक्षाचा अंश असतोच! हीच कल्पना ईशोपनिषदातल्या एका सुंदर श्लोकात (ॐ पूर्णमदः पूर्णमिदं) व्यक्त झालेली आहे. 'हे पूर्ण आहे, ते पूर्ण आहे. पूर्णत्वातून पूर्णत्वच जन्म घेते, पूर्णत्वात पूर्णत्व मिळवले अथवा पूर्णत्वातून पूर्णत्व वजा केले तरीही अखेरीस पूर्णत्वच शिल्लक राहते.' या श्लोकाला माणसाजवळ असणाऱ्या कल्पनासामर्थ्याचा आणि अनंतत्वाच्या संकल्पनेचा संदर्भ आहे. तू स्वतःच्या दृष्टीने परिपूर्ण आहेस तसेच मीही माझ्या दृष्टीने परिपूर्ण आहे. मात्र, तरीही आपण दोघे एका महाविस्तृत आणि सहृदय नाट्याचा (ह्युमन नॅरेटिव्ह) एक भाग आहोत. त्या वृक्षाच्या बीजाप्रमाणे आपण त्या परिपूर्णत्वाचा एक भाग तर आहोतच पण त्याचबरोबर आपण स्वतःही परिपूर्णच आहोत!

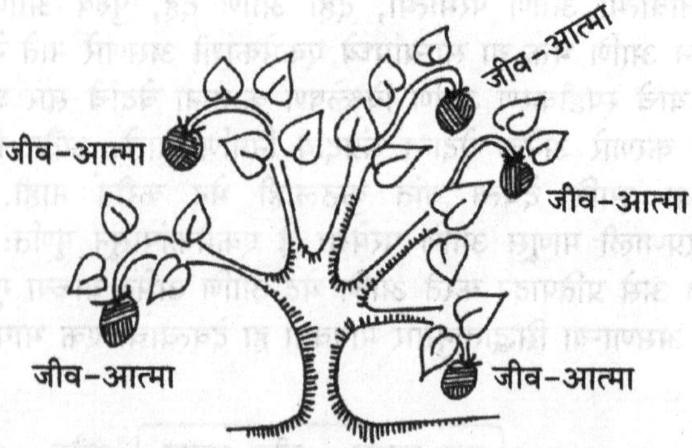

परम-आत्मवृक्षाची फळे

हे सगळे विवेचन वाचल्यावर कुणालाही पडणारा प्रश्न म्हणजे, देही, आत्मा, पुरुष म्हणजे नेमके काय? या संकल्पना समजावून सांगण्यासाठी गीतेमध्ये विविध रूपकांचा उपयोग केलेला आहेः महासागराला अनंत नद्या येऊन मिळतात, मात्र त्याला कधीही पूर येत नाही (अध्याय २, श्लोक क्रमांक ७०), आपल्या माथ्यावर सदैव छत्र धरणारे हे आभाळ असले तरी ते आपल्यापासून नेहमीच अलग असते (अध्याय १३, श्लोक ३३), चराचराला प्रकाशाने न्हाऊ घालणारा सूर्य (अध्याय १३, श्लोक ३४) ही या रूपकांची काही उदाहरणे म्हणून दाखवता येतात. गीतेच्या सातव्या अध्यायापासून पुढे कृष्ण या कल्पनेला मूर्त रूप देतो आणि देही आणि पुरुष म्हणजे आपण स्वतः आहोत, असे प्रतिपादन करतो. कृष्ण स्वतः पुरुषाच्या भूमिकेतून अर्जुनाशी बोलतो हे खरे. मात्र, या संवादात तो स्वतःच्या गर्भाशयांचाही उल्लेख करतो. याचाच अर्थ आपण या संवादात रूपकात्मक भाषा वापरतो आहोत, असे कृष्णाला सुचवायचे आहे.

अर्जुना, साकार आणि निराकार ही दोन्हीही माझीच गर्भाशये होत. या जगाचा आरंभ म्हणजे मी आणि अंत म्हणजेही मीच, दोऱ्यात मणी ओवलेले असतात त्याप्रमाणे हे जग ज्यात

■■■●●●●○○○○○○○○○○○○○○○○○□□

ओवलेले आहे ते सूत्रही मीच. हे चराचर म्हणजे अन्य काहीही नसून मी आणि केवळ मीच होय! *(अध्याय ७, श्लोक ६ आणि ७)*

काही जण देही, पुरुष किंवा आत्मा म्हणजे प्राण अथवा चैतन्य (सोल) असा अर्थ लावतात. मात्र, प्राण अथवा चैतन्य ही ख्रिश्चन पुराणकथांतली संकल्पना आहे. विशेषतः या संकल्पनेचा उल्लेख ख्रिश्चन पुराणकथांमध्ये, भ्रष्ट होऊ शकणारे जीव आणि प्राणाशिवाय असणारे शरीर या संदर्भात जे बोलणे आहे तिथे होताना दिसतो, तर गीतेमध्ये निर्देशिलेला देही, आत्मा किंवा पुरुष हा चिरंतन शुद्धतेचे प्रतीक आहे. देही, आत्मा किंवा पुरुष याने सर्वकाही, अगदी अत्यंत पापी आणि ओंगळवाण्या समजण्यात येणाऱ्या जीवांनाही व्यापलेले आहे, असे गीतेचे प्रतिपादन आहे.

अन्य काहींच्या मते देही ही भौतिक संकल्पना नाही, तेव्हा ती आध्यात्मिक असलीच पाहिजे. आपण आध्यात्मिक असा शब्दप्रयोग करताना काळजी घेणे अत्यावश्यक आहे. कारण आध्यात्मिक या संकल्पनेचा जन्म अठराव्या शतकातल्या युरोपात झालेला आहे. एकेकाळी या संकल्पनेच्या परिघात मानसशास्त्रापासून शास्त्रीय संशोधनाच्या कक्षेबाहेर असणाऱ्या आणि गूढ घडामोडींपर्यंत हरएक गोष्टीचा समावेश होत असे. आधुनिक जगातील धर्मव्यवस्थांमध्ये आजही हाच अर्थ जनमान्य आहे. सिग्मंड फ्रॉईड आणि कार्ल युंग यांनी विसाव्या शतकात मांडलेल्या सिद्धांतांनंतरच पाश्चात्त्य जगताने मनोविश्व आणि गूढ जगत या दोघांत असणारा फरक प्रकटपणे मान्य केलेला आहे. मात्र, आजही पाश्चात्त्यांच्या धार्मिक साहित्यात शास्त्रीय संशोधनाच्या कक्षेबाहेर असणारे जग (पॅरा-नॉर्मल) हे वास्तवच असते, असे आग्रहाने मांडले जाते.

देही, पुरुष किंवा आत्मा ही जर भौतिक संकल्पना नाही तर ती एक मनोनिर्मित कल्पना असू शकते, असे जरी आपण गृहीत धरले तरी, मानवी मनाची घडण ज्यांच्यामुळे होत असते, त्या जाणिवा म्हणजेच इंद्रिये, भावभावना म्हणजेच चित्त, कल्पनाशक्ती म्हणजेच मनस् आणि बुद्धिमत्ता म्हणजेच बुद्धी या साऱ्या घटकांपेक्षाही देही, आत्मा वा पुरुष हा वेगळा

■■■●●●●○○○○○○○○○○○○○○○○□□

आहे असे म्हटलेले आहे. म्हणूनच, देही म्हणजे स्वतःमध्ये असणारी जाणीव, जागरूकता आणि या स्वतःला असणाऱ्या भानामुळे येणारे सामर्थ्य, असाही अर्थ काहीजण लावतात. स्वतःमध्ये असणारी जाणीव वा एक प्रकारची जागरूकता म्हणजे नेमके काय, यावर वैज्ञानिक आणि गुरू या दोघांचे एकमत नाही. ज्या सजीवांना आणि त्यातही ज्यांना उच्च प्रतीचा बुद्ध्यंक लाभलेला आहे, त्यांनाच केवळ जाणीव असते असे वैज्ञानिकांचे म्हणणे आहे, तर निसर्गात सर्वत्र अगदी निर्जीवालादेखील जाणीव असते असे गुरूंना वाटते.

जीव, चैतन्य अथवा जागरूकता म्हणजे तुम्हांला लाभलेली सदसद्विवेक बुद्धी वा विवेक असाही एक विचार काहीजण मांडतात; परंतु, आपण स्वतःकडे कसे पाहतो आणि इतरांनी आपल्याला कसे जोखावे याबद्दलची आपली कल्पना म्हणजे, कल्पनाशक्ती आणि निर्णयशक्ती या दोन्हींची फलनिष्पत्ती म्हणजे आपल्याला लाभलेली सदसद्विवेक बुद्धी. श्वापदांना सदसद्विवेक नसतो. मात्र, चराचरांत सर्वत्र आत्म्याचे अस्तित्व असते, असे हिंदू विचारधारा मानते.

सरतेशेवटी, देही, आत्मा अथवा पुरुष याचा नेमका अर्थ ही हातातून सदैव निसटून जाणारी गोष्ट आहे, असे ध्यानात येते. देहीचे वस्तुनिष्ठ असे मोजमाप करता येत नाही, हेच केवळ यामागचे कारण नाही; तर वास्तवाचे तुझे आणि माझे आकलन हे एकमेकांपासून अगदीच वेगवेगळे असते आणि वास्तवाचे हे आकलन इतरांसमोर मांडताना प्रत्येकजण वेगवेगळे शब्द वापरत असतो, हेही कारण आहे. तुला ज्याला देही म्हणावेसे वाटेल त्याला देही म्हणायला मी राजी होईनच असे नाही. इतकेच नव्हे तर, आज मला ज्याला देही म्हणावेसे वाटते आहे, त्यालाच मी उद्याही देही म्हणेन असेही नाही. या दिशेने सुरुवातीचा प्रवास करताना कुणाला देही म्हणजे स्वतःचे मन आहे असे वाटेल. त्यानंतरच्या टप्प्यात आपल्याला लाभलेली बुद्धी म्हणजे देही असाही त्याचा ग्रह होईल. कालांतराने आपल्याला असणारे भान, नंतर कल्पनाशक्ती, त्यातून उपजणाऱ्या विविध संकल्पना, त्या संकल्पनांचे लागणारे अनेकानेक अर्थ हेदेखील देहीच आहेत असेही कुणाचे मत होईल. त्यानंतर या सगळ्यांपेक्षाही काहीतरी शब्दातीत म्हणजे देही, असे वाटू शकेल. मात्र, तो असतोच आणि तेच तर महत्त्वाचे आहे.

■■■●●●●○○○○○○○○○○○○○○○○□□

> अर्जुना, अखिल प्राणिमात्रांच्या हृदयात जो वास करतो; जो जाणण्यायोग्य आहे, जो स्वतः ज्ञानच आहे आणि ज्याच्यापर्यंत पोहोचण्यासाठी ज्ञानप्राप्ती हाच एकमेव मार्ग आहे. साऱ्या सृष्टीसह जीवनालाही उजळून टाकणारा तद्वत अंधकारालाही दीप्तिमान करणारा तो, तोच आहे. *(अध्याय १३, श्लोक १७)*

देही म्हणजे काहीएक वेगळे अस्तित्व असणारी स्वतंत्र वस्तू नव्हे कारण तो अपरिमेय आहे. तेव्हा देही ही एक संकल्पना असावयास हवी; फारतर तिचा अनुभव घेता येतो, अतएव हे एक आत्मनिष्ठ सत्य आहे, साहजिकच या सत्याला विज्ञानाच्या यमनियमांत बसवता येत नाही.

> अर्जुना, याला आरंभ नाही तसेच, याची कुठली गुणवैशिष्ट्येही नाहीत. अतएव, तो बदलत नाही. देह हे याचे घर खरे; मात्र तो काहीही करीत नाही आणि त्याला कशाचीही अभिलाषा नसते. *(अध्याय १३, श्लोक ३१ आणि ३२)*

उपनिषदांमध्ये वर्णन केलेली, मानवी देहाची पाच कोषयुक्त रचना आपण याआधी पाहिलेली आहे. आपला श्वास आपल्या मांसात असतो. या श्वासात आपले मन असते. या मनातच आपल्या संकल्पना असतात, तर या संकल्पनांमध्ये आपल्या भावभावना असतात. या सगळ्यांपैकी आपण फक्त आपले हाडामासाचे शरीर आणि श्वास या दोनच गोष्टी पाहू शकतो. तर या शरीर आणि श्वासाच्या मदतीने ज्या भावभावना व्यक्त केल्या जातात, त्या आपल्याला केवळ जाणवू शकतात. या ज्या भावभावना वा संवेदना आपल्या मनाला जाणवत असतात त्या आपल्यापर्यंत पोहोचण्याआधी आपल्या संकल्पनांतून झिरपत आपल्यापर्यंत पोहोचतात. परिणामी, आपल्याही मनात भावभावनांचे तरंग उमटतात. आणि ते आपल्या मनातील संकल्पनांनाही काहीएक आकार देतात. या सगळ्या प्रक्रियेतून जेव्हा मनामध्ये संकल्पना अधिकाधिक सुस्पष्ट होत जातात, तेव्हा व्यावहारिक पातळीवर आपल्याला आलेला अनुभव कसाही असला तरी, आपल्या मनाला एक शांती वा आनंद लाभतो. इथे आत्मा

■■■●●●●○○○○○○○○○○○○○○○○○□□

हा कल्पनेचे रूप धारण करतो; ज्यामुळे आपल्या मनातील संकल्पना सुस्पष्ट व्हायला मदत झालेली असते. यामुळे आपला आपल्या कल्पनेतील जगाशी नव्हे तर ते जसे प्रत्यक्षात आहे, त्या जगाशी संबंध प्रस्थापित होतो.

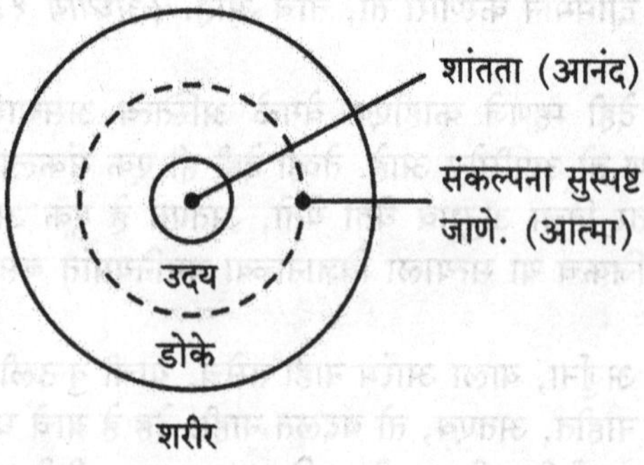

संकल्पनेची सुस्पष्टता म्हणजे आत्मा

ज्यावेळी आपल्या मनातल्या मूळ संकल्पनेतच सुस्पष्टतेचा अभाव असतो, तेव्हा मनावर भीतीचा पगडा असतो. आपल्या हातून संधी निसटण्याची भीती; कुणी धमकावण्याची भीती; लक्ष्य गाठू न शकण्याची भीती; हाती घेतलेले काम अर्ध्यावर सोडून द्यावे लागण्याची भीती; किंवा ते निरर्थक ठरण्याची भीती आपल्याला या अवस्थेत ग्रासून टाकते. साहजिकच, आपल्या विचारप्रक्रियेवर मनातील या भीतीचा प्रभाव पडतो आणि आपला विश्वास डळमळू लागतो. परिणामी, आपल्या मनात झिरपणाऱ्या संवेदना आणि त्यांना प्रतिसाद देण्यासाठी आपल्याला उपलब्ध असलेल्या विविध पर्यायांची निवड दूषित होते. इथे एका दुष्टचक्राला सुरुवात होते. आपल्या आत्म्याला आपल्याच अहंकाराचे–अहम्‌चे ग्रहण लागते. आपल्या सदसद्विवेकाचा तोल ढळतो.

मनात उमटणाऱ्या संकल्पना अचूकच नव्हे तर सुविहित आणि सुगमपणे सांगता यायला हव्या असतील तर आपण आपल्या भाषेवर लक्ष दिले पाहिजे. वेदांमध्येही भाषेला अनन्यसाधारण महत्त्व दिलेले आहे.

एकमेकांशी संवाद साधताना अनेक प्राणीदेखील भाषेचा वापर करतात. त्यांची भाषा ही वर्णनात्मक असते. मानव आपल्या भाषेचा वापर विश्लेषणासाठी, एखाद्या संकल्पनेची घडण उभी करण्यासाठी आणि आपल्या मनात वा संकल्पनेत दडलेला गुंतागुंतीचा अर्थ व्यक्त करण्यासाठी करीत असतो. मानवाच्या या भाषेत विविध आवाज, प्रतिमा किंवा हावभाव यांचाही समावेश असतो. या सगळ्यातून माणूस आपले म्हणणे समोरच्याला सांगत असतो. जे व्यक्त केलेले असते (शब्द) त्यामध्ये अर्थाचे (शब्दब्रह्म) काही शब्दशः तर काही रूपकात्मक असे अनेक स्तर असतात. या अर्थांमुळे मनामधे विविध भावनांचा कल्लोळ (रस) होतो आणि वेगवेगळे अनुभवही (भाव) माणसाला येतात. शब्द हा सगुण, मूर्त, इंद्रियगोचर असला तरी शब्दब्रह्म हे निर्गुण, अमूर्त असते. केवळ शब्दांच्या मार्फतच शब्दब्रह्म व्यक्त करता येते, आणि त्याचा अनुभव घेता येतो. आपले शरीर हाच एक शब्द आहे अशी जर आपण कल्पना केली तर आपण म्हणजे शब्दाचा अर्थ भरलेले पात्र आहोत असे म्हणता येते. शब्दाला असणाऱ्या अर्थाची अभिव्यक्ती आणि अनुभव ही केवळ आपल्या शरीरामार्फतच शक्य असतात. आपल्या अवतीभोवती असणाऱ्या हरएक गोष्टीत, आत्म्याचे अस्तित्व आहे, असे एखादा हिंदू म्हणतो. आणि तो कुणा पाषाणखंडांना आणि नद्यांना, वनस्पतींना, श्वापदांना आणि माणसांना नमस्कार करतो, तेव्हा प्रत्येकजण आणि प्रत्येक वस्तू ही अर्थपूर्ण आणि सप्रमाण असल्याचे तो मान्य करत असतो.

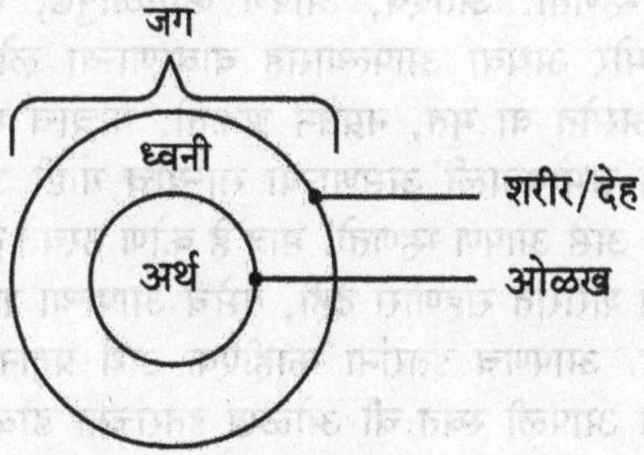

आत्मा म्हणजे यथार्थता

■■■●●●●○○○○○○○○○○○○○○○○□□

आपले अस्तित्व टिकवण्यासाठी प्राणी आणि श्वापदे ही नेहमीच अन्नपाण्याच्या शोधात असतात. तद्वत मानवप्राण्यांना देखील आपल्या मनःस्वास्थ्यासाठी अर्थ जाणण्याची तीव्र इच्छा असते आणि ते या विश्वाच्या पसाऱ्यात आपले नेमके मूल्य काय; आपल्या या जगण्यामागचा हेतू कोणता; आपली अचूक ओळख कोणती या साऱ्यांचा मागोवा घेत असतात. जोपर्यंत या भौतिक जगात आपल्याला एक मान्यता मिळावी म्हणून आपण प्रयत्न करीत असतो, तोपर्यंत आपण 'अहम्' किंवा अहंकाराच्या सापळ्यात अडकलेले असतो. मात्र, ज्या क्षणी सर्व अर्थ आपल्या आतूनच स्फुरत असल्याचे आपल्या ध्यानात येते, त्या क्षणी, जगाने आपल्याला मान्यता देण्याऐवजी आपणच या जगाला एक अर्थ प्रदान करत असतो. त्या क्षणी आत्म्याने आपल्याला मुक्तता बहाल केलेली असते.

> अर्जुना, तुझ्यामध्ये असणारा हा अद्भुत, साऱ्या चराचराला कवेत घेणारा जो आहे तो म्हणजे वस्तुतः मी आणि वस्तुतः तू आहेस आणि तोच जवळून निरीक्षण करणारा, संमती देणारा, सामर्थ्य देणारा आणि सरतेशेवटी उपभोग घेणारा आहे. *(अध्याय १३, श्लोक २२)*

आपल्या अवतीभोवती असणाऱ्या हरएक गोष्टीत आत्मा असतो असे आपण म्हणतो. अतएव, आपण कातळांपुढे, नद्यांसमोर, वृक्षांसमोर, प्राण्यांसमोर अथवा आपल्यासह वावरणाऱ्या लोकांसमोर, मग हे सारे जिवंत असोत वा मृत, नम्रतेने झुकतो. याचाच मूलतः अर्थ असा की, आपल्या सभोवताली असणाऱ्या साऱ्याच गोष्टी अर्थपूर्ण आणि सप्रमाण असतात असे आपण म्हणतो. मात्र हे कोण ठरवते? तर हे ठरवणारा आहे, आपल्या शरीरात राहणारा देही, तसेच आपल्या शरीराबाहेर सर्वत्र असतो तो पुरुष. आपणच इतरांना काहीएक अर्थ प्रदान करीत असतो. तसेच आपणच आपली स्वतःची ओळख इतरांच्या डोळ्यांत प्रस्थापित करतो. याचाच अर्थ आपण एकमेकांना काहीएक अर्थ बहाल करीत असतो. उद्या आपल्याला मृत्यू गाठू शकतो. मात्र, जगरहाटी अखंड सुरूच राहणार

आहे. साहजिकच त्या जगाला त्याची अशी एक ओळख वा अर्थही असणार आहे. कारण आत्मा अमर आहे. आणि या साऱ्या सृष्टीला अर्थ देण्यासाठी इथे सदैव कुणीतरी असणार आहे.

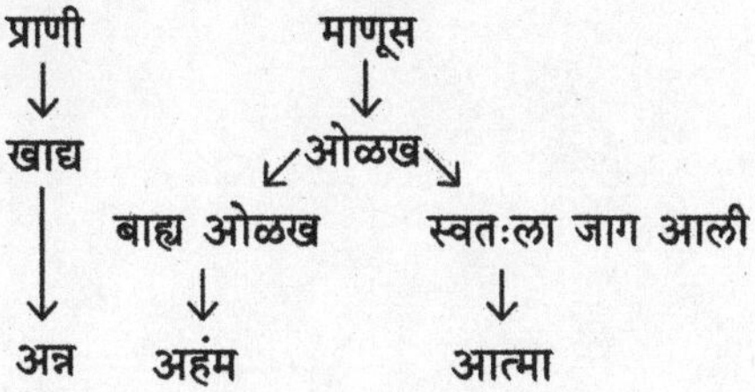

अन्न आणि अर्थ किंवा मान्यता

वनस्पती आणि विविध प्राणी, ज्यांमध्ये माणसाचाही समावेश आहे, हे सारे अन्नपाण्याचा शोध घेत असतात. मात्र, याबरोबरच माणसाला, आपण कोण आहोत हे सुद्धा जाणून घ्यायचे असते. याचाच अर्थ, माणूस त्याच्या देहात राहणारा देही, शब्दामधील अर्थ, शरीरातला आत्मा, यांसह प्रत्यक्ष शब्दांआड असणाऱ्या रूपकांचा वास्तव अर्थ शोधत असतो.

■■■●●●●●○○○○○○○○○○○○○○□□

५.

तुला आणि मला परिणामांना सामोरे जावेच लागते

अन्नपाणी, सुरक्षितता तसेच आपली एक वैशिष्ट्यपूर्ण ओळख मिळवण्याची प्रेरणा सजीवाला आणि त्यातही माणसाला कृती करायला उद्युक्त करीत असते. कुठलीही कृती केली असता त्यावर प्रतिक्रिया उमटतेच. प्रतिक्रिया उमटली की त्या प्रतिक्रियेतून परिस्थिती जन्म घेते. हा आपला नित्याचा अनुभव आहे. आपल्या आणि इतरांच्या कृतींचे नियमन करून, आपण आपल्या समोर उद्‌भवलेली परिस्थिती नियंत्रणात ठेवू शकतो का? वाटेत येणारे दुर्दैव टाळून आपल्या भाग्याचे विधाते होऊ शकतो का? किंवा सर्व व्यवहारांतून मन काढून घेऊन, इंद्रियांना भुरळ पाडणाऱ्या सर्व गोष्टींकडे पाठ फिरवून निराशा आणि अतीव दुःख यांपासून स्वतःची सुटका करून घेऊन शांतीचा शोध घेऊ शकतो का? चांगली कृती आणि वाईट कृती असा काही प्रकार अस्तित्वात असतो का? चांगल्या कृतींची प्रतिक्रिया वाईट आणि वाईट कृतींना दिलेला प्रतिसाद चांगला असू शकतो का? या प्रश्नांच्या उत्तरांचा धांडोळा घेताना कर्माचा सिद्धांत पुढे आलेला आहे. कृती करणे आणि तिची प्रतिक्रिया या दोन्ही क्रियांचा समावेश कर्म या संकल्पनेत होतो. गीतेच्या तिसऱ्या अध्यायात कृष्णाने या संकल्पनेचे विवेचन केलेले आहे.

■■■●●●●●○○○○○○○○○○○○○○□□

निसर्गामध्ये गुरुत्वाकर्षण असते आणि त्याच्यामुळेच निर्जीव वस्तूसुद्धा पृथ्वीकडे खेचल्या जातात. हे खरे असले तरी, भूमीवरच उगवणारी झाडेझुडपे मात्र, मृत्यूच्या भीतीपोटी आकाशाच्या दिशेने म्हणजे भूमीच्या विरुद्ध दिशेने झेप घेत स्वतःची वाढ घडवून आणत असतात. एका परीने ते गुरुत्वाकर्षणाचा नियम धुडकावत असतात. या वनस्पती या रितीने आपली वाढ घडवून आणताना अन्न म्हणून सूर्यप्रकाशाचा वापर करतात आणि आपल्या मुळांनी, पृथ्वीच्या पोटातील खनिजे आणि पाणी शोषून घेतात. प्राणी जमिनीवर चरतात, शिकार करतात आणि अन्नाच्या शोधापायी हे स्थलांतरही करीत असतात. खाण्याची क्रिया ही हिंसक असते कारण भुकेले असणारे सजीव मूलद्रव्ये (एलिमेन्ट्स), वनस्पती आणि प्राणी यांचे अधाशीपणे भक्षण करतात. जिथे जीवन आहे तिथे भूक असतेच. जिथे भूक असते, तिथे अन्नही असते आणि जिथे अन्न असते तिथे हिंसा आपसूक येतेच. त्या पाठोपाठ हिंसेमुळे होणारे परिणामही भोगावे लागतात. अन्नाचा शोध घेत फिरणारा प्राणी जसा हिंस्र असतो तद्वत निसर्गही हिंस्रच असतो. जीवनातले हे एका पायाभूत सत्य आहे.

मानवी समाजात हिंसेचे नियमन केलेले असते. शेती करता यावी यासाठी जंगलांचा नाश केला जातो. धरणे आणि कालवे काढता यावेत म्हणून मानव नदीकिनाऱ्यांची नासधूस करतो. आपल्याला व्यवस्थित आणि शांततेने राहता यावे यासाठी मानवाने नैसर्गिक पर्यावरण व्यवस्था उधळून लावली. इंद्रप्रस्थ हे शहर वसवता यावे म्हणून पांडवांनी खांडवप्रस्थाचे वन जाळले, असा महाभारतात उल्लेख आहे. पांडवांनी खांडवप्रस्थ जाळले; पण त्याची फार मोठी किंमत त्यांना मोजावी लागली. खांडवप्रस्थामध्ये राहणारे सर्प, नाग इत्यादींनी पांडवांना वा त्यांच्या वंशजांना कधीही क्षमा केली नाही.

मानवी समाजात घडणारी हिंसा ही काही केवळ शारीरिकच असते असे नाही. तिचे मानसिक हिंसेतही रूपांतर होते. कारण मानवी समाजात माणसांचे स्वातंत्र्य हिरावून घेतले जाते, त्यांच्यावर विविध नियम लादले जातात, समाजाच्या उतरंडीमध्ये त्यांचे स्थान निश्चित केले जाते आणि त्यांना तऱ्हेतऱ्हेच्या सीमारेखांमध्ये जखडून ठेवले जाते. मानवी समाजावर ही नानाविध बंधने लादली, थोडक्यात, या समाजाला नमवले की, त्यातून

संस्कृतीची जडणघडण होते. ही प्रक्रिया म्हणजे, एक प्रकारे, भूमीवर आणि मानवी मनावर नियंत्रण मिळवण्याचा एक हिंस्र प्रयत्न आहे.

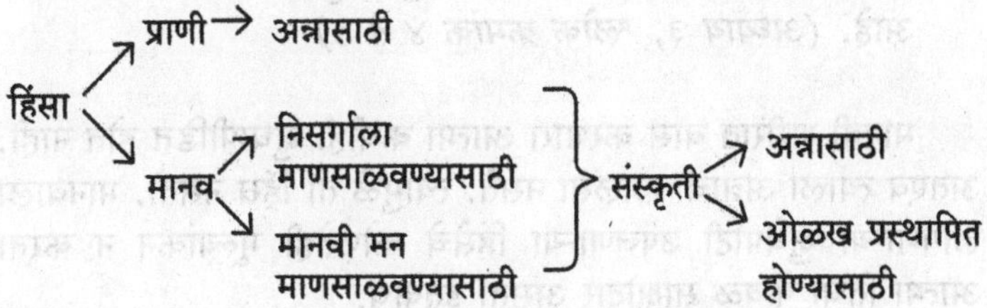

हिंसेची विविध रूपे

आणि म्हणूनच समरांगणाकडे पाठ फिरवावी असा वरवर पाहता उदात्त पर्याय अर्जुन निवडू पाहत असतानाही कृष्ण अर्जुनाच्या सुरात सूर मिसळत नाही. कारण जर माणसाने भुकेचा त्याग केला तरच खऱ्या अर्थाने पृथ्वीवर अहिंसेची अधिसत्ता येऊ शकेल हे कृष्णाला माहिती आहे. मात्र, सर्वसंगपरित्याग केलेला संन्यासीदेखील सर्व प्रकारच्या भुकेचा त्याग करू शकत नाही. कारण शरीराच्या किमान पालनपोषणासाठी या संन्यस्ताला अन्नपाण्याची गरज असतेच. अन्नधान्य पिकविण्याच्या प्रक्रियेतही हिंसा दडलेली आहे; कारण, या अन्नधान्याचे चोराचिलटांपासून रक्षण करण्याच्या व्यवस्थेत हिंसा अटळपणे येते. जे केवळ निर्जीव म्हणजे अजीव असतात तेच अहिंसक असतात, कारण त्यांना भूकच लागत नाही. सजीव भक्षण करतात आणि भक्षणात हिंसा अंतर्भूत आहेच!

अर्जुना, एखाद्या क्षणी तू काहीही करीत नसलास तरी, त्याही क्षणी तू काहीएक कृती करीत असतोस. संसाराकडे निव्वळ पाठ फिरवली म्हणजे तुला मुक्ती मिळाली असे नव्हे. जो कुणी जन्म घेतो, जिवंत असतो, इतरांवर अवलंबून असतो, तो कृती करतो. निसर्गच त्याला ही कृती करायला भाग पाडतो. जो आपल्या इंद्रियांवर नियंत्रण मिळवतो, मात्र त्याचवेळी ज्याचे मन लालसेने लडबडलेले असते, तो स्वतःच स्वतःची फसवणूक करीत

असतो. तो ढोंगी होय! मुळातच काहीही न करण्यापेक्षा तुला जी कृती करणे गरजेचे वाटते ती कृती तू कर. तुला तुझा देह जर कार्यप्रवण राहायला हवा असेल तर तुला कृती करणे आवश्यक आहे. *(अध्याय ३, श्लोक क्रमांक ४ ते ८)*

मानवी शरीरात वास करणारा आत्मा कधीही क्षुधापीडित होत नाही. अतएव त्याला अन्नाची लालसा नसते. त्यामुळे तो हिंस्र नसतो. मानवाला लागणाऱ्या क्षुधेपोटी उपजणाऱ्या हिंसेचे कोणतेही मूल्यांकन न करता आत्मा तिचा केवळ साक्षीदार असतो इतकेच.

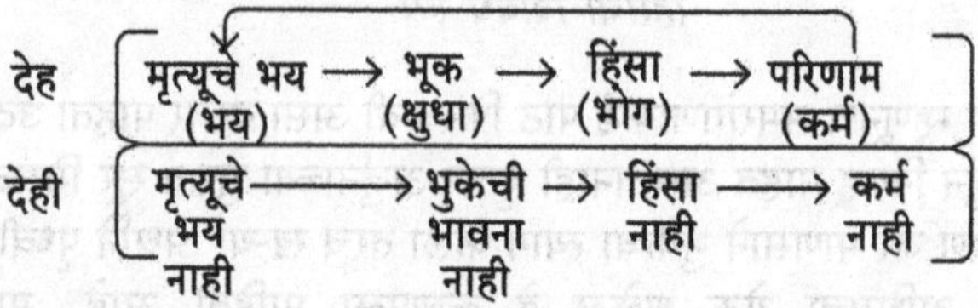

भूक लागणे आणि भूक न लागणे

मनात असणाऱ्या मृत्यूच्या भयातून भूक जन्म घेते. त्यामुळे अन्नाच्या शोधाला आरंभ होतो. अन्नाच्या शोधाला प्रारंभ झाला की हिंसा आलीच. मृत्यूच्या भयातूनच प्राण्यांमधील कामवासना जागी होते. कामवासनेतून वंशवृद्धी होते व त्यामुळे आपल्या मृत्यूनंतरही आपल्या वंशजांच्या रूपाने आपला काहीएक अंश आपल्या मागे राहील याची खात्री या प्राणिमात्रांना असते. मात्र प्राणिमात्रांच्या वंशजांना मृत्यूचे भय वारसाहक्काने मिळतेच. त्यातूनच भूक, हिंसा आणि कामवासना या क्रमाक्रमाने येतातच. कृती (कर्म) हे कारण होय; आणि या कृतीचा परिणाम (कॉन्सिक्वेन्स) हाही कृतीतच म्हणजे कर्मातच होतो. याचाच अर्थ, कर्म या संकल्पनेत कृती आणि त्या कृतीवरील प्रतिक्रिया या दोन्हींचा समावेश आहे. प्रत्येक क्षण हा एकीकडे तुमच्या भूतकाळाची निष्पत्ती (कर्मफल) असतो, तर दुसरीकडे तुमच्या भविष्याचे बीज (कर्मबीज) असतो. ज्याप्रमाणे जमिनीत पेरलेल्या प्रत्येक बी-बियाण्याला अंकुर फुटतोच असे जसे नाही, तसेच या

■■■●●●●●○○○○○○○○○○○○○○□□

बीजापोटी येणाऱ्या फळाची गुणवत्ता हीदेखील सूर्यप्रकाश, जमिनीचा कस आणि पाण्याची उपलब्धता अशा अनेक बाह्य घटकांवर अवलंबून असते. त्याचप्रमाणे कुठल्याही कृतीवर होऊ शकणाऱ्या प्रतिक्रियेचा अंदाज बांधता येत नाही. अंदाज बांधता आला नाही की अनिश्चितता येते आणि ती भीतीमध्ये भर घालते.

> अर्जुना, कुठल्याही कृतीची फलनिष्पत्ती, मग ती उचित असो वा अनुचित, पाच गोष्टींवर अवलंबून असते. देह, मन, कृती करण्याची साधने, तुमची कार्यपद्धती आणि दैवी कृपा (नशीब? दैव?). या कृतीतून जी फलनिष्पत्ती झाली त्यासाठी केवळ आपणच जबाबदार आहोत, असा विचार केवळ अज्ञानी माणूसच करू शकतो. *(अध्याय १८, श्लोक क्रमांक १३ ते १६)*

या रितीने मान्य केलेली आयुष्यातली अनिश्चितता ही पुनर्जन्मावर विश्वास ठेवणाऱ्या पुराणकथांची निजखूण असते. इथे नित्य बदलणाऱ्या जगाचे मूल्यांकन किंवा नियंत्रण करण्यापेक्षा त्याचे निरीक्षण करणे हेच महत्त्वाचे असते. याउलट, पाश्चात्त्य पुराणकथा या एकतर अपूर्ण असलेल्या (एकेश्वरी पुराणकथा), वा अराजक माजलेल्या आणि अन्यायाने ग्रासलेल्या (ग्रीक पुराणकथा) जगाविषयी भाष्य करताना दिसतात. इथे जग बदलण्याची, ते रूपांतरित करण्याची किंवा बंड करून या विश्वाचे रूपडे पूर्णतः पलटवण्याची, हे जग आहे त्यापेक्षा अधिक सुंदर करण्याची तीव्र कांक्षा आहे. या पुराणकथांतील विश्वात नेहमी आधीच एक उद्दिष्ट निश्चित केलेले आहे. इथे माणसाने केलेल्या कृतींचे, चांगली किंवा वाईट, तसेच योग्य वा अयोग्य, सदाचारी वा दुराचारी, नैतिक वा अनैतिक असे वर्गीकरण केलेले असते. हे वर्गीकरण तुम्हांला कोणते उद्दिष्ट साध्य करावयाचे आहे यावर अवलंबून असते.

> अर्जुना, माझ्या कृतीच्या फळाची जबाबदारी मी घेत नाही, त्यामुळे मी केलेल्या कृतीदेखील मला सापळ्यात अडकवून ठेवू शकत नाहीत. *(अध्याय ४, श्लोक १४)*

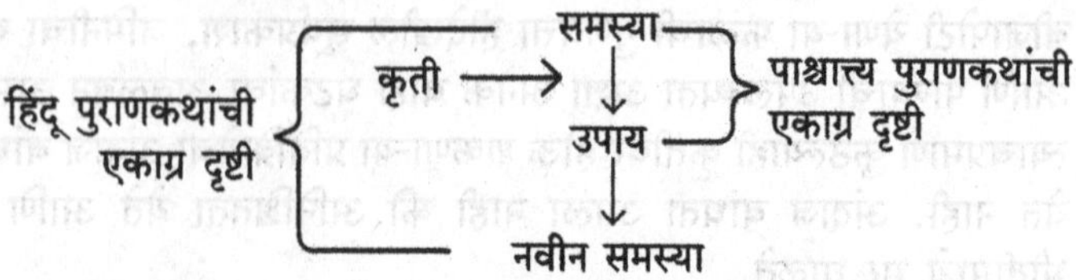

शेवटाची निश्चिती

पाश्चात्त्य पुराणकथांमध्ये कथा, घटना किंवा प्रक्रियेच्या उत्कर्ष बिंदूला अथवा त्यातील उद्दिष्टपूर्तीला असलेले अनन्यसाधारण महत्त्व वैदिक विचारधारेला मात्र पूर्णतः अनोळखी आहे.

> अर्जुना, ज्या कुणाला आयुष्यात सुख, सत्ता आणि स्वर्ग यांचीच कांक्षा असते, ते सदैव त्यांच्या जन्मामुळे, त्यांच्या कृतींमुळे आणि ते करीत असलेले धार्मिक विधी आणि कर्मकांड यांच्यामुळे मिळणाऱ्या फलावरच लक्ष केंद्रित करताना दिसतात. वेदांतील विचारप्रणालीकडे त्यांनी दिलेले लक्ष केवळ वरवरचे असते. वेदांतील विचारांत असणारे मर्म त्यांच्या आकलनाबाहेरचे असते. साहजिकच त्यांना कधीही शहाणीव प्राप्त होत नाही. *(अध्याय २, श्लोक क्रमांक ४२ ते ४४)*

विविध उद्दिष्टे, टप्पे इत्यादींना हिंदू पुराणांत कृत्रिम विभागणी असे संबोधले जाते. आयुष्यात साहजिक असते ती केवळ कृती होय! हरएक कृतीवर प्रतिक्रिया उमटतेच. या कृतीतून एकतर ताबडतोब फळ मिळते, अथवा तिचा दीर्घकालीन परिणाम संभवतो. कर्म या संज्ञेत कृती (ॲक्शन) आणि या कृतीवरची प्रतिक्रिया (रिॲक्शन) या दोहोंचा समावेश आहे. कृती हेच कुठल्याही घटितामागचे कारण आहे आणि कृती हाच त्या घटिताचा परिणामही आहे. कर्म हेच कुणालाही प्रोत्साहित करीत असते आणि कर्म हाच त्याला दिलेला प्रतिसाद असतो.

अखंड परिवर्तन हाच निसर्गाचा धर्म आहे. वसंत ऋतूनंतर ग्रीष्म सोबत पावसाळा घेऊन येतो. त्यानंतर येतो प्रसन्न शरद ऋतू आणि

■■■●●●●●○○○○○○○○○○○○○○□□

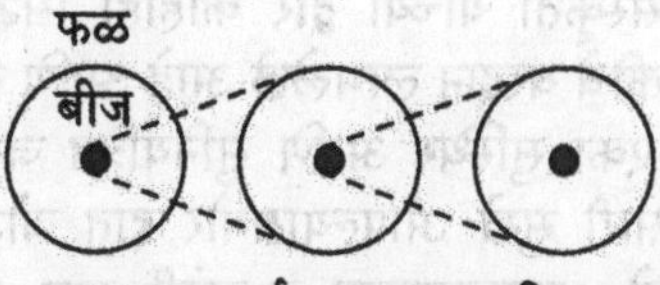

कर्म बीज आणि कर्म फल

सरतेशेवटी येतो हिवाळा! या निसर्गचक्रानुसार हरएक प्राणिमात्राचे आयुष्यही चार खंडांत विभागलेले असते. बाल्य, यौवन, प्रौढत्व आणि वार्धक्य! या चक्राला संस्कृतीही अपवाद नाही. संस्कृतीचा प्रवासही अनेक युगांमध्ये विभागलेला असतो. कृत, त्रेता, द्वापर आणि कलियुग अशी ही विभागणी असते. राम वा कृष्ण अवतारांमुळे घटनांच्या प्रवाहावर काही परिणाम होतो असेही घडत नाही. जसे कुणाही सजीवाचा मृत्यू अटळ असतो; तद्वतच प्रलय किंवा संस्कृतीचा नाशही निश्चितच असतो. ज्याप्रमाणे वर्षा ऋतू संपताच दरवर्षी निसर्गाला नवजीवन मिळते, ज्याप्रमाणे संस्कृतीदेखील प्रत्येक प्रलयानंतर नवीन रूप धारण करून अनेक कल्पांतून पुढे जात राहतात त्याचप्रकारे मृत्यूनंतर माणसाचा पुनर्जन्म होतो.

> अर्जुना, ज्याने जन्म घेतला आहे, त्याचा मृत्यू अटळ आहे आणि ज्याचा मृत्यू होतो, त्याचा जन्म होणे हेही निश्चित असते. अतएव कुणासाठीही शोक करणे आणि कुठल्याही एका गोष्टीला चिकटून राहणे व्यर्थ असते. *(अध्याय २, श्लोक २७)*

या श्लोकामधली संकल्पना अनेक कथांच्या द्वारे सुस्पष्ट केली गेलेली आहे. रामायणाचा आरंभ हा काही रामजन्माने होत नाही; किंवा रामाच्या मृत्यूपाशी येऊन ही कथा संपते असेही नाही. रामाच्या आधी म्हणजे कृतयुगाच्या शेवटी राम हाच परशुराम होता, तर रामावतारानंतर द्वापर युगाच्या अखेरीस तोच कृष्ण असेल. हे अवतार म्हणजे, इतरवेळी असीम अशा क्षीरसागरामध्ये म्हणजेच या वैकुंठधामात विश्रांती घेत असलेल्या आणि महासागरातील एखाद्या लाटेप्रमाणे असणारी विश्वाची उत्पत्ती, उत्कर्ष आणि प्रलय न्याहाळणाऱ्या विष्णूचीच विविध आयुष्ये होत!

■■■■●●●●●○○○○○○○○○○○○○○○□□

निसर्ग आणि संस्कृती यांच्या द्वारे काहीही सिद्ध होत असले तरी मानवाला कल्पनाशक्तीचे वरदान लाभलेले आहे आणि या कल्पनाशक्तीच्या सामर्थ्यावर आपण एका सुस्थिर आणि सुनियंत्रित जगाची कल्पना करू शकतो. जगातली सारी सुखे आपल्यासमोर हात जोडून उभी राहिलेली आहेत तर दुसरीकडे आयुष्यातल्या दुःखांनी मात्र आपल्यापासून पळ काढलेला आहे असे चित्र आपण मनासमोर उभे करू शकतो आणि याचाच परिणाम म्हणजे, एखाद्या कृतीचे आपण चांगली कृती किंवा वाईट कृती असे वर्गीकरणही करू शकतो. आपल्यासह इतरांनाही सहाय्यभूत ठरते ती कृती चांगली तर जे कर्म केले असता इतरांना अथवा आपल्याला कुठलीही मदत होत नाही ते कर्म वाईट होय!

उदाहरण घेऊनच बोलायचे झाल्यास, आपण ज्यांचे रक्षण करावयास हवे अशा आपल्याच कुटुंबीयांची हत्या आपण केली तर त्यानंतर उद्भवणाऱ्या भयानक परिस्थितीचे कल्पनाचित्र अर्जुनापुढे उभे राहते. या भयावह प्रसंगानंतरच्या जगात कुणाचाच, कुणावरही विश्वास राहणार नाही. त्यानंतर शिल्लक राहिलेले जग हे अराजकसदृश आणि कुठल्याही बंधनांना न जुमानणारे असेल आणि त्यात सचोटी नावालाही शिल्लक राहिलेली नसेल. त्यामुळे आपण पाप करतो आहोत आणि आपल्या या कर्मामुळे दुर्भाग्य ओढवेल असे अनुमान अर्जुनाने काढलेले आहे. तेव्हा आपल्या कुटुंबीयांविरुद्ध शस्त्र न उचलणे हेच पुण्यकर्म आणि त्यामुळे आपण सुदैवी ठरू असेही अर्जुनाला वाटते. मात्र, कुठले कर्म प्रशंसनीय आणि कुठले कर्म निंद्य ठरेल याचा निर्णय करणे कठीण आहे, या वस्तुस्थितीकडे कृष्ण अर्जुनाचे लक्ष वेधतो आणि त्याला समजावतो.

> अर्जुना, कर्म हे उचित, अनुचित (विकर्म) आणि अकर्म असते. या सगळ्यात फरक करणे कठीण आहे. ज्या कुणाला शहाणीव प्राप्त झालेली आहे त्यांना अकर्मामधील कर्म आणि कर्मामधील अकर्म कळते. कारण ज्ञानी माणसे, आपण केलेल्या कृतीमुळे काय फलनिष्पत्ती होईल, या विचारामध्ये गुंतून पडत नाहीत; उलट, आपल्या कृतीची जी काही फळे मिळतात, त्यांत ते समाधानी असतात आणि म्हणून गुण किंवा दोषाची चिंता करत नाहीत. *(अध्याय ४, श्लोक १७ ते २२)*

पंचमहाभुते	झाडेझुडपे/प्राणी	माणूस
↓	↓	↓
हालचाल	संधीचा शोध घेण्यासाठी तसेच आपल्याला असणारा धोका टळावा म्हणून अंतःप्रेरणेनुसार होणारी कृती	आपल्याला प्रोत्साहन मिळते आहे अशी कल्पना करून काय प्रतिसाद द्यायचा याचे कल्पना चित्र रेखाटतो

कृती

अनुमान

चांगली कृती   वाईट कृती

स्वभावानुसार होणारी कृती

रामायणात दशरथाने कैकेयीला दोन वर मागण्याची अनुमती दिलेली होती. दिल्या शब्दाला जागून दशरथाने कैकयीच्या इच्छा पूर्ण करण्याचे वचन दिले. या प्रसंगात दशरथ सचोटीला उतरला, परंतु परिणामी रामाला वनवासी व्हावे लागले. हे मात्र वाईट झाले. एखाद्या कृतीवरील प्रतिक्रिया ही तेवढ्यापुरती चांगली ठरू शकते, मात्र दीर्घ काळाचा विचार करता ती चांगली ठरेलच असे नाही. भागवत पुराणातील कथनानुसार कृष्ण मथुरेचा हुकूमशहा असणाऱ्या कंसाला ठार मारतो. ही एक चांगली कृती आहे. मात्र या कृतीमुळे कंसाचा सासरा जरासंध संतप्त होऊन मथुरेची राखरांगोळी करतो. ही प्रतिक्रिया वाईट आहे. वरवर चांगल्या दिसणाऱ्या कृतीवरची प्रतिक्रिया वाईट असू शकते. रामायणामध्ये, कुणा एका संन्याशाला भिक्षा घालण्यासाठी म्हणून सीता सीमारेखा ओलांडून संन्याशाचे सोंग घेतलेल्या रावणाला भिक्षा घालायला जाते आणि तो तिचे अपहरण करतो. याच्या नेमके उलट म्हणजे बाह्यतः वाईट दिसणाऱ्या कृतीपोटी चांगली फळे येऊ शकतात. महाभारतात खांडवप्रस्थ जाळल्यामुळे त्या वनात राहणाऱ्या प्राणी आणि श्वापदांना आपला जीव गमवावा लागतो हे खरे, पण त्यामुळेच त्या जागेवर पांडवांना इंद्रप्रस्थ उभे करून आपले राज्य स्थापणे शक्य झालेले होते.

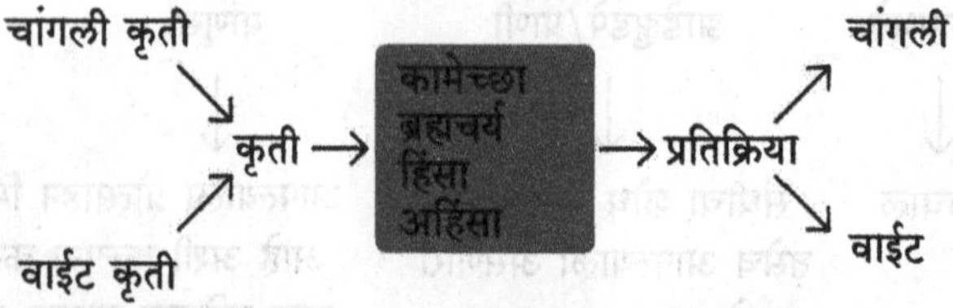

कर्म

महाभारतावर आधारित एका तेलुगु लोककथेमध्ये कर्म या संकल्पनेतली गुंतागुंत उलगडण्याचा प्रयत्न केला गेलेला आहेः रस्त्याच्या कडेला उभी असणारी एक चिमुरडी तिच्याजवळ असणाऱ्या कुंभातील दूध पीत असताना धडधडत जवळ आलेल्या कर्णाच्या रथाच्या आवाजाने ती घाबरली आणि तिच्या हातातील दुधाचा कुंभ भूमीवर पडून फुटला. जमिनीवर दुधाचा सडा पडला. साहजिकच त्या मुलीने भोकाड पसरले. हा सारा प्रकार पाहणारा कर्ण आपला रथ थांबवून त्या चिमुरडीजवळ गेला. आपल्यामुळे सांडलेले त्या मुलीचे दूध तिला आपण परत केले पाहिजे असे कर्णाच्या मनाने घेतले. म्हणून, कर्णाने, जिथे दूध सांडले होते, ती सगळी माती आपल्या उपरण्यात घेऊन ते उपरणे अन्य एका पात्रात पिळले. त्यातून त्या पात्रात दूध जमा झाले. साहजिकच ती लहानगी आश्चर्य आणि आनंदात बुडून गेली. महारथी असणाऱ्या कर्णाने केलेल्या या कृतीची सर्वांनी प्रशंसा केली. इथे कर्णाने केलेल्या कृतीमुळे त्याला अपेक्षित असणारी फलनिष्पत्ती झाली हे खरे असले तरी, या सगळ्या घटनाक्रमाची अखेर अकल्पनीय अशी झाली. कर्णाने आपल्याला पिळून दूध काढले म्हणून धरणी कोपली आणि ती कर्णावर कडाडत म्हणाली; 'कर्णा, भविष्यात एक दिवस मी तुझा प्रतिशोध घेईन हे विसरू नकोस.' परिणामी कुरुक्षेत्रावरच्या महायुद्धात त्या अवनीने कर्णाच्या रथाचे चाक गिळले ते कायमस्वरूपी. सरतेशेवटी जमिनीत रुतलेले आपल्या रथाचे चाक वर घेण्यासाठी कर्णाला स्वतः रथाच्या खाली उतरावे लागले. या रितीने चित्त विचलित झालेल्या पाठमोऱ्या कर्णावर त्याच्या शत्रूने शरवर्षाव करीत त्याचा जीव घेतला. कर्णाच्या रक्ताचा सडा कुरुक्षेत्राच्या रणभूमीवर पडताच त्या भूमीने कर्णाचे सर्व रक्त शोषून घेतले. या प्रकारे कर्णाच्या कृतीने एकूण

दोन प्रतिक्रियांना जन्म दिला. पैकी पहिली प्रतिक्रिया तत्काळ आली तर दुसरी त्यानंतर बऱ्याच काळाने. यांतली पहिली प्रतिक्रिया दृश्य होती, मात्र नंतरची प्रतिक्रिया तशी नव्हती. या नंतरच्या प्रतिक्रियेने कर्णाच्या मृत्यूसाठीची परिस्थिती निर्माण केली.

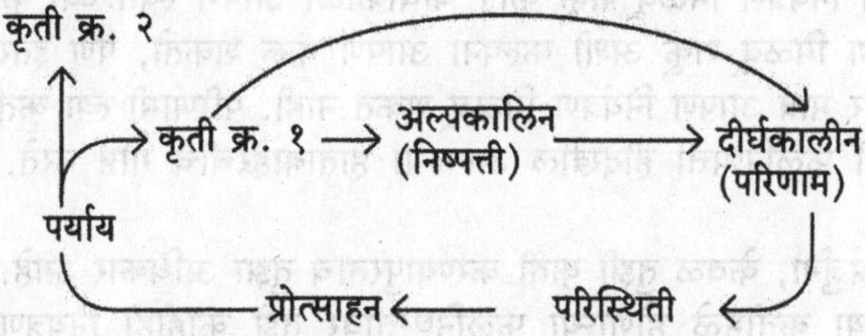

कारण आणि परिणाम यांचा अनुक्रम

आपल्या आयुष्यात उद्‌भवणारी परिस्थिती ही कधीही अकस्मात निर्माण होत नाही किंवा ती अन्य कुणीही निर्माण करीत नाही; ही परिस्थिती आपल्याच भूतकालीन कृतींचा परिपाक असते असे हिंदू विचारप्रणाली मानते. रामायणाच्या आधारे आपण या संकल्पनेचे विश्लेषण करण्याचा प्रयत्न करू. रावणाने सीतेला पळवून नेले याला जबाबदार कोण? सीतेने सीमारेषा ओलांडून संन्याशाला भिक्षा घातली आहे. तेव्हा यासाठी सीतेला जबाबदार धरायचे का? की ज्याने क्रूरपणे, रावणाची बहीण असणाऱ्या शूर्पणखेचे नाक कापले त्या लक्ष्मणाला दोष द्यायचा किंवा रामाने आपल्यावर प्रेम करावे म्हणून त्याची पत्नी असणाऱ्या सीतेलाच मारण्याचा प्रयत्न करणाऱ्या शूर्पणखेलाच आपण या अपहरणासाठी जबाबदार धरू शकतो? की आपल्या पत्नीशी एकनिष्ठ राहण्यासाठी रामाने शूर्पणखेच्या आर्जवांना दाद दिली नाही, म्हणून रामाला दोष द्यायचा? किंवा जिथे विवाहाच्या कुठल्याही नियमांना स्थान नसते, अशा जंगलामध्ये आपल्या पतीसह जाण्याचा हट्ट धरणाऱ्या सीतेवरंच तिच्या अपहरणाची जबाबदारी आपण ढकलू शकू? की रामाला वनात पाठवावे ही मागणी करणारी

■■■●●●●●○○○○○○○○○○○○○○○○□□

रामाची सावत्र आई कैकयी हिला जबाबदार धरता येईल? की ज्यांची पूर्ती करणे राजकुलावर बंधनकारक होते असे वर कैकेयीला देणारा रामाचा पिता दशरथ या अपहरणामागचे कारण आहे असे म्हणता येईल? या प्रसंगामागचे नेमके कारण आपण कदाचित हुडकून काढू शकलो तरी, या प्रसंगातल्या कृतीवर आणि त्या कृतीमुळे होणाऱ्या पुढच्या परिणामांवर आपण नियंत्रण मिळवू शकू का? कधीकाळी आपण स्वतःच्या कृतीवर नियंत्रण मिळवू शकू अशी कल्पना आपण करू शकतो, पण इतरांच्या कृतींवर मात्र आपण नियंत्रण मिळवू शकत नाही. परिणामी त्या कृतीमुळे होणारी फलनिष्पत्ती हीदेखील आपल्या हाताबाहेरचीच गोष्ट ठरते.

> अर्जुना, केवळ तुझी कृती करण्यापुरताच तुझा अधिकार आहे. त्या कृतीमुळे होणाऱ्या फलनिष्पत्तीवर तुझे काहीही नियंत्रण नाही. तेव्हा तू निष्क्रिय होऊ नकोस, वा कुठल्या फळाचीही अपेक्षा ठेवू नकोस. *(अध्याय २, श्लोक ४७)*

ज्यांची कर्मावर श्रद्धा आहे, ते इतरांना दोष देत नाहीत. ते पूर्वानुमान काढीत नाहीत, अत्यंत सीमित नियंत्रण असणाऱ्या परिणामांच्या सागरामध्ये माणूस राहत असतो हे सत्य या ज्ञानी माणसांनी स्वीकारलेले असते. साहजिकच आयुष्यात उगवणारा प्रत्येक क्षण जसा त्यांच्या पुढ्यात येतो तसाच ते तो स्वीकारतात. त्यांची कृती निरपेक्ष असते. याचेच नाव निष्काम कर्म होय!

> अर्जुना, आपण कोणती कृती करावी यासंबंधीचे पर्याय निवडण्याचे स्वातंत्र्य तुला आहे. मात्र या कृतीवरील प्रतिक्रिया निवडीचे स्वातंत्र्य तुला नाही. पण म्हणून, निष्क्रिय राहण्याचा पर्याय मात्र तू निवडू नकोस. *(अध्याय २, श्लोक २७)*

मला तुझ्या क्रिया आणि प्रतिक्रिया यांवर नियंत्रण मिळवण्याची इच्छा आहे. तुलाही माझ्या क्रिया आणि प्रतिक्रिया नियंत्रित कराव्याशा वाटतात. एकूणच आपल्या अवतीभोवती जे जग आहे, ते आपल्या

नियंत्रणात राहावे अशीच आपली इच्छा असते. या जगातल्या घटनांविषयी पूर्वानुमानही बांधता यावे असेही आपल्याला वाटते. कृती करणे म्हणजेच कर्म करणे होय. कृतीमुळे होणाऱ्या फलनिष्पत्तीवर नियंत्रण मिळवण्याची कुठलीही कांक्षा मनी न ठेवता कृती करणे म्हणजेच कर्मयोग होय!

६.

तू आणि मी सह-अनुभूती घेऊ शकतो

निरपेक्ष कृती हा जर कर्मयोग आहे, मग आपण करीत असलेल्या कृतीमागची प्रेरणा नेमकी कोणती असावी? वनस्पती आणि प्राणी वा श्वापदे आपापली आणि आपल्या पिलांची सुरक्षितता राखण्यासाठी आणि अन्नपाणी मिळविण्याच्या उद्देशाने कृती करतात. माणूसही स्वतःची सुरक्षितता आणि स्वतःला लागणारे अन्नपाणी शोधण्यासाठी कृती करतो. मात्र, माणूस स्वतःबरोबर इतरांसाठी, अगदी एखाद्या अनोळखी माणसासाठीही सुरक्षेची सोय आणि अन्नपाण्याचा शोध घेतो. ही मानवी प्रेरणा असू शकेल का? माणसामध्ये असणारे हे सुप्त सामर्थ्य समजून घेणे याचाच अर्थ 'धर्म' होय. गीतेचा आरंभच मुळी 'धर्म ' या शब्दाच्या उच्चाराने झालेला आहे. धर्म म्हणजेच नैतिकता (राईचसनेस) असा गोंधळ नेहमीच होताना दिसतो. गीतेच्या पहिल्या अध्यायात अर्जुनाने धर्म आणि अधर्म या दोन्हींतल्या द्वंद्वाचा मुद्दा पुढे आणलेला आहे. सह-अनुभूती (एम्पथी) म्हणजे नियमांच्या आधारे इतरांवर नियंत्रण मिळवणे नव्हे आणि हेच सुस्पष्ट करून सांगण्यासाठी कृष्णाने स्वधर्म आणि परधर्म, स्वतःचे उचित वागणे आणि इतरांचे उचित वागणे यांमधील भेद सातत्याने दाखवलेला आहे.

धर्म म्हणजे नैतिकता अशी धर्म या संज्ञेची जनमान्य व्याख्या आहे. यामध्ये पुण्यसंचय करणे आणि पापाचरण टाळणे अभिप्रेत आहे. परमेश्वराच्या अस्तित्वावर असणारी श्रद्धा असाही एक अर्थ या शब्दाने व्यक्त होतो. हेच दुसऱ्या शब्दांत सांगावयाचे झाल्यास, धर्म हा मूलतः दैवी वा परमेश्वराने घालून दिलेल्या यमनियमांचे पालन कसे करावे ते सांगतो. आज धर्माचा हाच अर्थ समाजात इतका रूढ झालेला आहे की, गीतेतील श्लोक म्हणजे कुणा न्यायाधीशाने वा रक्षणकर्त्याने दिलेला अंतिम निवाडाच आहे असा या श्लोकांच्या भाषांतराचा सूर असतो. या रितीने केलेले अर्थ–निर्णयन हे पाश्चात्त्य पुराणांशी मिळतेजुळते आहे. आपण नेहमीच कुणा एका नायकाच्या (हिरो) शोधात असतो. त्यामुळे गीतेच्या चौथ्या अध्यायातील सातव्या आणि आठव्या श्लोकांची (यदा यदाही धर्मस्य....) भाषांतरे ही एका सरधोपट पद्धतीनेच केलेली दिसतातः 'अर्जुना, प्रत्येक युगात जेव्हा जेव्हा माणसाला नैतिक आचरणाचा विसर पडेल आणि तो अनैतिक वर्तन करू लागेल तेव्हा या पृथ्वीवरील भल्याच्या रक्षणासाठी आणि वाईटाला शासन करून या जगात पुन्हा एकदा सुव्यवस्था स्थापित करण्यासाठी मी या पृथ्वीवर पुनःपुन्हा अवतार घेतो.' अनंताची यथार्थ कल्पना असणारा, कर्माचा सिद्धान्त मान्य असलेला आणि म्हणून कोणत्याही विशिष्ट परिणामावर लक्ष न ठेवता कर्म करणारा जो असतो त्याच्या दृष्टीने हे भाषांतर निरर्थक आहे. अतएव, धर्म या संकल्पनेच्या पारंपरिक अर्थाचा पुनर्विचार करणे गरजेचे आहे.

नायक	रक्षक	अवतार
↓	↓	↓
जुलूम करणाऱ्याचा वध करतो	खलनायकात सुधारणा घडवून आणतो	प्रत्येकातील माणुसकी जागवतो + कुणाकडेही जुलूम करणारा वा खलनायक म्हणून पाहत नाही

नायक, रक्षक आणि अवतार

■■■●●●●●●○○○○○○○○○○○○○○□□

सृष्टीच्या होणाऱ्या स्वाभाविक हालचालीमुळे निसर्गाला स्थैर्य लाभते. तो झाला धर्म, तर ज्यामुळे सृष्टीत एकप्रकारची कृत्रिम स्तब्धता येऊन, परिणामी निसर्ग डळमळीत होतो त्याला अधर्म म्हणतात, असे जैन विचारप्रणालीला वाटते. तर, आपल्या स्वतःसह सर्व गोष्टींच्या अशाश्वत स्वरूपाशी जुळवून घ्यायला जो मार्ग मदत करतो तो धर्म होय, हा बौद्धविचार आहे. आपण स्वतःमध्ये बदल घडवून आणू शकतो, तेवढे सुप्त सामर्थ्य प्रत्येक माणसात आहे. सुप्त सामर्थ्य ओळखणे आणि त्यानुसार स्वतःमध्ये शक्य असणारा सर्वोत्तम बदल घडवून आणण्याचा यत्न करणे म्हणजे धर्म, असे हिंदू विचारधारा मानते. याचा नेमका अर्थ काय आहे?

आपल्या मनाच्या कक्षा विस्तृत करून जगाकडे स्वतःच्या आणि इतरांच्या दृष्टिकोनातूनही पाहू शकणारा पृथ्वीतलावरचा एकमेव सजीव प्राणी म्हणजे माणूस होय. माणूस, त्याला लाभलेल्या या वैशिष्ट्यपूर्ण सामर्थ्यामुळे दुसऱ्याच्या जागी स्वतःला कल्पून त्याची अनुभूती घेऊ शकतो, यालाच सह-अनुभूती (एम्पथी) असे म्हणतात. यामुळेच माणूस अन्य कुणाची काळजीही वाहू शकतो. दुसऱ्याचे मन जाणणे, त्याच्या म्हणण्यातले तथ्य वा वस्तुस्थिती समजून घेणे म्हणजे धर्म होय! असे वागण्यात अपयशी ठरणे म्हणजे अधर्म. ही व्याख्या जर आपण ध्यानात घेतली तर वर उल्लेखिलेल्या श्लोकाचे पूर्णतः वेगळे भाषांतर आपण करू शकतो.

> अर्जुना, प्रत्येक युगात मानवजातीला जेव्हा जेव्हा आपल्या सुप्त सामर्थ्याचा विसर पडतो; परिणामी, जसे वागू नये तसे ही माणसे वागू लागतात, तेव्हा तेव्हा ज्या कुणाची निष्ठा असेल त्यांना बळ देण्यासाठी तर निष्ठा नसलेल्यांना ताळ्यावर आणण्यासाठी मी पुनःपुन्हा अवतार घेतो. म्हणजे आपल्यात नेमके कोणते सामर्थ्य आहे याची मानवाला कधीही विस्मृती होत नाही. *(अध्याय ४, श्लोक ७ आणि ८)*

समोर कुठलीही परिस्थिती उभी ठाकली तरी प्राणी आणि श्वापदे तसेच वनस्पती आणि झाडे हे केवळ त्यांचा स्वतःचा, त्यांच्या भुकेचा आणि

भीतीचाच काय तो विचार करतात. फार तर ते आपल्या पिलांच्या भुकेचा आणि भीतीचा किंवा आपल्या कळपाचा विचार करीत असण्याची शक्यता आहे. कुत्रा हा आपल्या मालकाचा विचार अवश्य करतो; मात्र आपल्या मालकाचाच फक्त, इतरांचा नाही. स्वतःचे संरक्षण आणि स्वतःच्या वंशाची वृद्धी या दोन सहजप्रवृत्ती श्वापदांच्या कुठल्याही कृतीमागे असतात. त्यांना अन्य कुठल्याही पद्धतीने कृती करता येण्यासाठी आवश्यक असणाऱ्या सुविधा त्यांच्याजवळ नसतात. या उलट, माणसाला आपल्या आजूबाजूला असणाऱ्यांच्या अथवा अगदी त्रयस्थांच्याही क्षुधेची, भीतीची जाणीव होते. साहजिकच, इतरांना लागणाऱ्या भुकेवर माणूस उपाय शोधतो. प्रसंगी या भुकेवर मात करण्याचे उपाय तो निर्माण करतो. तसेच, इतरांच्या मनात जी भीती असते, त्यापासूनही माणूस त्यांचे रक्षण करतो. माणसापाशी असणारे हे सामर्थ्य त्याला एक विशेष स्थान प्रदान करते.

गीता ↓ · आधुनिक विचार ↓

[उद्देश] ⟶ कृती ⟶ [साध्य]

कुणासाठी?
केवळ स्वतःसाठी (अधर्म)
किंवा
स्वतःसह इतरांसाठी (धर्म)

कुणासाठी?
संपत्ती
सत्ता
क्रांती

सहअनुभूतीने प्रेरित कृती

वृक्ष, वनस्पती, प्राणी व श्वापदे इतरांना जाणीवपूर्वक मदत करीत नाहीत; ते या रितीने इतरांना मदत करूच शकत नाहीत. कारण इतरांना काहीएक मदत करावी ही भावना निर्माण होण्यासाठी लागणारे चेतनातंतू त्यांच्या मेंदूत नसतात. मात्र फक्त माणसाच्या मेंदूला घड्याघड्यांच्या रूपाने जे नवबाह्यपटल (निओकॉर्टेक्स) असते त्यामुळे माणसाला विविध बौद्धिक जाणिवा आणि संकल्पनांचे स्फुरणे तसेच समोर असणाऱ्या अनेक पर्यायांपैकी कुठलातरी (शक्यतो योग्य) पर्याय निवडण्याची बुद्धी होणे इत्यादी सुचत असते. (या प्रकारची वैचारिक कुवत असलेले प्राणि-वनस्पती आपण आख्यायिका किंवा दंतकथांमध्ये पाहत असतो.) प्राणी

किंवा वनस्पती इतरांकडून मदतीची अपेक्षाही करीत नाहीत. माणसांचे मात्र असे नाही. ते जसे इतरांना मदत करू शकतात तसेच इतरांकडे मदत मागूही शकतात. माणसापाशी असणारी कल्पनाशक्ती आणि इतरांच्या यातनांना प्रतिसाद देण्याची क्षमता या दोहोंतून माणसांमध्ये ही भावना जन्म घेते. आपल्या अंतःप्रेरणेनुसार वागणे हाच एकमेव पर्याय प्राणी आणि श्वापदांसमोर असतो. याच्या उलट माणसांसमोर अनेक पर्याय उपलब्ध असतात. आपल्या स्वतःच्या गरजांसह इतरांच्या गरजांची योग्य ती दखल घेऊन आपण आपल्या समोरचा योग्य तो पर्याय निवडून कृती करतो तेव्हा आपण धर्माचे पालन करतो. मात्र ज्या ज्या वेळी इतरांच्या गरजांकडे दुर्लक्ष करून आपण केवळ आपलीच गरज भागवण्याला प्राधान्य देतो त्या त्या वेळी आपण अधर्म करत असतो.

प्राणी/श्वापद	माणूस
↓	↓
स्वसंरक्षण आणि वंशवृद्धी याच अंतःप्रेरणेनुसार कृती होते	कल्पनाशक्तीच्या बळावर विविध उपाय वा मार्ग शोधून इतरांनाही मदत करणे

सहअनुभूती

निसर्गातले वृक्ष, वनस्पती तसेच प्राणी आणि श्वापदे हे आपल्यापाशी असणारी शक्ती, आपला आकार आणि स्वभावातला कावेबाजपणा यांचा उपयोग आपले अस्तित्व टिकून राहावे यासाठी करीत असतात. यालाच मत्स्यन्याय (जंगलचा कायदा) म्हणतात. दुसऱ्या शब्दांत सांगायचे झाले तर बळी तो कान पिळी, जो सर्वांत बलवान आहे, तोच या पृथ्वीवर जगू शकतो असाही अर्थ यातून काढता येऊ शकेल. मात्र न्याय, कायदा या मानवनिर्मित संकल्पना असून त्यांची माणसाला जाणीव असावी म्हणून त्या आपण निसर्गावरही लादतो. न्याय आणि कायदा या आणि यांसारख्या संकल्पना प्रत्यक्षात आणताना, तिथे आधीपासूनच न्यायाधीश व वकील यांची काहीएक न्यायप्रणाली अस्तित्वात आहे हे गृहीत धरलेले असते; निसर्गात अशा कुठल्याही न्यायप्रणालीचे अस्तित्व नसते. बळ आणि त्याविरुद्ध वापरले जाणारे प्रतिबळ या दोघांतल्या चढाओढीवर निसर्गातील

■■■●●●●●●●○○○○○○○○○○○○○□□

व्यवस्था स्वतःच स्वतःचे नियमन करते. प्राणी आणि श्वापदे हे आपले अस्तित्व टिकावे, म्हणून दुर्बलावर सत्ता गाजवतात. त्यांचे शोषण करतात. ही या प्राण्यांच्या जगण्याची पद्धत असते. प्राणी आणि श्वापदे त्यांच्या नैसर्गिक प्रवृत्तीनुसार निर्णय घेत असतात. त्या निर्णयात प्राण्यांच्या इच्छेचा काहीही सहभाग नसतो. माणसे या प्राण्यांसारखी वर्तणूक करू लागतात, दुसऱ्यावर सत्ता गाजवू लागतात, अथवा अमुक एका क्षेत्राचे आपणच राजे आहोत, असे समजून आपली दहशत पसरवू लागतात, तेव्हा तो अधर्म असतो. त्याने स्वतःच्या अहंला स्वैर सोडलेले असते, असा याचा अर्थ आहे.

लंकेत जाताना वाटेत आलेला समुद्र पार करीत असताना मारुतीला सुरसा नावाची सुसर वाटेत येत त्याला अडवते. 'विशेष कामगिरीवर जात असल्यामुळे मला अडवू नकोस;' अशी सुरसेची विनवणी हनुमंत करतो. सुरसा मारुतीची ही विनंती अव्हेरते. भुकेमुळे वेडीपिशी झालेल्या या सुरसेला आपण काय म्हणतो आहोत हे कळत नाही, हे हनुमंताच्या ध्यानात येताच तो आपल्या शरीराचा आकार प्रचंड वाढवतो. परिणामी सुरसा, हनुमानाचा घास घेता यावा म्हणून आपला अजस्र जबडा वासते खरा; मात्र, क्षणभरापेक्षाही कमी वेळात, मारुती आपला आकार एखाद्या माशी इतका लहान करतो आणि विलक्षण चपळतेने म्हणजे सुरसेने आपला वासलेला जबडा मिटून घेण्याच्या आत, तो तिच्या जबड्यातून निसटून पलीकडे जातो. या कथेमध्ये, मारुतीची वाट अडवणारी सुरसा ही जशी

मोठा मासा आणि लहान मासा

■■■■●●●●●●○○○○○○○○○○○○○○□□

खलनायिका नाही तसेच, आपल्या बुद्धिसामर्थ्यामुळे सुरसेवर मात करणारा हनुमंत हा या कथानकातला नायकही नव्हे! आपल्या क्षुधेच्या शांतीसाठी अन्न मिळवणारे शिकारी आणि त्यांचे भक्ष हेच केवळ निसर्गातले वास्तव आहे. नायक अथवा खलनायक इत्यादी या मानवनिर्मित संकल्पनाच आहेत.

निसर्गातल्या प्राणिमात्राला जगण्यासाठी स्वतःचे अन्नपाणी स्वतःच मिळवावे लागते. जंगलामध्ये कुठलेही कायदे नसतात. नियम आणि कायदे हे बलवंतांना संयमाचे बंधन घालतानाच निर्बलांना सक्षम करता यावे, यासाठी मानवी संस्कृतीतच अस्तित्वात असतात. राम मानवी संस्कृतीचे हे नियम पाळताना दिसतो, तर रावण मात्र हे नियम पाळीत नाही. महाभारतात कायदे आहेत, नियम आहेत तरीही, बळी तो कान पिळी या तत्त्वाचेच राज्य आहे. खरे तर महाभारतात ते नियम हवे तसे वळवून आपली दहशत आणि साम्राज्यही वाढवले गेले, ही वस्तुस्थिती आहे. कुरुक्षेत्रावर झालेल्या महायुद्धात शंभर कौरव बांधवांनी आपल्या महाबलवंत अकरा अक्षौहिणी सैन्याच्या बळावर युद्धाचे नियम वाकवले आणि केवळ सात अक्षौहिणी सैन्य असणाऱ्या पाच पांडवांना त्यांच्या स्वतःच्या राज्यामध्ये म्हणजे इंद्रप्रस्थात जायला मज्जाव केला. खरे म्हणजे, इंद्रप्रस्थावर पांडवांचा न्याय्य हक्क तर होताच, पण त्याचबरोबर ते राज्य हेच पांडवांच्या उदरनिर्वाहाचे साधनही होते. कौरवांना इंद्रप्रस्थाची हाव सुटली म्हणून केवळ त्या राज्यावर पाणी सोडून, पुन्हा एकदा एक अन्य नवे नगर वसवता यावे यासाठी आणखी एक खांडवप्रस्थ म्हणजे दुसरे जंगल पेटवून देऊन संपन्न वनसंपदेचा आणि पर्यावरणाचा नाश घडवून आणणे पांडवांना शक्य नव्हते. हे जितके खरे तितकेच, पांडवांनी या रितीने उभारलेल्या आणखी एका नव्या नगरावरही कौरव डोळा ठेवणार नाहीत यावर कुणीच विश्वास ठेवू शकत नव्हते, हेही तितकेच खरे होते. या संघर्षातून पांडवांनी माघार घ्यायची असे ठरवले असते तर, पांडवांसमोर भीक मागण्याशिवाय अन्य पर्याय तर नव्हताच, पण पांडवांच्या या माघारीचा अर्थ हा एकप्रकारे कौरवांच्या अन्याय्य वर्तणुकीपुढे मान तुकवून त्यांच्या या जुलमी वागणुकीला पांडवांनी मान्यता दिली असाही होत होता. हे सर्व लक्षात घेता पांडवांचा पक्ष धर्माचा आहे आणि धर्माला धरूनच त्यांची वागणूकही

आहे हे ध्यानात येते. या परिस्थितीत पांडवांसमोर युद्धाशिवाय अन्य कुठलाही पर्याय उरत नाही. कारण हा पांडवांच्या जीवनमरणाचा प्रश्न आहे. मुळातच पांडवांची मनोभूमिका समजून घ्यायला कुणीही तयार नाही, पांडवांनी दिलेले तडजोडीचे प्रस्ताव साधे ऐकून घ्यायच्या मनःस्थितीतही कुणी नाही, मग हे प्रस्ताव स्वीकारणे तर दूरच! कौरव नेहमीच अधर्माचे पक्षधर आहेत ही वस्तुस्थिती असली तरी, त्यांनी पांडवांची भूमिका समजून घ्यायला हवी होती, त्यांच्याशी तहाची बोलणी करून काहीएक तडजोड घडवून आणणे कौरवांना अशक्य नव्हते. परिणामी महायुद्ध टळू शकत होते, मात्र आपण युद्ध करायचेच, ते टाळायचे नाही हा पर्याय कौरवांनी निवडला.

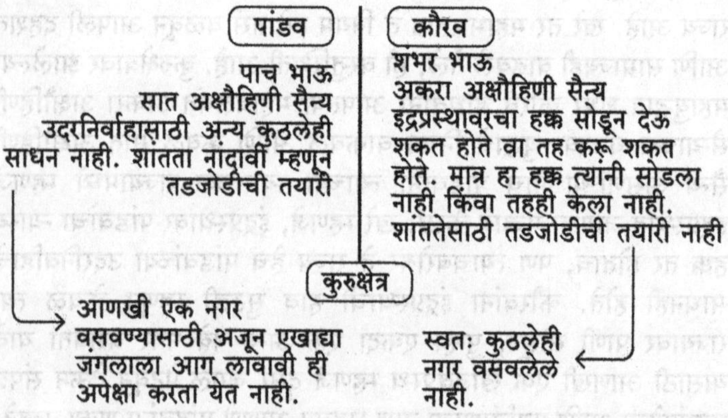

कुरुक्षेत्रावरचा मत्स्यन्याय

वैविध्याने नटलेल्या तसेच गतिशील (डायनॅमिक) असणाऱ्या या जगाची गीतेला जाणीव आहे. या भूतलावर जन्मलेल्या हरएक जीवाची क्षमता (वर्ण) ही वेगवेगळी आहे. भूमीवर नांदणाऱ्या या मानवी समूहातील काहीजण समाजाला ज्ञानदान करतात (ब्राह्मण) तर अन्य काही जण या समाजाच्या रक्षणाचे काम करीत असतात (क्षत्रिय), समाजाचे भरणपोषण, अर्थव्यवहार हा अजून कुणाच्या तरी हातात असतो (वैश्य), तर समाजाची

सेवा करणे हेही काम या समूहातील काहीजण करीत असतात (शूद्र), हे जसे खरे आहे तसेच प्रत्येकाला आयुष्यातील वेगवेगळ्या अवस्था (आश्रम) पार कराव्या लागतातः विद्यार्थिदशा (ब्रह्मचर्याश्रम), घरसंसार (गृहस्थाश्रम), निवृत्त आयुष्य (वानप्रस्थाश्रम) आणि शेवटी सर्वसंगपरित्याग (संन्यासाश्रम). समाज प्रवाही असून सातत्याने बदलत असतो असे पुराणे आपल्याला सांगतात. इथे नांदणारी हरएक संस्कृती ही चार टप्प्यांमध्ये आपला प्रवास पूर्ण करत असते. संस्कृतीच्या या प्रत्येक अवस्थेला युग असे म्हणतात. बाल्यावस्थेतून (कृतयुग) एका प्रगल्भ अवस्थेकडे (त्रेतायुग) संस्कृती प्रवास करते. त्यानंतर संघर्षाचा (द्वापरयुग) टप्पा येतो, आणि शेवटी विनाशाकडे वाटचाल (कलियुग) होते. संस्कृतीच्या या वेगवेगळ्या अवस्थांमध्ये धर्म या संकल्पनेचा अर्थ बदलतो; तेव्हा मनुष्याने या वेगवेगळ्या संदर्भांत धर्माची पाठराखण कशी करायची?

समाजात प्रचलित असणाऱ्या रूढी आणि परंपरा, विविध नियम (रितीरिवाज) आणि कायदे (नीती) यांचे पालन करणे म्हणजे धर्माचरण करणे, असा एक ढोबळ अर्थ जनमानसात घेतला जातो. याचाच पुढचा टप्पा म्हणजे या नीतिनियमांचे काटेकोर पालन करणे म्हणजेच धर्माने वागणे तर या यमनियमांचे उल्लंघन करणे हा अधर्म समजला जातो. खरे म्हणजे हे सगळे इतके सोपे नाही. कृतीपेक्षाही अधिक महत्त्वाचा असतो तो उद्देश होय; हा उद्देश स्पष्ट वा इंद्रियगोचर नव्हे तर काहीसा अदृश्य असतो.

वर्ण	आश्रम	युग
ब्राह्मण	ब्रह्मचर्य	कृत
क्षत्रिय	गृहस्थ	त्रेता
वैश्य	वानप्रस्थ	द्वापर
शुद्र	संन्यास	कली

वैविध्य आणि वैचित्र्य (वर्ण)

गतिशीलता वा लवचिकता (आश्रम, युग)

वैविध्य, वैचित्र्य आणि लवचिकता वा गतिशीलता

■■■●●●●●●○○○○○○○○○○○○○□□

कुठल्याही नियमाला एक संदर्भ असतो, आणि तो बदलला की नियमही बदलतो. त्रेतायुगात घडलेल्या रामायणामध्ये विष्णू हा राम, राजपरिवारातला सर्वांत थोरला मुलगा आहे, तर द्वापरयुगातल्या महाभारतात विष्णू हा एका कुलीन परिवारातच जन्माला आलेला कृष्ण आहे. मात्र तो या कुटुंबातला सर्वांत धाकटा मुलगा आहे. कृष्णाचे लालनपालन गवळ्यांनी केलेले आहे, मात्र तरीही त्याने एका सारथ्याची भूमिका निभावलेली आहे. राम आणि कृष्ण या दोघांचीही वागणूक एकमेकांपेक्षा भिन्नच असणे अपेक्षित आहे. आपल्या कुटुंबाचे, कुळाचे आणि राज्यातले नियम अथवा कायदेकानू यांचे पालन करून आपल्या कुटुंबाची कीर्ती वृद्धिंगत करणे हे रामाचे कर्तव्य आहे. कृष्णावर मात्र, या प्रकारची कुठलीही जबाबदारी नाही. अतएव, कृष्ण अर्जुनाला, इतरांच्या संदर्भातील धर्मापेक्षाही (परधर्म) त्याच्या स्वतःच्या (अर्जुनाच्या) संदर्भातल्या धर्मावर (स्वधर्म) लक्ष केंद्रित कर, असे सांगतो आहे.

> अर्जुना, इतरांनी जे काम करणे अपेक्षित आहे, ते परिपूर्णतेने करण्याचा प्रयत्न करण्यापेक्षा तू जे काम करायला हवे ते अपरिपूर्णपणे करणे अधिक श्रेयस्कर होय! अपूर्णत्व हा कुठल्याही कामाचा एक अविभाज्य भाग असतो. विलक्षण शुद्ध असणारा अग्नी हा देखील धुराच्या वलयांनी वेढलेला असतो.
> *(अध्याय १८, श्लोक क्रमांक ४७ आणि ४८)*

रामायणात राम हा नियमांचे पालन करतो, तर रावण नियमभंग करतो. महाभारतात दुर्योधन नियम पाळतो, मात्र कृष्ण नियम मोडतो. राम आणि दुर्योधन हे दोघेही आपापल्या घराण्याचे ज्येष्ठ पुत्र असल्यामुळे नियमांचे पालन करणे या दोघांचे कर्तव्य ठरते. ब्राह्मणाच्या पोटी जन्म घेतलेला रावण आणि गवळ्याच्या घरात लहानाचा मोठा झालेला कृष्ण या दोघांवर या प्रकारचे कुठलेही दायित्व नाही. मात्र, राम आणि कृष्ण हे दोघेच केवळ धर्माने वागतात तर रावण आणि दुर्योधन या दोघांचे वागणे धर्माला धरून नाही. आपल्या अयोध्यानगरीच्या कल्याणाचा विचार सदैव रामाच्या मनात आहे, तर आपली लंका जळून खाक झाली तरी रावणाला तिची

काहीही चिंता वाटत नाही. कृष्णाने सदैव आपल्या आतेभावांच्या म्हणजे पांडवांच्या भल्याचाच विचार केलेला आहे, तर कौरवांनी मात्र पांडवांच्या – जे त्यांचे चुलतभाऊ आहेत – सुखाचा विचार कधीही केलेला नाही. यमनियम वा कर्तव्ये यांचा आणि धर्माचा काहीही संबंध नाही हे यावरून लक्षात येते. कृती करण्यामागे तुमचा असणारा उद्देश आणि तुम्ही इतरांची, मग ते तुमचे राज्य असो वा तुमचे कुटुंबीय, वाहत असलेली काळजी यांच्याशी धर्माचा संबंध असतो.

आपली भूमिका आवेशाने मांडणारा रावण आणि कौरवांच्या बाजूने लढणारे भीष्म, द्रोण, कर्ण आणि शल्य या सगळ्यांच्याच विचारात एक प्रकारचे साम्य आहे. हे सारे योद्धे न्याय, औचित्य, कायदा, कर्तव्य, निष्ठा, भक्ती आणि बांधिलकी या तत्त्वांच्या आधारे आपापल्या कृतींचे समर्थन करतात. मात्र, यांपैकी कुणीही आपल्या विरुद्ध असणाऱ्या पक्षाची वा इतरांची (पर) बाजू समजून घेताना दिसत नाही. कारण या सर्वांना अहंकाराने अंधत्व आलेले आहे. एखाद्या वकिलाच्या थाटात, आपण घेतलेल्या पवित्र्याच्या समर्थनासाठी ते तर्कशास्त्राचा आधार घेतात.

रावण आणि दुर्योधन परिस्थितीबद्दल मत बनवताना दिसतात. मात्र राम आणि कृष्ण तसे कधीच करत नाहीत. हे दोघे कुठलीही तक्रार करत नाहीत, किंवा कुणाचे समर्थनही करीत नाहीत. शूर्पणखेला विद्रूप केले गेले (कर्मबीज) याचे समर्थन रामाने केलेले नाही. उलट या प्रसंगानंतर रामाच्या आयुष्यातील सुखाच्या अंताला सुरुवात झाली (कर्मफल). कारण या प्रसंगानंतरच सीतेचे अपहरण झाले आणि तिच्या सुटकेनंतरही एका अफवेमुळे या पतिपत्नींना पुन्हा एकमेकांपासून वेगळे व्हावे लागले. महाभारतात कुरुक्षेत्रावरच्या युद्धात गांधारीचे सगळे पुत्र मारले गेल्यामुळे (कर्मबीज) गांधारी कृष्णाला जबाबदार धरते व त्याला आणि त्याच्या वंशजांना शाप देते (कर्मफल) तेव्हा कृष्ण गांधारीला कुठल्याही प्रकारचा विरोध करीत नाही.

रावणाच्या, दुर्योधनाच्या किंवा दुर्योधनाचे जे सरसेनापती आहेत त्यांच्या वर्तणुकीचा विष्णूला राग येत नाही; कारण या साऱ्यांमध्ये असणारे स्वतःबद्दलचे पराकोटीचे प्रेम आणि त्यामुळे या सगळ्यांना प्राप्त झालेले मानसिक अंधत्व यांचे उगमस्थान विष्णू पाहू शकतो. एकाकी पडल्याची

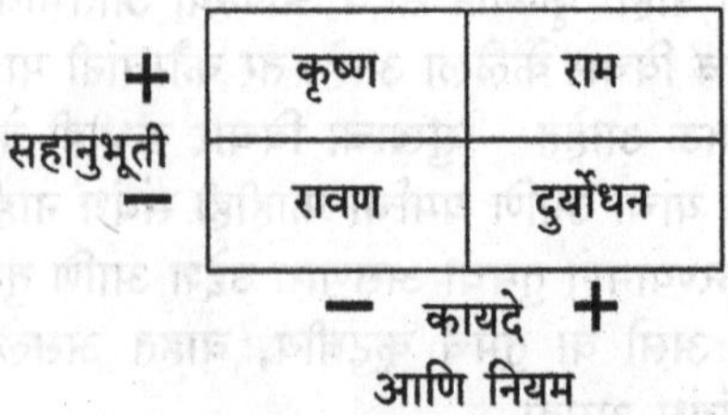

धर्म विरुद्ध रितीभाती आणि नीती

आणि सगळ्यांनी आपल्याला टाकून दिल्याची भावना या सर्वांच्या मनात घर करून राहिलेली आहे. आता या जगात आपल्यालाच आपले रक्षण आणि उदरनिर्वाहही करावा लागेल, या कठीणसमयी आपल्याला कुणीही मदतीचा हात देणार नाही, या गंडाने या सर्वांना ग्रासलेले आहे. आणि म्हणून, आपल्यात माणूस म्हणून असणाऱ्या सुप्त सामर्थ्याची जाणीव होण्याऐवजी त्यांच्यातील पशू जागा झाला; ते आपल्या अप्रगत आणि आदिम अवस्थेकडे म्हणजे भूतकाळाकडे वळले. परिणामी, त्यांनी आपले सारे लक्ष आपल्या कल्पनेतील लुटारूंवर मात करणे, काल्पनिक स्पर्धकांपासून स्वतःचा बचाव करणे तसेच आपल्या काल्पनिक भक्ष्याची शिकार करणे यांवरच केंद्रित केले. या पशुतुल्य वागणुकीच्या शृंखला तोडून बाहेर पडण्याची मानवी कुवत असूनही जेव्हा माणसे पशूंसारखी वागू लागतात तेव्हा तो अधर्म असतो. मानवाच्या या अधर्मी वर्तणुकीमुळे विष्णूच्या मनात दयेचा जन्म होतो. रावण आणि दुर्योधनाचे खलत्व हे आपल्यावरील विपरीत भक्तीचे रूप आहे आणि या विपरीत भक्तीचा उदय हा या खलपुरुषांत असणाऱ्या मानवतेच्या भूक, भीती आणि आपल्यावर कुणीतरी प्रेम करावे या भावनेपोटीच झालेला आहे, हे विष्णू जाणतो.

> अर्जुना, जेव्हा तू या मानवतेच्या मार्गाने चालायला आरंभ करशील, तेव्हा कुणीही दुखावणार नाही किंवा कुणाचाही नाश होणार नाही. या दिशेने तू केलेला एखादा अल्प प्रयत्न हादेखील तुझ्यातले भय कमी करेल. *(अध्याय २, श्लोक क्रमांक ४०)*

■■■●●●●●●○○○○○○○○○○○○○□□

नीतिनियमांपेक्षाही धर्म हा सहअनुभूतीशी, आपल्या कृतीमुळे होणाऱ्या फलनिष्पत्तीपेक्षा त्या कृतीमागील हेतूशी निगडित असतो. मला ज्या वेळी तुझ्या भौतिक, भावनिक आणि बौद्धिक क्षुधेविषयी चिंता वाटते, तेव्हा तेव्हा मी धर्मच अनुसरत असतो. मात्र ज्या ज्या वेळी मी तुझे शोषण करून माझ्या स्वतःच्याच भुकेवर लक्ष केंद्रित करतो तेव्हा मात्र मी अधर्माचा अनुचर होतो.

■■■●●●●●●●●○○○○○○○○○○○○□□

७.

तू आणि मी देवघेव करू शकतो

माणसामध्ये असणारी सह-अनुभूतीची (एम्पथी) प्रेरणा त्याला देवघेवीसाठी सक्षम करते. मी जशी तुझी क्षुधाशांती करू शकतो तद्वत तू देखील माझी भूक भागवू शकतोस. इथे क्षुधा अथवा भूक हा शब्द केवळ शारीरिक याच अर्थाने वापरलेला नाही तर, मानसिक क्षुधेचाही या शब्दामध्ये समावेश आहे. आपण परस्परांचा हा जो उदरनिर्वाह वाहू शकतो, ती उभयपक्षी केली जाणारी कृती हाच यज्ञाचा पाया आहे. यज्ञ हा एक अतिपुरातन वैदिक विधी आहे. या विधीद्वारे परस्परता, देवाणघेवाण, दायित्वे आणि अपेक्षा अंतर्भूत असलेली मानवी पर्यावरणीय व्यवस्था स्थापन होते आणि या पर्यावरणीय व्यवस्थेचा शोध घेण्याचा प्रयत्न आपण करणार आहोत. गीतेच्या तिसऱ्या आणि चौथ्या अध्यायांचा प्रमुख विषय यज्ञ हाच आहे. तांत्रिकदृष्ट्या विचार करता, कर्म करणे म्हणजेच यज्ञ करणे असे वैदिक परंपरेत सांगितलेले आढळते. अतएव, कर्म म्हणजेच यज्ञ होय! विश्वात नित्य होणारी देवाण-घेवाणीची जी प्रक्रिया आहे त्या प्रक्रियेचाच आपणही सदैव एक भाग आहोत हे ज्या क्षणी आपल्या ध्यानात येते तत्क्षणी कर्मयोगाचा आरंभ होतो.

केवळ एकमात्र क्रिया करणे योग्य आहे; आणि ती म्हणजे, यज्ञ होय, असे कृष्णाने घोषित केलेले आहे. सुमारे चार सहस्त्र वर्षे जुना असणारा आणि अग्नीशी संबंधित असणारा यज्ञ हा एक विधी आहे. आजकाल यज्ञालाच हवन (होमहवन) असे संबोधले जाते.

> अर्जुना, एक यज्ञ सोडता केलेल्या अन्य कुठल्याही कृतीमुळे आपण सापळ्यात गुरफटतो, मात्र, यज्ञविधी ही एकमेव कृती आपल्याला मुक्त करते. *(अध्याय ३, श्लोक ९)*

यज्ञ आणि समरांगण या दोघांची घातलेली सांगड ही विचित्र भासते. मात्र, यज्ञाचा कृष्णाने गीतेत केलेला उल्लेख एक रूपक असून त्याद्वारे कृष्ण नातेसंबंधांकडे अंगुलिनिर्देश करतो आहे. हे रूपक समजून घेण्यासाठी, मूलतः यज्ञ म्हणजे काय, हे आपण समजून घेणे आवश्यक आहे.

जो यज्ञविधीची सुरुवात करतो त्यास यजमान असे संबोधले जाते. यजमान देवतेला आवाहन करून तिला अन्न अर्पण करतो (भोग) आणि त्यावेळी मुखाने स्वाऽहा असे शब्द उच्चारीत असतो. या स्वाऽहा शब्दाचा अर्थ आहे, माझे असलेले हे मी तुला देतो आहे. आपण आवाहन केलेली देवता आता आपल्या मनातील इच्छा पूर्ण करील (प्रसाद देईल) आणि तथास्तु असा आशीर्वाद देईल, असे या यजमानाला वाटते. इथे, देवघेवीचे सूचन केले गेलेले आहे.

<u>यजमान</u>
काही दिल्यानंतर
देवतेला जागृत
करून इच्छित
मिळवतो.

<u>देवता</u>
काही मिळल्यानंतर यजमानाचे
इच्छित देते, याचा अर्थ देवता
जागृत झाली आहे.

यज्ञ

■■■●●●●●●●●○○○○○○○○○○○○□□

यज्ञ हा एक अतिविशिष्ट प्रकारात मोडणारा विनिमय आहे ज्यामध्ये आपण काही देऊ शकतो आणि त्यापासून आपल्याला इच्छित मिळण्याची अपेक्षाही बाळगू शकतो. यज्ञ ही देणे आणि मिळवणे या सदरात मोडणारी क्रिया आहे; ती देवघेव (गिव्ह ॲण्ड टेक) नव्हे. आपण समोरच्याला काहीही न देता, त्याच्याकडून काहीएक केवळ घेत असतो तेव्हा आपण त्याच्यावर जुलूम करणारे ठरतो. तसेच, आपण जेव्हा समोरच्याला काही देतो, मात्र, समोरचा आपल्याला काहीही देत नाही, तेव्हा या व्यवहारात आपण बळी ठरतो. दुसऱ्याचे भरणपोषण करणे याचाच अर्थ धर्म, तसेच आपण केलेल्या कृतीच्या मोबदल्यात कुठलीही अपेक्षा न ठेवणे म्हणजेच निष्काम कर्म होय!

अर्जुना, त्याग म्हणजे कर्म सोडून देणे तर अलिप्त राहणे म्हणजे अपेक्षेचा त्याग करणे अशी व्याख्या जाणत्यांनी केलेली आहे.
(अध्याय १८, श्लोक २)

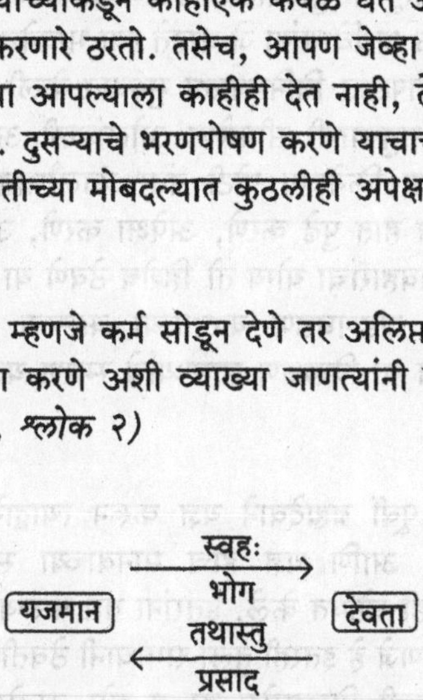

यज्ञ

यज्ञ माणसाला त्याच्यातील माणुसकीची पुनःपुन्हा आठवण करून देत असल्यामुळे ऋग्वेद संहितेतील पहिल्या मंडलातल्या पहिल्या सूक्तातील पहिल्याच चरणात (ऋचा) यज्ञाचा उल्लेख आहे. प्राणी वा श्वापदे आपली पिले आणि फार फार तर कळप यांव्यतिरिक्त अन्य कुणाचेही, भरणपोषण करीत नाहीत. मात्र, आपल्या भोवती असणाऱ्या प्रत्येकाचे लालनपालन माणूस करू शकतो. आपल्यावर केलेल्या उपकाराची परतफेडही माणूस करू शकतो. देवघेव करणे ही माणसापाशीच असणारी एक असाधारण क्षमता आहे. देवघेव करण्याची ही प्रवृत्ती चिंपांझी या माकडांत आणि

■■■■●●●●●●●●○○○○○○○○○○○○○□□

वटवाघळांत आढळते असे पुरावे सापडलेले असले तरी या प्रवृत्तीचे प्रमाण माणसांइतके नाही.

विनिमयाची ही क्रिया अपेक्षा आणि कर्तव्ये यांचे एक जाळे विणते. पर्यायाने यज्ञ हाच मानवी संस्कृतीचा मूलाधार आहे. ही कल्पना म्हणजे, बाजाराच्या व्यवस्थेतूनच सुसंघटित समाजव्यवस्थेची उभारणी झालेली आहे असे आधुनिक अर्थवेत्त्यांना जे वाटते त्या भावनेचा प्रतिध्वनीच होय.

माणसांनी आपापसांत विनिमयाला सुरुवात केली त्याच क्षणी त्यांनी आपल्या पशुवत आयुष्याची सीमारेषा ओलांडली असेही म्हणता येते. देवघेव या प्राथमिक क्रियेच्या पोटी नंतर कालौघात परस्पर सहकार्य, एकमेकांना मदतीचा हात पुढे करणे, अपेक्षा करणे, उधार–उसनवार देणे तसेच या साऱ्या व्यवहारांचा योग्य तो हिशेब ठेवणे या आणि यांसारख्या, मानवी संस्कृतीची जडणघडण करणाऱ्या कल्पना जन्माला आल्या. माणसात असणाऱ्या या विलक्षण सामर्थ्याचे स्मरण यज्ञविधी आपल्याला करून देत असतो.

> अर्जुना, फार पूर्वी ब्रह्मदेवाने यज्ञ करून त्याद्वारेच माणसाची निर्मिती केली आणि यज्ञ हाच मानवाच्या सगळ्या गरजा भागवील असेही घोषित केले. इतरांना तृप्त करण्यासाठी यज्ञाचा उपयोग कर म्हणजे हे इतरही तुला समाधानी ठेवतील. तू काहीही न देता जर काही मिळवलेस तर तू चोर ठरतोस. जे इतरांचे उदरभरण करतात आणि त्यानंतर उरलेसुरले खाऊन स्वतःची भूक भागवतात त्यांची सर्व दुःखे आणि यातना यांमधून मुक्तता होते. जे स्वतःपुरतेच शिजवतात ते नेहमीच दुःखी असतात. अन्न ही माणसाची मूलभूत गरज आहे. अन्न उगवण्यासाठी पाऊस हवा. पावसासाठी देवघेव हवी आणि देवघेव म्हटले की कृती करणे आवश्यक ठरते. मानवजातीचा मूळ स्फुलिंग असणाऱ्या ईश्वरी अंशातूनच विनिमयाचा आरंभ झालेला आहे. जे केवळ स्वतःच्याच इच्छापूर्तीत मग्न असतात, जे केलेल्या मदतीची परतफेड करीत नाहीत किंवा दुसऱ्यांना मदत करत नाहीत ते विनिमयाची ही शृंखला खंडित करत असतात. परिणामी ते

दुःखाचे धनी ठरतात आणि जगात दुःखच पसरवतात. *(अध्याय ३, श्लोक क्रमांक १० ते १६)*

कल्पसूत्रांमध्ये घरगुती वैदिक विधींची माहिती विस्ताराने दिलेली आहे, त्यानुसार यजमानाने, आपल्या अवतीभोवती असणाऱ्या प्रत्येकाचे भरणपोषण करण्यासाठी एकूण पाच प्रकारचे यज्ञ (पंचयज्ञ) करावेत असे म्हटलेले आहे. यांमध्ये यजमान स्वतः, त्याचबरोबर अन्य कुणी, स्वतःचे कुटुंबीय, पशुपक्षी आणि पूर्वज (पितर) यांचा समावेश असतो. आपण हे पंचयज्ञ पार पाडतो तेव्हा आपले कुटुंबीय आणि परका या दोघांतली सीमारेषा पुसली जाते. थोडक्यात, उपनिषदांत म्हटल्याप्रमाणे सारे विश्व हेच आपले कुटुंब होते (वसुधैव कुटुंबकम्।)

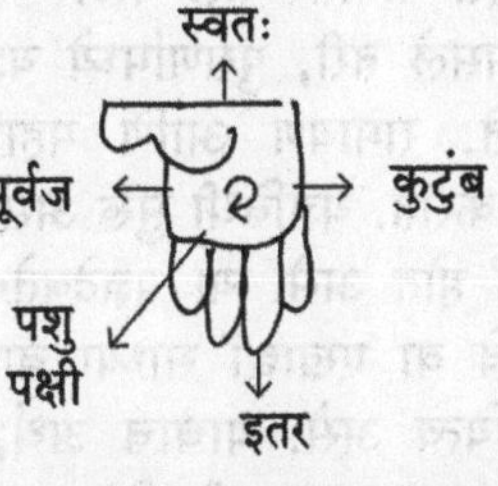

नातेसंबंधांची यज्ञाद्वारे जोपासना

यज्ञ म्हणजे देवाला बळी देणे (सॅक्रिफाईस) असेच भाषांतर बहुतेक लिखाणात केलेले आहे. अठराव्या शतकातल्या युरोपियन प्राच्यविद्यासंशोधकांनी हे भाषांतर केलेले आहे. मुळात त्यांनी यज्ञविधी प्रत्यक्षात कधी केलेला नव्हता किंवा पाहिलेलाही नव्हता. त्यामुळे असेल कदाचित, या अभ्यासकांनी, या यज्ञविधीला, वन्य आणि आदिवासी जमाती भुताखेतांना वश करण्यासाठी बळी देऊन रक्त वाहतात त्या विधीच्या किंवा अब्राहमने आपले प्रेम आणि आज्ञापालनाची तत्परता सिद्ध करण्यासाठी आपल्या मुलाचे बलिदान करावे अशी मागणी अब्राहमचा देव करतो त्या बलिदानाच्या विधीच्या रांगेत यज्ञाला नेऊन बसवले.

■■■●●●●●●●○○○○○○○○○○○○□□

मात्र, 'बळी देणे' या संकल्पनेसाठी वैदिक संहितांमध्ये 'बली' असा वेगळा शब्द दिलेला आहे एवढेच नव्हे तर, यज्ञ ही कल्पना वैदिक वाङ्मयात सुस्पष्ट आणि व्यापक आहे, असे नंतर या विद्वानांच्या ध्यानात आले. पुढे म्हणजे पौराणिक कालखंडामध्ये, आपल्या इष्ट देवतेला अन्नधान्य, फुलेफळे, सुगंध इत्यादी वाहून आणि दिवे लावून तिची पूजा करण्याची जी पद्धती लोकप्रिय झाली त्या पद्धतीचा उगम या यज्ञविधीमध्ये तुपाचे जे अर्घ्य अग्नीला दिले जात असे त्यामध्ये आपण पाहू शकतो. तुपाचे अर्घ्य देणे म्हणा वा आपल्या इष्टदेवतेला एखादी गोष्ट प्रेमादराने वाहणे – यज्ञ आणि पूजा – हे दोन्ही विधी देवतेला आवाहन करण्यासाठी आणि तिला अर्घ्य देण्यासाठी केले जातात. यज्ञ हा आजच्या पूजेचा आधीचा अवतार होता. हे सगळे लक्षात घेऊन यज्ञ या संज्ञेचे नंतर आराधना (वर्शिप) असे भाषांतर केले गेले.

हे सगळे खरे असले तरी, पुराणांमध्ये यज्ञ ही संकल्पना अगदीच वेगळ्या पद्धतीने येते. रामायण आणि महाभारतात तत्कालीन राजे अपत्यप्राप्तीसाठी यज्ञ करीत. यज्ञविधी सुरू असताना मंत्रोच्चार करताक्षणी यजमानाची इच्छापूर्ती होत असे. या यज्ञदेवतेवर अपत्यहीन असणाऱ्या स्त्रीला अपत्य देण्याचे वा एखाद्या साध्या बाणाचे प्राणघातक अस्त्रात रूपांतर करण्याचे दायित्व असे. याचाच अर्थ, यज्ञामध्ये एका बाजूला कुणाच्या तरी अपेक्षा असत तर दुसरीकडे, या अपेक्षापूर्ती करण्याचे बंधन त्या इष्ट देवतेवर असे. हेच दुसऱ्या शब्दांत सांगावयाचे झाल्यास, यज्ञविधी म्हणजे काहीतरी मिळवण्यासाठी काहीतरी देणे असाच आहे.

असे असले तरी, यज्ञाची संकल्पना समजावून देत असताना देवघेव या शब्दाचा उपयोग क्वचितच केला जातो. कारण देवघेव या शब्दाचा अर्थ अडचणीचा आहे. या शब्दामध्ये उदात्ततेची छटा नाही आणि आपल्याला मात्र त्यागाचा (सॅक्रिफाईस) नेहमीच उदोउदो करावा असे शिकवले गेलेले आहे कारण त्याग म्हणजे काहीही न मिळवता देणे होय! आपण उपासना विधिवत साजरीही करीत असतो आणि आपल्याला या उपासनेचे फळ काही मिळालेच तर ती परमेश्वराची कृपा म्हणून आपण स्वीकारतो. उपासनेच्या बदल्यात आपण काही मिळवावे अशी कुठलीही अपेक्षा याच्या मुळाशी नसते. हे खरे आहे, मात्र प्रत्येक यज्ञाची आणि पूजेची सांगता

होताना त्या अखेरीस जे सूक्त उच्चारले जाते ते या यज्ञाची वा पूजेची फलश्रुती काय अपेक्षित आहे ते कथन करणारे असते, ही वस्तुस्थिती आहे. कदाचित माणसाने तीव्र इच्छा बाळगणे ही एक लाजिरवाणी गोष्ट आहे अशी आपली मनोभूमिका सर्वसंगपरित्याग करणाऱ्या बौद्ध, जैन आणि हिंदू भिक्षूंनी तयार केलेली आहे. आपल्या स्वातंत्र्यप्राप्तीनंतर आपण आपल्या जीवनात समाजवादाला जे प्राधान्य दिले त्यामुळेही कदाचित, देवघेव वा विनिमय ही एक अनुचित गोष्ट आहे, कारण देवघेवीला एका व्यापारी वृत्तीचा दुर्गंध येतो असे आपल्या मनावर ठसवले गेले आणि यातूनच प्रत्यक्ष ईश्वराशी आपण देवघेव कशी काय करू शकतो, या विचारधारणेने आपल्या मनात मूळ धरलेले असावे; कुणी सांगावे?

कृष्ण कुरुक्षेत्राला यज्ञ असेच संबोधतो याचाच अर्थ अर्जुन हा एका विनिमय प्रक्रियेचा भाग आहे असे कृष्णाला सुचवायचे आहे. इथे एकतर अर्जुन हा यजमान आहे जो या यज्ञविधीद्वारे आपल्या बांधवांना संतुष्ट करील किंवा तो या यज्ञाची देवताही आहे जी आपल्यावर असणाऱ्या आपल्या भावांच्या कर्जाची परतफेड या कुरुक्षेत्रावर करते आहे. इतर पांडव जसे अर्जुनावर अवलंबून आहेत तसेच अर्जुनही आपल्या भावंडांचे कर्ज देणे लागतो आहे हे, अर्जुन आणि पांडव या उभयतांचे एकमेकांवर असणारे अवलंबित्व आहे. आणि हे अवलंबित्व या दोन्ही पक्षांच्या परस्परांकडून असणाऱ्या अपेक्षा आहेत आणि एकमेकांप्रतिची कर्तव्ये नाकारणे हे एकप्रकारे माणूसपणालाच नकार देणे आहे.

यज्ञ म्हणजे दुसऱ्याच्या भुकेची दखल घेणे होय; मठात राहून संन्यस्त आयुष्य कंठणाऱ्यांनी यज्ञविधीच नाकारला आहे. खरे पाहता त्यांनी इतरांचे अस्तित्वच नाकारले आहे. या 'इतर' या संज्ञेत जसा व्यक्तीचा समावेश आहे (पर) तसाच समूहाचाही (परम) म्हणजेच दोघांचाही समावेश आहे. यज्ञविधी हा व्यक्ती (अहम्) आणि इतर (पर किंवा परम) या दोघांत विनिमयावर आधारित असणाऱ्या नात्याचे प्रतीक आहे.

शिवपुराणात एक कथा आहे तीमध्ये संन्यस्त शिव दक्षाचा शिरच्छेद करतो आणि त्याचा यज्ञही उधळून लावतो. परिणामी सगळे देव, दक्षाला पुनर्जीवित करून त्याच्या यज्ञाची पुनःस्थापना करावी, असे शिवाला विनवतात. कारण यज्ञ पूर्ण झाला नाही तर देवांना त्यांचा हविर्भाग न

■■■●●●●●●●○○○○○○○○○○○○□□

मिळून त्यांच्यावर उपासमारीची वेळ आली असती. अशा रितीने यज्ञाचा यजमान जसा देवतांवर अवलंबून असतो तद्वत देवताही यजमानावर अवलंबून असतात हे आपल्या ध्यानात येते. थोडक्यात हा सर्व परस्परावलंबित्वाचा खेळ आहे.

> अर्जुना, जे परमेश्वराला अन्न अर्पण करतात आणि उरल्यासुरल्या पदार्थांवर स्वतःची गुजराण करतात त्यांना ब्रह्म प्राप्त होते. जे ईश्वराला काहीही अर्पण करत नाहीत त्यांच्या हाती मात्र काहीही लागत नाही. आणि म्हणूनच विविध यज्ञांचे स्थान हे ब्रह्माच्या मुखात आहे. या सगळ्याची सुरुवात आपण कोणती कृती करावी हे जेव्हा निवडतो तेव्हा होते. या जगाकडे पाठ फिरवण्याचा पर्याय निवडण्यापेक्षा 'ब्रह्मन्' म्हणजे काय, हे समजून घेण्याचा पर्याय तू निवड कारण (ब्रह्म) समजून घ्यायचे असेल तर कृती करणे आवश्यक ठरते आणि, ही कृती म्हणजेच यज्ञ होय. ज्ञानी पुरुषांकडून हे ज्ञान मिळाल्यावर तुला स्वतःमध्ये या चराचराचा समावेश झालेला आहे असे दिसून येईल. इतकेच नव्हे, तर हे चराचर हा माझाच अंश आहे हेही तुला समजेल. अतएव, तुझ्या मनातला संभ्रम दूर होईल. *(अध्याय ४, श्लोक क्रमांक २६ ते ३५)*

पौराणिक परंपरेनुसार जो काही मिळाल्यावर, काही देतो, तो देव होय; तर आपली वस्तू चोरीला गेलेली आहे असे ज्याला वाटते, सबब समोरच्याकडून तो ती वस्तू परत मिळवतो तो असुर होय! जो दुसऱ्याला काहीही न देता दुसऱ्याची वस्तू स्वतः बळकावतो त्याला राक्षस म्हणतात, तर कुठल्याही गोष्टीचा अपसंचय करतो तो यक्ष होय. तर जो यज्ञविधीमध्ये सहभागी तर होत नाहीच पण जो काही देतही नाही, ज्याला काही मिळवायचेही नसते त्याला श्रमण अथवा तपस्वी म्हणतात. सर्वसंगपरित्याग केलेल्या संन्याशांमुळेच पृथ्वीवर दुष्काळ पडून उपासमार होते अशी मोठीच भीती पुराणांत व्यक्त केलेली आढळते. यज्ञाचा यजमान, देवता, असुर, राक्षस, यक्ष आणि श्रमण हे सारेजण आपल्या स्वतःमध्येच वास करीत

असतात, त्यांचे आपण स्वतःच करीत असलेले विविध आविष्कारही आपल्याला दिसतात.

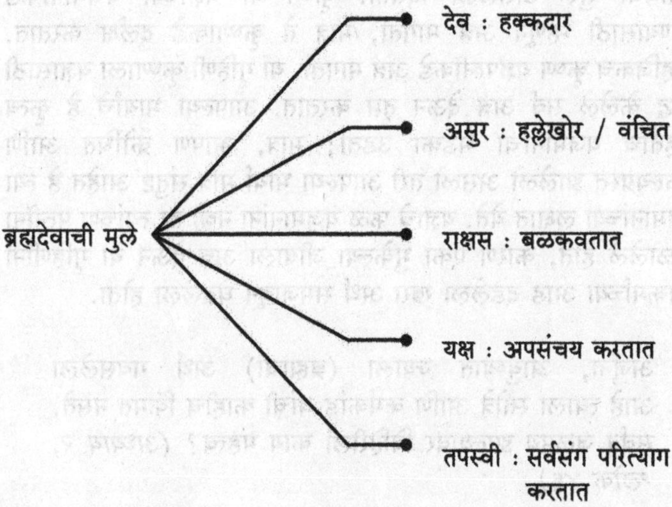

ब्रह्मदेवाचे पुत्र

एकदा यज्ञविधी सुरू असलेल्या यज्ञशाळेजवळून शिव जात असताना त्या यज्ञाच्या यजमानांच्या भार्यांनी (यज्ञपत्नी) शिवाला पाहिले आणि त्यांनी शिवाच्या मागे धाव घेत, आपण आमची कामेच्छा पूर्ण करावी, अशी शिवाची याचना केली. हा प्रकार पाहताच यज्ञाच्या यजमानांचा तिळपापड झाला आणि क्रोधाच्या भरात त्यांनी यज्ञातून राक्षसांचा एक समूहच निर्माण केला. मात्र, शिवाने या साऱ्या राक्षसांचा निःपात केला आणि नृत्य करायला आरंभ केला. शिवाने या नृत्यादरम्यान अनेक हस्त आणि पाद मुद्रा केल्या. या साऱ्या हालचाली आणि मुद्रांतून शिवाने या यजमानांना यज्ञाचा खरा अर्थ शिकवला. अवतीभोवती असणाऱ्यांच्या आशाआकांक्षाची पूर्ती व्हावी म्हणून यज्ञ केला जातो, स्वतःचा बचाव व्हावा म्हणून राक्षसांच्या निर्मितीसाठी यज्ञ केला जात नाही, अशी समजही शिवाने या यजमानांना दिली.

■■■●●●●●●●●○○○○○○○○○○○○□□

याच आशयाशी साधर्म्य सांगणारी कथा भागवतातही आढळते. वनातल्या आपल्या गायींची राखण करणाऱ्या कृष्णाला वनात एके ठिकाणी यज्ञविधी सुरू असलेला दिसतो. कृष्ण या यज्ञाच्या यजमानांकडे खाण्यासाठी म्हणून अन्न मागतो, मात्र ते कृष्णाकडे दुर्लक्ष करतात. साहजिकच कृष्ण यज्ञपत्नींकडे अन्न मागतो. या गृहिणी कृष्णाला यज्ञासाठी सिद्ध केलेले सर्व अन्न देऊन तृप्त करतात. आपल्या भार्यांचे हे कृत्य पाहताच यजमानांचा भडका उडतो; मात्र, आपण क्रोधित आणि वैफल्यग्रस्त झालेलो असलो तरी आपल्या भार्या मात्र संतुष्ट आहेत हे त्या यजमानांच्या लक्षात येते. यज्ञाचे फळ यजमानांना नव्हे तर त्यांच्या पत्नींना मिळालेले होते, कारण एका भुकेल्या जीवाला अन्न देऊन या गृहिणींनी यज्ञकर्माच्या आड दडलेला खरा अर्थ समजावून घेतलेला होता.

> अर्जुना, आयुष्यात ज्याला (ब्रह्माचा) अर्थ गवसलेला आहे त्याला स्तोत्रे आणि कर्मकांड यांची काहीच किंमत नसते. सर्वत्र जलमय झाल्यावर विहिरीला काय महत्त्व? *(अध्याय २, श्लोक ४६)*

माणसाला काही केवळ अन्नाचीच भूक असते असे नाही. आपल्याला आपले भावनिक आणि बौद्धिक पोषणही व्हावे असे वाटत असते. आपल्याला आपल्या आयुष्याच्या पाठीमागे दडलेला अर्थ शोधावासा वाटतो. आपली काहीएक ओळख असावी, महत्त्व असावे, हाती सत्ता असावी, आपल्या शब्दाला समाजात किंमत असावी, आपल्याला इतरांनी समजून घ्यावे असेही आपल्याला वाटते. याशिवाय आपल्याला करमणूक हवी असते. हल्लेखोराच्या भीतीपासून मुक्ती मिळवण्यासाठी सुदृढ शरीरसंपदा हवी, त्यासाठी अन्न हवे. समाजात आपण अगदीच नगण्यही असू नये या भीतीवरही आपल्याला मात करावीशी वाटते. यामुळे प्रत्येक भेट ही एक देवघेव ठरते. आणि विनिमयाचे दुसरे नाव यज्ञ होय. साहजिकच कामक्रीडा हा एक यज्ञ आहे. मुलाला जन्म देणे हा यज्ञ आणि त्याचे पालनपोषण हाही यज्ञ आहे. शिकवणे हाही यज्ञ तर कुणाची सेवा करणे हाही यज्ञच. एवढेच नव्हे तर, युद्ध हाही एक यज्ञच आहे.

■■■●●●●●●●○○○○○○○○○○○○□□

विनिमयाचा उपयोग एकतर आपल्या इच्छापूर्तीसाठी करता येतो वा कर्जांच्या परतफेडीसाठी. या देवघेवीमुळे एकतर आपण सापळ्यात तरी अडकतो किंवा सापळ्यातून मुक्त तरी होतो. मात्र यांपैकी काहीही एक घडताना आपली कृती नव्हे तर या कृतीमागचा विचार हाच महत्त्वाचा ठरतो.

प्राणी आणि श्वापदांची जोपासना → अन्न

माणसाची जोपासना → अन्न, वस्त्र, निवारा (भौतिक)
भावभावना, कल्पना (मनोवैज्ञानिक)

यज्ञासाठी आवश्यक असणारे वेगवेगळ्या प्रकारचे अन्न

यज्ञविधीच्या सदैव आधी येते ती आपल्या मनातील इच्छा वा संकल्प; संकल्प म्हणजे विचारणा; ही कृती आपण कुणासाठी करतो आहोत; स्वतःच्या (अहम्) फायद्यासाठी की इतरांच्या (पर) लाभासाठी? या यज्ञविधीचे आराध्य म्हणजेच लाभ घेणार ते कोण? आणि या यज्ञाचा केवळ विधी करणारा म्हणजे निमित्त कोण? एखादी निष्काम कृती केली जाते (कृती म्हणजेच यज्ञ होय) त्या प्रसंगी देवता हे आराध्य असते तर यजमान हा निमित्त असतो.

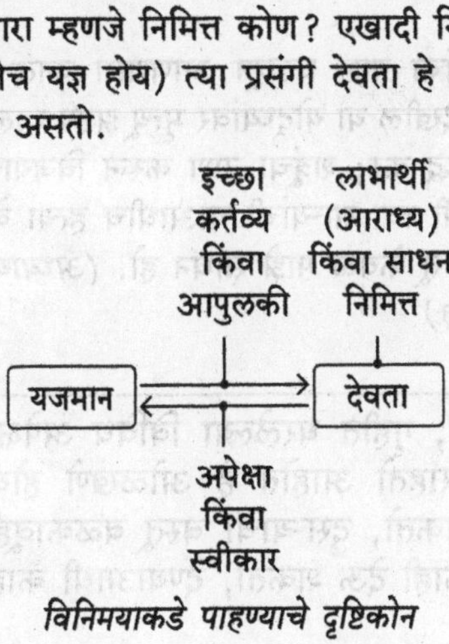

विनिमयाकडे पाहण्याचे दृष्टिकोन

रामायणातली पात्रे ही स्वतःच्या सुखासाठी दुसऱ्यावर अन्याय करून कृती करतात, तेव्हा तेव्हा ऐक्यभंग होतो आणि ज्या ज्या वेळी विष्णू (राम) हा इतरांच्या सुखासाठी कृतिप्रवण होतो तेव्हा या समस्यांचा निचरा होतो. आपल्याला पुत्र व्हावेत ही दशरथाची इच्छा, आपल्या मुलाला राज्यप्राप्ती व्हावी ही कैकयीची इच्छा, शूर्पणखेची रामाविषयीची कामना आणि रावणाची वर्चस्वप्राप्तीची अभिलाषा, या साऱ्यांमुळे ऐक्यभंग होतो. परंतु रामाच्या मनीमानसी अयोध्येच्या सुखाचा विचार आहे. स्वतःच्या सुखाचा नाही. महाभारतामध्ये आपल्याला तरुण पत्नी हवी ही कांक्षा शंतनूची आहे तर हस्तिनापूरचे सम्राटपद आपल्याला मिळावे असे धृतराष्ट्राला वाटते. द्यूतक्रीडेत आपली हार होऊ नये ही युधिष्ठिराची कामना आहे. ही खरेतर व्यत्यय येण्याची कारणे आहेत. कृष्णाला चिंता आहे ती कुरुकुलाच्या सुखाची. कृष्णही स्वतःच्या सुखासाठी कुठलीही कृती करीत नाही.

तू स्वतःसाठी हे युद्ध लढू नकोस तर इतरांसाठी लढ, असे कृष्णाचे अर्जुनाला सांगणे आहे. या युद्धाला आपण केवळ निमित्तमात्र आहोत असेच अर्जुनाने मानले पाहिजे कारण या समराचे कर्मबीज आधीच पेरले गेले असून, होऊ घातलेला संहार हे कर्मफल अटळ आहे.

> अर्जुना, विश्वांचा नाश घडवून आणणारा काल तो मीच. तू नसलास तरी देखील या योद्ध्यांवर मृत्यू झडप घालणारच. तेव्हा ऊठ आणि युद्ध कर; शत्रूंचा नाश करून विजयाचा शिल्पकार हो. वस्तुतः मी त्या साऱ्यांची याआधीच हत्या केलेली आहे. अतएव आता तू केवळ माझे साधन हो. *(अध्याय ११, श्लोक ३२ आणि ३३)*

यज्ञ करणे म्हणजे, गृहीत धरलेल्या विविध अपेक्षा व कर्तव्यांच्या सागरात आपण राहतो आहोत हे ओळखणे होय! तू आणि मी अपसंचय करू शकतो, दुसऱ्याची वस्तू बळकावूही शकतो. काही मिळवण्यासाठी काही देऊ शकतो, देण्याआधी काही मिळवू शकतो

■■■●●●●●●●○○○○○○○○○○○○□□

किंवा या देवघेवीतून सरळ माघार घेऊ शकतो. आपली इच्छा, कर्तव्य किंवा वाटणारी काळजी यांमुळे आपण कृती करायला उद्युक्त होऊ शकतो. तसेच या कृतीचे जे फळ असेल त्याची अपेक्षा आपण करू शकतो किंवा या फळावरही आपले नियंत्रण असावे की नसावे हेही आपण निवडू शकतो.

८.

तू आणि मी भीतीपोटी माघार घेतो

समोरच्याचे मन जाणून घेण्यापासून आणि विनिमयापासून आपल्याला परावृत्त करते ते कोण? आपण दुसऱ्या कुणावर नियंत्रण मिळवावे अथवा, या भौतिक जगाकडे पाठ फिरवून गुहेमधील एकांतात शांततेचा शोध घ्यावा अशी इच्छा आपल्याला होते, ती का? वस्तुतः योग याचा अर्थ जोडणे असा असला तरीही, या जगापासून आपल्याला वेगळे कसे करता येईल, या प्रक्रियेचा शोध म्हणजे योग होय! ज्या अनेक कोषांनी मानवी देह घडलेला आहे त्या साऱ्या कोषांमधून जात सरतेशेवटी त्या देही वा आत्म्याचा शोध घेण्याची प्रक्रिया म्हणजे योग! गीतेच्या पाचव्या अध्यायापासून कृष्ण योगासंबंधी तपशीलवार बोलायला आरंभ करतो आणि पुढच्याच म्हणजे सहाव्या अध्यायात, योग ही संकल्पना तपशीलवार सुस्पष्ट करतो. तेव्हा आता योग म्हणजे काय हे आपण समजून घेण्याचा प्रयत्न करू. हा आपल्या प्रवासातील महत्त्वाचा टप्पा आहे. कारण, बाह्य वा सामाजिक जगाकडून आपण आंतरिक मनोविश्वाकडे प्रवेशतो आहोत. कर्मयोगाकडून भक्तियोगाकडे होणारी ही वाटचाल आहे.

■■■●●●●●●●●○○○○○○○○○○○□□

गीतेचे एकूण अठरा अध्याय आहेत आणि त्या प्रत्येकाचे शीर्षक योग आहे. या सगळ्या अध्यायांचे नंतर वेगवेगळ्या प्रकारचे तीन गट केलेले आहेत आणि या तिन्ही गटांना तीन प्रकारच्या योगांची नावे दिलेली आहेत. आपल्या वर्तणुकीशी व कृतीशी संबंधित असा कर्मयोग, भावभावनांविषयी सांगणारा भक्तियोग आणि बुद्धीवर भाष्य करणारा ज्ञानयोग. तर योग या शब्दाचा अचूक अर्थ काय?

भारतीयांच्या बोलीभाषेत योग आणि जोग हे तसे समानार्थी शब्द आहेत. ज्यामुळे एखाद्या कृतीसाठी अनुकूल परिस्थितीची निर्मिती होईल अशी, एका ओळीत आलेल्या ग्रहांची रचना जोग असा फलज्योतिषातला अर्थ आहे. जोग या शब्दापासून जोगडू हा शब्द आलेला आहे. कुठल्याही अडचणीतून मार्ग काढू शकणारा हिकमती माणूस म्हणजे जोगडू होय! पूर्व भारतात वापरल्या जाणाऱ्या या शब्दाला एक वेगळा अर्थ आहे. अनेक विसंगतींनी भरलेल्या आणि एकमेकांशी कुठलाही संबंध नसणाऱ्या जगामध्ये काहीएक सुसंगती आणि संबंध निर्माण करू शकणारा माणूस म्हणजे जोगडू! जोगडूची पुढची आवृत्ती म्हणजे जुगाडू; ऐनवेळी हाताशी जी काही सामग्री उपलब्ध असेल तिच्या मदतीने आणि गरज पडलीच तर साऱ्या व्यवस्थेला बगल देऊन जो आपले ईप्सित साध्य करू शकतो त्याला उत्तर भारतात जुगाडू असे नामाभिधान आहे. आज या शब्दाला एक नकारात्मक अर्थ प्राप्त झालेला आहे हे सखेद मान्य केले पाहिजे. कारण स्वतःचा स्वार्थ साधण्यासाठी इतर कुणाचा बळी देणे म्हणजेच धर्माचा मार्ग सोडून अधर्माचा अवलंब करणे म्हणजे जुगाड करणे होय!

योग या शब्दाचे मूळ 'युज्' या ध्वनीमध्ये आहे. युज् म्हणजे जुंपणे (टूयोक). उदाहरणार्थ रथाला घोडा जुंपणे. वि-योग या शब्दाचा अर्थ इतरांपासून वेगळे होणे वा अलग होणे असा आहे. याचाच अर्थ, योग म्हणजे जोडणे, विविध गोष्टींना एकत्र बांधून ठेवणे किंवा त्यांना एकत्र आणणे होय!

पारंपरिकदृष्ट्या योग हा सांख्य (मोजणे) शब्दाला पूरक म्हणून वापरात आणला जातो. सांख्य म्हणजे गणना करणे, तसेच सांख्य म्हणजे विश्लेषण वा एखाद्या गोष्टीला घटक भागांमध्ये विभागणे तर योग म्हणजे एकत्र आणून एक परिपूर्ण आणि तरीही संमिश्र चित्र उभे करणे होय! यादृष्टीने सांख्य आणि योग हे एकमेकांना पूरक आहेत. कलेच्या प्रांतात

सांख्य म्हणजे गोष्टींचे तुकडे करणारी कुऱ्हाड (परशू) आणि योग म्हणजे गोष्टींना एकत्र बांधून ठेवणारा पाश म्हणजे दोरी अशी कल्पना केली जाते. गणेश हा महाभारताचा, पर्यायाने गीतेचाही लेखनिक आहे. तो परशू (तुकडे करण्यासाठी) आणि पाश (एकत्र बांधण्यासाठी) आपल्या हातात धारण करीत असतो. एका अर्थाने ही चिन्हे धारण करून कुठल्याही प्रकरणाच्या चौकशीसाठी वापरावयाच्या या दोन तंत्रांची आठवण गणपती सर्वांना करून देतो. कृष्ण, अर्जुनाची समस्या सोडवण्यासाठी सांख्य आणि योग या दोन्ही तंत्रांचा अवलंब करतो. प्रथम सांख्यतंत्राचा वापर करून तो विविध सीमारेखा आखतो आणि योगतंत्राचा वापर करून या साऱ्या सीमारेषा नाहीशा करून टाकतो.

> अर्जुना, मनात कुठलेही भय न बाळगता दृढ विश्वासाने तू योगाचे आचरण कर; कारण ज्याच्यापासून तुझा संपर्क तुटलेला आहे त्याच्याशी योगामुळे तुझा संपर्क प्रस्थापित होईल इतकेच नव्हे, तर तुझ्या दुःखापासून तू मुक्त होशील.
> *(अध्याय ६, श्लोक २३)*

ग्रहतारे, पाषाण, नद्या, वनस्पती, प्राणी आणि माणसे अशा विभिन्न घटकांनी निसर्ग परिपूर्ण आहे. आकर्षणाच्या किंवा प्रतिकर्षणाच्या विशिष्ट बलांमुळे हे विविध घटक स्वाभाविकपणे एकत्र येतात अथवा

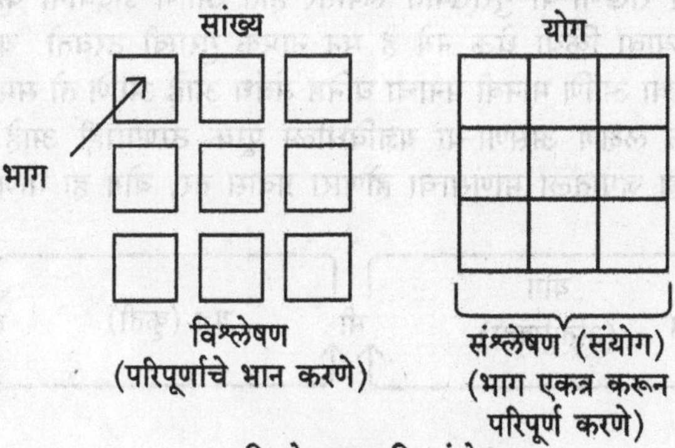

विश्लेषण आणि संयोग

एकमेकांपासून दूरही जातात. भौतिक जगामध्ये दोन ग्रहांमध्ये त्याचप्रमाणे सूक्ष्म पातळीवरही या बलांचे अस्तित्व दिसून आले आहे. जीवशास्त्रीय जगताचा विचार करता, आपल्या अन्नाचा आणि आपले लैंगिक सुख भागवू शकणाऱ्या सहचराचा शोध घेत फिरणारे, स्पर्धकांपासून आणि शिकाऱ्यांपासून आपला बचाव करणारे प्राणी आणि श्वापदांमध्ये ही बले दिसतात. हे सृष्टीमधल्या विविध घटकांमधील आकर्षण (राग) आणि प्रतिकर्षण (द्वेष) हा जीवनाचाच एक भाग आहे.

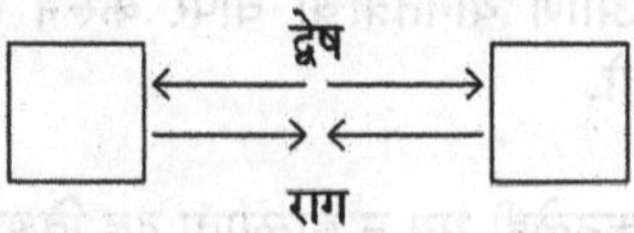

राग आणि द्वेष

एकमेकांकडे आकर्षित करणारी आणि एकमेकांपासून दूर नेणारी निसर्गातली ही जी बले आहेत त्यांच्या प्रभावामुळे वाहून न जाता या बलांबद्दलची एक जागरूकता योगामुळे माणसात येते. कृष्ण इंद्रियांची तुलना गाईंशी (इंद्रिय-गो-चर) करतो. या इंद्रियरूपी गाई विविध प्रकारच्या उत्तेजनांच्या रूपातील कुरणात चरत असतात. योगामुळे आपल्या मनाचे गाय राखणाऱ्या गुराख्यात रूपांतर होते आणि इंद्रियांनी कशाचा आस्वाद घ्यावा किंवा घेऊ नये हे मन नामक गुराखी ठरवतो. याचाच अर्थ, योगाचा आणि मानवी मनाचा घनिष्ठ संबंध आहे आणि तो समाजाचे व्यवच्छेदक लक्षण असणाऱ्या यज्ञविधीला पूरक ठरणाराही आहे. यज्ञ म्हणजे बाह्य जगातला माणसाचा होणारा प्रवास तर, योग हा माणसाचा

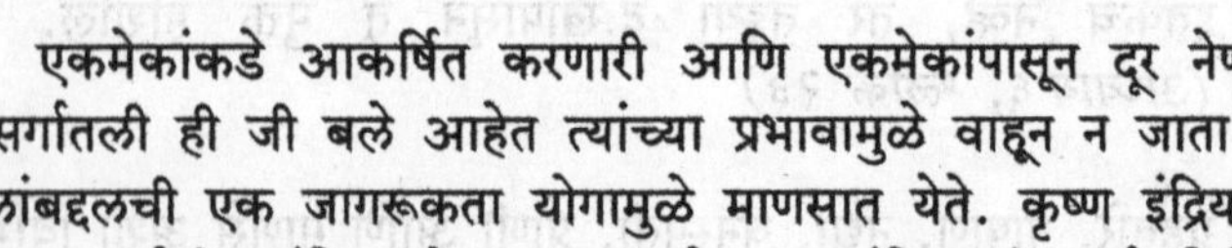

योग आणि यज्ञ

■■■●●●●●●●●●●○○○○○○○○○○○□□

आंतरिक म्हणजेच मनाचा होणारा प्रवास होय; अर्जुनाला हे दोन्ही प्रवास करावयाचे आहेत.

आपण समरांगणातून माघार घेतली तर साऱ्याच समस्या सुटून शांती नांदेल असे अर्जुनाला वाटते आहे. मात्र, युद्धाला उभे न राहून क्षुधा आणि भीती हे जे मूलभूत प्रश्न आहेत त्यांवर काही उत्तर गवसेल असेही नाही. उलट युद्धात सहभागी न झाल्यामुळे, भूक आणि भीती हे मूलभूत प्रश्न नाकारले आणि दडपले जातात. यातूनच पुढे क्रोध जन्माला येतो. आणि, लोकांच्या मनातला हा राग साचतही जाऊन परिस्थिती चिघळते. त्यामुळे लोक सामोपचाराचे ढोंग करतात आणि भविष्यात वचपा काढण्यासाठी धूर्तपणे संधीची वाट पाहतात. बाह्यतः शांततेचे आवरण दिसत असले तरी आंतरिक शांततेची हमी देता येत नाही. दुसरे म्हणजे युद्धातून माघार घ्यायची हा निर्णय घेताना इतरांच्या विचारांची आणि भावनांची दखल घेतली गेलेली नाही. शांतता प्रस्थापित व्हावी ही अर्जुनाची इच्छा कितीही उदात्त असली तरी तिला, युद्धोत्सुक असणाऱ्या भीमाने वा दुर्योधनाने दुजोरा दिला असता असे नाही. अर्जुनाने आपला हा उदात्त विचार या दोघांवर लादणे म्हणजे सह-अनुभूतीचा लवलेशही नसलेला निर्णय आणि म्हणून अधर्म ठरला असता. अर्जुनाला यज्ञ करण्याची इच्छा नसेलही पण म्हणून तो इतरांना यज्ञ करण्यापासून थांबवू शकत नाही. एखादी कृती करायची की नाही हा निर्णय घेताना आपल्याला आपल्या आजूबाजूला असणाऱ्यांच्या मनाचा विचार करावाच लागतो. आणि म्हणूनच यज्ञाविषयीच्या कुठल्याही चर्चेत योगाविषयीही बोलणे हे पूरक ठरते. दृश्य गोष्टींचे देणे आणि त्या बदल्यात काही मिळवणे हा विनिमयाचा व्यवहार यज्ञविधीच्या केंद्रस्थानी असतो तर यज्ञाचा यजमान आणि देवता यांच्या मनातील अमूर्त विचार आणि भावभावना जाणून घेणे हा योगाच्या कक्षेतला विषय आहे. इतकेच नव्हे तर आपण स्वतःभोवती ज्या सीमारेषा निर्माण करतो त्यामुळे काहीजण आपले कुटुंबीय ठरतात तर अन्य काहींना आपले शत्रू समजून आपण दूर सारतो.

> अर्जुना, तुझे मन तुझा मित्र आहे आणि तुझा शत्रूही आहे, हे खरे आहे. तुझ्या मनावर तू नियंत्रण मिळवलेस तर, मन तुझा मित्र

आहे. मात्र, मनाने तुझ्यावर नियंत्रण मिळवले तर ते तुझा शत्रू होय! *(अध्याय ६, श्लोक ५ आणि ६)*

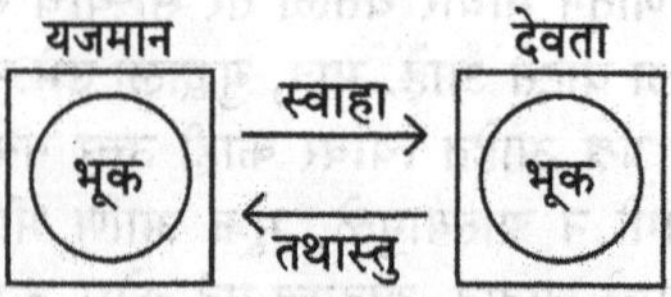

यजमान आणि देवता यांचे मन

या कृष्णार्जुन संवादाचा प्रवास जसजसा पुढे पुढे जातो तसतसे मानवी मनाचे महत्त्वही हळूहळू विस्तारत जाते. गीतेच्या तिसऱ्या अध्यायात, कृतीपेक्षाही तू ज्ञानाला महत्त्व देतोस का, असा प्रश्न अर्जुनाने कृष्णाला विचारलेला आहे. त्यावर, मी विचारपूर्वक केलेल्या कृतीला महत्त्व देतो, असे कृष्णाचे उत्तर आहे. पुढे, पाचव्या अध्यायात अर्जुनाचा प्रश्न आहे, तू सर्वसंगपरित्याग करण्यापेक्षा कृतीला अधिक महत्त्व देतोस का? या प्रश्नाला उत्तर देताना कृष्ण अर्जुनाला म्हणतो, मला अलिप्तपणे केलेल्या कृतीचे महत्त्व वाटते. मनाला विनिमयाविषयी शिकवण देणे आणि फलाच्या अपेक्षेविना कृती करणे यांसाठी अर्जुनाने अंतर्मुख होऊन आपल्या मनोविश्वाचा प्रवास करणे अत्यावश्यक आहे.

अर्जुना, वस्तूंच्या विनिमयापेक्षा ज्ञानाची देवाणघेवाण हीच अधिक महत्त्वाची आहे. कारण कुठल्याही विनिमयाची परिणती सरतेशेवटी मनातच होत असते. *(अध्याय ४, श्लोक ३३)*

योग म्हणजे आपल्या अंतर्मनातील यज्ञ होय; या यज्ञाचे यजमान आणि देवताही आपणच, तसेच या यज्ञाचा लाभार्थी आणि निमित्तही आपणच होय; अशी यज्ञाची ओळख कृष्ण करून देतो. या प्रक्रियेत आपल्याला प्रेरणा देणाऱ्या शक्तीची निवड आपणच करतो आणि तिला काय प्रतिसाद द्यायचा हेही आपणच ठरवतो. अंतर्मनातील योग नावाच्या या यज्ञविधीमध्ये कुठल्याही बाह्य यज्ञवेदीवर अग्नी प्रज्वलित होत नाही तर

■■■●●●●●●●●●○○○○○○○○○○□□

आपला देह, आपले मन, आपली इंद्रिये इतकेच नव्हे तर, आपला श्वासोच्छ्वास आणि आपली भूक शमवणारा अग्नी हीच यज्ञवेदी असते.

अर्जुना, विश्वात सर्वत्र यज्ञ होतच असतो आणि विविध प्रकारच्या अग्नीला हविर्भागही अर्पण केला जात असतो. इंद्रियांच्या अग्नीला भौतिक प्रेरणांची आहुती देता येते. तर इंद्रियजन्य अनुभव हा बौद्धिक अग्नीचा हविर्भाग ठरू शकतो. आपल्या बुद्धीच्या बळावर येणारी समज ज्ञानरूपी अग्नी प्रदीप्त करू शकते. जीवनाच्या यज्ञात श्वासोच्छ्वासाच्या तशाच अन्नाच्या समिधा वाहाव्या लागतातच तर संयमाच्या अग्नीला उपवासाचे अर्घ्य द्यावे लागते. *(अध्याय ४, श्लोक २६ ते २८)*

पतंजलीचा 'योगसूत्र' हा गीतेला समकालीन असणारा ग्रंथ आहे. ज्यांच्यामुळे मनाचा आत्म्याशी असलेला संबंध तुटतो अशा विविध अनुभवांमुळे आणि स्मृतींमुळे मनावर उमटणारे तरंग आणि मनाची स्वैर धाव थांबवणे (चित्तवृत्तिनिरोध) म्हणजे योग होय, अशी व्याख्या पतंजलीने केलेली आहे. मनातील विचारतरंग आणि मनाचे धावणे थांबवून त्याचा आत्म्याशी पुनश्च संबंध प्रस्थापित करण्यासाठी पतंजलीने आठ पायऱ्यांची एक प्रक्रिया सांगितलेली आहे. यातील प्रत्येक पायरीबरोबर, विविध कोषांनी घडवलेल्या या देहाच्या प्रत्येक कोषातून आपला प्रवास आत्म्याच्या दिशेने सुरू होतो, असे पतंजलीचे प्रतिपादन आहे.

यांतली पहिली पायरी म्हणजे यम. यामध्ये कामवासनेचा, हिंसेचा, खोटेपणाचा, चौर्यकर्माचा आणि लोभाचा त्याग करून आपण आपला समाजाशी असणारा व्यवहार मर्यादित करतो. यानंतरची पायरी म्हणजे नियम, यामध्ये अंतर्बाह्य स्वच्छता, समाधान, साधी राहणी, चिंतन आणि मनन व परमेश्वरावर असणारा विश्वास हे घटक आहेत. आसन या तिसऱ्या पायरीमध्ये विविध प्रकारची योगासने करून आपण आपला देह क्रियाशील करतो. प्राणायाम या चौथ्या पायरीमध्ये आपण आपल्या श्वासोच्छ्वासाचे नियमन करतो. प्रत्याहार या पाचव्या पायरीवर आपण इंद्रियांच्या जाणिवांकडे पाठ फिरवतो तर, सहाव्या म्हणजे धारणा नामे पायरीवर

आपल्याला विश्वरूपाविषयी जागरूकता येते. आणि या विश्वरूपाचे ज्ञानही आपल्याला होते. यानंतरची सातवी पायरी म्हणजे ध्यान, यामध्ये आपण एकाग्रचित्त होतो. समाधी या आठव्या अवस्थेत आपण अपल्यामध्येच आणखी आत जातो आणि आपल्याच भावभावनांचा अनुभव येऊन आपल्याला भीती म्हणजे काय याचाही शोध लागतो.

भीती हे माणसाच्या मेंदूशी आणि त्याच्या शरीराशी संबंधित असणारे घटित आहे. जन्मल्यानंतर माणसाच्या मनात सर्वप्रथम उपजते ती भीतीची भावना होय! भीती भुकेला जन्म देते, परिणामी जीव स्वतःच्या

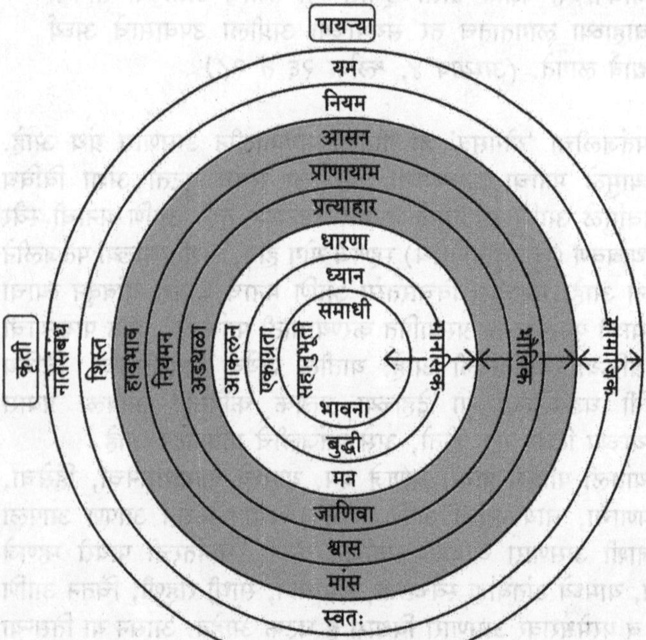

पतंजलीचा योग

■■■●●●●●●●●●○○○○○○○○○○○□□

पालनपोषणासाठी अन्नाचा (भोग) शोध घेऊ लागतो आणि म्हणूनच भय ही जीवनाच्या संघर्षात आत्यंतिक महत्त्वाची भावना ठरते.

उपासमारीने मृत्यू होईल या भीतीपोटी झाडेझुडपे सूर्यप्रकाशाच्या शोधात आकाशाच्या दिशेने जशी झेप घेतात तद्वत आपल्याला हवे असणारे पाणी आणि पोषक आहार ती जमिनीतून मिळवतात आणि आपले स्वतःचे भरणपोषण करतात. याच भीतीपोटी प्राणी आणि श्वापदे एकतर कुरणांच्या आणि भक्षाच्या शोधात निरंतर भटकत असतात. इतकेच नव्हे तर, आपल्याला अन्न मिळवणे अधिक सोयीचे ठरण्याची शक्यता आहे हे ध्यानात घेऊन कळप करूनही हे प्राणी राहताना दिसतात. कुणा शिकाऱ्याने आपली शिकार करू नये म्हणून हे प्राणी शिकाऱ्याला टाळण्याचा प्रयत्न करतात. आणि अस्तित्व टिकून राहण्याची शक्यता वाढू शकते म्हणूनही प्राणी कळपाने राहतात. आपले अन्न आपल्या स्पर्धकाने पळवून नेले तर आपली भूक भागणार नाही या भयातून प्राण्याप्राण्यांमध्ये स्पर्धा असते. तसेच मृत्यूचे भय हे मृत्यूनंतरही किमान आपला अंश तरी निसर्गात जिवंत राहायला हवा म्हणून प्राण्यांमध्ये सहचर धुंडाळण्यासाठी, प्रजोत्पादन करण्यासाठी आणि जिवाचा धोका पत्करूनही पिलांचे संगोपन करण्यासाठी अधिक प्रयत्न करण्याची अथक प्रेरणा निर्माण करते.

कल्पनाशक्ती माणसाच्या मनातील भीती वृद्धिंगत करते. आपण भुकेची, आपल्या भुकेची आणि आपल्या सभोवतीच्या इतरांच्या भुकेची, सद्यःस्थितीतील आणि भविष्यातील भुकेची कल्पना करू शकतो आणि त्यामुळे आपला अन्नाचा शोध कधीही न संपणारा आहे. माणसाला त्याच्या कल्पनेत, त्याची शिकार करणारे दिसत असतातच. अतएव, तो नेहमीच असुरक्षिततेच्या विळख्यात बद्ध असतो. यामुळे माणसाच्या मनातील वाढलेली भीतीची भावना अन्नधान्याची अधिकाधिक उपज व्हावी, त्या अन्नधान्याचे समाजात वाटप व्हावे तसेच त्याचे रक्षण व्हावे आणि पर्यायाने आपलेही रक्षण व्हावे यासाठी आपल्या कल्पनाशक्तीच्या सामर्थ्यावर विविध भौतिक आणि सामाजिक साधनांचा शोध घ्यायला त्याला भाग पाडते.

समाजात आपली ओळख निर्माण होईल की नाही; ही माणसाला वाटणारी सर्वांत मोठी भीती होय. आपण आपलाच अर्थ शोधत असतो.

आपण कोण आहोत? या जगात आपली नेमकी भूमिका कोणती? आपण म्हणजे केवळ प्राणी नव्हे. मग, आपण आहोत तरी कोण? शिकारी, भक्ष्य, स्पर्धक की सहचर? या प्रश्नचिन्हांच्या पोटी जी भीती जन्म घेते त्यातूनच मानवी समूहात असणारी सामाजिक उतरंड आणि मालमत्ता अथवा संपत्ती या कल्पना पुढे येतात. आपल्याजवळ जे काही आहे, ते इतरांसह आपण वाटून घेत नाही याचे कारण म्हणजे आपल्या मनात वसणारी भीती होय! या भीतीमुळेच मालमत्तेविषयीचे तंटे आणि बखेडे आपण उभे करत असतो.

भीतीची ही भावना आपले चित्त म्हणजेच मन तिला हवे तसे चुरगाळते, त्याची गठडी वळते, त्याला हवे तसे वळवते. त्यामुळे आपल्या मनात अनाकलनीय आणि चित्रविचित्र विचारांच्या लाटा निर्माण होतात, क्षणिक तरंग उमटतात. मात्र याचा स्वाभाविक परिणाम म्हणजे आपल्या मनाला सुरकुत्या पडतात. मनःपटलावर या रितीने पडणाऱ्या सुरकुत्या म्हणजेच संस्कार होत. पहिल्या सजीवाला जेव्हा पहिल्यांदाच भीतीचा अनुभव आला त्याचक्षणी या सुरकुत्या निर्माण झाल्या. इतरांना अन्न देणारे तसेच इतरांचे अन्न होणारे, हरएक वृक्ष आणि वनस्पती, प्राणी आणि श्वापदे इत्यादी या साऱ्यांच्या मनात भीतीचा हा अनुभव लक्षावधी वर्षांपासून पक्का नोंदवला गेलेला आहे. या अनुभवाला जेव्हा माणसाच्या कल्पनाशक्तीची (मानस) जोड मिळते तेव्हा मनाचे चुरगाळणे म्हणजेच मनाची होणारी तडफड वाढत जाते. परिणामी माणूस आत्म्यापासून तुटतो. इथे माणसाचे मन म्हणजे माणसाचा अहम् होय! माणसाचा अहम् घाबरतो म्हणूनच त्याची तडफड होते, तो चुरगळला जातो. माणसाचे जे मन भीतीला बळी पडत नाही वा ज्याची तडफड होत नाही अतएव जे सदैव संपर्कात असते,

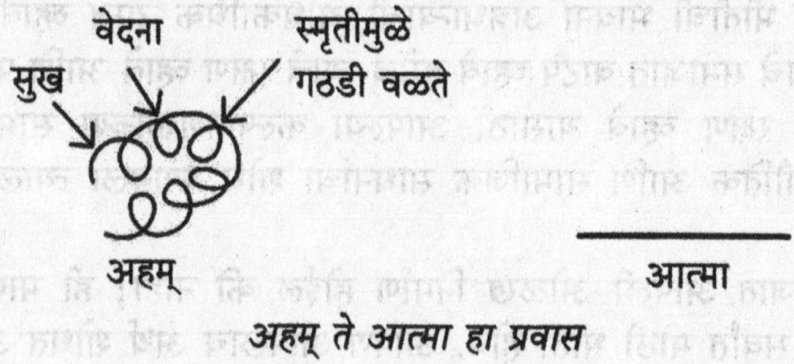

अहम् ते आत्मा हा प्रवास

■■■●●●●●●●●○○○○○○○○○○□□

जे तुटून पडत नाही त्याचे नाव आत्मा होय! चुरगळलेल्या मनाची घडी व्यवस्थित करणे, तुटलेल्या मनाची तार पुनश्च आत्म्याशी जुळवणे म्हणजेच अहम्‌ची आत्म्याच्या दिशेने होणारी वाटचाल. याचेच नाव योग होय!

योगसूत्रांमध्ये उल्लेखिलेल्या सर्व कृती नेहमीच्या सरावातील असल्याचे गीतेमध्ये दिसते. बाह्य जगाकडून आंतरविश्वापर्यंतचा प्रवास करण्यासाठी श्वासाचा उपयोग करण्यास कृष्ण सांगतो.

> अर्जुना, तुला जर भीती, इच्छा आणि क्रोध यांपासून मुक्ती हवी असेल तर तुझ्या मनावर आक्रमण करणाऱ्या साऱ्या क्षणिक आणि भौतिक मोहांकडे तू दुर्लक्ष कर आणि नाकपुड्यांतून आत घेतल्या जाणाऱ्या आणि बाहेर सोडल्या जाणाऱ्या तुझ्या श्वासाचे नियमन करून आपले सारे लक्ष तू आपल्या भ्रूमध्यावर केंद्रित कर आणि तुझ्यातच असणाऱ्या माझा शोध तू घे! तू यज्ञात जे जे काही अर्पण करतोस ते सारे काही मला मिळते आणि मी त्याचा उपभोगही घेतो. *(अध्याय ५, श्लोक २७ ते २९)*

आपले मन शांत व्हावे यासाठी आपल्या श्वासोच्छ्‌वासाला नैसर्गिक लय आणि ताल प्राप्त होत नाही तोपर्यंत स्थिर बसून राहणे असा ध्यानधारणे-संबंधीचा उल्लेख गीतेमध्ये आढळतो.

> अर्जुना, फार उंच नाही आणि अगदी सखलही नाही अशा आसनावर स्थिर बैस; तुझे डोके, मान आणि पाठ हे एका सरळ रेषेत ठेवून, इंद्रियांचे व्यापार नियमित करून तू तुझ्या नाकाच्या अग्राकडे लक्षपूर्वक पाहत तुझे मन एकाग्र कर. *(अध्याय ६, श्लोक ११ ते १३)*

या सगळ्या विवेचनाचा हेतू हा अशांत मनावर नियंत्रण मिळवून त्यापलीकडे असणाऱ्या शांतीचा शोध घेणे हाच आहे.

अर्जुना, भौतिक जगाच्या मोहवणाऱ्या लोभाकडे दुर्लक्ष कर आणि त्यातून उत्पन्न होणाऱ्या इच्छेपासून मुक्त हो. केवळ बुद्धीच्या आधारे केला जाणारा वादविवाद आणि कल्पना यांपासून तू स्वतःला वेगळे करायला शीक. मनात धुडगूस घालणाऱ्या चंचल आणि भरकटणाऱ्या भावभावनांना प्रतिबंध घाल. तू तुझ्या मनाच्या कक्षा वाढव आणि स्वतःतच सामावलेल्या शांततेचा शोध घे! *(अध्याय ६, श्लोक २४ ते २७)*

आपल्या स्वतःच्या अंतरात्म्यातील भीती म्हणजे नेमके काय, हे कुणाही योगी पुरुषाला एकदा जाणवले की तो बाह्य जगातील त्याच्या अवतीभोवती असणाऱ्यांच्या – मग ते एकेकटे असोत वा समूह – मनातील भीती पाहू शकतो कारण तो परमात्म्यात लीन झालेला असतो.

अर्जुना, जे या परमात्म्याशी जोडलेले असतात ते या चराचराकडे समत्व दृष्टीने पाहतात, कारण हरएक ठिकाणी, प्रत्येकात आणि प्रत्येक वस्तूत ते माझाच शोध घेतात. ते नेहमी मला पाहतात आणि मीही त्यांना माझ्या दृष्टीआड करीत नाही. प्रत्येक ठिकाणी माझी स्थापना करणे हाच त्यांचा हेतू असतो. मी मात्र त्यांच्या अंतःकरणात सदैव विराजमान असतो. *(अध्याय ६, श्लोक २९ ते ३१)*

इथे गीता 'योगसूत्रां'पासून वेगळी झालेली आहे. 'योगसूत्रां'त, समाधी म्हणजे भौतिक जगाकडे संपूर्णतया पाठ फिरवणे असे म्हटलेले आहे, मात्र कृष्णाच्या गीतेने, परिपूर्ण संतुलित वृत्तीने आणि मनात कुठलाही पूर्वग्रह न ठेवता जगाकडे बघण्याचे सामर्थ्य म्हणजे समाधी, अशी समाधीची व्याख्या पूर्णतः वेगळी केलेली आहे.

अर्जुना, जो कुणी समाधि अवस्थेप्रत पोचलेला असतो तो दुःखामुळे विचलित होत तर नाहीच पण त्याला कुठल्याही प्रकारच्या सुखाचीही हाव नसते. मोह, भीती अथवा क्रोध हे

■■■●●●●●●●●●○○○○○○○○○○○□□

> अशा माणसाचा घास घेऊ शकत नाहीत. असा माणूस त्याच्या सुखात आणि दुःखातही विलक्षण शांत असतो. त्याला प्राप्त झालेल्या शहाणिवेत तो तृप्त असतो. *(अध्याय २, श्लोक ५५ आणि ५६)*

गीतेने योगसूत्रांपासून इथे जी फारकत घेतलेली आहे त्याचे मुळीच आश्चर्य वाटत नाही, कारण पुराणांतील कथनांनुसार पतंजली मुळात एक सर्प होता आणि शिव शक्तीला योगाचे गुह्य उलगडून सांगत होता तेव्हा त्या सर्पाच्या कानावर हे ज्ञान पडलेले होते. शिव हा एक सर्वसंगपरित्याग केलेला बैरागी आहे. शिवाच्या जीवनाचा मार्ग हा ज्याला या भौतिक जगामध्ये तीळमात्र स्वारस्य नाही त्या तपस्व्यासाठी सुयोग्य आहे. तर दुसरीकडे कृष्ण एका यजमानाशी, एका गृहस्थाश्रमी माणसाशी संवाद साधतो आहे; तेव्हा योगाच्या मदतीने भौतिक जगाशी आपले नाते कसे जोडावे हे सांगण्याचा कृष्णाचा प्रयत्न आहे. माणसाच्या अंतर्मनाचा प्रवास हा कुणाही तपस्व्याच्या केंद्रस्थानी असतो आणि यजमान वा गृहस्थ हा त्याच्या बाह्य म्हणजेच भौतिक जगातील मार्गक्रमणावर लक्ष केंद्रित करीत असतो. तर योगी आपला बाह्य वा व्यवहारी जगाचा प्रवास हा यथोचित व्हावा यासाठी आपल्याच अंतर्मनाचा प्रवास करीत असतो.

> अर्जुना, सर्वसंगपरित्याग करणाऱ्या तपस्व्यापेक्षा वा ज्याला प्रत्येक गोष्टीचे ज्ञान असूनही जो काहीही करीत नाही अशा पंडितापेक्षा अथवा काहीही न समजता, जो हरएक गोष्ट करतो त्या गृहस्थापेक्षाही योगी हा अतिश्रेष्ठ आहे. *(अध्याय ६ श्लोक ४६)*

योग माणसामध्ये भीतीसंबंधी एक जागरूकता आणि दक्षता निर्माण करतो. योगी पुरुषाला स्वतःच्या मनात असणाऱ्या भीतीची वास्तव ओळख झाली की त्याच्या अवतीभोवती असणाऱ्यांच्या मनातील भीती तो ओळखू शकतो. आपण स्वतः भौतिक जगामध्ये असणारे आपले स्वारस्य का काढून घेतले आणि आपल्या अवतीभोवती असणारे देखील या जगाकडे

■■■●●●●●●●●○○○○○○○○○○○□□

पतंजली

का पाठ फिरवताहेत या दोन्ही घटनांचे योगी निरीक्षण करतो. त्याला लोकांवर नियंत्रण मिळवण्याचा प्रयत्न करून त्यांच्या मनातील भीती मोठी करायची नसते. उलट, मनातील भीतीवर मात करून लोकांनी सुखाचे आयुष्य जगावे यासाठी योगी प्रयत्नशील असतो. अशा प्रकारे सहअनुभूती आणि क्षमाशीलता निर्माण होते. निष्काम कर्माच्या रूपाने यजमानही याच वाटेवरून चालण्याचा प्रयत्न करतो.

स्वतःच्या देहाला व्यापून राहिलेल्या मनाला समजून घेता यावे म्हणून योगी अंतर्मनात डोकावतो. जे विचार मनात ठाण मांडून बसलेले असतात, ज्या भीतीची मनातील या विचारांवर छाया पडलेली असते, माणसासमोर असणाऱ्या विविध संधी आणि त्यांसह येणारी जोखीम जी मनातील भीतीला ग्रासून टाकते इतकेच नव्हे तर इतरांसमोर असणाऱ्या बहुविध संधी आणि त्याला जोडून येणारी जोखीम जी इतरांच्या मनातील भीतीला ग्रासते ही सारी प्रक्रिया न्याहाळणे हाच कुणाही योग्याचा अभ्यास विषय आहे.

■■■●●●●●●●●●●○○○○○○○○○○□□

९.

तू आणि मी विश्वास ठेवताना कचरतो

दुसऱ्या कुणाशी नाते जोडणे ही सोपी गोष्ट नव्हे. विशेषतः आपण जेव्हा एकमेकांकडे शिकारी किंवा भक्ष्य अथवा एकमेकांचे स्पर्धक किंवा सहचर या भूमिकेतून पाहतो तेव्हा असे नाते प्रस्थापित करणे खरेच कठीण असते. या परिस्थितीमध्ये आपण स्वतःखेरीज इतरांवर विश्वास ठेवतच नाही. ही प्राण्यांची प्रवृत्ती आहे. किंवा, आपण जेव्हा नको इतक्या असहाय परिस्थितीच्या कचाट्यात सापडतो तेव्हाच केवळ आपण दुसऱ्यावर विश्वास ठेवतो आणि असे केवळ माणूसच वागू शकतो. या रितीने आपण असुर आणि देव होतो. गीतेच्या सोळाव्या अध्यायात असुर आणि देव या दोघांत असणाऱ्या फरकांची चर्चा कृष्णाने केलेली आहे. आपण मात्र 'माझी गीता'त ही चर्चा बरीच आधी करतो आहोत; कारण परमेश्वर या संकल्पनेविषयीचे संभाषण समजून घेण्याआधी आपल्याला 'देव' म्हणजे कोण हे समजून घेणे आवश्यक आहे. परमेश्वर, देव वा असुर या कुणी बाहेर म्हणजे भौतिक जगात दिसणाऱ्या व्यक्ती वा प्रवृत्ती नव्हेत तर, या साऱ्यांचे अस्तित्व हे आपल्यामध्येच म्हणजे आपल्या मनामध्येच आहे.

वेदांमध्ये देव आणि असुर हे शब्द ईश्वरी जीवांच्या संदर्भात वापरलेले आहेत. देव आणि राक्षस असे या शब्दांचे ढोबळ भाषांतर करता येते हे खरे असले तरी हेच शब्द, कृष्ण मात्र अत्यंत वेगळ्या पद्धतीने वापरतो. आत्मा अस्तित्वात आहे हे सत्य जो स्वीकारतो तो देव आणि आत्म्याचे अस्तित्व नाकारतो तो असुर होय, अशी कृष्णाची भूमिका आहे. याचाच अर्थ, देव आणि असुर म्हणजे कुणी अलौकिक जीव अथवा मूलतःच भले अथवा दुष्ट नव्हेत तर ज्यांना देही (आत्मा)चे मूल्य समजते ते देव आणि ज्यांना त्याचे मोल कळत नाही ते असुर, असे कृष्ण म्हणतो. जे प्रत्यक्ष दिसते, जे मापता येते (मेझरेबल) त्या जगात असुर जखडून पडलेले आहेत तर रूपकात्मक आणि अपरिमेय अशा विश्वाची आस देवांना आहे. भौतिक यशाचा धनी होऊन देखील आपल्या नाशवंत देहाच्या आणि भौतिक वास्तवतेच्या पलीकडे जे पाहत नाहीत. त्यांना मुक्त होण्याची कुठलीही आशा नाही, असे कृष्णाचे म्हणणे आहे.

> अर्जुना, जे देवांसारखा विचार करतात त्यांना स्वाभाविकपणे मुक्ती मिळते आणि जे असुरांसारखे विचार करतात त्यांच्या नशिबी सदैव सापळाच येतो. घाबरू नकोस, देवासारखा विचार कर. (अध्याय १६, श्लोक ५)

असुर म्हणजे नास्तिक तर देव म्हणजे आस्तिक असा फरक केला जात असला तरी ही विभागणी ही इतकी साधी सरळ नाही. देव आस्तिक असतीलही पण त्यांना अस्तिक्याचा अनुभव येतो का?

नास्तिक (असुर) ⟶ आस्तिक (देव) ⟶ अनुभव (भगवान)

नास्तिकता, आस्तिकता आणि भगवान

गीतेतील प्रतिपादनानुसार आत्मा हे एक घटित आहे. आणि म्हणूनच सतराव्या अध्यायातील तेविसाव्या श्लोकात ॐ तत् सत् असे शब्द योजलेले आहेत – जे सदैव सत्य आहे. अर्थात, हे ढोबळ भाषांतर आहे.

■■■●●●●●●●●●●○○○○○○○○○○□□

इंग्रजीमध्ये 'द' हे उपपद वापरून एखाद्या निश्चित वस्तूकडे निर्देश केला जातो त्या अर्थाशी साधर्म्य दर्शवणारी ही संस्कृतमधली वाक्यरचना आहे. मात्र, आत्म्याचे हे घटित कधीही मोजता मापता येत नाही. अतएव, वैज्ञानिक कसोटीवर हे घटित कधीही सिद्ध होऊ शकत नाही; हे खरे असले तरी, आत्म्याचा अनुभव घेता येणे शक्य आहे. एखाद्या काल्पनिक सत्याचा स्वीकार करणे ही बुद्धीला समजणारी प्रक्रिया असते तर अनुभव ही भावनिक प्रक्रिया आहे. अनुभव म्हणजे मस्तकापासून सुरू होणारा आणि हृदयापर्यंत जाणारा प्रवास होय! ज्या कुणाला अनुभवाचे सामर्थ्य जाणून घ्यावयाचे आहे त्याला एकाच वेळी योगाच्या आधारे करता येणारा स्वतःच्या अंतर्मनाचा आणि यज्ञाच्या सहाय्याने करता येणारा भौतिक जगाचा प्रवास करणे गरजेचे आहे.

> अर्जुना, चिंतन-मनन आणि ध्यानधारणा यांद्वारे जे स्वतःच स्वतःची शुद्धता करतात त्यांना माझा शोध लागतो. ते मला आलिंगन देऊ शकतात, माझ्यामध्ये त्यांना स्वतःचा निवारा गवसतो इतकेच नव्हे, तर त्यांच्या आशा, अपेक्षा, भीती आणि क्रोध या सर्वांपासून त्यांची मुक्तता होते. (अध्याय ४, श्लोक १०)

सुमारे दोन हजार वर्षांपूर्वी संन्यस्त जीवन जगणाऱ्या श्रमणांनी समाजात योगसाधना लोकप्रिय केली. मात्र हे करत असताना माणसाच्या सांसारिक प्रवासाकडे वा यज्ञाकडे फारसे लक्ष दिले नाही. श्रमणांनी फक्त तपःसाधनेचे मूल्य ओळखले, मनाचा आंतरिक अग्नी हाच त्यांचा विषय झाला. मात्र यज्ञवेदीतील बाह्य अग्नीचे मूल्य ते जाणू शकले नाहीत. सर्वसाधारणपणे तपस्या आणि योग हे दोन्ही शब्द आलटून पालटून समान अर्थाचे म्हणून वापरले जात असले तरी, तपस्या हा माणसाच्या अंतरंगातला प्रवास आहे तर योग हा त्याच्या मनोविश्वाचाच प्रवास असला तरीही तो सरतेशेवटी बाह्य दिशेलाच जातो. तपःसाधना करणाऱ्या श्रमणांनी चिंतन आणि मनन यांचे महत्त्व ओळखलेले होते तरी त्यांना मानवी आयुष्यातील विनिमयाचे महत्त्व समजू शकले नाही. इथे श्रमण आणि योगी या दोघांत आपण फरक करू

शकतो. कारण योगी जसे चिंतन आणि ध्यानधारणा यांचे महत्त्व जाणत तद्वत त्यांना आयुष्यातील देवघेवीचे महत्त्वही माहीत होते. श्रमणांनी गृहस्थाश्रमा-पेक्षा संन्यास महत्त्वाचा मानला, विवाहापेक्षा ब्रह्मचर्याला वरचढ मानले, समाजात सर्वांसह राहण्यापेक्षा वनातील एकांतवासाला अधिक प्राधान्य दिले. आणि अनंत या संकल्पनेपेक्षा शून्य ही कल्पना महत्त्वाची मानली. हेच दुसऱ्या शब्दांत सांगायचे झाल्यास तपस्वी असणारे श्रमण हे माणसाच्या मनोविश्वातला प्रवास आणि त्याचा या व्यावहारिक जगातला प्रवास या दोघांमध्ये असणाऱ्या अभेद्यतेवर आघात करून तिला तडे पाडण्यास कारणीभूत ठरले.

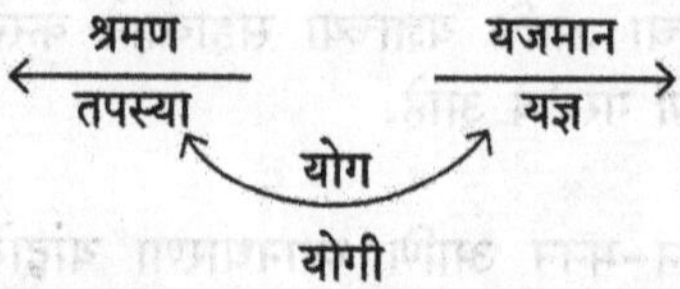

मनोविश्वाचा आणि व्यावहारिक जगाचा प्रवास या दोघांमध्ये पडलेला तडा

मनोविश्वाचा आणि व्यावहारिक जगाचा प्रवास या दोन्हींमध्ये पडलेला तडा पुराणांमध्ये निःसंदिग्धपणे पुढे येतो. देव यज्ञाला प्राधान्य देतात पण, तपस्येला महत्त्व देत नाहीत. तर दुसरीकडे, असुर तपस्येला महत्त्व देतात, यज्ञाला नाही. वस्तुतः या दोघांचाही पिता ब्रह्मदेवच आहे. देवांचा अधिपती असणाऱ्या इंद्राची मनोविश्वातील प्रवासाशी काहीही बांधिलकी नाही. त्याला नेहमीच एक प्रकारच्या असुरक्षिततेने ग्रासलेले असते. यज्ञविधी करणारे आणि तपश्चर्येचा मार्ग अनुसरणारे या दोघांकडेही इंद्र, आपले स्पर्धक याच दृष्टीने पाहत असतो. त्यांच्याबद्दल इंद्राच्या मनात नेहमीच एक भीतीची भावना असते. परिणामी, जे राजे यज्ञ करतात त्यांचे अश्व चोरून इंद्र त्या यज्ञविधीत व्यत्यय आणत असतो. आपल्याच तपश्चर्येत निमग्न असणाऱ्या तापसांची तपस्या भंग करण्यासाठी इंद्र या तापसांकडे सौंदर्यशाली अप्सरांना पाठवतो, इतकेच नव्हे तर, या तापसांच्या उपेक्षित भार्या भ्रष्ट करण्यासही इंद्र मागेपुढे पाहत नाही. यात तापसांचा तपोभंग करणे, त्यांना क्रोधित करणे हाच इंद्राचा मानस असतो. उलटपक्षी असुर मात्र तपःसाधनेत व्यग्र असतात आणि या साधनेच्या बळावर ते आपला

■■■●●●●●●●●●○○○○○○○○○○□□

पिता असणाऱ्या ब्रह्मदेवाकडून इंद्राला नामोहरम करणाऱ्या विविध शक्ती प्राप्त करून घेत असतात. हे सगळे पाहिले म्हणजे देवांना अधिकार असला तरी ते नेहमीच असुरक्षिततेने ग्रासलेले असतात तर असुर हे सदैव अधिकारापासून वंचित असणारे अतएव संतप्त आहेत, असे चित्र आपल्या समोर येते. देव आणि असुर हे ब्रह्मदेवाचे पुत्र आणि एकमेकांचे सावत्र भाऊ असले तरी या दोघांतून विस्तवही जात नाही कारण देवांना असुरांची भीती वाटते तर असुर देवांचा द्वेष करीत असतात.

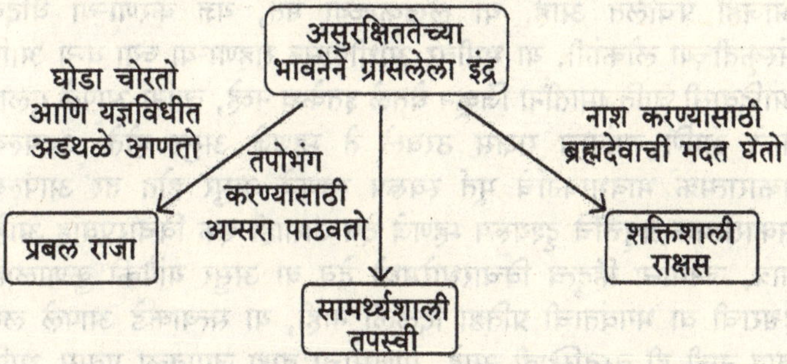

अश्व चोरणे, ब्रह्मदेवाची मदत घेणे आणि अप्सरांना पाठविणे

देव असोत की असुर, दोघेही दिव्य आणि अलौकिक आहेत असाच उल्लेख वेदांमध्ये केला गेलेला आहे. मात्र पुराणांमध्ये हे दोघेही एकमेकांचे स्पर्धक आहेत असे सुस्पष्टपणे म्हटलेले आढळते. पहिल्यांदा युरोपियनांनी ग्रीक पुराणांतल्या टायटन या व्यक्तिचित्रणाशी असुरांचे साधर्म्य आहे असे प्रतिपादन केले. मात्र नंतर, असुर म्हणजे अब्राहमिक पुराणांतील राक्षस अशी भूमिका या विद्वानांनी घेतली. साहजिकच, त्यामुळे मोठाच गोंधळ उडाला; कारण असुर म्हणजे कुणी जुनेपुराणे देव नव्हतेच किंवा कोणत्याही दुष्ट शक्तीही नव्हते. ग्रीक म्हणा वा अब्राहमिक पुराणांमध्ये या पुराण्या देवता आणि दुष्ट शक्ती यांची गरज नसल्यामुळे त्यांना वगळणे आवश्यक आहे असे म्हटलेले आहे. मात्र हिंदू पुराणांची भूमिका वेगळी आहे. पुराणांमध्ये देव आणि असुर या दोघांची क्षीरसागराचे मंथन करून त्यातून मौल्यवान रत्ने बाहेर काढण्यासाठी गरज आहे. देव हे मुळातच समृद्धी व

समृद्धीने परिपूर्ण अशा स्वर्गाचे रहिवासी आहेत असे मानले गेलेले आहे तर असुरांकडे यांपैकी काहीही नसते असा समज आहे. त्यामुळे देवांना खूश केले तर ते त्यांच्याजवळ असणाऱ्या विपुल धनधान्य आणि सुखापैकी आपल्याला काहीतरी देतील या स्वाभाविक अपेक्षेपोटी काहीच नसलेल्या असुरांपेक्षा देवांना प्राधान्य दिले गेले.

असुर म्हणजे कुणी खलनायक वा न-नायक (अॅन्टी हिरो) अथवा अन्यायग्रस्त नायक होत असा समज पुराणांवर लिहिणाऱ्या लेखकांमध्ये आजही प्रचलित आहे. या लेखकांच्या मते, यज्ञ करणाऱ्या वैदिक संस्कृतीच्या लोकांनी, या भूमीवर आधीपासून राहणाऱ्या ज्या वन्य आणि आदिवासी जातिजमातींना जिंकून घेतले इतकेच नव्हे, त्यांना आपले गुलाम केले आणि त्यांनाच राक्षस ठरवले ते म्हणजे असुर होते. आपल्या नकारात्मक भावभावनांचे मूर्त स्वरूप म्हणजे असुर होत तर आपल्या सकारात्मक प्रवृत्तींचे दृश्यरूप म्हणजे देव असाही एक विचारप्रवाह आहे. मात्र, जनमान्य हिंदुत्व विचारधारेमध्ये देव वा असुर यांपैकी कुणालाही ईश्वराची वा भगवंताची प्रतिष्ठा दिलेली नाही, या सत्याकडे आपले लक्ष जात नाही ही वस्तुस्थिती आहे. माणसाचा बाह्य जगातला प्रवास आणि त्याचा त्याच्या अंतरंगातला प्रवास या दोन्ही प्रवासांची पूर्तता होऊ नये, म्हणून आपल्याच मनात ज्या भावभावना जन्म घेतात त्यांना आपणच दिलेले नाव म्हणजे देव आणि असुर होय हे आपण जाणून घेणे गरजेचे आहे.

यज्ञविधीकडे लक्ष न देणारा इंद्र आणि आपल्याच तपस्येत निमग्न असणारे असुर, अशी सर्वसाधारणपणे कुठल्याही पौराणिक कथेची ठरावीक सुरुवात असते. त्यामुळे याच्या पुढची पायरी म्हणजे, इंद्राची शक्ती क्षीण होत जाते तर दुसरीकडे आपल्या तपस्येमुळे असुर शक्तिशाली होत जातो, परिणामी तो ब्रह्मदेवाकडून वर मिळवण्यात यशस्वी होतो. या वराच्या बळावर असुर देवांवर हल्ला करून त्यांचा पराभव करतो व त्यांना त्यांच्या स्वर्गातून हाकलून देतो. सर्वस्वाचे हरण झालेला इंद्र आणि देव, वर मागण्यासाठी नव्हे तर या संकटातून आपल्याला वाचवावे म्हणून ब्रह्मदेवाकडे मदतीसाठी धाव घेतात. यानंतर ब्रह्मदेव देवांना एकतर शिवाकडे वा विष्णूकडे किंवा देवीकडे धाडतो. परमेश्वराच्या अस्तित्वावर

विश्वास ठेवणाऱ्या हिंदुत्वाच्या ज्या तीन प्रमुख विचारधारा आहेत त्या शिव, विष्णू वा देवी या प्रमुख दैवतांवरच आधारित आहेत.

हिंदू पौराणिक कथा वाचत असताना त्यांतून भारतीय विचारधारेच्या इतिहासाचा एक प्रतिध्वनी विविध प्रकारे आपल्याला ऐकू येतो. काळाच्या प्रवाहात वैदिक कालखंडातील यज्ञविधी आणि तदानुषंगिक कर्मकांडांना लागलेली उतरती कळा, त्यानंतर मठवासीयांनी प्रसारित केलेल्या तपस्येच्या पद्धतीची वाढती लोकप्रियता आणि या सर्वांचा परिणाम म्हणून अखेरतः आस्तिक्यवादी परंपरांनी समाजमनावर मिळवलेला विजय या सगळ्या महत्त्वाच्या बदलांच्या छटा आपल्याला पुराणांत आढळतात. 'पूजा' नावाच्या कर्मकांडाचा झालेला उदयही या पौराणिक कथांमधून दिसतो. या पूजेमध्ये भक्ताला देवतेला स्वतःमध्ये न शोधता प्रतिमा व प्रतीकांमार्फत स्वतःबाहेर शोधणे भाग पडते व अशा प्रकारे 'स्व'ची अवतीभवतीच्या जगाशी जुळणी होणे शक्य होते.

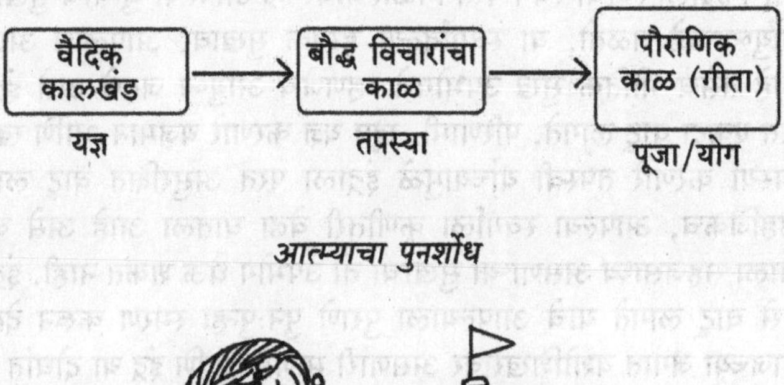

आत्म्याचा पुनर्शोध

पूजा

■■■■●●●●●●●●●●○○○○○○○○○○□□

असुर ब्रह्मदेवाकडून वरप्राप्ती करून घेतात तर दुसरीकडे देव मात्र, ब्रह्मदेवाची मदत घेतात ही बाब अर्थपूर्ण आहे. कारण याचाच दुसरा अर्थ असा की, असुरांना ब्रह्मदेवाजवळ असणाऱ्या शक्तिव्यतिरिक्त प्रत्यक्ष ब्रह्मदेवात कुठलेही स्वारस्य नाही. आपल्याला असुरक्षितता घालवणारी शहाणीव प्राप्त व्हावी, म्हणून नव्हे तर आपल्याला सिद्धी प्राप्त व्हावी यासाठीच केवळ असुर तपस्या करत असतात. या उलट देवांना स्वतः ब्रह्मदेवालाच जाणून घ्यायची इच्छा आहे आणि म्हणून ब्रह्मदेव देवांना शिव, विष्णू अथवा देवीकडे धाडत असतो. ही खरेतर देवांची त्यांच्या अंतर्मनाच्या प्रवासाची सुरुवात असते. मनाच्या अंतरंगातील या वाटचालीमुळे वस्तुतः शहाणिवेची प्राप्ती तर होतेच पण त्याचबरोबर असुरक्षितताही लयाला जाते. मात्र, आपल्या अंतर्मनाचा हा प्रवास देव पूर्ण करत नाहीत.

शिव, विष्णू अथवा देवी यांपैकी कुणा एकाने असुरांचा नाश केल्यावर आणि इंद्राला त्याचा स्वर्ग परत मिळाल्यावर इंद्र आपल्या जुन्याच सुखासीन आयुष्याकडे वळतो. या स्वर्गातल्या हरएक सुखावर आपलाच अग्रहक्क आहे तसेच भौतिक सुख उपभोगणे म्हणजेच आयुष्य जगणे असे इंद्राला परत एकदा वाटू लागते. परिणामी, खूप यज्ञ करणारे यजमान आणि खडतर तपस्या करणारे तपस्वी यांच्यामुळे इंद्राला परत असुरक्षित वाटू लागते. साहजिकच, आपल्या स्वर्गाला कुणीतरी वेढा घातला आहे असे वाटून त्याला सहजसाध्य असणाऱ्या सुखांचा तो उपभोग घेऊ शकत नाही. इंद्राला असे वाटू लागते याचे आपल्याला पुराणे पुनःपुन्हा स्मरण करून देतात. आजच्या जगात यशोशिखरावर असणारी माणसे आणि इंद्र या दोघांत तसा काहीही फरक नाही. या यशस्वी माणसांना आपल्यावर काही संकट आले की फक्त त्याच वेळी परमेश्वराची आठवण होते. मात्र, उत्कर्षाच्या काळात ते त्याला विसरून जातात. ईश्वर हा केवळ आपलेच नशीब घडवू शकतो, तो काही प्रत्येकाचे भाग्य रेखू शकत नाही असे या लोकांना वाटते. कुणातही ईश्वराचा अंश असू शकतो आणि त्या बळावरच बाह्य जगाचे रहाटगाडगे चालत असते यावर त्यांचा मुळीच विश्वास नसतो.

आपल्याला यश मिळावे यासाठी प्रयत्नांची पराकाष्ठा करतो तो असुर तर जो यशस्वी होतो व जो यशस्वी झालेला असतो तो देव होय! आपण

■■■●●●●●●●●●●●○○○○○○○○○○□□

यशस्वी व्हायचेच हा कृतनिश्चय असुराला तपस्येच्या वाटेवर नेतो. तर, आपल्यापाशी जे आहे ते गमावण्याची किंवा आपण जे गमावलेले आहे ते आपल्याला परत कधीही मिळू शकणार नाही अशी भीती देवांना सदैव वाटत असल्यामुळे देव ब्रह्मदेवाचा शोध घेत असतात. आपल्याला कुणीही मदत करणार नाही असे असुराला वाटते तर केवळ आपल्याला मदत करता यावी म्हणूनच परमेश्वर अस्तित्वात आहे; इतर कुणाच्या मदतीसाठी त्याने जन्म घेतलेला नाही असा देवांचा समज असतो. हेच दुसऱ्या शब्दांत सांगावयाचे झाल्यास असुराचा आत्म्यावर विश्वास नाही, तर देवाचा परम-आत्म्यावर विश्वास आहे हे खरे असले तरी, मानवाजवळ असणाऱ्या सुप्त सामर्थ्याची म्हणजेच जीवात्म्याची जाणीव अजून देवांना होणे बाकी आहे.

असुर क्रूर असतात असे गीतेत त्यांचे वर्णन केलेले आहे आणि आपल्या आजूबाजूच्या जगात आज आपण जे काही पाहतो त्याचा प्रतिध्वनीच या वर्णनात उमटलेला आहे. या जगात, आयुष्यात तुम्ही काय मिळवले आणि तुमच्या ताब्यात काय आहे, याला मोठी थोरली किंमत आहे.

> अर्जुना, 'मी हे मिळवले, मी माझी अमुक एक इच्छा पूर्ण केली. मी माझ्या त्या शत्रूचा निःपात केला आणि त्यासाठी उपलब्ध होते ते सारे मार्ग मी चोखाळले; मी या जगाचा स्वामी आहे. मी या जगाचा उपभोग घेतो. मी यश मिळवले. मी सुखी तर आहेच पण मी बलवंतही आहे. इतकेच नव्हे तर मी श्रीमंतही आहे. तेव्हा मी दान करीन; माझ्या सारखा मीच;' असे असुर म्हणतील. अशा रितीने स्वतःच्या जाळ्यात अडकलेल्या असुराला आपल्या अतृप्त इच्छा भागवण्याचे व्यसन असते. तो अहंकार, मत्सर आणि क्रोध यांच्या गर्तेत फेकला जातो. त्याच त्याच प्रकारच्या गर्भाशयांमध्ये (योनींमध्ये) त्याला पुनःपुन्हा जन्म घ्यावा लागतो आणि परत परत त्याच सापळ्यात तो अडकतो. अधिकात अधिक मिळवण्यासाठी यत्न करणे आणि ते मिळाले नाही की स्वतःचाच संताप करून घेणे, तसेच त्याला हवे ते मिळाले की ते अजून अधिक मिळावे यासाठी प्रयत्न करणे या

■■■●●●●●●●●●○○○○○○○○○□□

अंधाऱ्या चक्रातून असुर स्वतःची सुटका करून घ्यायला असमर्थ ठरतो. परिणामी त्याला सुखाचा प्रकाश दिसत नाही. (अध्याय १६, श्लोक १२ ते २२)

वर उद्धृत केलेले श्लोक म्हणजे न्यायनिर्णय आहे अथवा ही परमेश्वराची इच्छा आहे असे वाटत असले तरी वस्तुतः हे केवळ एक निरीक्षण आहे : भौतिक सुखसुविधांमुळे आपण समाधानी होऊ असे आपल्याला जेव्हा वाटत असते, जेव्हा जिताजागता माणूस म्हणजे काम करून पैसे जमवणारे शरीर नावाचे केवळ यंत्र आहे असे आपण गृहीत धरतो. म्हणजेच, जग ही एक केवळ तांत्रिक व्यवस्था आहे, इतकेच नव्हे तर, हे जग अर्थहीन आहे आणि व्यापक अर्थाने संदर्भहीनही आहे असा जेव्हा जेव्हा आपला समज होतो तेव्हा तेव्हा त्याचा शेवट अटळपणे कशात होतो यासंबंधीचे हे निरीक्षण आहे. हे आपण समजून घ्यायला हवे! भौतिक गोष्टींनी आपल्याला सुख द्यावे अशी आपली अपेक्षा असते परंतु

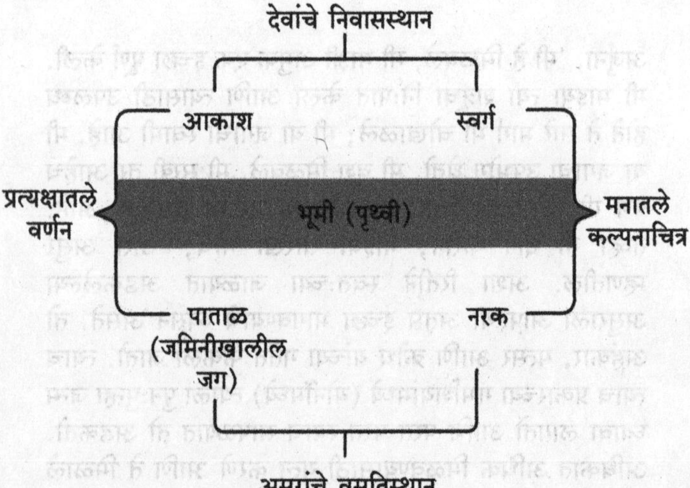

स्वर्ग, पाताळ आणि नरक

■■■●●●●●●●●●●○○○○○○○○○○□□

त्या गोष्टी आपल्याच इच्छा आणि आकांक्षांना खतपाणी घालतात. परिणामी या गोष्टींचे आपल्याला व्यसन लागते आणि यातूनच अधिकाधिक हाव जन्म घेते. आपल्याला नेहमीच अजून हवे असते मात्र आपला अपेक्षाभंग झाला की आपला चडफडाट होतो.

जमिनीखाली असणारे पाताळ हे असुरांचे निवासस्थान आहे तसेच असुर हे पाताळावर राज्यही करत असतात, कारण पाताळ हेच असुरांचे मूळ स्थान आहे. तर, आकाशातील स्वर्गीय राज्य हेच देवांचे मूळ स्थान आहे, असे पुराणांमध्ये म्हटलेले असले तरी, असुरांच्या वसतिस्थानाला गीता 'नरक' असे संबोधते. पाताळ हे असुरांच्या निवासाचे प्रत्यक्ष वर्णन आहे तर नरक हे त्याचे कल्पनाचित्र आहे. विश्वासाचा अभाव असला की नैराश्य आणि क्रोधही येतो, परिणामी नरक निर्माण होतो.

देवांचा पराजय करूनही असुर समाधानाचे धनी होत नाहीत आणि असुरांवर विजय मिळवल्यामुळे देवांनाही ज्ञान प्राप्ती होत नाही. याचाच अर्थ, देव आणि असुर हे दोघेही एका चक्रामध्ये अडकलेले आहेत आणि हे चक्र भेदून दोघांपैकी कोणी मुक्तही होऊ शकत नाही. असे असले तरीही, विष्णू देवांना असुरांपेक्षा अधिक किंमत देतो कारण अल्प काळासाठी का होईना, पण देव या भौतिक जगाच्या पलीकडे पाहतात. कौरव आणि पांडव, हे दोघेही राज्य म्हणजेच मालमत्तेसाठी भांडायला उभे राहिलेले आहेत हे खरे असले तरी, त्यांच्यामधलाच असणारा अर्जुन हाच केवळ युद्ध या भौतिक घटनेपलीकडे असणाऱ्या शक्यतांकडे आपला कान देऊन आहे.

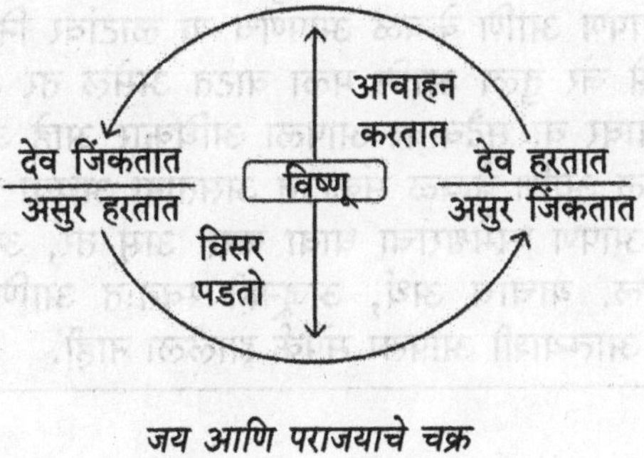

जय आणि पराजयाचे चक्र

■■■■●●●●●●●●●○○○○○○○○○□□

आपल्या शरीराबाहेर असणाऱ्या परम-आत्म्याकडे बघायला भाग पाडतो तो देवांचा यज्ञविधी चांगला होय; असुरांची तपस्याही चांगलीच कारण ती आपल्याला स्वतःमध्ये असणाऱ्या जीवात्म्याचा शोध घ्यायला भाग पाडते. मात्र, भौतिक जग आणि मनोविश्व या दोघांना एकमेकांची माहिती होणे हे गरजेचे आहे. काहीही समजून न घेता यज्ञाचे कर्मकांड पार पाडणे ही केवळ एक अर्थशून्य कृती आहे तर कृतीचे महत्त्व जाणून न घेता केवळ समजून घेणे याचा अर्थ तपस्या आहे. ज्यावेळेला समजून घेऊन कृती केली जाते म्हणजेच तुमच्या आकलनाचा काहीएक परिणाम तुमच्या कृतीवर होतो आणि तुम्ही करत असलेल्या कृतीमुळे तुमच्या समजुतीवर काहीएक परिणाम दिसतो तेव्हा तो खरा योग ठरतो.

> अर्जुना, योगामुळे कुठलीही कृती निरिच्छपणे करण्याचे सामर्थ्य तुझ्यात निर्माण होईल इतकेच नव्हे तर, यश आणि अपयश या दोन्हींकडेही तू समत्व दृष्टीने पाहू शकशील. एखाद्या कृतीच्या पोटी कोणते फळ येईल याचा अंदाज बांधून केलेल्या कृतीपेक्षा या कृतीच्या हेतूवर लक्ष ठेवून केलेली कृती ही केव्हाही उजवी होय! या रितीने तू केलेली कृती तुला सर्व द्वैतांपासून मुक्त करील. अतएव तू योगाच्या सहाय्याने तुझे कौशल्य वाढव. (अध्याय २, श्लोक क्रमांक ४८ ते ५०)

आपण सारेच सुदैवाच्या आणि दुर्दैवाच्या लाटांवर आरूढ होत असतो. आपण आणि केवळ आपणच या लाटांवर नियंत्रण मिळवू शकतो असे जर तुला आणि मला वाटत असेल तर आपण असुर ठरतो. सुखावर वा सुदैवावर आपला अधिकार आहे असा आपला समज असेल आणि केवळ संकटात असताना अथवा या दुर्दैवाच्या भीतीपोटी आपण परमेश्वराचा धावा करत असू तर, आपली गणना देवांत होईल. याचाच अर्थ, अजूनही स्वतःत आणि स्वतःबाहेर असलेल्या आत्म्याशी आपला संपर्क झालेला नाही.

■■■●●●●●●●●●●●○○○○○○○○○□□

१०.

तुझ्यात आणि माझ्यात एक सुप्त सामर्थ्य आहे

आपल्या बरोबर असणाऱ्या माणसांवर आपला विश्वास नसतो. आपण तळमळत असतो मानवजातीपलीकडील कशासाठी तरी, असे कोणी तरी जे आपले गुणदोष न बघता आपल्याला दिलासा देईल, आपल्या क्षुधा तृप्त करीत, आपल्यातील असुरक्षिततेची भावना दूर करील आणि आपल्या उणिवा भरून काढील. आणि म्हणूनच सुमारे दोन सहस्र वर्षांपूर्वी गीतेने हिंदुत्वाच्या विचारधारेची भगवान या संकल्पनेशी ओळख करून दिली. त्याआधीच्या कालखंडामध्ये परमेश्वराबद्दल ब्रह्मन, पुरुष अथवा आत्मा यांसारख्या ज्या अमूर्त कल्पना होत्या, त्या साऱ्या संकल्पनांचे सुसूत्रीकरण गीतेत केले गेले आणि त्यांना समूर्ताचे रूप प्रदान केले गेले. गीतेच्या सातव्या अध्यायापासून ते बाराव्या अध्यायापर्यंत भगवान या संकल्पनेचा केलेला ऊहापोह हे भगवद्गीतेचे एक लक्षवेधी वैशिष्ट्य आहे. वेदांच्या कर्मकांडरूपाला आणि उपनिषदांच्या बौद्धिक स्वरूपाला प्रखर आव्हान देऊन माणसाच्या आयुष्यात त्याच्या भावभावनांना असणारे महत्त्वाचे स्थान अधोरेखित करण्याचे लक्षणीय काम गीता करते. आपण संवेदना असणारे समंजस जीव नव्हे तर तर्कसंगत विचार करणारे भावनाप्रधान जीव आहोत.

आपण इंद्रिये ताब्यात आणण्याचे एक साधन आहोत, अशी कृष्ण स्वतःची ओळख गीतेच्या आरंभीच म्हणजे दुसऱ्या अध्यायात करून देतो तिथेच पहिल्यांदा परमेश्वर (गॉड) ही संकल्पना आपल्याला सामोरी येते.

> अर्जुना, इंद्रियांचे दमन करून ज्ञान प्राप्त करण्यासाठी साधुपुरुष आपले सारे लक्ष माझ्यावर केंद्रित करीत असतात. (अध्याय २, श्लोक क्रमांक ६०)

हे सारे खरे असले तरी, यज्ञ आणि योग यांवरचे कृष्णाने केलेले निरूपण ऐकल्यानंतर, या निरूपणात येणाऱ्या आत्मपरीक्षण आणि स्वतःच्याच मनोविश्वाचा साधकाने करावयाचा प्रवास या संकल्पनांमुळे अस्वस्थ होऊन अर्जुन कृष्णाला प्रश्न विचारतो. या प्रश्नाच्या उत्तरातून परमेश्वर ही कल्पना उलगडायला खऱ्या अर्थाने प्रारंभ होतो.

> कृष्णा, मन हे मुळातच चंचल, बेचैन, आणि वाऱ्यासारखे अनावर असते, तर इंद्रिये ही स्थिरच असतात. अतएव, योगाच्या बळावर समत्व बुद्धी टिकवून ठेवणे ही सोपी गोष्ट नव्हे. (अध्याय ६, श्लोक ३३ आणि ३४)

शोधकाला किंवा विद्यार्थ्याला केवळ शिकवणे, सूचना देणे पुरेसे नसते हे अर्जुन प्रामाणिकपणे मान्य करतो; कारण जोपर्यंत विद्यार्थ्याचे मन शांत आणि स्वस्थ नसते तोपर्यंत त्याची बुद्धी नवनव्या कल्पना कधीही ग्रहण करणार नाही. अस्वस्थ मनाला शांत करण्यासाठी कुणाच्या तरी आधाराची गरज असते. कृष्णाचे ज्ञानगर्भ निरूपण ऐकून गोंधळलेल्या आणि अस्वस्थ झालेल्या अर्जुनालाही, तो ज्यावर विसंबून राहू शकेल अशा एका खंबीर आधाराची म्हणजेच परमेश्वराच्या पाठिंब्याची आवश्यकता आहे, हे कृष्णाच्या ध्यानात आलेले आहे. अतएव, कृष्ण अर्जुनाला स्वतःची परमेश्वर अशी ओळख करून देतो. कृष्ण अर्जुनाला म्हणतो; दृश्य जगताच्या पल्याड असणारा मात्र अदृश्य असणारा, मर्त्य जगाच्या सीमा जिथे संपतात त्या पलीकडे वास्तव्य करणारा आणि अमर्त्य

■■■●●●●●●●●●●●○○○○○○○○○□□

असणारा, परिमिता पलीकडे असणारा आणि वाच्यार्था पलीकडे जो रूपकात्मक स्वरूपात अस्तित्वात आहे त्याला परमेश्वर म्हणतात. कृष्ण म्हणजेच प्रत्यक्ष परमेश्वर आहे या कल्पनेची प्रस्तावना सातव्या अध्यायात होऊन आठव्या, नवव्या आणि दहाव्या अध्यायांपर्यंत चांगलीच गतिमान होते आणि सरतेशेवटी अकराव्या अध्यायात जेव्हा कृष्ण अर्जुनाला खरोखरच विश्वरूप दर्शन घडवतो तेव्हा कृष्ण हाच जगदीश्वर आहे याबद्दल अर्जुनाच्या मनात कुठलीही शंका राहत नाही.

परमेश्वरासाठी वेदांमध्ये वापरलेल्या 'देव' या शब्दात बदल होऊन गीतेमध्ये परमेश्वरासाठी भगवान हा शब्द वापरला आहे. वैदिक काळात 'भगवत्' हा शब्द 'हितकर्ता' किंवा 'नशीब घडवणारा' या अर्थाने वापरला जात होता. मात्र सुमारे दोन सहस्रकांपूर्वी गीतेने भगवान या शब्दाच्या अर्थात बदल घडवून आणला. भगवान म्हणजे परमेश्वर आणि त्यातही विशेषतः कृष्ण अथवा विष्णू यांनाच उद्देशून हा शब्द गीतेत वापरला गेलेला आहे. या शब्दाच्या अर्थातील बदलामुळे हिंदू विचारप्रणालीच्या प्रमुख विचारधारणेत बदल झाला. पृथ्वीतलावर राहणाऱ्या हरएक जीवमात्राला त्याच्या आयुष्यात सत्याचे अंशमात्र दर्शन निश्चितच घडते; हे त्या प्रत्येकाचे भागधेय होय. मात्र भगवंताला संपूर्ण सत्याचे आणि त्याच्या हरएक अंशाचे ज्ञान असते आणि म्हणूनच तो सर्वज्ञ वा भगवान असतो.

पुढे भारतवर्षात आलेल्या युरोपियनांनी वेदांतल्या देव या संकल्पनेचे ग्रीक पुराणातल्या देवांशी तर गीतेत आणि पुराणांत असणाऱ्या भगवान या कल्पनेचे अब्राहमिक (एकेश्वरी विचारधारा) देवाशी साधर्म्य दाखवण्याचा दीर्घकाळ आणि निकराचा प्रयत्न केला. अनेक देव मानणाऱ्या ख्रिश्चनांच्याही विचारसरणीत ख्रिस्ती धर्मामुळे बदल झाला आणि एकाच परमेश्वराला त्यांनी मान्यता दिली, तसेच, गीतेमुळे, हिंदू विचारप्रणालीतही या प्रकारचा बदल घडून आला. मात्र अनेकेश्वरवाद आणि एकेश्वरवाद या दोन वेगळ्या विचारप्रणालींतली सीमारेषा हिंदू विचारांमध्ये पुसट असल्यामुळे युरोपियनांनी ओढूनताणून केलेली ही तुलना फसली. ग्रीक देव हे खोटे आहेत अशी अब्राहमिक म्हणजेच एकेश्वरी विचारधारेची सुस्पष्ट धारणा आहे, तर पुराणातला भगवान, देव हा आपल्याच अस्तित्वाचा एक भाग आहे असे मानतो. हे असे मानणे म्हणजे भगवानाने देवांचे अस्तित्वच

■■■●●●●●●●●●●●●○○○○○○○○○□□

गिळंकृत करणे नव्हे वा त्यांचा आपल्यात समावेश करून घेणे असेही नव्हे, तर ही एक प्रकारची उत्क्रांती आहे, स-अन्तापासून अन्-अंतापर्यंतचा तसेच व्यावहारिक पातळीपासून मानसिक पातळीपर्यंतचा देखील प्रवास आहे. परमेश्वर हा काही कुणी आपल्यापेक्षा वेगळा वा बाहेरचा नव्हे, तर तो आपल्यासह इतरांमध्येही आहे या जाणिवेचे, हा प्रवास हे दृश्य रूप आहे.

कुठल्याही एका मर्यादित वा परिमित (फायनाईट) इतिहास आणि भूगोलाचे पाश्चात्त्य पुराणांना आकर्षण होते तर हिंदू विचारप्रणालीतल्या परमेश्वराचा या मर्यादेलाच विरोध आहे. उलट, मानवी मनाची अथांगता हिंदूंच्या परमेश्वराला आपलीशी वाटते. मानवी मनाची अथांगता हा विषय विसाव्या शतकात फ्रॉईड आणि युंग यांनी पुढे आणल्यावरच केवळ युरोपियनांनी त्याकडे गांभीर्याने पाहायला आरंभ केलेला आहे, हे इथे आपण लक्षात ठेवणे आवश्यक आहे.

> अर्जुना, अनेकानेक जन्म घेऊन झाल्यावर, सरतेशेवटी विरळा असणाऱ्या ज्ञानी पुरुषाला जाणवणारे सत्य म्हणजे, ही सर्व सृष्टी कृष्णमयच आहे. (अध्याय ७, श्लोक १९)

ग्रीक पुराणांमध्ये एक मात्र अशा परमेश्वराची संकल्पना नाही. ग्रीक पुराणांमध्ये अनेक देवांचे उल्लेख आहेत. महाकाय आणि महाशक्तिशाली असणाऱ्या टायटन या देवतांचा उल्लेख ग्रीक पुराणांत आरंभी केलेला आहे. त्यांनी पृथ्वी देवतेला (गाया) आकाशाचा अधिपती असणाऱ्या युरेनस या देवतेपासून जबरदस्तीने अलग केले आणि हे टायटन जगाचे राज्यकर्ते झाले. यानंतर ऑलिंपियन्स या टायटन्सच्या मुलांचा उदय झाला. ऑलिंपियन्सनी टायटन्सना पदच्युत केले आणि सत्ता स्वतःकडे घेतली. मात्र मानव आपल्याला पदच्युत करू शकतात या भीतीने ऑलिंपियन्सनी माणसांना फेट्सच्या मदतीने नियंत्रणाखाली ठेवले. (माणसाचा जन्म आणि त्याचे आयुष्य यांवर ज्या तीन देवतांची हुकमत असते त्या क्लोथो, लॅचेसिस आणि ॲट्रोपॉस यांना 'फेट्स' असे म्हणतात.) मात्र, असे असले तरी प्रसंगोपात नाखुशीने का होईना, या ऑलिंपियन्सनी या माणसांतील

■■■●●●●●●●●●●●○○○○○○○○□□

जो कुणी खरोखरच स्वतंत्र वृत्तीचा आणि बेडर होता त्याची प्रशंसा करून त्या नायकाला त्याच्या मृत्यूनंतर एक विशेष जागा प्रदान केली. या सगळ्या घटनाक्रमामध्ये नमवणे, त्याला आपल्यात सामावून घेणे आणि त्याच्यावर हक्क सांगणे ही मनोवृत्ती दिसते. या पुराणांनीच, दोन हजार वर्षांपूर्वी भूमध्य समुद्र आणि आसपासच्या भूप्रदेशावर स्वामित्व गाजवणाऱ्या रोमन साम्राज्याचा जागतिक दृष्टिकोन घडवण्यातही महत्त्वाची भूमिका निभावलेली आहे.

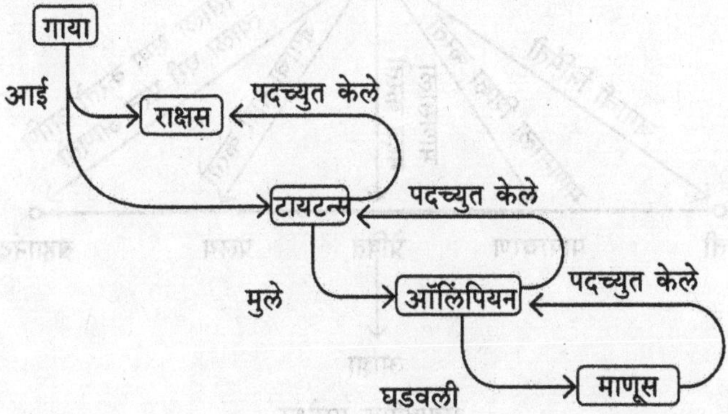

ग्रीकांचे परमेश्वर

मात्र, सतराशे वर्षांपूर्वी, आपल्या अधिकाधिक दुभंगणाऱ्या रोमन साम्राज्याचे एकीकरण करण्याच्या उद्देशाने कॉन्स्टंटाईन या रोमन सम्राटाने स्वतः ख्रिस्ती धर्म स्वीकारला इतकेच नव्हे तर पुराणातील साऱ्या पूर्वीच्या देवांना धुडकावून लावून त्याने आपली निष्ठा अब्राहमप्रणीत परमेश्वराच्या चरणी अर्पण केली. भक्ताने केवळ माझीच उपासना करावी, अन्य कुणाचीही उपासना करू नये असा या परमेश्वराचा आदेश होता. जगाची निर्मिती करणारा हा परमेश्वर स्वनिर्मित विश्वापासून वेगळा आणि स्वतंत्र होता. आपण निर्माण केलेल्या या जगतात वावरणाऱ्या मानवांना त्यांच्या मृत्यूनंतर स्वर्गप्राप्तीची इच्छा असेल तर, त्यांनी पृथ्वीवर कसे वागावे यासंबंधीचे नीतिनियम या परमेश्वराने घालून दिलेले होते. इस्लाममध्येही

हीच कल्पना पायाभूत आहे हे खरे असले तरी, येशू हा देवाचा पुत्र आहे या ख्रिश्चन समजुतीला इस्लामने नाकारलेले आहे. अब्राहम आणि मोझेस यांच्याप्रमाणेच येशू प्रेषित होय अशी इस्लामची भूमिका आहे. त्यांच्या दृष्टीने खरोखरच महत्त्वाचा असा अखेरचा प्रेषित हा मोहंमद होय! अब्राहमिक विचारधारेवर विश्वास ठेवणाऱ्यांमध्ये आजही खरोखरचा प्रेषित कोण, या प्रश्नावर मतभिन्नता आहे.

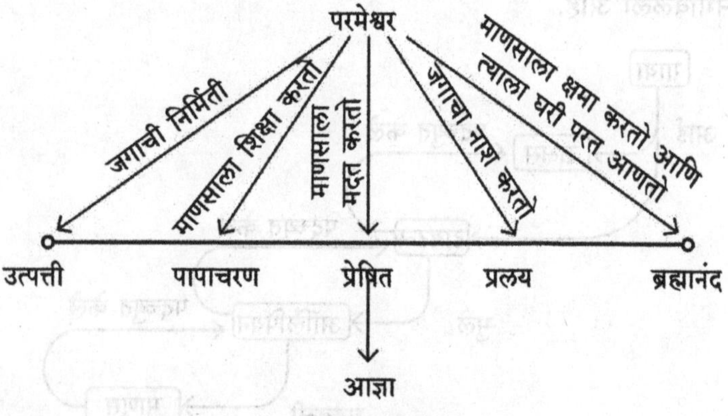

अब्राहमिक परमेश्वर

अब्राहमिक पुराणातला परमेश्वर हा मत्सरी आणि आपल्या ताब्यातील गोष्टींबद्दल अतिरेकी जागरूक आहे. या देवाला इतर देव मुळीच सहन होत नाहीत. हिंदूंच्या पुराणांतला परमेश्वर देवांमध्ये अशी कुठलीही विभागणी करीत नाही. भिन्नभिन्न स्थानिक ग्रामदैवते आणि जनसामान्यांची दैवते हीदेखील त्या परमेश्वराची रूपे मानली जातात आणि या विविध देवदेवता हीच त्या एकमेवाद्वितीय सर्वेश्वरापर्यंत पोहोचण्याची प्रवेशद्वारे आहे, असे हिंदू विचारधारा मानते.

अब्राहमिक विचारप्रणालीतल्या परमेश्वराची संकल्पना ही शुद्धतेचा शोध घेते. साहजिकच खोट्या देवांमुळे येणारी अशुद्धता ती टाळते तर हिंदूंच्या परमेश्वर या संकल्पनेत पूर्णत्व अपेक्षित असते आणि म्हणून अनंताकडे होणाऱ्या प्रवासात ईश्वरविषयक अनेक अपूर्ण कल्पनांचा समावेश होत राहतो. कदाचित यामुळेच ख्रिस्तपूर्व युरोप, अमेरिका आणि

■■■●●●●●●●●●●●○○○○○○○○○□□

अरब या साऱ्यांचा वारसा पूर्णतःच लयाला गेला तर दुसरीकडे वेदपूर्व, वैदिक तसेच वेदोत्तर काळातील एवढेच नव्हे तर, वैदिक संस्कृतीबाह्य सगळ्या प्रथा आणि चालीरिती हिंदुत्वाच्या एकछत्री अमलाखाली भारतात आजही तितक्याच प्रभावी आहेत आणि परस्परांवर परिणाम करत आहेत.

> अर्जुना, माझ्या प्रति असणारा आदरभाव व्यक्त करता यावा म्हणून जे कुणी आपल्या जवळ असणाऱ्या ज्ञानाचे आदानप्रदान करतात त्यांना स्वतःमध्येच वा अन्यत्र माझा शोध लागतो. एकतर बहुविध आकारांमध्ये मी त्यांना दिसतो अथवा सारे विश्व व्यापून उरणारा एकमेकाद्वितीय असा मी त्यांना दर्शन देतो. (अध्याय ९, श्लोक क्रमांक १५)

संस्कृत भाषेतल्या वर्णमालेतील पहिले मुळाक्षर 'क' आहे. ऋग्वेदातही परमेश्वराचा सर्वप्रथम उल्लेख याच मुळाक्षराने केलेला आहे. 'क' या वर्णापासून काय, कधी, कुठे, का आणि कसे यांसारखी सर्व प्रश्नार्थक सर्वनामे तयार झालेली आहेत. याचाच अर्थ परमेश्वर आणि चौकशी यांचा जवळचा संबंध आहे. कवीलाही स्वयंभू 'क'बद्दल जिज्ञासा होती, या जिज्ञासू असणाऱ्या कवीलाच पुढे ऋषी म्हणजे निरीक्षण करणारा ही पदवी प्राप्त झाली.

त्या दिव्य आणि अलौकिक शक्तीला या ऋषींनी 'ब्रह्मन्' असे संबोधले. आरंभ काळात 'ब्रह्मन्' हा शब्द भाषेला उद्देशून योजला जात असे, कारण माणूस आपल्या अवतीभोवती असणाऱ्या जगाची जाणीव भाषेतूनच व्यक्त करू शकतो. खरे म्हणजे भाषेनेच माणसांना त्यांची माणुसकी बहाल केलेली आहे. भाषेमुळेच माणूस हा, प्राणी अथवा श्वापदांपासून वेगळा ठरतो. प्राणी त्यांना समजलेल्या गोष्टी एकमेकांपर्यंत पोचवू शकतात. मात्र, प्राण्यांना कुठल्याही अमूर्त विचारांचे चिंतन आणि विश्लेषण करण्यासाठी कोणतीही भाषा नाही. मनाच्या कक्षा रुंदावणे असाही एक अन्य अर्थ 'ब्रह्मन्' या शब्दाचा होतो कारण भाषेमुळे मनाच्या कक्षा रुंदावतात.

अनेक मस्तकांसह बहुविध अवयव असणाऱ्या एका दिव्य जीवमात्राला

म्हणजे एका पुरुषाला वैदिक विधींद्वारे आवाहन केले जाते. साऱ्या विश्वाच्या अणुरेणूंत या पुरुषाचे अस्तित्व असते आणि त्याच्या अंशमात्र भागातून हे जग जन्म घेते. आरण्यक या अगदी आरंभीच्या काळातील संहितांमध्ये वेगवेगळे तर्क केले गेलेले आहेत. या संहितांमध्ये प्रजापतीचा उल्लेख आहे. प्रजापती म्हणजे माणसाच्या मनाचे बीज. या मनोबीजाचे प्रकृतीशी मिलन झाले की त्यातून वैविध्यपूर्ण जगाची निर्मिती होते. यारितीने अलौकिकाचे विभाजन आणि मिलन यांतून निर्मिती होते असे आरण्यकांचे प्रतिपादन आहे. आरण्यकांनंतर आलेल्या उपनिषदांमध्येही ब्रह्मन्, पुरुष आणि प्रजापती या शब्दांचा अर्थ आत्मा असाच मानलेला आहे. हा अमर असणारा आत्मा सर्व जीवमात्रांत जीवात्मा म्हणून आणि सर्व जीवांच्या आजूबाजूला सर्वत्र पर-आत्मा म्हणून वास करतो असे उपनिषदे म्हणतात. कुणा एकाच्या देहात राहणारा हा जर जीवात्मा आहे आणि अन्य कुणाच्या शरीरात वास करणारा तो पर-आत्मा असेल तर कुणी एक आणि अन्य कुणी एक हे ज्या स्थितीपर्यंत पोचू शकतात ती स्थिती म्हणजे परमात्मा होय. परमेश्वर आणि माणुसकी यांना अभिन्न मानण्याबाबत हिरिरीने वादविवाद होऊ लागले. परमेश्वर ही गूढ, आणि अमूर्त संकल्पना झपाट्याने मानसिक संकल्पनेमध्ये रूपांतरित झाली.

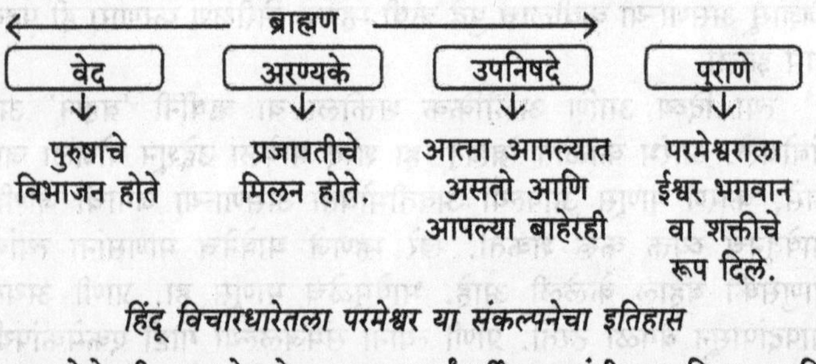

हिंदू विचारधारेतला परमेश्वर या संकल्पनेचा इतिहास

सरतेशेवटी, सुमारे दोन हजार वर्षांपूर्वी पुराणांनी या दिव्य आणि अलौकिकाला एक व्यक्तिमत्त्व दिले जे आपल्या उत्तम परिचयाचे आहे. परमेश्वराच्या संकल्पनेतील या बदलामध्ये गीतेने आत्यंतिक महत्त्वाची भूमिका निभावलेली आहे. गीतेआधीच्या कालावधीत परमेश्वर ही एक संकल्पना होती, मात्र गीतेच्या नंतरचा जो काळ आहे त्यात परमेश्वर ही

■■■●●●●●●●●●●●○○○○○○○○○□□

केवळ एक संकल्पना न राहता तिला मानवी व्यवहारात एक व्यक्तिमत्त्व प्राप्त झाले.

पुरुष, ब्रह्मन्, प्रजापती, आत्मा हे आर्षकालीन आणि गूढ शब्द हळूहळू कालबाह्य होत गेले आणि त्यांची जागा ईश्वर आणि भगवान या दोन नव्या शब्दांनी पटकावली. दिव्यत्वाचे बीज म्हणजे ईश्वर तर या अलौकिकत्वाचे परिपूर्ण विकसित झालेले रूप म्हणजे फळाफुलांनी बहरलेला वृक्ष म्हणजेच भगवान होय! संन्यस्त योगी असणाऱ्या शिवाशी ईश्वर शब्द संबंधित आहे. बैरागी शिव आणि शक्ती यांच्या विवाहातून जग उभे राहते. भगवान हा शब्द गृहस्थ असणाऱ्या विष्णूशी निगडित आहे. निद्रिस्त असणारा विष्णू जागा झाला की निर्मिती होते आणि विष्णू निद्राधीन झाला की प्रलय होतो. विष्णूचे जागे होणे आणि त्याचे निद्राधीन होणे या दोन क्रियांमधल्या काळात विष्णू पृथ्वीवर अनेक अवतार घेतो ज्यांमध्ये कृष्णावताराचाही समावेश आहे. पुराणात शिव आणि विष्णू यांच्या आधी देवी (शक्ती) अस्तित्वात असल्याचे गृहीत धरलेले होते. ही देवी प्रकृती असल्यामुळे मानवजातीची माता आहे त्याचप्रमाणे संस्कृती म्हणजे मानवजातीची कन्या आहे.

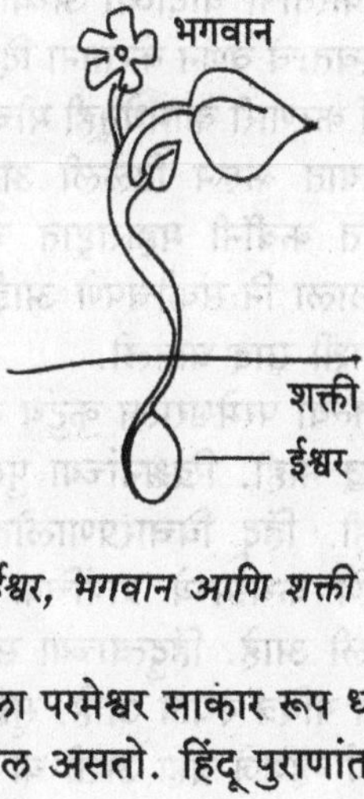

ईश्वर, भगवान आणि शक्ती

अब्राहमिक पुराणांतला परमेश्वर साकार रूप धारण करीत नाही. उलट ते टाळण्याकडे त्याचा कल असतो. हिंदू पुराणांत परमेश्वराची दोन्ही रूपे

म्हणजे साकार अथवा सगुण ब्रह्मन् आणि निराकार किंवा निर्गुण ब्रह्मन् वर्णिलेली आहेत. गीतेच्या बाराव्या अध्यायात या दोन्ही रूपांचे वर्णन आहे. निराकार असणारा परमेश्वर पुरुषही नाही आणि स्त्रीही नाही. साकार वा सगुण असणारा परमेश्वर हा ज्यांचे वर्णन स्वयंभू आणि गर्भाशयातून न जन्मलेले (अयोनिज) असे केलेले आहे ते शिव, विष्णू वा देवी या तिघांसारखा अजन्मा आणि अमर असा असू शकतो. किंवा या सगुण परमेश्वराने एखाद्या गर्भाशयातूनही जन्म घेतलेला असू शकतो (योनिज), त्यामुळे त्याला जन्म आणि मृत्यू या दोघांचाही अनुभव घ्यावा लागू शकतो. राम आणि कृष्ण ही दोन्ही उदाहरणे या प्रकारात मोडणारी आहेत.

अब्राहमिक पुराणांतला परमेश्वर निराकार असला तरी त्याची प्रार्थना किंवा कल्पना पुरुष रूपात केली जाते. हिंदू पुराणांतल्या परमेश्वराची कल्पना ही कधीकधी पुरुष रूपात तर कधीकधी स्त्रीरूपात, कधीकधी स्त्री आणि पुरुष अशा दोन्ही रूपांत तर, कधीकधी ना पुरुष ना स्त्री अशा रूपात केली जाते. गीतेच्या सातव्या अध्यायातील सहाव्या श्लोकात कृष्ण प्रकृती आणि मन ही दोन्हीही आपली गर्भाशये (योनी) आहेत असे म्हणतो. इतकेच नव्हे तर, पुढे ब्रह्माच्या गर्भाशयात आपण आपले स्वतःचे बीज कसे पेरतो यावर भाष्य करताना चौदाव्या अध्यायातील तिसऱ्या श्लोकात कृष्ण स्त्रीलिंगी शब्दांत स्वतःचे वर्णन करताना दिसतो. गंगा नदी म्हणजे मी आणि सर्व इच्छांची पूर्ती करणारी कामधेनूही मीच, अशी स्वतःची ओळख कृष्णाने दहाव्या अध्यायात करून दिलेली आहे. या सर्वांचा परिणाम म्हणून महाराष्ट्रातील संत कवींनी महाराष्ट्रात ज्याला कृष्णाचा अवतार समजले जाते त्या विठ्ठलाला निःसंकोचपणे आईच्या रूपात पाहून त्याला विठा-आई (विठाई) अशी साद घातली.

अब्राहमिक पुराणातल्या परमेश्वराला कुटुंब नाही किंवा तो कुठल्याही मानवी नातेसंबंधांनी बद्ध नाही. ख्रिश्चनांच्या पुराणात परमेश्वराला मुलगा असला तरी पत्नी नाही. हिंदू विचारप्रणालीत असणाऱ्या परमेश्वराची कल्पना, देवळांत आणि कथांमध्ये प्रापंचिक जबाबदाऱ्याही वाहणारा गृहस्थाश्रमी अशी केलेली आहे. हिंदुत्वाच्या संपूर्ण विचारप्रणालीत ब्रह्म या संकल्पनेला विलक्षण पवित्र स्थान आहे. सृष्टीतील चराचरांत असणारे दिव्य आणि सुप्त सामर्थ्य म्हणजे ब्रह्म अशी या शब्दाची व्याख्या असली

तरीही, पुराणांमधील ब्रह्मदेवाला भजले जात नाही. कारण ब्रह्मदेव हा ज्ञान प्राप्त न झालेला गृहस्थाश्रमी आहे, तो देवीवर नियंत्रण मिळवण्याचा सदैव प्रयत्न करीत असतो असे त्याचे चित्र रेखाटण्यात आलेले आहे. तो देवीच्या इच्छेविरुद्ध तिचा अथक आणि निर्दयीपणे पाठलागही करीत असतो, परिणामी शिव ब्रह्मदेवाचा शिरच्छेद करतो. देवीने ज्याला सुसंस्कृत गृहस्थाश्रमी बनवले त्या शिवाची एक ज्ञानी आणि सुसंस्कृत तपस्वी म्हणून उपासना केली जाते. विष्णूची आराधना एक सुसंस्कृत गृहस्थाश्रमी म्हणून केली जाते. विष्णू देवीची जबाबदारी घेण्यासाठी सदैव तत्पर असतो इतकेच नव्हे तर संकटाचे प्रसंगी तिचे रक्षण करण्यासाठी विविध अवतारही धारण करतो. देवी सीता असते तेव्हा विष्णू राम होतो, ती जेव्हा राधा, सत्यभामा आणि द्रौपदी असते तेव्हा विष्णू कृष्ण होतो. यारितीने विष्णू आणि देवी एकमेकाला परस्परपूरक भूमिका घेतात.

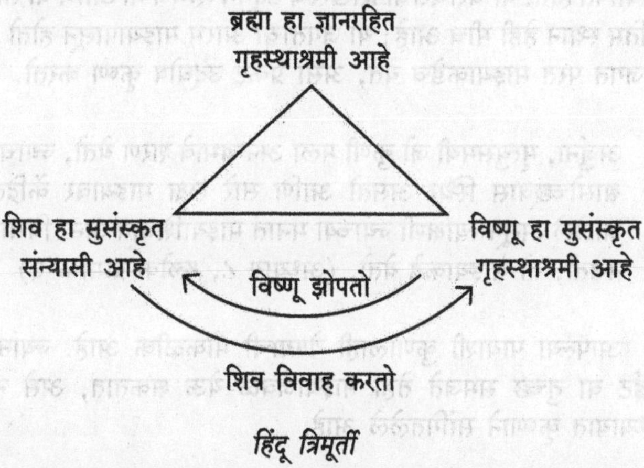

हिंदू त्रिमूर्ती

गीतेच्या सातव्या अध्यायापासून परमेश्वर (भगवान) ही संकल्पना संभाषणाच्या केंद्रस्थानी येते.

अर्जुना, मी जो आकार धारण करतो त्याच्या आठ प्रकारच्या रूपांचा तुझी इंद्रिये अनुभव घेतात, यांमध्ये पंचमहाभूते, भावना,

बुद्धी आणि ओळख यांचा समावेश आहे. या सुस्पष्टपणे दिसणाऱ्या आकारांपलीकडे माझा असा अप्रकट आकारही आहेच, आणि तोच या चराचर विश्वाला आधारभूत ठरतो. तो आधार, जणू काही विविध रत्नमाणकांची ओवलेली माला एकत्र धरून ठेवणारे सूत्रच होय! (अध्याय ७, श्लोक क्रमांक ४ ते ७)

आठव्या अध्यायात, निष्काम कर्म वा कृती आणि वैयक्तिक नाते (अधियज्ञ) या दोहोंच्या मार्फत कृष्ण वस्तुनिष्ठ असणारे मन (ब्रह्मन्) आणि वस्तुनिष्ठ असणारी प्रकृती (अधिभूत) यांची कुणाही व्यक्तीच्या मनाशी (अध्यात्म) आणि त्याच्या देहाशी (अधिदैव) सांगड घालतो आणि या रितीने सर्वव्यापी वा अलौकिक असणारा आणि कुणी एक माणूस (इंडिव्हिज्युअल) म्हणजेच, परमआत्मा आणि जीवआत्मा यांच्यात नाते प्रस्थापित होते. या चराचराचा शिखरस्थ उद्‌गम म्हणजे मी आणि या साऱ्यांचे अंतिम स्थान हेही मीच आहे; या जगताचा आरंभ माझ्यापासून होतो आणि ते जगत परत माझ्याकडेच येते, असा प्रकट उद्‌घोष कृष्ण करतो.

> अर्जुना, मृत्युसमयी जो कुणी मला अनन्यभावे शरण येतो, ज्याचा श्वासोच्छ्‌वास स्थिर असतो आणि सारे लक्ष माझ्यावर केंद्रित झालेले असून त्याक्षणी ज्याच्या मनात माझ्याशिवाय अन्य विचार नसतो, तो माझ्याकडे येतो. (अध्याय ८, श्लोक क्रमांक ६)

आपल्या पायाशी कुणालाही येण्याची मोकळीक आहे. ज्यांना जग वाईट वा तुच्छ समजते तेही माझ्याजवळ येऊ शकतात, असे नवव्या अध्यायात कृष्णाने सांगितलेले आहे.

> अर्जुना, ज्यांना तू दुर्वर्तनी समजतोस तेदेखील जर मी सांगितलेल्या मार्गावरून क्रमणा करीत आहेत असे तुला दिसले तर त्यांच्या प्रतिही तुला पूज्यबुद्धी हवी, कारण सरतेशेवटी तेही शांती आणि समाधानाचे धनी होतीलच! माझ्या कुठल्याही उपासकाकडे माझे दुर्लक्ष होत नाही. अगदी राजवंशातील योद्धे

■■■●●●●●●●●●●●○○○○○○○○□□

ज्यांचा सामान्यतः तिरस्कार करतात तेही म्हणजे महिला, व्यापारी, मजूर, नोकरचाकर, अगदी कुणाची अनौरस संतती हेदेखील अधोगतीला जात नाहीत. (अध्याय ९, श्लोक क्रमांक ३० ते ३२)

या सृष्टीत जे जे म्हणून सर्वोत्कृष्ट आहे ते ते माझेच रूप आहे, असे दहाव्या अध्यायात कृष्णाने उच्चरवाने सांगितलेले आहे.

अर्जुना, या चराचराचा प्राण मी आहे. मीच या विश्वाचा आरंभ, मध्य आणि शेवट आहे. आदित्यांमधला विष्णू म्हणजे मी; विविध प्रकाशांतला तेजोभास्कर तो मी; वायूंमधला मरीची हे माझेच रूप होय! नक्षत्रांतला चंद्रमा मी; वेदांमधला सामवेद मी; देवांमधला इंद्र मी, इंद्रियांतील मन मी; सजीवांतले भान मी; रुद्रांमधला शिव, यक्ष आणि राक्षसांतला कुबेर मी, पंचमहाभूतांतला अग्नी तोही मीच; पर्वतांतला मेरू मी; पुरोहितांतला बृहस्पती मी; सेनापतींमधला कार्तिकेय मी, जलाशयांतला महासागर तो मीच; त्रिकालज्ञांतला भृगू मी; मंत्रांमधला ॐ मी; यज्ञविधींमधला जप मी; अचलांमधला हिमालय हे माझेच रूप; वृक्षांतला पिंपळ मी; दूतांमधला नारद, गंधर्वांतला चैत्ररथ, योगसाधकांतला कपिल, ही सगळी माझीच रूपे आहेत. अश्वांमधला उच्चैःश्रवा मी; हत्तींमधला ऐरावत मीच; जनसामान्यांमधला नायक मी; शस्त्रांतले वज्र मी; गाईंमधली कामधेनू मी आहे; प्रेमिकांमधला काम मी; भूतलावर संचार करणाऱ्या सर्पांतील वासुकी मी; तर दिव्य नागांमधला अनंत (शेष) हे संबोधन माझेच. जलचरांमधला वरुण मी; पूर्वजांपैकी अर्यमा हाही मीच; सृष्टीचे नियमन करणाऱ्यांतला यम मी; असुरांमधला प्रल्हाद मी; चोख हिशेब ठेवणाऱ्यांतला काळ मी; श्वापदांतला सिंह; पक्ष्यांतला गरुड; सृष्टीला स्वच्छ ठेवणाऱ्यांतला वारा, योद्ध्यांतला राम; मत्स्यसृष्टीतला देवमासा; नद्यांमधली गंगा; छंदांतील गायत्री; महिन्यांतला मार्गशीर्ष मास; ऋतूंतला वसंत ही माझी रूपे होत तर दगलबाजांतला जुगार हाही मीच आहे. माझ्या लोकांतला मी, तुझ्या लोकांतला तू,

■■■●●●●●●●●●●○○○○○○○○○□□

कथाकथनकारांतला व्यास, कवींमधला शुक्र ही सगळी माझी रूपे आहेत. रक्षकांचा दंड तो मी, महत्त्वाकांक्षा बाळगणाऱ्यांचे डावपेच, गुप्ततेतील मौन, ज्ञात्याची शहाणीव हीदेखील माझीच रूपे! बीज म्हणजे मीच होय; माझ्याशिवाय कुणीही अस्तित्वात राहू शकत नाही; ना पंचमहाभूते, ना तरुवल्लरी ना प्राणी ना श्वापदे! माझ्या रूपवैविध्याला आणि त्याच्या प्रकटीकरणाला कुठलाही अंत नाही. अनंताचे तुला घडवलेले हे केवळ अंशमात्र दर्शन आहे. (अध्याय १०, श्लोक क्रमांक २० ते ४०)

अर्जुनाच्या विनंतीवरून कृष्णाने आपले विराट रूप त्याला दाखवले. (अकरावा अध्याय). ज्याचा तळ लागत नाही अशा, अनंत असणाऱ्या विश्वातील हरएक हालचालीमागे असणारा सार्वकालिक कार्यकारणभावच नव्हे तर, त्यापेक्षाही अधिक काहीतरी असणारा जो परमेश्वर त्याचा अर्जुनाला हे विश्वरूप पाहिल्यावर शोध लागला.

अर्जुना, केवळ सहस्रावधीच नव्हे तर कोट्यवधी, खरे म्हणजे अनंत असणाऱ्या आणि तितकेच रंग आणि रूप धारण केलेल्या या माझ्या साकार रूपांकडे निरखून पहा, वेदांतले तेहतीस देव, अष्टवसू, बारा आदित्य, अकरा मारुत, दोन अश्विनीकुमार यांसह, ज्या तुला पूर्वी कधीच ज्ञातही नव्हत्या अशा अनेकानेक गोष्टींकडेही तू पाहा, माझ्या देहात सामावलेल्या सचेतन तसेच अचेतनही असणाऱ्या या संपूर्ण विश्वाचे तू दर्शन घे. क्षणकाल थांब, हे अभूतपूर्व दृश्य पाहण्याकरिता मला तुला विशेष दृष्टी देणे आवश्यक आहे म्हणजे तुला हे अलौकिक दर्शन घेता येईल. (अध्याय ११, श्लोक क्रमांक ५ ते ८)

कृष्णाने स्वतःचे वर्णन केल्यानंतर अर्जुनाने काय पाहिले हे संजय धृतराष्ट्राला सांगतो आहे.

राजा, हे सगळे सांगून झाल्यावर त्या योगेश्वराने, आपल्या दिव्य रूपाचे दर्शन अर्जुनाला घडवले. अनंत मुखे, अनंत डोळे, अगणित

■■■●●●●●●●●●●●○○○○○○○○○□□

आभूषणे आणि नानाविध शस्त्रास्त्रे धारण करणाऱ्या त्या रूपाला सर्व दिशांना मुखे होती. जणू सहस्रावधी सूर्यांचे, डोळे दिपवून टाकणारे तळपते तेज अर्जुनासमोर उभे ठाकलेले होते. या रितीने अर्जुनाने, वैविध्यपूर्ण जगाचे एकाच देहात दर्शन घेतले. हे लोकविलक्षण घटित पाहताच अर्जुनाच्या अंगावर रोमांच उभे राहिले. आणि काय होते आहे हे कळण्याआधीच त्याने त्या विश्वरूपाला आदराने लोटांगण घातले. (अध्याय ११, श्लोक ९ ते १४)

सरतेशेवटी आपण काय पाहिले याचे कथन करताना अर्जुन म्हणतो;

कृष्णा, मी तुला पाहिले. आणि तुझ्यामध्येच मी सर्व देवता, सर्प, ऋषिमुनी आणि कमलाधिष्ठित ब्रह्म्याला पाहिले. मूळ बीज, ध्येय, आधार, त्राता असणारा, आदी, मध्य, अंत नसलेला, अनंतभुज आणि अनंतशक्ती असलेला, तेजःपुंज असा तू सर्वव्यापी आहेत. सूर्यचंद्र हे तुझे डोळे आहेत. तुझ्या मुखातून लवलवत्या अग्निशिखा बाहेत पडताहेत. पृथ्वी आणि आकाश यांतली मोकळी जागा तुझ्या अनंत अवयवांनी आणि धडांनी भरून गेलेली आहे. सारे जीवमात्र तुझ्यातच प्रवेश करताहेत, तुझे स्तवन करताना दिसताहेत, इतकेच नव्हे तर भक्तिभावाने ते सारे तुला नमन करतानाही मी बघतो आहे. तुझ्या अजस्र मुखातल्या दातांखाली तू अनेक संपूर्ण विश्वे भरडतो आहेस; या बाजूच्या आणि त्या बाजूच्या साऱ्या योद्ध्यांच्या हत्याही तूच करतो आहेस. (अध्याय ११, श्लोक क्रमांक १५ ते ३०)

यानंतर म्हणजे बाराव्या अध्यायात कृष्ण आपल्या सर्वसामान्य रूपात परततो आणि या विराट रूपाच्या पार्श्वभूमीवर, आपल्याला विविध रूपांत किंवा निराकार रूपातही कसे बघावे याचे विवेचन करतो.

काही जणांना माझ्या साकार रूपातच माझी जाणीव होते, तर

काहींना ध्यानधारणेद्वारे माझ्या निराकार रूपाचे ज्ञान होते. बहुतांश लोकांना निराकार रूपापेक्षा साकार रूपाची उपासना करणे अधिक सोपे ठरते. (अध्याय १२, श्लोक क्रमांक २ ते ५)

वैदिक सूक्तांचे सार असणारा हिंदू पुराणांतला हा परमेश्वर अथवा जगदीश्वर, वेदांचे एवढेच नव्हे तर जगातील अन्य हरएक गोष्टीचे मूळ उत्पत्तिस्थान आणि त्यांचे ध्येयही मीच आहे, असे गीतेमध्ये उद्घोषित करतो. हेच दुसऱ्या शब्दांत सांगायचे झाल्यास, भाषेने परमेश्वराची संकल्पना मुखरित केलेली आहे आणि भाषेचा जन्मदाता मी आहे असे या परमेश्वराचे प्रतिपादन आहे. इथे साकारातून निराकाराचा जन्म होतो, परिणामी साकाराला एक अर्थ प्राप्त होतो. हिंदू विचारधारेतली परमेश्वराची संकल्पना शब्दरूपाने इतकेच नव्हे तर वैविध्यपूर्ण रूपकांचा मुक्त आश्रय घेत आपल्याला सामोरी येते. हा परमेश्वर कुठे बाहेर नव्हे तर माणसांमध्येच सुप्त रूपाने वास्तव्य करतो. माणसातला हा भगवानच माणसाच्या आयुष्याला काहीएक अर्थ वा सघनता प्राप्त व्हावी म्हणून माणसाच्या धडपडीला जन्म देतो. माणसाच्या मनाला वेढून राहणाऱ्या भीतीवर मात करायला शिकवणारा आणि त्याच्या मनाच्या कक्षा रुंदावून, त्याला अमरत्व आणि अनंत यांचा शोध घ्यायला उद्युक्त करणारा शिक्षक म्हणजेच परमेश्वर होय! याच्यामुळेच इतरांचीही काळजी वाहण्याचे सामर्थ्य मानवांना प्राप्त होते. प्रत्येकजण परमेश्वर होऊ शकतो ही जाणीव आपल्या मनात जागवतो त्याचे नाव परमेश्वर! परमेश्वराला समजून घेण्याची ही प्रक्रिया खरेतर एक मानसिक अवस्था आहे. पाश्चात्त्य पुराणांपासून हिंदू जीवनधारा वेगळी ठरते, ती परमेश्वराला समजून घेण्याची ही जी एकमेवाद्वितीय प्रक्रिया आहे, त्यामुळेच!

मला तू भगवान व्हावेस असे वाटते : मला जाणवलेले अंशमात्र वास्तव माझी असुरक्षितता, माझी दुर्बलता – या माझ्या साऱ्या दोषांकडे तू पाहा, आणि या दोषांमुळे मी कुणी क्षुद्र आहे असे मला वाटू न देता तू मला दिलासा दे. तुझ्यात ते सुप्त सामर्थ्य आहे तसेच ते माझ्यातही आहे. मात्र आपल्या दोघांतही जर हे सामर्थ्य नसेल तर हे सामर्थ्य बाळगणारा अन्य कुणीतरी आहे हे निश्चित होय!

११.

तू आणि मी सामावून घेऊ शकतो

आपल्यातच वसणाऱ्या परमेश्वराचा शोध घ्यायचा तर, आपल्याला ज्या वास्तवाचे अंशमात्र दर्शन झालेले आहे त्याच्या पलीकडेही आपण पाहिले पाहिजे, आणि आपल्या आजूबाजूला वावरणाऱ्यांच्या भुकेची आणि त्यांना वाटणाऱ्या भीतीचीही दखल आपण घेतली पाहिजे. हे साध्य करावयाचे तर आपण आपल्या मनाची कक्षा रुंदावून ब्रह्म (ब्रह्मन्) शोधले पाहिजे. याचे सर्वोत्तम उदाहरण म्हणून रामायण या महाकाव्यात कळीची भूमिका करणाऱ्या हनुमंताकडे आपण पाहू शकतो. वानर असणाऱ्या हनुमंताला देवत्वाची प्रतिष्ठा प्राप्त झालेली आहे. अर्जुनाच्या रथध्वजावर हनुमंताची प्रतिमा झळकते आहे. गीतेचे लेखन पूर्ण झाल्यानंतरच्या एक सहस्र वर्षांत म्हणजे जेव्हा एकीकडे हिंदूंची आश्रमाधिष्ठित जीवनपद्धती समाजात दृढमूल होऊ लागली होती तर दुसरीकडे बौद्धांच्या मठाधारित आयुष्य कंठण्याच्या कल्पनेला उतरती कळा लागलेली होती त्या काळात हनुमंत हे एक लोकप्रिय दैवत ठरले.

■■■●●●●●●●●●●●●●○○○○○○○□□

अर्जुनाच्या रथावरील ध्वजाला कपिध्वज असे संबोधण्यात आलेले आहे. कारण या ध्वजावर एका वानराची (कपी) प्रतिमा अंकित केली गेली आहे. वानर अथवा माकड आणि माणसाचे मन यांतले साम्य विलक्षण आहे आणि म्हणूनच मानवी मनाचे रूपक म्हणून वानराचा उपयोग दीर्घ कालावधीपासून केला गेलेला आहे. मनाप्रमाणे वानर अस्वस्थ असतात, आपली दहशत ठेवू पाहतात, दोघांतही मालकीहक्काची भावना प्रबळ असते. दोघेही सुखलोलुपतेला चटावलेले असल्यामुळे कळत्या वयाचे होईपर्यंत हे दोघेही सुख-आरामाचा स्रोत असणाऱ्या आईला चिकटूनच राहतात. माकड वा कपी याला दुसरा समानार्थी शब्द म्हणजे 'वा-नर' याचा अर्थ नराच्या एक पायरी अलीकडे असणारा तो 'वानर' होय! वन-नर म्हणजे वनात राहणारा नर या शब्दापासून वानर शब्द आलेला आहे.

हे सगळे खरे असले तरी, अर्जुनाच्या रथध्वजावर असणारा वानर हा कुणी सामान्य माकड नव्हे! रामायण या महाकाव्यातला हा वानरांतला महाबलवंत असणारा हनुमंत आहे. हा हनुमंत रामचरणी सदैव लीन असतो अशीच त्याची प्रतिमा आपल्या मनावर ठसलेली आहे. राम हा माणूस म्हणजे नर वाटत असला तरी प्रत्यक्षात तो परमेश्वर आहे, नारायण आहे (नारा-यण म्हणजे नराचे आश्रयस्थान). नर आणि नारायण ही अतूट असणारी जोडगोळी असून ते दोघेही वैदिक द्रष्टे आहेत, ते प्रत्यक्ष विष्णूचेच अवतार आहेत. अर्जुन (नर) आणि कृष्ण (नारायण) म्हणजे याच जोडगोळीने घेतलेला पुनर्जन्म आहे.

वा-नर, नर आणि नारायण हे तिघे आपल्या अस्तित्वाच्या तीन पैलूंचे प्रतिनिधित्व करतात. आपल्यातला पशू, मानव आणि आपल्यातले देवत्व हे ते तीन पैलू होत. मानवी मेंदूचे दोन भाग असतात, पैकी एक जुन्या पशु अवस्थेतील मेंदू असतो आणि तो खालच्या बाजूला असतो. मेंदूचा दुसरा भाग जो या जुन्या मेंदूच्या वर असतो त्याचा झालेला विकास ही अगदी अलीकडील (रिसेंट) घटना आहे, असे शास्त्रज्ञांचे मत आहे. पशुत्वाचे प्रतिनिधित्व करणाऱ्या जुन्या मेंदूमध्ये भीतीची भावना बद्धमूल झालेली असते आणि आपण आपला जीव वाचवणे आवश्यक आहे हा एकच विचार असतो तर अलीकडे विकसित झालेल्या मेंदूच्या मानवी भागामध्ये मानवाला लाभलेल्या कल्पनाशक्तीची मुळे आहेत. साहजिकच

आपल्यापाशी असणाऱ्या या कल्पनाशक्तीचे स्वरूप समजावे म्हणून तो ही सृष्टी समजून घेण्याचा प्रयत्न करतो.

अस्तित्व टिकवण्याची आदिम प्रेरणा आणि आपल्या भवतालाला समजून घेण्याची आकलन क्रिया यांच्यामधला टप्पा म्हणजे आपण घेत असलेला अंदाज; या अवस्थेत, आपल्या अवतीभोवतीची हरएक वस्तू आणि हरएक माणूस यांचे मूल्यमापन आपणच मनाशी ठरवलेल्या मानदंडांनुसार करीत असतो आणि त्यानुसार आपले स्थान निश्चित करतो. आपला शिकारी अथवा आपले भक्ष्य किंवा आपला प्रतिस्पर्धी अथवा आपला सहचर या मर्यादेतच श्वापद वा प्राणी हा दुसऱ्या कुणाला ओळखत असतो तर न्यायाधीश जगाचे वर्गीकरण चांगले अथवा वाईट, निरपराध अथवा अपराधी, चूक अथवा बरोबर किंवा जुलमी अथवा बळी यांमध्ये करतो हे खरे, मात्र असे करताना हा न्यायाधीश स्वतःची मूल्यप्रणाली आधाराला घेत असतो. हे सगळे घडत असताना, जो त्रयस्थ निरीक्षक असतो त्याला समोर नेमके काय घडते आहे हे पाहावयाचे असते.

वर सांगितल्याप्रमाणे कुणाचाही, एका श्वापदापासून न्यायाधीशापर्यंत आणि तिथून पुढे म्हणजे त्रयस्थ निरीक्षकापर्यंत होणारा प्रवास म्हणजेच वा-नर ते नर आणि नर ते नारायण अशी यात्रा आहे. आपला चुरगळलेल्या कापडासारखा असणारा अहम्, आपले भयग्रस्त मन, भीतीच्या सावटाखालून बाहेर घेणे, परिणामी या प्रक्रियेच्या अखेरीस लागणारा स्थिर आणि निर्धास्त मनाचा व आत्म्याचा शोध हे या यात्रेतले टप्पे आहेत. हेच दुसऱ्या शब्दांत सांगायचे झाल्यास यालाच ब्रह्मन असे म्हणतात.

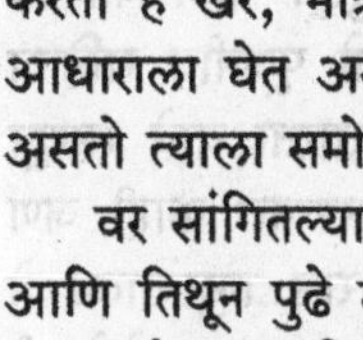

नारायण	परमेश्वर	इतरांना समजून घेणे
नर	माणूस	स्वतःला जाणून घेणे
वानर	प्राणी/श्वापद	स्वतःला सांभाळणे
		स्वतःची वंशवृद्धी करणे

मनाचे विस्तारणे

■■■■●●●●●●●●●●●●○○○○○○○○□□

ब्रह्मन् या शब्दाची फोड दोन प्रकारे करता येते. 'ब्रह्' म्हणजे विस्तारणे आणि मनस् म्हणजे मन. ऋग्वेदात हा शब्द संदर्भानुसार भाषेचा, माणसाच्या मनाच्या कक्षा रुंदावण्याची जी शक्ती भाषेत आहे त्या शक्तीचा आणि ज्याच्या कक्षा रुंदावलेल्या आहेत अशा मनाचा निर्देश करतो. विद्यार्थ्यांचा निर्देश ब्रह्मचारी म्हणजे आपल्या मनाच्या कक्षा व्यापक होतील असे वर्तन ज्याच्याकडून अपेक्षित असे तो. यानंतर ब्रह्मन् या शब्दाचा उपयोग धार्मिक कर्मकांडांसंबंधीची माहिती देणाऱ्या ज्या संहिता आहेत (ब्राह्मण नावाचे ग्रंथ) त्यांचा निर्देश करण्यासाठी आणि सरतेशेवटी या संहिता सांभाळून ठेवणाऱ्यांचा (ब्राह्मण जातीचा) निर्देश करण्यासाठी होऊ लागला. याहीनंतर या ब्रह्मनाने पुराणांमध्ये एका पात्राचे (कॅरेक्टर) रूप धारण केले, त्याचे नाव ब्रह्मदेव; ब्रह्मदेवाने या सृष्टीची निर्मिती केली. आपल्याच निर्मितीमध्ये हा ब्रह्मदेव इतका गुंतून गेला की तो आपली स्वतःची ओळखही विसरला. साहजिकच तो पूजनीय राहिला नाही. ब्रह्मदेवाच्या अनेक पुत्रांना आपापले मन विस्तारता यावे म्हणून विष्णू त्यांना बळ देत असतो. आपले मन मोठे करण्यात काही जण यशस्वी ठरतात तर काही अपयशी. रामायणामध्ये राम हनुमंताला हे सामर्थ्य प्रदान करतो. परिणामी रामाचा दास (हनुमान) सरतेशेवटी महाबली होतो. त्याला एका देवतेची दुर्लभ प्रतिष्ठा प्राप्त होते. महाभारतातही कृष्ण पांडवांचे मन यारितीने विस्तारावे, यासाठी बराच प्रयत्न करतो हे खरे असले, तरी त्यात त्याला अंशतःच यश मिळते. यावरून असे दिसते की, ग्रीक महाकाव्यातल्या मानवी नायकाचे दिव्य विभूतीत रूपांतर होते तर हिंदू महाकाव्यांतला मानवी नायक असणारा परमेश्वर हा आजूबाजूला वावरणाऱ्या माणसांनी बदलावे यासाठी त्यांना बळ देताना दिसतो.

'पवित्र' तत्त्वाचा निर्देश गीतेमध्ये ब्रह्मन् आणि ब्रह्म या संज्ञांद्वारे केलेला आहे : आपल्या स्वतःच्या मनाच्या कक्षा विस्तारत नेत असतानाच दैवी तत्त्वाचा शोध घेण्याचे आणि याच चराचर सृष्टीतल्या हरएक घटनेमागे वा वस्तूमागे असणाऱ्या सघन अर्थाचा शोध घेण्याचे जे पवित्र सामर्थ्य हरएक मानवात आहे त्याचा उच्चार पुढील श्लोकात केलेला आहे. भोजनाच्या आधी हिंदू बांधव हा श्लोक नेहमी म्हणत असतात.

■■■●●●●●●●●●●●●○○○○○○○○□□

अर्जुना, जो अन्न देतो तो ब्रह्म (डिव्हाईन) आहे. जे अन्न दिले जाते ते ब्रह्म आहे, ज्याच्यापर्यंत हे अन्न पोचते तो ब्रह्म आहे, जो हे अन्न प्रत्यक्षात भक्षण करतो तोही ब्रह्मच आहे. ज्या कुणाला आपल्या मनाच्या कक्षा विस्ताराव्यात असे वाटते त्याच्या दृष्टीने या चराचरातील हरएक गोष्ट ही निश्चितच ब्रह्म होईल! (अध्याय ४, श्लोक २४)

या श्लोकातील कल्पनेने पुराणात एका कथेचे रूप धारण केलेले आहे. सीतेने पारितोषिक म्हणून हनुमंताला रत्नांचा एक हार दिल्यावर त्याने हारातले प्रत्येक रत्न आपल्या दाताने फोडावयास आरंभ करताच सारे अयोध्यावासी विस्मित होतात. हारातली सगळी रत्ने फोडून सरतेशेवटी हताशपणे हनुमंत उद्गारला, 'या रत्नांच्या पोटात सीतेचा राम नाही. अतएव ती निरुपयोगी आहेत.' एवढेच बोलून हनुमंताने स्वतःच स्वतःचे वक्षस्थळ फाडले आणि आपल्या अंतःकरणात वसणाऱ्या रामाचे सर्वांना दर्शन घडवले. हनुमंताने आपल्या देहात असणाऱ्या देहीचे दर्शन घडवले आणि देही या संकल्पनेचा त्याला समजलेला खोल अर्थ त्याने प्रगट केला. देही (आत्मा) हा प्रत्येक देहाच्या कवचाआड वास्तव्यास असतो. हनुमंत सर्वत्र देहीचा शोध घेतो आणि सरतेशेवटी त्याच्या मनाच्या कक्षा रुंदावल्या. परिणामी, त्याला ब्रह्मन् गवसले, असा या कथेचा निष्कर्ष आहे.

हनुमंताचा देही

■■■●●●●●●●●●●●○○○○○○○○□□

आपल्यातील पशुत्वाच्या भावनेवर म्हणजेच आपल्या जुन्या मेंदूवर पूर्णतः नियंत्रण मिळवण्यात यशस्वी होणे अथवा दुसऱ्या शब्दांत, माणूस स्वतःत असणाऱ्या भीतीच्या भावनेतून पूर्णतः मुक्त होणे म्हणजे ब्रह्मन् या अवस्थेला पोचणे. आपण दुसऱ्याकडे शिकारी वा भक्ष्य वा स्पर्धक अथवा सहचर म्हणूनही बघत नाही, तसेच अन्य कुणाच्या तुलनेत आपण कुठे आहोत याचा अंदाज घेण्याचाही प्रयत्न करीत नाही. थोडक्यात आपली स्वतःची ओळख ही कुणावरही अवलंबून नसते, याचाच अर्थ, आपली स्वतःची ओळख ही स्वतंत्र आणि स्वयंपूर्ण असते, तिला कुणाच्याही आधाराची गरज नसते तेव्हा ब्रह्मन् ही अवस्था असते. या अवस्थेत आपण शिवासारखी या संसाराकडे पाठ तरी फिरवतो किंवा विष्णूसारखे या जगरहाटीत गुंतून जातो. आणि या भूमिकेचा उद्देश, इतरेजन जे असुरक्षिततेचे बळी ठरलेले असतात, सामर्थ्यहीन मनाच्या सापळ्यात सापडलेले असतात त्यांना मदत करणे हाच असतो.

> अर्जुना, तुला तुझ्या मनाच्या कक्षा या वृद्धिंगत करावयाच्या असतील तर तुझ्या बुद्धिसामर्थ्याचा उपयोग कर. विषयोपभोगात गुंतलेले तुझे मन अन्यत्र वळव म्हणजे तुला असणारे नको इतके स्वतःबद्दलचे प्रेम, तुझ्यातली आक्रमकता, तुझ्यातला उद्धटपणा, कांक्षा, क्रोध, स्वामित्वाची भावना, आकर्षण वा तिटकारा यांचा लवलेशही तुझ्यात राहणार नाही. परिणामी, मिताहारी, मितभाषी होऊन एकांतातही तू संतुष्ट राहशील. या विश्वाशी तुझे नाते जडेल. तू ज्ञाता होशील. (अध्याय १८, श्लोक क्रमांक ५१ ते ५३)

एवढे सगळे विवेचन वाचल्यानंतर, ज्या कुणाचे मन पूर्णतः प्रगल्भ झालेले आहे तो माणूस कसा वागेल; असा प्रश्न कुणालाही पडणे साहजिक आहे. याचे उत्तर आपल्याला 'रामायण' या महाकाव्यात सापडते. युवराज असणारा राम हा राजमहालातील कटकारस्थानांचा बळी ठरतो, परिणामी त्याच्या नशिबी वनवास येतो. तो वनात राहत असताना त्याचे राक्षस आणि वानरांशी दोन हात होतात. परंपरेने राक्षसांना दैत्य तर वानरांना

माकड असे संबोधण्यात येते. याचाच अर्थ, हे दोघेही मूलतः ज्यांची मने अद्याप विकसित झालेली नव्हती असे जीव होते. राक्षसराज रावणाने रामाच्या पत्नीचे हरण केले तर वानरांनी सीतेची रावणाच्या तावडीतून सुटका व्हावी यासाठी रामाला मदत केली.

राक्षसाधिपती असणारा रावण हा एका ब्राह्मणाचा पुत्र होता इतकेच नव्हे तर तो वेदविद्यापारंगतही होता. हे सगळे खरे असूनही वर्चस्व गाजवणे आणि प्रादेशिकता यांसारखे एखाद्या आदिनराचे सारे गुणधर्म त्याच्यात दिसतात. रावण स्वतःच्याच भावाला म्हणजे कुबेराला हाकून देऊन लंकेचे राज्य बळकावतो. रामाची पत्नी असणाऱ्या सीतेने आपले राज्ञीपद भूषवावे म्हणून तो प्रयत्न करतो. मात्र, सीतेने त्याला नकार देऊन आपण रामाशीच एकनिष्ठ राहू इच्छितो असे बजावल्यावर रावणाच्या तळपायाची आग मस्तकात जाते आणि तो गोंधळून जातो.

वानरांचा राजा सुग्रीव रामाला मदत करण्याचे मान्य करतो. मात्र, या मदतीच्या मोबदल्यात रामाने आपल्याला आपले वालीने बळकावलेले (वाली हा सुग्रीवाचा भाऊच आहे) किष्किंधेचे राज्य परत मिळवून द्यावे अशी अट घालतो. वस्तुतः वाली आणि सुग्रीव या आपल्या मुलांनी किष्किंधेचे राज्य दोघांत वाटून घ्यावे अशी त्यांच्या वडिलांची इच्छा असते. मात्र वाली काही एका गैरसमजापोटी आपल्या पित्याची ही इच्छा धुडकावून लावतो आणि सुग्रीवाला राज्याबाहेर हाकलून देतो. राम वालीला मारतो. मात्र सुग्रीवाला आपल्या वचनाचे लगेच विस्मरण होते. सरतेशेवटी, लक्ष्मण सुग्रीवाला, वचनभंगाचा परिणाम भयानक होईल असे धमकावतो तेव्हा मात्र सुग्रीव ताळ्यावर येतो.

हनुमंत हाही रावणासारखाच वेदविद्येत पारंगत आहे, त्याचबरोबर हनुमंत हा सुग्रीवासारखा वानरही आहे. मात्र, हनुमंताचे वागणे पूर्णतः वेगळे आहे. हनुमंत हा एक उत्तम निरीक्षक तर आहेच तसेच त्याची आकलनशक्तीही दांडगी आहे. हनुमंत सुग्रीवाची चाकरी करतो कारण सुग्रीवाचा पिता म्हणजे प्रत्यक्ष सूर्य हा हनुमंताचा गुरू आहे. वालीच्या जुलमापासून हनुमंतच सुग्रीवाचे रक्षण करतो, हे खरे असले तरी हनुमंत वालीशी लढत नाही; कारण वाली हा काही हनुमंताचा शत्रू नव्हे. हनुमंत रामाची सेवा करतो ती स्वेच्छेने. राम आणि रावण या दोघांत झालेल्या

संगरात रावण हा हनुमंताचा शत्रू नसूनही हनुमंताने रामाला साथ दिलेली आहे कारण राम रावणाकडे शत्रू या दृष्टीने पाहत नाही हे हनुमंताला उमजलेले आहे. राम कुणाकडेही नायक, खलनायक अथवा बळी या दृष्टीने पाहत नाही. रामाच्या दृष्टीने त्याचे शत्रू हे भीतीपोटी सातत्याने पशुतुल्य वर्तन करणारे म्हणजेच अधर्माने वागणारे मानवच आहेत. रामाने रावणाविरुद्ध शस्त्र उचलण्याचे कारण रावणाने माणुसकीला सोडचिठ्ठी दिली एवढेच नव्हे तर त्याने पशूसारखे वर्तन केले, हे आहे. इतर कुणाच्या नसली तरी, राम हा नर नसून नारायण आहे ही बाब हनुमंताच्या ध्यानात आलेली आहे. या शोधाचा प्रकाश अंतःकरणात पडताच हनुमंताच्या मनाच्या कक्षा विस्तारल्या. त्याला पर्यायांची निवड करता येऊ लागली. आपण केलेल्या कृतीची जबाबदारीही आपणच स्वीकारावयास हवी हे भान हनुमंताला आले. या रितीने एका पशूचे एका देवतेत संक्रमण झाले आणि म्हणूनच हनुमंताची स्वतंत्र अशी देवालये उभी राहिली.

> अर्जुना, आपण केलेल्या कृतीतून निष्पन्न झालेल्या फळाचा ज्ञानी माणसे त्याग करतात. परिणामी, त्यांची पुनर्जन्माच्या चक्रातून मुक्तता होते. या ज्ञात्यांना शहाणीव गवसलेली असल्यामुळे त्यांना कुठलेही औपचारिक मंत्रोच्चार आणि विधींची आवश्यकता राहत नाही; कारण, योगामुळे, त्यांना आपले खरे स्वरूपही उमजलेले असते. (अध्याय २, श्लोक क्रमांक ५१ ते ५३)

रामाबरोबर हनुमान अयोध्येला परतल्यानंतर सीता रावणाकडे राहिलेली असल्यामुळे तिच्या चारित्र्याविषयी चर्चा होऊ लागल्यामुळे राम आपल्या गरोदर असणाऱ्या पत्नीचा कसा त्याग करतो हे हनुमंत पाहतो. मात्र, तो रामाविषयी आपले कुठलेही मत बनवत नाही. आपला स्वामी राम हा इक्ष्वाकू राजकुलाचा वंशज आहे तेव्हा राजघराण्याच्या परंपरा आणि नियम त्याला मोडता येणार नाहीत; उलट, कितीही मोठी किंमत मोजून रामाला आपल्या कुळाची कीर्ती निष्कलंक राखावी लागेल हेही हनुमंताला समजलेले आहे. आपल्यावर टीका करणाऱ्या, क्षुद्र वृत्तीने वागणाऱ्या अयोध्यावासियांना राम कधीही वाऱ्यावर सोडत नाही किंवा

त्यांना, आपली पत्नी सीता ही निष्पाप आणि शुद्ध आहे असे पटवून देण्याचा प्रयत्न करत नाही हेही हनुमंताच्या लक्षात आलेले आहे. याचाच अर्थ, रामाने अयोध्येच्या बाबतीत न्यायाधीशाची भूमिका घेतलेली नाही किंवा तो सीतेची बाजू मांडण्यासाठी तिचा वकील म्हणूनही उभा राहिलेला नाही. आपल्या पुनर्विवाहाचा प्रस्ताव त्याने केवळ नाकारलेला आहे. रामाने आपल्या सम्राज्ञीचा त्याग केलेला असू शकतो, मात्र आपल्या पत्नीला तो कधीही सोडून देणार नाही, हा रामाच्या या वागण्यामागचा अर्थ आहे.

> अर्जुना, सर्वत्र समप्रमाणात असणाऱ्या दिव्य अस्तित्वाची प्रचिती ज्या कुणाला येते, तो इतर कुणालाही दुखावत नाही कारण अन्य कुणाला दुखावणे म्हणजे स्वतःलाच दुखापत करून घेणे हे तो जाणतो. आणि म्हणून त्याने सर्वोच्च शिखर सर केलेले आहे.
> (अध्याय १३, श्लोक २८)

आपले आपल्या पतीवर असणारे प्रेम वा आपल्या पतीचे आपल्यावरील प्रेम हे यत्किंचितही उणावलेले नाही हे ठाऊक असूनही, पुढे सीता अयोध्येला परतायला नकार देते हेही हनुमंत पाहतो. नीतिनियमांनी बद्ध असलेल्या या जगात, प्रत्येकजण आपापला पर्याय निवडतो आणि प्रत्येक निवडीचे बरेवाईट परिणाम होणे हे अटळच असते. साहजिकच, राम आणि सीता हे दोघेही, कर्माच्या न्यायाला अपवाद ठरू शकत नाहीत. मात्र कुठल्याही परिस्थितीत राम आणि सीता हे दोघेही

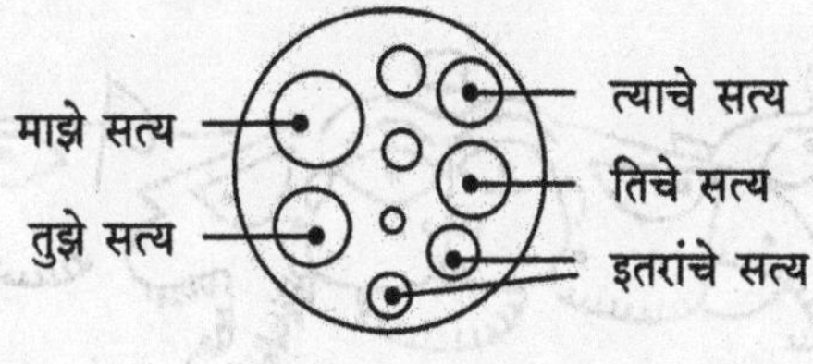

परमेश्वराचे सत्य

आपापला धर्म सोडत नाहीत याचीही हनुमंताला जाणीव होते. या रितीने नराचा नारायण होतानाचा हा प्रवास किती सत्त्वपरीक्षा पाहणारा आहे हे हनुमंताला कळते. नराचा नारायण होणे म्हणजे मुक्त होणे मात्र तरीही आपली विश्वासार्हता अबाधित राखणे होय!

हनुमंताने ज्या रामाची सेवा केली तो बाह्य जगातला परमेश्वर आहे आणि अशी सेवा करीत असतानाच हनुमंताला स्वतःमधील ईश्वराचा शोध लागलेला आहे तर कृष्णाने अर्जुनाचे सारथ्य पत्करले (म्हणजेच अर्जुनाची चाकरी केली) आणि हे कर्म करीत असतानाच अर्जुनाला विश्वरूपाचे दिव्य दर्शन घडवले. त्यामुळे अर्जुनाच्या मनातील भीती व शंका दूर होऊन आपल्या अंतरंगाचा प्रवास करताना त्याच्या मनात एक प्रकारची सुरक्षितता निर्माण झाली. परिणामी भौतिक जगातली वाटचाल अर्जुन आता समर्थपणे करू शकणार होता.

पांडव वनवासात असताना महाभारतामध्ये हनुमंताचा प्रवेश झालेला आहे. रामायणात रामाची काहीही चूक नसताना त्याला वनात जावे

इतर सत्य त्याचे सत्य माझे सत्य तिचे सत्य तुझे सत्य

विस्तारित मन

लागलेले आहे आणि तरीही त्याची मानसिक शांती ढळलेली नाही, तर पांडवांनी स्वतःच आपली राज्यसंपदा द्यूतात गमावलेली असूनही कौरवांच्या स्वार्थासाठी आपला बळी दिला गेलेला आहे, या भावनेने त्यांच्या मनात घर केलेले आहे.

एखाद्या गर्विष्ठ राजपुत्रासारखा भीम एकदा जंगलातून पायी जात असताना तो आणि हनुमान समोरासमोर येतात. आपण आपली वाट जराही वाकडी करणार नाही, उलट आपल्या वाटेत येणाऱ्या प्राण्यांनी आणि इतरांनी स्वतः बाजूला होऊन आपल्या प्रवासाचा मार्ग मोकळा करायला हवा या तोऱ्यात असणाऱ्या भीमाचे हे वागणे कनवाळू रामाच्या वर्तणुकीपेक्षा पूर्णतः भिन्न होते. गर्वोद्धत भीमाच्या वाटेत एका वृद्ध वानराचे रूप घेत हनुमंताने त्याची वाट अडवली. आपली लांबसडक शेपूट भीमाच्या वाटेत पसरून हनुमंत भीमाला म्हणाला, 'मी वृद्ध आणि अशक्त झालेलो आहे तेव्हा तूच माझी ही शेपूट उचलून बाजूला ठेव आणि पुढे जा.' त्या वृद्ध कपीची शेपटी उचलण्यासाठी महाबलवंत असणाऱ्या भीमाने आपले सारे बळ एकवटून पाहिले मात्र ती शेपूट तसूभरही हलली नाही. अशाप्रकारे गर्वहरण झाल्यानंतर हा कुणी सामान्य वानर नव्हे, तर हनुमंत आहे हे भीमाच्या लक्षात आले आणि भीमाने हनुमंताला नम्रपणे वंदन केले. यानंतर लंका शोधण्यासाठी समुद्र ओलांडण्याकरिता हनुमंताने जे महाकाय रूप धारण केलेले होते त्याचे दर्शन त्याने भीमाला घडवले आणि आपल्या आजूबाजूला असणाऱ्या कुणाच्याही सुप्त सामर्थ्याला कमी लेखू नकोस असा कानमंत्रही भीमाला दिला.

कुरुक्षेत्रावरील महायुद्धाच्या थोडाच काळ आधी, हनुमंत आणि अर्जुन या दोघांचीही गाठ पडलेली आहे. लंकेला जाताना समुद्र ओलांडण्यासाठी रामाने बाणांचा पूल का बांधला नाही, असा प्रश्न अर्जुनाने हनुमंताला केला. यावर उत्तर देताना हनुमंत अर्जुनाला म्हणाला, 'बाणांच्या पुलाला वानरांचे वजन झेपले नसते कदाचित.' हे हनुमंताचे म्हणणे अर्जुनाला पटले नाही. अर्जुनाने समुद्रावर बाणांचा पूल बांधला आणि त्या पुलावरून चालत जा, असे हनुमंताला सुचवले. त्या पुलावर हनुमंताने पाय ठेवला मात्र, पूल कोसळला. अर्जुनाने पुन्हा बाणाचा पूल बांधला. हनुमंताने पुन्हा त्याच्यावर फक्त पाय ठेवला आणि पुन्हा पूल मोडला. असे पुनःपुन्हा घडताच जवळच

उभ्या असणाऱ्या कृष्णाने अर्जुनाला, बाणांचा पूल बांधताना रामनामाचा जप कर, असा कानमंत्र दिला आणि त्यानंतर अर्जुनाने बांधलेला बाणांचा पूल चांगलाच मजबूत ठरला. हनुमंताने आपले महाकाय रूप धारण करून सुद्धा हा पूल कोसळला नाही. परमेश्वर चरणी असणारी श्रद्धा मानवी सामर्थ्य आणि कौशल्यावरही मात करते, हा या कथेचा सारांश आहे.

कुरुक्षेत्रावरील समराच्या आधी हनुमंत कृष्णाला म्हणाला, प्रभो, आपण राम असताना मी सदैव आपल्या चरणी असे. आता आपल्या मस्तकापेक्षाही उंच असणाऱ्या स्थानावर आरूढ होण्याची संमती आपण मला द्याल काय? कृष्णाच्या होकारार्थी उत्तराने अर्जुनाला धक्का बसला आणि एक वानर, तोही कृष्णाच्या मस्तकावर बसणार? हा प्रश्न अर्जुनाच्या चेहेऱ्यावर उमटला मात्र, अर्जुनाची समजूत घालताना कृष्णाने अर्जुनाला विचारले, अरे ही श्रेष्ठत्वाची समजूत तुझ्यात कुठून आली? मी तुझा सारथी आहे. अतएव मी तुझ्या पायांपाशी बसतो, मग हनुमंताचे स्थान तुझ्या डोक्यावर असले तर बिघडले कुठे?

> अर्जुना, जो कुणाचाही तिरस्कार करीत नाही, जो सदैव सर्वांशी प्रेमभराने आणि मित्रत्वाने वागतो, ज्याच्यामध्ये ममत्वबुद्धी आणि अहंकार नसतोच पण सुखात आणि दुःखातही ज्याचे चित्त स्थिर आणि वृत्ती क्षमाशील, समाधानी आणि सुनियंत्रित असते, ज्याचे मन आणि बुद्धी माझ्या ठायी अढळ असते, त्याच्यावर मी निरतिशय प्रेम करीत असतो. (अध्याय १२, श्लोक क्रमांक १३ आणि १४)

राम आणि पांडव या दोघांतला हा फरक या रितीने पुनःपुन्हा दर्शवला गेलेला आहे. राम अयोध्यापती किंवा वीर होता म्हणून तो महान ठरत नाही तर रामाचे मन हे एक परिपूर्ण विस्तारित आणि विकसित मन आहे, त्याच्या मनात तिरस्काराला यत्किंचितही जागा नाही आणि म्हणून तो अद्वितीय ठरतो, तर दुसरीकडे बळ आणि कौशल्ये एवढे सारे असूनही पांडव हे असुरक्षिततेच्या भावनेने ग्रासलेले असतात आणि सतत स्वतःचे समर्थन करून घेऊ इच्छितात. पांडवांच्या मनावर भीतीचा इतका दाट

■■■●●●●●●●●●●●○○○○○○○○□□

पडदा आहे की त्यांना त्यांच्या आजूबाजूला असणारे प्रेम दिसतच नाही. रामाची वर्तणूक न्याहाळत असतानाच हनुमंताला आपल्या स्वतःच्या भीती आणि अहंकारापोटी येणाऱ्या भीतीपलीकडे असणाऱ्या आत्म्याचे प्रेम गवसते. गीतेच्या श्रवणाने अर्जुनही याच आत्म्याच्या प्रेमाचा धनी होईल अशी कृष्णाला आशा आहे.

जगासंबंधी माझी म्हणून जी काही समज आहे तिला धुडकावून न लावता वा तिच्याकडे दुर्लक्ष न करता वा ती वरवरची आहे असेही काही न म्हणता किंवा माझ्या सुरात सूर न मिसळता देखील माझ्या या समजेची तू दखल घेतो आहेस, माझे म्हणणे समजून घेतो आहेस आणि माझ्या या मांडणीकडे तू सहिष्णुतेने पाहतो आहेस असे जेव्हा मला वाटते तेव्हा तू स्वतःच्या मनाची कक्षा रुंदावतो आहेस इतकेच नव्हे तर तुझा प्रवास हा ब्रह्मन्‌च्या मार्गावरून होतो आहे हे मी जाणतो.

■■■●●●●●●●●●●●●○○○○○○○□□

१२.

तू आणि मी जुळवून घेऊ शकतो

ज्यांचे मन हे नित्य विस्तारत असते ते आपल्या आजूबाजूला वावरणाऱ्या इतरांचा जो एक मर्यादित दृष्टिकोन असतो त्याच्याशी जुळवून घेण्यासाठी आपल्या मनाचा संकोच करू शकतात. उदाहरणार्थ; आपल्या लहानग्याला आनंद व्हावा म्हणून आई त्याच्यावर लटके रागावते. आई, तिच्या या लटक्या रागातून आपल्या अपत्याचे लाडच करत असते. दुसऱ्या शब्दांत हेच सांगायचे झाल्यास, आई मुलाच्या सीमित दृष्टिकोनाशी जुळवून घेते आणि त्याचे भावनिक भरणपोषण करते हे जितके खरे, तितकेच आईच्या या कृतीतून तिलाही एक ओळख प्राप्त होते आणि आपल्यातील सुप्त सामर्थ्याचीही जाणीव तिला होते, हेही खरे आहे. यज्ञासारखेच निकोप असणारे नाते हे नेहमीच दुतर्फी असते, एकतर्फी कधीच नसते. अतएव, अवतार हा काही केवळ शिक्षक वा त्राता नसतो. आठ शतकांपूर्वी हिंदू पुराणांच्या उद्यानात रुजलेल्या भागवत नावाच्या रोपट्यावरील फूल म्हणजे राधा हे पात्र होय; या भागवताचे बीजारोपण गीतेनेच केलेले होते. भागवताच्या रंगमंचावर अवतीर्ण झालेल्या या राधेने भक्तीच्या जागी प्रेमाची आणि मैत्रभावनेची स्थापना केली. राधेने आपल्या परमेश्वराला केवळ प्रेमिकच नव्हे तर आपला प्रियकर म्हणूनही पाहिले आणि त्या दिव्य तत्त्वाची स्त्रीत्वाशी गाठ बांधून त्याला एक परिपूर्णत्व दिले.

गीतेमध्ये चाळीसपेक्षा अधिक नावांनी कृष्णाला संबोधण्यात आलेले आहे. मात्र त्याचे जे बालपण त्याने गुराखी आणि गवळी यांच्यासह घालवलेले होते त्याच्याशी नाते सांगणारे एकमेव नाव गीतेत येते ते म्हणजे गोविंद हे होय! गोविंद म्हणजे गुराखी!

केवळ कृष्णाला उद्देशून	केवळ विष्णूला उद्देशून	अलौकिकाला असणारे पारंपरिक नाव
गोविंद (१.३२)	अच्युत (१.२१)	आदिदेव (११.३८)
हरी (११.९)	अधियज्ञ (८.२)	अमितविक्रम (११.४०)
हृषीकेश (१.१५)	आदिकर्ता (११.३७)	अपरिमेय (११.१७)
जनार्दन (१.३५)	अनंत (११.३७)	अप्रतिमप्रभाव (११.४३)
केशव (१.३०)	अनंतरूप (११.३८)	भूतभावन (९.५)
केशिनिषूदन (१८.१)	अनंतवीर्य (११.१९)	भूतभृत् (९.५)
कृष्ण (१.२८)	अरिसूदन (२.४)	भूतेश (१०.१५)
माधव (१.१४)	भगवान (१०.१४)	देव (११.१४)
मधुसूदन (१.३५)	जगन्निवास (११.२५)	देवदेव (१०.१५)
सखा (११.४१)	जगत्पती (१०.१५)	देववर (११.३१)
वार्ष्णेय (१.४०)	कमलपत्राक्ष (११.२)	देवेश (११.२५)
वासुदेव (७.१९)	महाबाहू (६.३८)	ईश (११.४४)
यादव (११.४१)	पुरुषोत्तम (८.१)	ईश्वर (४.६)
	सहस्रबाहू (११.४६)	काल (११.३२)
	विष्णू (१०.२१)	महात्मा (११.१२)
	विश्वमूर्ती (११.४६)	महायोगेश्वर (११.९)
	विश्वरूप (११.१६)	परमेश्वर (११.९)
	विश्वेश्वर (११.१६)	प्रभू (९.१८)
	यज्ञ (३,९, ४.२३)	प्रजापती (३.१०)
		प्रपितामह (११.३९)
		उग्ररूप (११.३१)
		योगेश्वर (११.४)
		योगी (१०.१७)

■■■●●●●●●●●●●●●●●○○○○○○○□□

सभोवती असणारी गाईगुरे आणि गोप तसेच त्यांच्यासह वावरणाऱ्या गोपिका या सर्वांशिवाय आपल्या मनात असणारे कृष्णाचे चित्र आज पूर्णच होऊ शकत नाही, हे खरे असले तरी, बालकृष्णाच्या लीला कथन करणाऱ्या ज्या पारंपरिक कथा आहेत, त्याने गोकुळात सामान्य गोप आणि गोपिकांसह आणि गाईगुरांची राखण करण्यात घालवलेले जे आयुष्य आहे, त्यांना महाभारत आणि गीता या दोघांची रचना पूर्ण झाल्यानंतरच पुढील रचनांमध्ये लिखित स्वरूप प्राप्त झालेले आहे : चौथ्या शतकात लिहिला गेलेला हरिवंश, पाचव्या शतकातले विष्णुपुराण, दहाव्या शतकातले भागवत पुराण (श्रीमद्भागवत किंवा केवळ भागवत असाही या ग्रंथाचा उल्लेख केला जातो) आणि या परंपरेतले अखेरचे लिखाण म्हणजे बाराव्या शतकात कविवर्य जयदेवाने लिहिलेले 'गीतगोविंद' या काव्यांनी प्रथमतः समाजाला राधेची ओळख करून दिली.

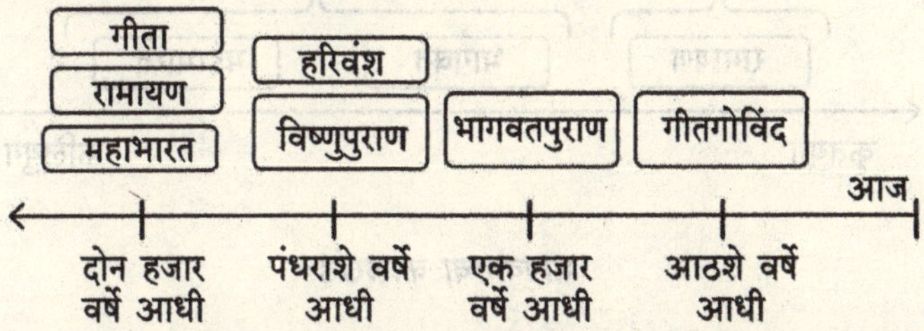

इतिहासाच्या पटलावरील भागवताची कालनिश्चिती

हरिवंशामध्ये, गवळी असणाऱ्या कृष्णाच्या मातापित्यांना म्हणजेच यशोदा आणि नंद यांना, तसेच गोपिकांसह तो गुप्तपणे करीत असणाऱ्या रासक्रीडेला मोठेच महत्त्व दिलेले दिसते. कृष्ण, गोपिकांसह गोल फेर धरून जे नृत्य करीत असे त्या रासमंडलाची आपली पहिली तोंडओळख इथे होते. मात्र या नृत्यात कृष्ण कुणा विशिष्ट गवळणीसह नृत्य करीत नाही तर तो साऱ्याच गोपिकांना सहभागी करून घेतो. काही शतकांनंतर जे गीतगोविंद लिहिले गेले आहे त्यामध्ये राधा दिसते आणि कृष्णाने केवळ आपल्याकडेच लक्ष द्यावे अशी मागणी ती करते. मात्र, हरिवंश आणि गीतगोविंद या दोन्ही ग्रंथांत, शेवटी कृष्ण आपल्या गुराख्याच्याच

आयुष्याचा कायमचा निरोप घेऊन मथुरेला जातो आणि पुढे महाभारतातल्या प्रसंगमालिकेत सहभागी होतो असे दर्शवलेले आहे. यानंतरच्या, भारतातल्या अनेक प्रादेशिक ग्रंथांनी यशोदानंदन असणाऱ्या आणि आपल्या गुराखी सवंगड्यांमध्ये रमणाऱ्या कृष्णाचे वा राधेच्या या प्रियकराचे चित्रशिल्प हिंदू मनावर पक्के कोरले आहे. या साऱ्या पारंपरिक ग्रंथसंपदेला आपण भागवत असे म्हणू शकतो. हे सगळे पाहिले म्हणजे वास्तवात भागवताचा ऐतिहासिक कालखंड हा काहीही असला तरी कथनशैलीनुसार आणि मानसशास्त्रीय दृष्ट्या भागवताचा जन्म हा रामायण आणि महाभारत या दोन महाकाव्यांच्या मधल्या कालावधीत झालेला आहे असेही म्हणता येते.

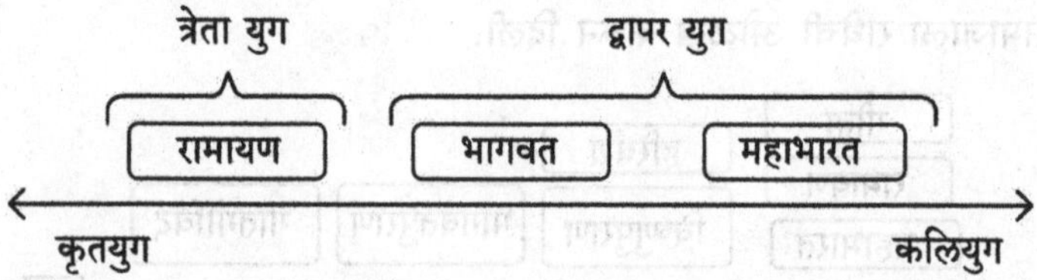

भागवताचा कालखंड

रामायण आणि महाभारत या दोन्हींपेक्षाही भागवत हे निश्चितच वेगळे आहे. रामायण म्हणा वा महाभारत, या दोन्ही महाकाव्यांच्या केंद्रस्थानी राजसत्ता आणि संपत्ती यांविषयी वाटणारी पुरुषी आतुरता आहे तर भागवतामध्ये स्त्रीची समर्पणाची आतुरता आणि वात्सल्याची ओढ या भावनांना मध्यवर्ती स्थान आहे. सर्व प्रकारची आतुरता आपण टिकून राहिले पाहिजे या आपल्याच इच्छेतून निर्माण होते. निसर्गातही या प्रकारची स्वतःच्या बचावाची तृष्णा असते. परिणामी कामेच्छा आणि हिंसा यांत वाढ होते. आपल्याला ग्रासणाऱ्या या आतुरतेचे समूळ उच्चाटन व्हावे म्हणून तपस्वी ब्रह्मचर्याचे आणि अहिंसेचे पालन करून आपल्यातील कामेच्छेचा आणि हिंसेचा संपूर्ण उच्छेद करण्याचा प्रयत्न करीत असतात. तर गृहस्थाश्रमाच्या परंपरा आपल्या आयुष्यातील आतुरतेचे प्रमाण

■■■●●●●●●●●●●●●●○○○○○○□□

कमीतकमी राखण्याचा प्रयत्न करतात व त्यासाठी विवाह आणि संपत्तीविषयक कायदे करून त्यायोगे काम आणि हिंसा यांचे नियमन करतात. रामायणात याविषयीचे विस्तृत विवेचन आहे. तर धूर्तपणाने, चतुराईने नियमांना कशी मुरड घालता येते, मात्र, त्यामुळेच आपण धर्मापासून कसे दूर जातो, याचे चित्रण महाभारत करते. भागवत नियम, कामभावना आणि हिंसा यांच्या मुळाशी असणाऱ्या भावभावनांविषयी विस्ताराने बोलते आणि कायदे आणि नियम यांपेक्षाही भावनांना अधिक महत्त्व देते. दुःखापासून मुक्ती हवी असेल तर, इच्छेकडे पाठ फिरवा असे बौद्ध विचार म्हणतो किंवा आपल्या इच्छांना मान देताना, जबाबदारीचीही जाणीव जागती ठेवून या इच्छांचे नियमन करा असा रामायण आणि महाभारताचा संदेश आहे तर भागवत मात्र, तुमच्या इच्छेला संयत प्रेमाचे अवगुंठन घालताना दिसते.

भागवत हे भक्त आणि त्याचे उपास्य दैवत (भगवान) या दोघांत भावनांचा महामार्ग तयार करते. उपनिषदांमध्ये वेदांसंबंधीचे वास्तविक (प्रॅग्मॅटिक) मात्र बुद्धिप्रधान असे जे संभाषण आहे त्याला भागवतामध्ये भावोत्कट उपासनेचे रूप दिलेले आहे. या उपासनेत स्वतः भक्त (जीव) हा त्या अन्य असणाऱ्या अलौकिकाचा (परम) पिता वा माता वा दोन्हीही होऊ शकतो. या नात्यात ते अलौकिक (परमेश्वर) हे भक्ताचे मूल होते. जसे यशोदा ही कृष्णाची माता झाली तसेच हेही नाते आहे. या नात्यात भक्त त्याच्या उपास्य देवतेची प्रेमिकाही होऊ शकतो. गोपिका जशा त्या दिव्यत्वाच्या (डिव्हाईन) म्हणजेच आपल्या प्रियकराच्या सहवासासाठी झुरतात तसे भक्तही आपल्या आराध्यदैवताच्या सहवासासाठी आसुसलेला असतो. भागवतातली राधा तर त्या परमेश्वराचेही प्रेमिकात रूपांतर करते जो तिच्यासाठी झुरतो. मानवाच्या प्रेमभावनेला प्राधान्य देणाऱ्या भागवत परंपरेचे बीज प्रत्यक्ष गीतेतच आपल्या पाहता येते.

> अर्जुना, जो कुणी मला प्रेमभराने फूल, फळ, पाणी अथवा एखाद्या वृक्षाचे पान अर्पण करतो त्याचा मी स्वीकार करतो.
> (अध्याय ९, श्लोक २६)

इथे भक्ताचे सक्रिय समर्पण अपेक्षित आहे. एखाद्या माकडिणीचे पिल्लू तिला जसे घट्ट बिलगते तद्वत भक्ताने आपल्या उपास्यदैवताला बिलगणे अपेक्षित आहे. दुसऱ्या शब्दांत हेच सांगायचे झाल्यास, भक्ताने सर्वकाही आपल्या दैवतावर सोपवून द्यायला हवे. आपली आईच आपली सर्वतोपरी काळजी घेईल हा जो एक दृढविश्वास मांजराच्या पिलाला असतो तसे भागवत परंपरेत भक्त आणि भगवान यांचे नाते हवे.

> अर्जुना, तू जे काही करतो आहेस त्या सर्वांचा त्याग कर आणि माझ्यावर दृढ आणि परिपूर्ण विश्वास ठेव, मी तुला साऱ्या बंधनांतून मुक्त करीन, काळजी करू नकोस! (अध्याय १८, श्लोक ६६)

पिलासह मांजर आणि पिलासह माकडीण

आपला पती असणारा राम हा काहीही करून आपली बलदंड रावणाच्या तावडीतून सुटका करेलच याबद्दल सीतेच्या मनात कुठलाही संदेह नव्हता हे जसे खरे आहे तसेच महाभारतातही, आपले पाचही पती आपले रक्षण करायला असमर्थ ठरल्यानंतर द्रौपदी कृष्णाचा धावा करते आणि कृष्ण कौरवांकडून भर राजसभेत द्रौपदीचे वस्त्रहरण होऊ देत नाही. या दोन्ही महाकाव्यांतील, या दोन्ही प्रसंगांत परमेश्वराला सर्वोच्च स्थान दिलेले आहे. परमेश्वर हाच तुमचा पिता वा माता आहे, नव्हे तोच तुमचा

■■■●●●●●●●●●●●●●●○○○○○○○□□

त्राताही आहे, हे इथे मनावर बिंबवले गेलेले आहे. भक्त आणि त्याचा भगवान या दोघांत भक्ती या भावनेचा हा जो राजमार्ग आहे तो एकाच दिशेने जाणारा आहे. कारण इथे भक्त हाच केवळ त्याच्या आराध्य दैवतावर अवलंबून आहे. परमेश्वर हा काही भक्तावर विसंबलेला नाही.

> अर्जुना, जे या पृथ्वीतलावर पूर्वी अस्तित्वात होते ते आजही इथे अस्तित्वात आहेत आणि भविष्यातही ते या भूतलावर असतील याची मला जाणीव आहे. मात्र यांपैकी कुणीही मला जाणीत नाही. (अध्याय ७, श्लोक २६)

रामायण असो की महाभारत, या दोन्ही महाकाव्यांच्या अखेरीस मनाला सुन्न करून टाकणारे एक अपूर्णत्व आहे. रामायणाच्या शेवटी सीतेची काहीही चूक नसताना, केवळ एका अफवेमुळे राम सीतेला राजप्रासादातून बाहेर काढतो. परिणामी सीतेला स्वसंरक्षणासाठी एका वनाचा आश्रय घेणे भाग होते, तर महाभारताच्या अखेरीस कृष्ण द्रौपदीला सूड घेऊ देतो; परिणामी सारे कौरव आणि त्यांचे सगळे सेनापती या साऱ्यांचा वध होतो हे खरे. मात्र, द्रौपदीचा हा सूड त्याची किंमतही पुरेपूर वसूल करतो. द्रौपदीच्या सर्व म्हणजे पाचही तरुण पुत्रांचीही निर्मम हत्या होते. जीवात्म्याला आपण पोरके झालो आहोत असे वाटते. याचा अर्थ, तारणहार अपयशी तर ठरला नाही ना?

'मात्र कुणीही मला जाणीत नाही' हा वर दिलेला कृष्णार्जुनांतला संवाद भागवत पुढे नेते. भक्ताची त्याच्या भगवानातील भावनिक गुंतवणूक जी पूर्वी एकतर्फी होती ती आता दुतर्फी होते, या प्रेमभावनेला रुक्ष व्यवहाराचे रूप न राहता ते बदलते. भागवत परंपरागत सत्तासंतुलनात बदल घडवून आणते, अधिसत्तेच्या ठिकाणी प्रेमाची सत्ता प्रस्थापित करते.

गीतेच्या रचनेनंतरच्या एक हजार वर्षांच्या काळात भक्तीची संकल्पना पूर्णपणे विकसित झालेली दिसते. भक्तिमार्गाला दोन वाटा फुटलेल्या दिसतात, यांपैकी एक वाट ही पुरुषी आहे. यामध्ये आपल्या उपास्य देवतेपुढे शरणागती, ब्रह्मचर्य आणि संयम अपेक्षित आहे. याचे मूर्तरूप म्हणजे हनुमंत होय, तर ममत्व, विषयासक्ती आणि अपेक्षा या

स्त्रीत्वभावनेचे प्रतिनिधित्व करणाऱ्या दुसऱ्या वाटेच्या प्रतिनिधी यशोदा आणि राधा आहेत. भक्तीच्या तत्त्वज्ञानातला पुरुषी मार्ग हिंदू मठवासियांनी निवडला तर याच भक्तीचा स्त्रीभावनेला प्राधान्य देणारा मार्ग हा देवदासी, देवळातले नर्तक आणि नर्तिका यांनी अनुसरलेला दिसतो. देवळातल्या या कलावंतांनी आपल्या या कलाविष्कारांद्वारे जनसामान्यांचे या अलौकिकाशी एक नाते जोडले.

भक्तिमार्गाचा पुरुषी आविष्कार हा वेदांताचा मार्ग होता. ब्रह्मचर्य हा पाया असलेला. मात्र, सुखानंदावर आधारित-स्त्रीतत्त्वप्रधान भक्तिमार्ग हा तंत्रमार्ग होता. वेदांताशी नाते सांगणारा भक्तीचा पुरुषी मार्ग असो किंवा तंत्रमार्गाशी संलग्न असणारा स्त्रीतत्त्वावर आधारित भक्तिमार्ग असो, सातव्या शतकानंतर या दोन्ही वाटा भक्तिमार्गातल्या दोन प्रमुख शाखा म्हणून उदयाला आल्या, कारण पूर्वापार चालत आलेली बौद्ध भिक्षू आणि हिंदू गृहस्थाश्रमी ही व्यवस्था कोलमडू लागली होती. आता हिंदू गृहस्थाश्रमी बौद्ध भिक्षूंप्रमाणे शाकाहार करू लागले होते तर हिंदू संन्यासी आता गायनवादन आणि नर्तन या पूर्वी केवळ गृहस्थाश्रमाशी संलग्न असणाऱ्या कलांद्वारे समाजात मिसळू लागले होते.

महत्त्वाचे म्हणजे ज्ञानाचा प्रवास हा पूर्वीप्रमाणे शिखराकडून पायथ्याकडे होणे थांबलेले होते. ज्ञान ही आता कर्मकांड करणारे पुरोहित आणि भूमीवर अधिसत्ता गाजवणारे राज्यकर्ते यांची मक्तेदारी राहिलेली नव्हती. ज्ञानाच्या प्रांतात आता नवनवीन कल्पनांचा उदय समाजाच्या तळाच्या वर्गातूनही होताना दिसत होता. ज्ञानाचा हा खालून वर होणारा प्रवास होता. आपल्या गाईगुरांसह अन्नपाण्याच्या शोधात सर्वत्र भटकणारे साधे गुराखी हे देखील ज्ञानार्जनासाठी कष्ट करू लागले होते. ज्ञानाचे एकप्रकारे सार्वत्रिकीकरण होत होते. या नव्या रचनेत परमेश्वर हा पूर्वीसारखे सामान्य जनतेने ज्याच्यापुढे मान झुकवून उभे राहावे असा कुणी सरदार वा सरंजामदार राहिलेला नव्हता. समाजाच्या दृष्टीने परमेश्वर हा आता सर्वसामान्य माणसासारखा, प्रेमासाठी भुकेला असणारा आणि बदल्यात प्रेम देणारा झाला होता. समाजाच्या दृष्टीने दूरस्थ असणाऱ्या रामापेक्षा आपल्यातीलच वाटणारा हनुमंत समाजात अधिक प्रिय झाला. यादवकुलासह पांडवांचाही रक्षणकर्ता असणाऱ्या कृष्णापेक्षा गोपिकांना

प्रिय असणारा, गायी राखणारा कृष्ण समाजमनावर अधिराज्य करू लागला.

भक्तीचा पुरुषी आविष्कार	उद्दिष्ट गाठणे	शरणागती समर्पण
स्त्री आविष्कार	विलीन होणे	आपुलकी
	चिंता	सुख

पुरुषी शरणागती आणि स्त्रीतत्त्वातील आपुलकी

कृष्णाच्या बालपणाचे कथानक आणि ग्रीक महाकाव्य यांची तुलना केल्यास, या कथानकात महिलांचा जो सहभाग होता त्याचा विचार होत नाही तोपर्यंत, कृष्णाचे बालपण हे ग्रीक महाकाव्याचे प्रतिबिंब वाटते. तुझ्या बहिणीच्या म्हणजे देवकीच्या पोटी येणारा आठवा पुत्र तुझा वध करील, अशी आकाशवाणी मथुरेचा हुकूमशहा असणारा कंस ऐकतो इथे या कथानकाचा आरंभ होतो. घाबरलेला कंस देवकीला बंदीखान्यात घालतो आणि तिला झालेले सगळे पुत्र जन्मल्याबरोबर मारून टाकतो. आपले आठवे मूल वाचवले पाहिजे म्हणून देवकीचा पती वसुदेव आपल्या या आठव्या नवजात पुत्राला, यमुनेच्या पैलतीरी असणाऱ्या गोकूळ नावाच्या खेड्यात डोक्यावरून वाहून नेतो. गोकुळात त्याच रात्री जन्मलेली अन्य एक मुलगी घेऊन, तिच्याजागी आपल्या मुलाला ठेवून वसुदेव मथुरेला परततो. यानंतर काही वर्षांनंतर कृष्ण मथुरेत परततो आणि कंसाचा वध करतो त्याप्रसंगी कृष्णाची खरी ओळख जनतेला होते. असे असले तरी अनेक जण कृष्णाचा उल्लेख हा एका गवळ्याचा मुलगा असाच करतात. यातून त्यांना वाटणारा कृष्णाबद्दलचा तिरस्कार आणि तत्कालीन समाजाच्या उतरंडीमध्ये असणारे कृष्णाचे निम्नस्थान दर्शवण्याचा त्यांचा हेतू असतो. एकीकडे, कुटुंबाची कीर्ती, आपल्या राजकुलाचा मानसन्मान यांना सर्वोच्च मानणारा राम आहे तर कृष्णाला मात्र या गोष्टींचे काही महत्त्व वाटत नाही असे हे चित्र आहे. कारण कृष्णाने माणसाच्या अंतःकरणात

■■■●●●●●●●●●●●●●○○○○○○○□□

खोलवर वाहत असणाऱ्या प्रेमाच्या झऱ्याचा शोध लावलेला आहे. प्रेम हे असे औषध आहे जे मनीच्या साऱ्या चिंतांवर मात करते.

माणसाच्या मनात असणाऱ्या प्रेमाच्या जिवंत झऱ्याचा हा जो शोध कृष्णाला लागलेला आहे त्याचे सारे श्रेय हे गोकूळ आणि वृंदावन या दोन्ही खेड्यांतील गवळणींकडे जाते. या साऱ्या गवळणींनी आपल्या पोटच्या मुलाप्रमाणे कृष्णाचे लालनपालन केले, त्याचे लाडकोड केले, त्याने केलेल्या खोड्या आणि खट्याळपणा सानंद सहन केला. आवश्यकता होती तेव्हा दटावलेही ही वस्तुस्थिती आहे आणि हा सारा प्रेमवर्षाव या गवळणींनी, कृष्ण त्यांचा स्वतःचा मुलगा नसतानाही त्याच्यावर केलेला आहे. यशोदा ही खरोखरच आईच्या वात्सल्यभावाचे मूर्तिमंत उदाहरण आहे.

कृष्ण आणि यशोदा

पुढे तारुण्याच्या उंबरठ्यावर उभ्या असणाऱ्या कृष्णाचे आणि गोपिकांचे नाते बदलते. गोपिकांच्या खोड्या करणारा कृष्ण आता त्यांच्याशी कृतक प्रणयचेष्टा करू लागला. एक निष्पाप बालक विस्मृतीत गेले कारण आता एका पुरुषाचा उदय झाला. रात्री आपले कुटुंबीय गाढ निद्रेत असताना या गोपिका निर्भयपणे आपल्या घराबाहेर पडत आणि दूरवरच्या वनात जादूई बासरी वाजवणाऱ्या कृष्णाच्या दिशेने धावत सुटत

कारण तिथे त्यांना कृष्णासह फेर धरून नृत्य करायचे असे. या गोपिका आणि कृष्ण यांच्यातले नाते बहुरंगी होते. या नात्यात प्रेमाची भांडणे, रुसवाफुगवा असे, हक्काने केलेली मागणी असे, या नात्यात दुरावा-ताटातूट असे अन् समेटही असे. हे नात्यातले चढउतार पुनःपुन्हा होत असत. या नात्याला नीती (कायदा) किंवा रीती (परंपरा) यांचे बंधन नव्हतेच. कृष्ण त्या गोपिकांचा भाऊ नव्हता, पिता, पुत्र वा पतीही नव्हता. मात्र तरीही या गोपिकांना कृष्णाच्या सहवासात विलक्षण सुरक्षित वाटत असे; कृष्णाचा सहवास हे त्यांचे चैतन्य होते. कृष्ण आणि गोपिका यांच्यातले नाते हे अंतःकरणातून स्फुरलेले होते. या नात्यात कोणतेही बाह्य दडपणा नव्हते. हे नाते खासगी होते मात्र तरीही ते विलक्षण शुद्ध होते. या नात्यातला हरएक व्यवहार शुद्ध होता. या नात्याचा हा बंध सर्वसामान्य जनांच्या आकलनापलीकडचा होता. इथे केवळ सहवास (माधुर्य), मिलन (शृंगार) किंवा इथली अनुपस्थिती(विरह) या साऱ्यांतून प्रेमाचा उगम झालेला होता आणि या हरएक भावाचे परिपूर्ण आणि साकार रूप म्हणजे राधा होय!

वृंदावन हे आपले खेडे सोडून कृष्ण मथुरा नगरीकडे जायला निघतो, तेव्हा मी परत येईन, असे कृष्ण वृंदावनवासियांना वचन देतो. मात्र, आपला हा शब्द कृष्ण पाळू शकत नाही. आपण आता इथून पुढे मथुरा नगरीतच राहणार आहोत हा निर्णय आपल्या गावकऱ्यांना सांगण्यासाठी आणि आपल्या या निर्णयामुळे शोकविव्हल होणाऱ्या वृंदावनवासियांची समजूतही काढण्यासाठी कृष्ण उद्धव या आपल्या मित्राला तिकडे पाठवतो. कृष्णाचा निर्णय वृंदावनवासियांना समजताच ते मोडून पडतात. उद्धव या साऱ्यांचे सांत्वन करण्याचा यत्न करतो हे खरे, पण त्याचा दृष्टिकोन बुद्धिवादी आणि भूमिका संन्याशाची असते. उद्धव आयुष्याच्या क्षणभंगुरत्वाबद्दल बोलतो आणि क्षमाशीलतेचे महत्त्व विशद करतो. उद्धवाचा उपदेश ऐकून राधा त्याला सुहास्य वदनाने म्हणते की, ती यातना, दुःख अथवा आपल्याला कृष्ण सोडून निघून गेला या भावनेने घाबरत नाही. उलट ते सर्व तिला सुखाचे वाटते, ते सर्व तिला कृष्णाची आठवण करून देते. 'कृष्ण हा या नाहीतर त्या फुलाभोवती रुंजी घालणारा श्यामवर्णी भृंग आहे हे मी जाणते, मात्र मी असे पुष्प आहे जे आपला वृक्ष सोडू शकत नाही. माझ्यात प्रेमाचे बीज रोवून राधा नावाच्या या कुसुमाचे

■■■●●●●●●●●●●●●●○○○○○○○□□

प्रेमाच्या मधुर फळात रूपांतर केले ते कृष्णाने, प्रेमाच्या या फळामध्ये प्रेमाचीच बीजे असतील उद्धवा!'

कृष्ण आणि राधा

कृष्णावर प्राणापलीकडे प्रेम करणाऱ्या गोकुळातल्या आणि वृंदावनातल्या या ललना, मग ती कृष्णाची आई यशोदा असो वा त्याची प्रियतमा राधा, यांनी कृष्ण त्यांना सोडून गेल्यावर केलेला आपल्या रागाचा नव्हे तर प्रेमाचा आविष्कार, हा रामायण आणि महाभारतातील त्यागलेल्या स्त्रिया दाखवू शकलेल्या नाही. कृष्ण आपल्याला सोडून गेलेला आहे हे या वृंदावन आणि गोकुळातल्या महिलांना ठाऊक असूनही त्या कृष्णाच्या या वागण्यातून कुठलाही निष्कर्ष काढत नाहीत. कृष्णाने आपली क्षमायाचना करावी ही देखील या गवळणींची अपेक्षा नाही, कारण यात क्षमा मागण्यासारखे काहीही नाही याची त्यांना कल्पना आहे. कृष्णाला असणाऱ्या महत्त्वाकांक्षा, त्याचा झालेला नाइलाज वा त्याने मथुरेत केलेली साहसे याचा या महिलांना मुळीसुद्धा हेवा वाटत नाही. कृष्णाने परत

■■■●●●●●●●●●●●●●○○○○○○○□□

वृंदावनात यावे ही देखील इच्छा त्यांना नाही. कुठलीही गोष्ट चिरंजीव नसते इतकेच नव्हे तर हरएक गोष्ट बदलत असते हा निसर्गाचा साहजिक धर्म या सर्वसामान्य असणाऱ्या स्त्रियांना उमजलेला आहे. आपल्याला प्राणप्रिय असणाऱ्या कृष्णाने स्वतःचा भौतिक जगातला प्रवास असाच पुढे सुरू ठेवावा हीच त्यांची इच्छा आहे, कारण कृष्णावर असणाऱ्या या प्रेमानेच या स्त्रियांना आपल्या अंतर्मनाच्या प्रवासाला उद्युक्त केलेले आहे. साहजिकच त्या आता कृष्णावर अवलंबून नाहीत. मात्र आवश्यकता भासलीच तर भविष्यात कृष्ण या गावकऱ्यांवर नेहमीच अवलंबून राहू शकेल.

वृंदावनवासी स्त्रियांच्या या दृष्टिकोनाचा कृष्णावर मोठाच प्रभाव पडलेला आहे. परमेश्वर असणे म्हणजे अमर्यादच असायला हवे असे नाही, तर परमेश्वर असणे म्हणजे जे मर्यादित आहे त्यामध्ये काही उणिवा असल्या तरीही त्या साऱ्या उणिवांसह त्याला सांभाळून घेणे, त्याचा आपल्यात समावेश करणे होय! म्हणजेच, कुणीही समंजस मातापिता आपल्या अपत्याचे आनंदाने लालनपालन करतात मात्र, त्या अपत्याला त्याने स्वतः निवडलेल्या मार्गावरून प्रवास करण्याची मोकळीकही देतात, तसेच हे आहे! गोकुळातल्या गोपिकांच्या आपल्यावर असणाऱ्या ऋणाची कृष्णालाही कल्पना आहे आणि म्हणूनच तो स्वतः पुरुष असून देखील नेहमी एका स्त्रीसुलभ पवित्र्यात, त्रिभंग स्थितीत उभा असतो. कृष्णाच्या व्यक्तिमत्त्वात असणाऱ्या पुरुषत्वासह या स्त्रीत्वाच्या अंशामुळेच कृष्ण हा विष्णूचा पृथ्वीवर अवतरलेला एक पूर्णावतार ठरतो.

लहानगा कृष्ण अंगणातील माती खात असतो अशी भागवत पुराणात कृष्णासंबंधी एक कथा आहे. माती खाणाऱ्या कृष्णाला पाहताच यशोदा त्याला दटावते आणि त्याचे तोंड धुण्यासाठी ते उघडायला भाग पाडते. मात्र, कृष्णाने आपले तोंड उघडताच यशोदेला त्या मुखात विश्वरूपाचे विराट दर्शन घडते. पुढे गीतेच्या अकराव्या अध्यायात अर्जुनालाही हेच विश्वरूप दर्शन घडते. आपल्या लहान मुलाच्या भयचकित करणाऱ्या रूपाच्या दर्शनाने यशोदा धास्तावते. मात्र, दुसऱ्याच क्षणी यशोदेमधली आई जागी होते. ती कृष्णाला स्नान घालते, त्याला भरवते, त्याला शिकवते, शेजाऱ्यांनी त्याच्या खट्याळपणाविषयी तक्रारी करताच त्याची

■■■●●●●●●●●●●●●●○○○○○○○□□

कानउघाडणी करते आणि तो जेव्हा तिचे ऐकत नाही तेव्हा त्याला धपाटाही घालते. कृष्ण हा परमेश्वर असू शकेल पण यशोदा त्याची आई होती. तिच्यासाठी परमेश्वर हा लहान मूल झाला तर त्याच्यासाठी त्याची भक्त त्याची आईच राहिली.

योगसाधनेमुळे मानवी मनाच्या कक्षा विस्तारण्याची शक्यता असते. प्रेम मात्र तुम्ही स्वतःला संकुचित करा अशी मागणी करते कारण त्यामुळे तुमच्या प्रियकर वा प्रियतमेच्या ठायी अपुरेपणाची वा न्यूनत्वाची भावना शिल्लकच राहत नाही. दिव्यत्वाचे असे जाणीवपूर्वक होणारे आकुंचन (कॉन्शस कॉन्ट्रॅक्शन) हेच अनंत असणाऱ्या भगवानाचे पृथ्वीवर सान्त (स-अन्त) अवतार म्हणून मानवी रूपात अवतरण्याचे कारण आहे. यामुळे आपल्या भक्तांच्या लाभासाठी परमेश्वराने घेतलेल्या राम आणि कृष्ण अशा मानवी अवताराच्या नशिबी मृत्यूही असतो. अकराव्या अध्यायात अर्जुन कृष्णाकडे, मला तुझ्या विश्वरूपाचे दर्शन घेऊ दे असा एखाद्या बालकाला शोभेशा औत्सुक्याने हट्ट धरतो आणि आता विश्वरूपाचे दर्शन आपल्याला होणार म्हणून तो विलक्षण उत्तेजितही होतो.

> कृष्णा, तुझ्याकडून या विश्वाच्या विराट स्वरूपाविषयी मी तपशीलवारपणे ऐकले; ही सृष्टी मिटते कशी, उमलते कशी हे तू मला सांगितलेस. तूच वर्णन केलेले तुझे दिव्य रूप पाहायला मी उत्सुक आहे. जर मी हे तुझे रूप पाहू शकेन असे तुला वाटत असेल तर ते तू मला दाखव. (अध्याय ११, श्लोक क्रमांक २ ते ४)

मात्र, कृष्ण अर्जुनाला त्याचे विश्वरूप दाखवतो तेव्हा त्या जगड्व्याळ रूपाचा भयंकरपणा पाहून अर्जुन भयभीत झाला कारण त्यामुळे या विश्वाच्या पटातले आपले नगण्यत्व अर्जुनाला जाणवले.

> कृष्णा तुझे हे गुप्त असणारे विराट रूप पाहून मला आनंद झाला; मात्र, मी घाबरलो आहे ही वस्तुस्थिती आहे. तेव्हा आता कृपया तू तुझे मूळ रूप धारण कर.(अध्याय ११, श्लोक ४५)

यानंतर सहस्रावधी हात असणारा तो जगदीश्वर परत सामान्य माणसासारखा दोन हातांचा, अर्जुनाचा मित्र आणि त्याचा सारथी झाला. रामाप्रति असणाऱ्या समर्पण भावनेने हनुमंताच्या मनाच्या कक्षा रुंदावून तो भगवान होतो, तर अर्जुनाविषयी असणाऱ्या जिव्हाळ्याने अनंत असणाऱ्या जगदीश्वर कृष्णाने आपला संकोच करून अवतार धारण केला. कृष्ण इथे आईच्या भूमिकेत आहे. आपल्या मुलासह लपंडाव खेळताना लपून राहिलेल्या मुलाला आपण जणू पाहिलेच नाही असा बहाणा करणाऱ्या आईप्रमाणे कृष्ण आहे. स्वतः अनंत आणि अमर्याद असूनही आजूबाजूला असणाऱ्या सामान्य माणसाला आकळावे म्हणून कृष्ण स्वतः एका मर्यादित सत्याचे रूप घेतो. हा एक खेळही (लीला) आहे जो, मातापित्यांची भूमिका करणारा परमेश्वर आपल्या भक्ताशी म्हणजे मुलाशी खेळत असतो. स्वतःला मर्यादित करून अवतीर्ण होणे हे त्याच्या भक्तांच्या उद्धारासाठी असते. कारण भगवंत वास्तवाचे सगळे भाग पाहू शकतो आणि वास्तवाचा काही अंशच पाहणाऱ्या भक्ताला वास्तवाचे आणखीही अधिक भाग दिसावेत यासाठी तो प्रयत्नशील असतो.

रामाने हनुमंताचे उन्नयन घडवून आणलेले आहे, मात्र अर्जुनामध्ये हनुमंताइतकी क्षमता आणि प्रगल्भता नाही हे कृष्ण जाणतो. आणि तरीही तो अर्जुनाला त्याच्यातील न्यूनत्वाची जाणीव होऊ देत नाही. यशोदा

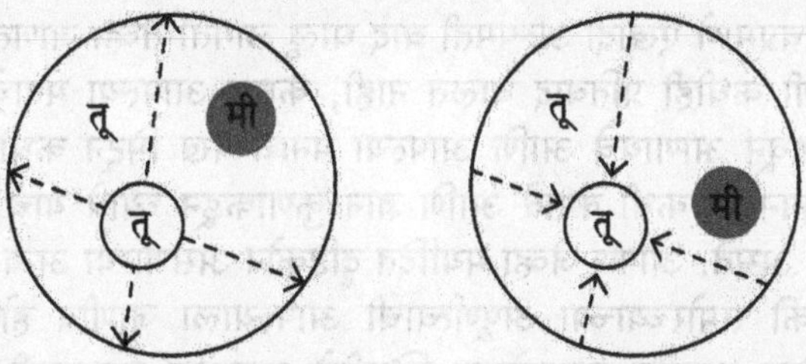

'मी'ला सामावून घेण्यासाठी होणारे प्रसरण ब्रह्म भगवान

'मी'च्या सुखासाठी होणारे आकुंचन अवतार

प्रसरण आणि आकुंचन

आणि राधा यांनी कृष्णाबद्दल जसे कुठलेही पूर्वानुमान बांधलेले नव्हते तद्वत कृष्णानेही पांडवांबद्दल कुठलेही मत कधीही बनवले नाही, तसेच त्यांनी द्यूतात आपले राज्य गमावले म्हणून त्यांना अपराधी वाटेल असे काही केले नाही. पांडवांनी जी कृती केलेली होती त्याचे परिणाम भोगण्यासाठी म्हणून कृष्णाने पांडवांची तयारी करून घेतली, इतकेच!

आपण अन्य कुणाचे दर्शन घेतले की ज्यांचे आपण दर्शन घेतो त्या व्यक्तिमत्त्वांतील अपुरेपणाची दखल घेऊन त्याचा स्वीकार करण्याचे सामर्थ्य आपल्यात येते. त्यामुळे ते खुजे किंवा असहायही ठरत नाहीत. व्यक्तिमत्त्वातल्या या अपूर्णत्वामुळे ते इतरांपेक्षा वेगळे ठरतात एवढेच! एखादा विद्यार्थी शिकू शकत नाही कारण एकतर त्या विद्यार्थ्याची क्षमताच नसते किंवा त्याला काही शिकण्याची मुळातच इच्छा नसते किंवा त्याची परिस्थिती नसते. यांपैकी कुठल्याही कारणापोटी विद्यार्थी शिकू शकत नसला तरी ज्ञानी शिक्षक दुःखी होत नाही, कारण आपण विद्यार्थ्याचा फायदा व्हावा म्हणून शिकवतो आहोत, त्याची भरभराट व्हावी म्हणून नव्हे याची जातीच्या शिक्षकाला जाणीव असते. शिक्षक आपल्या विद्यार्थ्याच्या कर्मावर नियंत्रण मिळवू शकत नाही. शिक्षक फक्त स्वतः आरंभलेल्या यज्ञात द्यायच्या आहुतीवर आपले लक्ष केंद्रित करू शकतो, कर्माचे बीज पेरू शकतो, मात्र कर्मफलावर नियंत्रण मिळवण्याचा प्रयत्न करू शकत नाही.

त्याचप्रमाणे एखादा अल्पमती वाद घालू लागतो तेव्हा जाणता माणूस त्याच्याशी कधीही प्रतिवाद घालत नाही, कारण आपल्या मनाचे प्रसरण कधी घडवून आणायचे आणि आपल्या मनाचे पंख मिटून कधी घ्यायचे तसेच, ज्ञानदान कधी करावे आणि ज्ञान कुणाकडून घ्यावे यांचे भान या ज्ञात्यांना असते. आपण जेव्हा मर्यादित दृष्टिकोन असणाऱ्या अन्य कुणाला भेटलो की समोरच्याच्या अपूर्णत्वाची आपल्याला जाणीव होतेच पण त्याचबरोबर एकूणच मानवतेच्या स्थितीचे आकलन करण्याची अंतर्दृष्टी देखील आपल्याला प्राप्त होते. परिणामी आपल्या मनाच्या कक्षा आणखी रुंदावतात. सत्यासमोर समर्पण केल्यामुळे यजमानाला ब्रह्मन् अनुभवता येते.

तापसाला यज्ञ करायचा नसतो, कारण रक्षक हाच यजमान वा दाता

■■■●●●●●●●●●●●●●○○○○○○○□□

(बेनिफॅक्टर) असतो अशी त्याची समजूत असते. मात्र प्रेमिक हा दाता (यजमान) तर असतोच आणि तोच लाभाधिकारी म्हणजे देवताही असतो. यज्ञातील समिधा आणि हविर्भाग म्हणजे मीच होय, अशी स्वतःची ओळख कृष्णाने गीतेत करून दिलेली आहे.

> अर्जुना, लहानग्याचे अन्न मी आहे, प्रौढांमध्ये होणारा विनिमय मी आहे. मृताला वाहिलेले पदार्थ मी आहे. औषध मी आहे. मुखातून होणारे मंत्रोच्चार, घृत, अग्नी आणि आहुतीही मीच आहे. (अध्याय ९, श्लोक १६)

यानंतर अन्य एका श्लोकात कृष्ण हा सारे काही स्वीकारणारा होतो.

> अर्जुना, अन्य देवतांना प्रेमादरापोटी जे जे काही अर्पण केले जाते ते सरतेशेवटी माझ्यापर्यंत पोचते. जे जे काही अर्पण केले जाते ते सारे मी स्वीकारतो. बहुतांश लोक मला ओळखतच नाहीत, परिणामी ते अडखळतात. (अध्याय ९, श्लोक २३ आणि २४)

राम हा पददलितांचा त्राता, पतितपावन असू शकतो, त्याने धीरोदात्तपणे आपल्या राजपदाची कर्तव्ये पार पाडलेली असतील आणि आपल्या वैयक्तिक आयुष्यातल्या शोकात्मिकेला धीरोदात्तपणे तोंडही दिलेले असेल, नाही असे नाही; पण राम आणि कृष्ण या दोघांत एक फरक आहे. कृष्ण प्रेमिकही आहे. तो जसे काही देतो तसेच मोकळ्या मनाने स्वीकारतोही; शिवाय राधेशिवाय कृष्णाला पूर्णत्व येत नाही. रासक्रीडेत कृष्णाभोवती नृत्य करणाऱ्या राधेला म्हणजेच जीवात्म्याला परमात्म्याचा शोध लागला असूही शकेल, मात्र इथे कृष्णालाही राधेचे प्रेम हवेहवेसे वाटते आणि म्हणूनच राधेराधे अशी प्रेमविव्हल साद कृष्णाच्या मुखातून सतत बाहेर पडते. सामाजिक नियम-परंपरांनुसार सीता आणि राम या दोघांना विभक्त व्हावे लागते आणि परिणामी दोघांच्या नशिबी वियोगाचा दुःखभोग येतो. मात्र कृष्ण आणि राधा हे एकमेकांपासून वेगळे झाल्यावरही, आपापल्या आयुष्याच्या वाटेवर पुढे जातात. आयुष्यभर

कृष्णाच्या ह्रदयातले राधेचे स्थान अढळ राहते तद्वत राधाही कृष्णाच्या स्मृतीला कधीही पारखी होत नाही. कृष्णाने आपल्या जीवनातला मर्यादित काळच गोकुळात घालवला असेल पण त्याचे राधेविषयीचे प्रेम मात्र असीम आहे.

शिव	राम	कृष्ण
तपस्वी	त्राता	प्रेमिक आणि जिवलग
↓	↓	↓
भुकेपासून मुक्त होतो	भूक भागवतो	भूक भागवतो आणि अन्नही मागतो
एकतर्फी		दुतर्फी

तपस्वी, रक्षक आणि प्रेमिक

असे सगळे असले तरी, कृष्णभक्तीच्या अनेक परंपरांमध्ये राधेला स्थान नाही, ही वस्तुस्थिती आहे. कृष्णभक्तीची आसाममधील शंकरदेव यांची परंपरा, महाराष्ट्रातला चक्रधर स्वामींचा महानुभाव पंथ ही याचीच उदाहरणे आहेत. गंगेच्या पठाराबाहेर असणाऱ्या कृष्णाच्या बहुतांश प्रमुख देवालयांमध्ये राधेची प्रतिमा नाही. उदाहरणार्थ : पुरी, पंढरपूर किंवा उडुपी, गुरुवायुर अथवा नाथद्वारा या ठिकाणच्या मंदिरांत राधा नाही. एकीकडे राधेचा धीट आणि केवळ एकमेकांतील संमतीलाच महत्त्व देणारा, तांत्रिक उपासना पद्धतीशी जवळीक साधणारा शृंगार समाजमनाला रुचणारा नव्हता. इतकेच नव्हे तर, भावनिक नात्याचा खरेपणा अधोरेखित व्हावा यासाठी, सामाजिक अनौचित्याची तीव्रता वाढवण्यासाठी योजलेली रूपके, आणि विशेषतः राधा कृष्णापेक्षा वयाने मोठी आणि त्याची आत्या/मामी (नंदाची धाकटी बहीण किंवा यशोदेची भावजय) होती असे जे सुचवले गेले ते, यांना समाजाची मान्यता नव्हती. साहजिकच, राधेपेक्षा भागवत पुराणामधील निनावी असणाऱ्या गवळणींना प्राधान्य दिले गेले कारण, या गवळणींचे कृष्णावर असलेले प्रेम विशुद्ध आणि विषय वासनेने कलंकित न झालेले असे मानले गेले. किंबहुना यशोदेचे अपत्य प्रेम हे राधेच्या

■■■●●●●●●●●●●●●●○○○○○○□□

प्रेमाप्रमाणे समाजाला अस्वस्थ करणारे नसल्यामुळे भागवत कथानकात यशोदेला अत्यधिक महत्त्व दिले गेले.

गावाबाहेरच्या वनात, रात्रीच्या एकांतात व्यक्त झालेल्या कृष्ण आणि राधेच्या उत्कट भावनांचे वर्णन करणारे गोपालकाचे गाणे (गीतगोविंद) हिंदू देवालयांतल्या देवदासी शतकानुशतके गात आलेल्या आहेत. विसाव्या शतकाच्या आरंभी या देवदासींना समाज गणिका समजू लागल्यामुळे मंदिरातले देवदासींचे गाणे बंद केले गेले. ब्रह्मचारी असणारा हनुमंत आणि परमेश्वराचे गाणे असणाऱ्या भगवद् गीतेला प्राधान्य देणाऱ्या हिंदूंच्या मठाधिष्ठित विचारसरणीला मोठेच महत्त्व दिले गेले.

महाभारत	भागवत	गीतगोविंद
पुरुषी दृष्टिकोन	स्त्रीतत्त्वावर आधारित दृष्टिकोन	शृंगारिक आणि सामाजाची चौकट मोडणारे

भक्ती वाङ्मयाच्या दृष्टिकोनात होत गेलेले बदल

गीतेच्या दृष्टीने भक्ती म्हणजे समर्पण; इथे परमेश्वर श्रेष्ठ आहे तर भक्ताची जागा परमेश्वराच्या पायाशी आहे. असे असले तरी अठराव्या अध्यायातील पासष्टाव्या श्लोकात कृष्णाने अर्जुनाचा उल्लेख 'मला अत्यंत प्रिय असणारा' (प्रियोऽसि मे) असा केलेला आहे. इथे कृष्णाचे अर्जुनावर असणारे प्रेम लक्षात येते. गीतगोविंद सामाजिक उतरंडीला जमीनदोस्त करते आणि भक्तीचे प्रेमात रूपांतर करते. गीतगोविंद या काव्यात, आपल्या अंगप्रत्यंगात भिनलेल्या अभिलाषेच्या विषावर उतारा म्हणून राधेने आपल्या शिरी तिची पदकमले ठेवावीत अशी तिची करुणा स्वतः कृष्ण भाकतो असेही वर्णन आहे. हे सगळे लिहिताना स्वतः जयदेवाचा हात थरथरला होता अशी आख्यायिका आहे; मात्र, कृष्णाने स्वतः या काव्यपंक्ती पूर्ण केल्या असे म्हटले जाते. हेच प्रेमाचे सामर्थ्य होय!

■■■●●●●●●●●●●●●●○○○○○○○□□

कधीकधी तू माझ्यापेक्षाही अधिक पाहू शकतोस; मात्र, आपल्याला तसे काहीच ठाऊक नाही असा देखावा तू उभा करतोस. यापाठीमागे मला तुझी दहशत वाटू नये हे खरे कारण असते. वस्तुतः मी देखील तुझ्याशी असाच वागत असतो. आपल्यासमोर असणारा कुणी एक जेव्हा दुर्बल असतो तेव्हा आपल्याला आपण समोरच्या पेक्षा श्रेष्ठ आहोत असे वाटत नाही आणि आपण असहाय असतो तेव्हा आपण गौण आहोत असेही आपल्याला भासत नाही आणि त्यामुळेच आपले नाते टिकून आहे.

■■■●●●●●●●●●●●●●○○○○○□□

१३.

तुझ्या आणि माझ्या हातात नियंत्रण नसते

जसजशी आपली प्रगल्भ होतील तसतसे तू आणि मी प्रत्यक्षात किती असहाय आहोत आणि या विश्वावर आपले किती मर्यादित नियंत्रण आहे याचाही आपण स्वीकार करू. या सृष्टीत असणाऱ्या हरएक जीवाचे त्याच्या किंवा तिच्या सामर्थ्यावर आणि क्षमतेवर किती नाममात्र नियंत्रण असते हेही आपल्याला दिसून येईल. हे सामर्थ्य आणि क्षमता या दोन्ही गोष्टी त्याच्या स्वाभाविक भौतिक प्रवृत्तीवर किंवा गुणावर अवलंबून असतात आणि हा गुण त्या जीवाच्या कर्मामुळे आकाराला येतो. आपण म्हणजे जग बदलण्याची क्षमता बाळगणारे कुणी प्रतिनिधी नव्हेत तर नित्य बदलणाऱ्या या जगासाठी आपण केवळ एक साधनमात्र आहोत हे आपल्याला उमगेल. या प्रकरणात आपण त्रिगुणांचा शोध घेऊया. इथून पुढे कृष्णार्जुन संवाद भावनिक कमी आणि बौद्धिक अधिक असेल. भक्तियोगाकडून आपण आता ज्ञानयोगाच्या प्रांगणात पाऊल ठेवण्याचे धाडस करतो आहोत; कारण असुरक्षितता आणि व्यक्तिमत्त्व यांचा कर्मावर किती प्रभाव असतो हे आपण जाणतो. गीतेच्या चौदाव्या, सतराव्या आणि अठराव्या अध्यायांमध्ये कृष्ण या गुणांसंबंधीचे विवेचन करतो.

■■■■●●●●●●●●●●●●●●●○○○○○○□□

तिसऱ्या अध्यायात अर्जुन, मनावर नियंत्रण मिळवण्यास आपण असमर्थ आहोत असे म्हणतो.

> कृष्णा, आपली इच्छा नसतानाही माणसे दुष्कृत्ये का करतात? (अध्याय ३, श्लोक ३६)

कृष्णाला हा प्रश्न विचारत असताना अर्जुनाच्या मनात कदाचित, सत्यवचनी असणाऱ्या आपल्याच सर्वांत थोरल्या भावाचा म्हणजे जो द्यूतक्रीडेचा मोह आवरता न आल्यामुळे द्यूतामध्ये आपली राज्यसंपदा, आपले भाऊ, आपली पत्नी आणि स्वतःलाही हरवून बसला त्या युधिष्ठिराचा विचार असावा. किंवा कदाचित अर्जुन भीमाचा विचार करीत असावा. द्रौपदीचा मानभंग करणाऱ्या रानटी कीचकाचा जीव घेण्यापासून स्वतःला रोखू न शकणारा त्याचा हा दुसरा भाऊ. पांडव वेष पालटून सेवक म्हणून विराटाच्या राजवाड्यात अज्ञातवासात होते तेव्हा आपली खरी ओळख पटू शकेल असे कुठलेही कृत्य करू नका, अशी युधिष्ठिराची सुस्पष्ट आज्ञा होती; कारण अज्ञातवासाचा काळ पूर्ण होण्याआधीच कोणत्याही पांडवाची खरी ओळख उघड झाली तर पुन्हा त्यांच्या नशिबी तेरा वर्षांचा विजनवास आला असता. आणि तरीही भीमाने कीचकाला यमसदनी पाठवलेच, हे सत्य होते. अथवा कुरुक्षेत्रावरच्या या समरात आपले चुलत आजोबा म्हणजे पितामह भीष्म आणि गुरुवर्य द्रोण या दोघांनी कौरवांची बाजू का घेतली असावी या प्रश्नाचा डंख अर्जुनाला या संभाषणादरम्यान झालेला असू शकेल, सांगता येत नाही. माणसाच्या या असहायतेचा संबंध कृष्णाने माणसातील गुणाशी, त्याच्या प्रकृतीच्या स्वाभाविक प्रवृत्तीशी जोडला आहे.

> अर्जुना, तुझ्या पोकळ अभिमानापोटी, मला युद्ध करावयाचे नाही असे तू घोषित करशीलही; मात्र, तुझ्यात वसणारी तुझी स्वाभाविक प्रवृत्ती तुझ्या या निर्धाराच्या ठिकऱ्या उडवून तुला शस्त्र उचलायला भाग पाडील. (अध्याय १८, श्लोक ५९ आणि ६०)

■■■●●●●●●●●●●●●●●○○○○○□□

आरंभी म्हणजे दुसऱ्या अध्यायात कृष्णाने या गुणाचा उल्लेख केलेला असला तरी त्यांचे विवेचन कृष्णाने नंतर म्हणजे चौदाव्या, सतराव्या आणि अठराव्या अध्यायांत केलेले आहे. या मध्यंतरीच्या कालावधीत कृष्णाने अर्जुनाला वळणावळणाने देहीच्या दिव्य रूपाचा शोध घेणारा, त्याच्या मनोविश्वाचा अंतर्गत प्रवास घडवलेला आहे. गीतेमधल्या तिसऱ्या विभागात आलेले भगवान आणि भक्ती या दोघांतील नात्याचा शोध घेणे म्हणजे बोधनाच्या (कॉग्निशन) क्रियेत भावना बजावत असलेल्या भूमिकेची दखल घेतल्याचे लक्षण आहे. जोपर्यंत मनाला सुरक्षित वाटत नाही तोपर्यंत मेंदू दर्शनाने तुमच्यासमोर ठेवलेल्या वास्तवाचा स्वीकार करणार नाही. निसर्गाच्या बळासमोर माणूस मुळातच असहाय ठरतो; कर्म आपल्या आयुष्यातली परिस्थिती निश्चित करते आणि गुण अवतीभोवती वावरणाऱ्या लोकांचे व्यक्तिमत्त्व ठरवतो हे ते वास्तव होय. हे जे वास्तवाचे दर्शन आहे ते फारतर आपण समजून घेऊ शकतो, मात्र त्यावर आपण नियंत्रण मिळवू शकत नाही आणि समजा, यावर नियंत्रण मिळवण्याचा प्रयत्न केलाच तर त्यामुळे त्याला अनिवार्य आणि बऱ्याचदा भयावह अशा परिणामांना पुनःपुन्हा सामोरे जावे लागते आणि हे परिणाम जन्मोजन्मी आणि पिढ्यान् पिढ्या आपली पाठ सोडत नाहीत.

> अर्जुना, मन (पुरुष) आणि प्रकृती यांचे अस्तित्व सदैव राहिलेले आहे आणि या प्रकृतीच्या स्वभावधर्मानुसार सृष्टीने आकार धारण केलेला आहे. (अध्याय १३, श्लोक १९)

दर्शन असे स्पष्ट करते की, माणसे आपल्या इच्छेमुळे, प्राणी भीतीमुळे तर वृक्षवल्ली भुकेमुळे प्रेरित होतात, मात्र, या कृतिप्रवणतेचा आविष्कार हा त्या त्या व्यक्तीच्या गुणावर आधारित असतो. सृष्टीत असणारी पंचमहाभूते आणि खनिजे या दोघांमध्ये अंतर्गत वा बाह्य अशी कुठलीही प्रेरणा कार्यरत नसते, त्यांना भूक वा भीती ग्रासत नाही, तरीही या दोन्हींमध्ये सातत्याने बदल घडत असतो याचे कारण त्यांच्यात असणारा गुण हे आहे. या गुणामुळेच आसपास जीवसृष्टीचे अस्तित्व नसतानाही ढग विस्तारतात, तपमान कमीजास्त होते, नद्या वाहत्या राहतात, ज्वालामुखींचे स्फोट

होतात, सूर्योदय आणि सूर्यास्त होतो, समुद्राला भरती आणि ओहोटी येते आणि वारे वाहतात. गुण हा मुळातच निसर्गाचा स्वभाव आहे; निसर्गातील वैविध्य आणि गतिशीलतेचे बीज आहे. आपल्या देहात गुरफटलेला आत्मा विविध गुणांचे हे नृत्य न्याहाळत असतो.

> अर्जुना, अंतरातील अमर्त्य आत्मा नव्हे तर सतत चलनवलन होत असलेला निसर्ग हाच कर्ता आहे, मात्र सर्व विविध रूपे त्या एका आत्म्यावर अवलंबून असतात आणि त्याच्यापासूनच ती उद्‌भवतात याची खऱ्या ज्ञान्याला जाणीव असते. (अध्याय १३, श्लोक २९ आणि ३०)

घटक	वनस्पती	प्राणी	माणूस
↓	↓	↓	↓
त्रिगुण	त्रिगुण + भूक	त्रिगुण + भूक + भीती	त्रिगुण + भूक + भीती + इच्छा

कुठल्याही कृतीचा पाया गुण हाच असतो

गुणांचे प्रकार तीन (त्रिगुण) – तमोगुण, रजोगुण आणि सत्त्वगुण. माणसात येणारे जडत्व अथवा निष्क्रियता ही तमोगुणामुळे येते. क्रियेबाबतची प्रवृत्ती ही रजोगुणाची फलनिष्पत्ती आहे. तर संतुलितपणा ही सत्त्वगुणाची देणगी आहे. हे तिन्ही गुण कधीही एकएकटे राहू शकत नाहीत. ते एखाद्या लाटेच्या तीन अवस्थांप्रमाणे असतात. तमोगुण हा लाटेचा खालच्या दिशेने, सर्वांत खालच्या बिंदूकडे होणारा प्रवास आहे. रजोगुण हा या लाटेचा ऊर्ध्व दिशेने शिखराकडे होणारा प्रवास होय. तर सत्त्व गुण म्हणजे संतुलन वा स्थैर्य. विश्राम बिंदू.(पॉज)

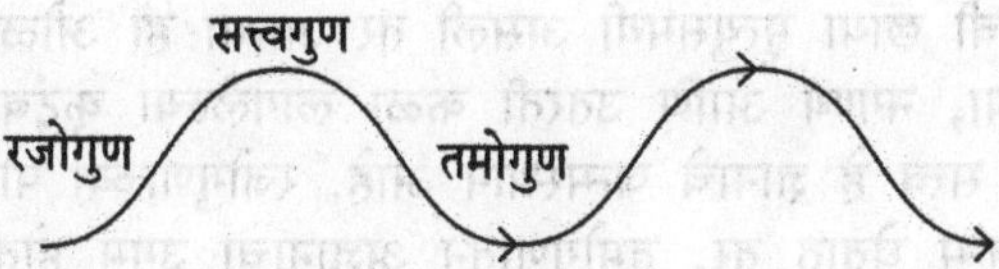

लाटेच्या विविध अवस्था (त्रिगुण)

पंचमहाभूतांत तमोगुणाचे प्राबल्य असते त्यामुळे त्यांचा कल निष्क्रिय राहण्याकडे असतो आणि ऊष्मगतिकीच्या (थर्मोडायनॅमिक्स) पहिल्या नियमानुसार बाहेरून कुठून तरी दबाव आल्याशिवाय ती सक्रिय होत नाहीत. वनस्पती आणि प्राणी या दोघांवर रजोगुण अधिराज्य गाजवत असतो. परिणामी, हे दोघेही आपले अस्तित्व टिकून राहावे, आपला बचाव व्हावा म्हणून वाढतात आणि त्यांच्यात असणाऱ्या भीती आणि भूक या दोहोंवर मात करतात. सत्त्वगुणाचे वर्चस्व माणसांवर असते म्हणून केवळ माणूस हाच कुणा अनोळखी माणसावरही विश्वास ठेवू शकतो, त्याची काळजी वाहू शकतो, त्याच्याशी देवघेव करू शकतो इतकेच नव्हे तर या त्रयस्थाच्या भावनांची दखलही (एम्पथाईज) घेऊ शकतो. मात्र, याचा अर्थ सगळीच माणसे सात्त्विक असतात असा होत नाही. माणसामध्ये सात्त्विकतेचे प्राबल्य हे प्राणी, वनस्पती आणि खनिजे यांच्या तुलनेत बरेच अधिक असते हे खरे असले तरी, हरएक माणसात असणाऱ्या या त्रिगुणांचे प्रमाण मात्र वेगवेगळे असते.

अर्जुना, मानवी शरीराला असणाऱ्या सर्व म्हणजे नऊही द्वारांतून सत्त्वगुणाचा प्रकाश झळकत असतो तेव्हा तिथे सुख आणि सामंजस्य असते. जेव्हा रजोगुणाचा प्रकाश पसरलेला असतो तेव्हा तिथे मोह, अतृप्ती आणि लालसा ही असतात तर तमोगुणाच्या प्रकाशात गोंधळ आणि आळस वास्तव्य करतात. मृत्युसमयी सत्त्वगुणाचे प्राबल्य असेल तर आत्मा ज्ञानी आणि समाधानी कुटुंबात जन्म घेतो. तेच रजोगुणाचे वर्चस्व असेल तर हाच आत्मा उद्योगी आणि कर्मासक्त कुटुंबात पुनर्जन्म घेतो, मात्र

तमोगुणाची छाया मृत्युसमयी असली तर आत्मा हा ओळख हरवलेल्या, नगण्य आणि उतरती कळा लागलेल्या कुटुंबात जन्मतो. सत्त्व हे ज्ञानाचे जन्मस्थान आहे. रजोगुणाच्या पोटी इच्छा जन्म घेतात तर, तमोगुणातून अज्ञानाचा उगम होतो. (अध्याय १४, श्लोक क्रमांक ११ ते १७)

हे त्रिगुण केवळ प्रकृतीवरच परिणाम करतात असे नव्हे तर त्यांची छाया मनावरही पडत असते. या रितीने मानवी मनातले विविध विचार आणि भावना यांमधूनही हे त्रिगुण दिसत असतात. त्याचमुळे काहीजण हे आळशी अनुयायी असतात तर काही मात्र, जन्मजात पुढारी असतात, त्यांना हे जग बदलण्याची महत्त्वाकांक्षा असते. समाजातले काही जण आपण अनुयायाची भूमिका कधी वठवायची आणि कधी नेतृत्व करायचे हे ठरवतात कारण जगात तंत्रशास्त्राच्या (टेक्नॉलॉजि) बळावर केला जाऊ शकणारा बदल हा केवळ बाह्यात्कारी ठरतो मात्र मूळ मानसिकतेत आवश्यक ते बदल घडत नाहीत, याची या लोकांना जाणीव असते. तमोगुण आपल्याला स्वतंत्र विचार करण्यापासून रोखतो; परिणामी आपण प्रवाहपतित होतो. रजोगुणामुळे आपला फक्त स्वतःवरच विश्वास असतो, इतरांवर नसतो. जेव्हा आपण जगाच्या विरोधाभासाने भरलेल्या आणि गतिशील अशा वास्तवामुळे घाबरलेल्या जीवांची काळजी वाहतो तेव्हा सत्त्वगुण कार्य करत असतो.

वेगवेगळे गुण वेगवेगळ्या वेळी आपल्यावर प्रभाव गाजवत असतात. बाल्यावस्थेत आपण आपल्या मातापित्यांच्या आज्ञेत असतो, तेव्हा तमोगुण प्रभावी असतो. शंकेखोर, जबरदस्त स्वतंत्र वृत्तीचा, स्वतःचा मार्ग शोधण्यासाठी धडपडणारा उत्साही तरुण रजोगुणाच्या अमलाखाली असतो. आपण कधी बोलावे आणि कधी बोलू नये, केव्हा अनुयायित्व पत्करावे आणि कधी नेतृत्व करावे हे उमजते तेव्हा त्या माणसाच्या परिपक्व वयावर सत्त्वगुणाची सत्ता असते.

गुण या शब्दाचा शब्दशः किंवा रूपकात्मक अशा दोन्ही प्रकारे अर्थ आपण घेऊ शकतो. निसर्गात असणारे वैविध्य, नानाविध पर्यावरणीय व्यवस्था, वनस्पती, प्राणी आणि श्वापदे तसेच माणसे यांचे अनेकविध

■■■●●●●●●●●●●●●●●○○○○○□□

प्रकार, हरएक जीवमात्र आपल्या जीवनाच्या वेगवेगळ्या टप्प्यांवर जी वेगवेगळी वर्तणूक करीत असतात ती वर्तणूक यांसंबंधात हे गुण आपल्याला काहीएक सांगू इच्छितात. आपल्या प्रबळ भावनांची जाणीव नसल्यामुळे किंवा त्या आटोक्यात ठेवता न आल्यामुळे अजाणतेपणी किंवा नकळत आपली प्रतिक्रिया येते तेव्हा आपण आपल्या गुणांच्या प्रभावाखाली वागत असतो. गुणाची परिणती कर्मात होते आणि कर्म आपल्यातील गुण घडवत असते. या प्रक्रियेमुळेच या अस्थिर, चंचल भौतिक विश्वाची (मटेरियल वर्ल्ड) जडणघडण होते. या विलक्षण गुंतागुंतीच्या, जटिल पार्श्वभूमीवर आपले अस्तित्व सिद्ध होत असते.

अर्जुना, स्वर्गात असो की या भूतलावर, ज्या कुणी जन्म घेतला आहे त्यांपैकी कुणीही या तीन प्रवृत्तींच्या प्रभावापासून मुक्त नाही. (अध्याय १८, श्लोक ४०)

सतराव्या अध्यायात आपण पाहतो की, या त्रिविध गुणांचा आविष्कार आपल्या बाह्य व्यवहारात कसा होत असतो. माणसाची श्रद्धा, आहार, विनिमय म्हणजे यज्ञ, तपस्या आणि तो देत असलेले दान या कृतींतून हे गुण व्यक्त होतात. तमोगुणांनी युक्त असणारा हा आळशी आणि गोंधळलेला असतो, तो इतरांची कुचेष्टा करतो. रजोगुणाचे प्राबल्य असणाऱ्याला काहीएक मिळवायची इच्छा असते, दुसऱ्यावर अधिकार गाजवायला, त्याच्यावर छाप पाडायला यांना आवडते. परिणामी यांचा स्वभाव हा स्वतः होऊन पुढाकार घेण्याचा व आक्रमक असतो. सत्त्वगुणाच्या प्रभावाखाली असणाऱ्या व्यक्तीला समोरच्याला समजून घेण्यात स्वारस्य आणि सुख असते. यांच्या वागण्यात इतरांप्रति असणारे ममत्व आणि आपुलकी असते.

अर्जुना, प्रत्येकाची श्रद्धा ही त्या त्या व्यक्तीच्या स्वभावाशी सुसंगत अशीच असते. ते स्वतःबद्दल जसा विचार करतात तसेच ते प्रत्यक्षातही असतात. काही मिळाले असता देणाऱ्यांची जे उपासना करतात, ते सात्त्विक. साठवणूक करणारे आणि

■■■●●●●●●●●●●●●●●●○○○○○□□

लुबाडणारे यांची उपासना राजस प्रवृत्तीचे लोक करतात तर भूतपिशाचांची उपासना हा तामसी लोकांचा प्रांत आहे. तुमची उपासनापद्धती ही धर्मग्रंथांत सांगितल्याप्रमाणेच असावयास हवी असे नव्हे. त्या उपासनेच्या पद्धतीत स्वतःची भरभराट व्हावी म्हणून यातनादायक तप, आत्मक्लेश, ढोंग आणि विकारवशता यांचाही समावेश असू शकतो. आपल्यामध्ये ज्या गुणाचे प्राबल्य असेल त्याप्रमाणे आपला आहार असतो. यज्ञ, दान आणि तप यांमागील कारणही वेगवेगळे असते. (अध्याय १७, श्लोक क्रमांक ४ ते ७)

अठराव्या अध्यायात ही चर्चा आणखी पुढे जाते. यामध्ये आपल्या अस्तित्वाच्या अंतर्गत पैलूंचीही चिकित्सा होते. ज्ञानापासून ते कृतीपर्यंत (ॲक्टिव्हिटी) ते व्यक्तिमत्त्वापर्यंत आणि तिथून पुढे बुद्धिमत्ता, तसेच इच्छाशक्ती, सुख आणि समाधान आणि सरतेशेवटी तीन गुणांपर्यंत या चर्चेचा परीघ विस्तारतो. प्रत्येकवेळी, तमोगुणामुळे अधोगती आणि त्यामुळे अविचार होतो, तर रजोगुणामुळे प्रगती आणि त्यामुळे आत्ममग्न विचारप्रक्रिया होते तर सुयोग्य कृती करणे – मग ती एक पाऊल पुढे जाणारी असो वा पाऊलभर माघार घ्यायला लावणारी असो – इतकेच नव्हे तर, कृती करताना स्वतःसह इतरांचाही विचार करणे हे सत्त्वगुणामुळे घडते.

अर्जुना, एखाद्याने वेड्यात काढले तरी, तामसी लोक हाती घेतलेले काम सोडून देतात तर रजोगुणी माणूस भीतीपोटी हातातले काम सोडून देतो तर सत्त्वगुणप्रधान माणसे कर्म करणे सोडून देत नाहीत, ते सोडून देतात ते त्या कामाचे फळ. या प्रक्रियेत सात्त्विक माणसे केवळ चांगलेच कृत्य करतात असे नाही तर नीच कर्मही ते टाळत नाहीत. (अध्याय १८, श्लोक क्रमांक ७ ते १०)

■■■●●●●●●●●●●●●●●○○○○○□□

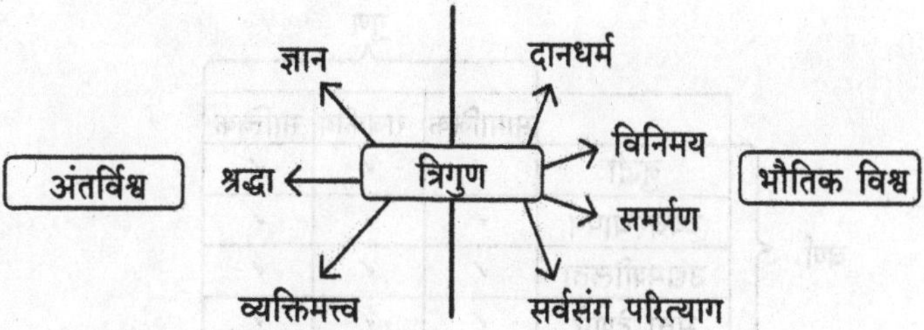

त्रिगुणांसह आणि त्रिगुणांशिवाय

अठराव्या अध्यायात, माणसाची नैसर्गिक क्षमता, आणि त्याला लाभलेली उपजत बुद्धी म्हणजेच वर्ण (टॅलेंट) यांचे श्रेय कृष्णाने त्रिविध गुणांना दिलेले आहे.

> अर्जुना, माणसात असणाऱ्या या प्रवृत्तींतून त्याच्या चार नैसर्गिक क्षमतांचा विकास होतो. यांमध्ये हुशारी, नेतृत्व, उद्यमशीलता आणि चाकरी यांचा समावेश आहे. (अध्याय १८, श्लोक क्रमांक ४१ ते ४४)

आपल्यातले गुण हेच आपल्या उपजत बुद्धिमत्तेला जन्म देत असतात हे खरे असले तरी, अमुक एक गुण आणि त्याच्या संबंधित बुद्धीची तमुक एक छटा असे सरळसरळ नाते प्रस्थापित करता येत नाही. सत्त्वगुणामुळे माणूस विद्वान होतो, किंवा अंगी रजोगुण असले म्हणजे माणूस नेता होतो वा उद्यमशील ठरतो किंवा दास्यत्व हे तमोगुणाचे फळ असते असे काही गणित मांडता येत नाही. प्रत्येक माणसात हुशारी, नेतृत्व, उद्यमशीलता आणि दास्यत्व या प्रवृत्ती तीन गुणांच्या वेगवेगळ्या प्रमाणानुसार असतात असा या विधानाचा अर्थ आहे इतकेच! समाजात राजसी, सात्त्विक किंवा तामसी वृत्ती असणारे विद्वान असतात; राजसी, सात्त्विक किंवा तामसी वृत्तीचे नेते असतात आणि याच वृत्ती असणारे उद्योजक आणि चाकरही असतात.

		गुण		
		सामाजिक	राजकीय	सात्त्विक
वर्ण	बुद्धी	✓	✓	✓
	व्यवस्थापन	✓	✓	✓
	उद्यमशीलता	✓	✓	✓
	सेवा देणारे	✓	✓	✓

वर्ण आणि गुण या दोन्हींतील संबंध

समाजात असणाऱ्या बदल सामावून घेण्याच्या वृत्तीमुळे सुमारे दोन सहस्र वर्षांपूर्वी भारतीय समाजमन अस्वस्थ होऊ लागले असे ध्यानात येते आणि सर्व काही नीतिनियम आणि कायद्यांमध्ये जखडून टाकायला हवे असा एक प्रबल इच्छाप्रवाह तयार झाला. याच काळात ठरावीक वा एकसारखे व्यवसाय करणाऱ्या समूहांचे संघ भारतीय समाजात उदयाला आले आणि पुढे अधिकाधिक साचेबंद होत गेले. इथेच कुप्रसिद्ध भारतीय जातिसंस्थेचे बीजारोपण झाले असे उत्पत्तिशास्त्राच्या अभ्यासावरून दिसते. याच काळात धर्म या व्यापक संकल्पनेचा अर्थ संकुचित करून धर्माला नियम आणि रूढिपरंपरांच्या जंत्रीचे रूप देणाऱ्या मनुस्मृती आणि तत्सम ग्रंथांचे लिखाण झाले. कुठल्या परिस्थितीत कसे वागावे याचा आदेश माणसाला आणि समाजाला देणे हा या ग्रंथांचा हेतू होता. परिणामी, माणसाचे लिंग आणि त्याचा वंश यांना बुद्धिमत्तेपेक्षा अधिक महत्त्व प्राप्त झाले. पुत्राने पित्याचाच व्यवसाय निष्ठेने पुढे चालवला पाहिजे ही समजूत प्रबळ झाली. मुलींनी आपल्या ज्ञातीबाहेर विवाह करू नये असे ठरवले गेले. यामुळे जातिव्यवस्थेला खतपाणीच घातले गेले. मनुस्मृतीने या ज्ञातींची सांगड वर्णांशी घातली. परिणामी, पुरोहिताचा मुलगा हा विद्वानच असणार तर राजाचा मुलगा नेताच असणार, व्यापाऱ्याचा मुलगा उद्योजकच होणार आणि कुणा चाकराचा मुलगा दास्यच करणार असे ठरून गेल्यासारखे झाले. याचीच पुढची पायरी म्हणजे गुण आणि वर्ण या दोघांत संबंध जोडण्यात आला. ब्राह्मण म्हणजे सत्त्वगुणी, क्षत्रिय आणि वैश्य हे रजोगुणी आणि शूद्र म्हणजे तमोगुणी असाही समज प्रचलित केला गेला.

■■■●●●●●●●●●●●●●●○○○○○□□

वस्तुतः मनुस्मृती आणि तत्सम ग्रंथ ही खरे तर राजकीय हेतूला प्राधान्य देऊन लिहिलेली आणि पूर्वग्रहदूषित ग्रंथसंपदा आहे, त्यांमध्ये अचूकता नाही. कारण कुठल्याही ज्ञातीत त्रिविध गुण असणाऱ्या व्यक्ती असतातच. प्रत्येक समुदायात काहीजण विचारी वा विद्वान असतील, काहींना व्यवस्थापनशास्त्रात गती असेल, काही हिशेब इत्यादींत तज्ज्ञ असतील तर काहींची प्रवृत्ती ही नोकरी करण्याचीच असेल. मात्र या वस्तुस्थितीकडे या ग्रंथांनी दुर्लक्ष केलेले दिसते. मनुस्मृतीमधून जगावर नियंत्रण मिळवण्याचा आणि लोकांना आपल्या वाडवडिलांचा व्यवसाय करण्यास भाग पाडून निसर्गास आटोक्यात आणण्याचा व त्याच्या घडामोडींचे भाकीत वर्तवण्याचा मानवाचा प्रयत्न आपल्यासमोर येतो. प्रवाही आणि अस्थिर असणाऱ्याजगाला यमनियमांच्या चौकटीत जखडून ठेवण्याचा मनुस्मृतीचा हा प्रयत्न एक निरर्थक प्रयास होय; असे गीतेचे प्रतिपादन आहे.

याचे एक उदाहरण आपण महाभारतात पाहू शकतो. कर्णाचा पिता हा एक सारथी होता, तेव्हा सामाजिक रूढीनुसार कर्णाने आपल्या पित्याचाच म्हणजे सुताचा व्यवसाय करावा या सामाजिक अपेक्षेपेक्षा त्याचे धनुर्विद्येतील कौशल्य अधिक प्रभावी ठरले; कारण त्याचा नैसर्गिक कल धनुर्विद्येकडेच होता. निसर्गाला आपल्या नियंत्रणात ठेवण्याचा आपण कितीही यत्न केला तरी निसर्ग या कुठल्याही बंधनांना वा नियमांना जुमानत नाही. वर्ण (टॅलेन्ट) हा जातीपेक्षा श्रेष्ठच ठरणार. एकीकडे कर्णात असणारी गुणवत्ता दुर्योधनाने हेरलेली आहे, तर द्रौपदी, पांडव, भीष्म आणि द्रोण यांनी मात्र कर्णाला नाकारलेले आहे, त्याची कुचेष्टाही केलेली आहे. दुर्योधनाला कर्णामध्ये एका संधीचा साक्षात्कार झाला तर इतरांना कर्णामध्ये स्वतःवर येऊ शकणाऱ्या संकटाचा पदक्षेप ऐकू आला. यांच्यापैकी कुणीही योगी नाही. यांपैकी काहींना कर्णाचे आकर्षण वाटलेले आहे तर अन्य लोकांना त्याचा द्वेष वाटतो आहे. या साऱ्या घटनाक्रमात स्वतः कर्णाचा विचार कुणीही केलेला दिसत नाही. या सगळ्यांनी कर्णाला प्रस्थापित अशा वर्ण आणि ज्ञातीच्या चौकटीतच पाहिलेले आहे. कोणताही तर्कसंगत युक्तिवाद केला तरीही, कर्णाची जात वा वर्ण त्याला त्याच्या धनुर्विद्येवरील प्रेमापासून परावृत्त करू शकलेला नाही, हे सत्य आहे; आणि याचे एकमेव कारण गुणांचे सामर्थ्य हे आहे!

जाती		गुण		
		तामसिक	राजसिक	सात्त्विक
जाती	ब्राह्मण	✓	✓	✓
	क्षत्रिय	✓	✓	✓
	वैश्य	✓	✓	✓
	शूद्र	✓	✓	✓

जाती आणि गुण या दोन्हींतले नाते

त्याप्रमाणेच, समाजात मानवी इच्छावासनांचे नियमन व्हावे म्हणून विवाहासंबंधीचे नियम आखण्यात आले. हे खरे असले तरी या नियमांना माणसातील गुणांचे सामर्थ्य आव्हान देत राहील हे नक्की होय. रामायणात याविषयीचे उदाहरण आहे. परशुरामाची आई रेणुका कार्तवीर्यार्जुनावर मोहित झालीच! गौतमाची पत्नी असणाऱ्या अहिल्येला इंद्र आवडला तर रावणाची बहीण शूर्पणखा रामावर भाळली. रेणुकेचा यामुळे शिरच्छेद केला गेला, अहिल्येचे रूपांतर पाषाणखंडात झाले तर शूर्पणखेचे नाक कापण्यात आले. या सगळ्या पाशवी आणि निर्दय शिक्षांची अंमलबजावणी होऊनसुद्धा निसर्गाला आपला मार्ग बदलण्यापासून रोखणे कुणालाही जमलेले नाही. माणसाचे मन त्याला कितीही विरोध करीत असले तरीही माणसे आपल्या गुणांनुसारच सातत्याने निर्णय घेतील.

कुणीही न्यायाधीश सत्त्वगुणाकडे एक श्रेष्ठ गुण म्हणून तर तमोगुणाकडे एक निकृष्ट गुण म्हणून पाहत असतो. मात्र निःपक्षपाती निरीक्षकाला माहीत असते की, कमीतकमी घातक असल्यामुळेच केवळ सत्त्वगुण सर्वाधिक इष्ट असतो, तर तमोगुण हा दुःसह असल्यामुळे इष्ट नसतो. रजोगुण महत्त्वकांक्षा आणि दृढनिर्धाराशी निगडित असल्यामुळे तो चित्ताकर्षक आणि मोहात पाडणारा असतो. प्रतिक्रियात्मक (रिॲक्टिव्ह) असणाऱ्या सत्त्वगुणाच्या तुलनेत रजोगुण बराच अधिक अंतःस्फूर्त (प्रोॲक्टिव्ह) असतो.

निरीक्षकाला सत्त्वगुणी माणूस आणि योगी या दोघांतला भेद देखील ठाऊक असतो. सात्त्विकाच्या मनातील प्रगाढ शांतता ही विलक्षण

साहजिक आणि उपजत असते. मात्र योग्याने मिळवलेली मनःशांती ही त्याने घेतलेली विद्या आणि केलेले अविरत प्रयत्न यांची फलनिष्पत्ती असते. योगी हा प्रयत्नांकडे लक्ष ठेवतो हाच योगी आणि सात्त्विकांतला फरक आहे.

> अर्जुना, जो जाणता निरीक्षक असतो तो प्रकाश अथवा प्रवृत्ती किंवा मोह यांच्यामध्ये असणाऱ्या गुणाचा तिरस्कार करत नाही, मात्र समोरच्या घटितातला भ्रम तो ओळखतो. त्या घटितामध्ये काय नाही हे या ज्ञात्याला कळते. मात्र जे नाही ते मिळवण्याचा प्रयत्नही हा ज्ञाता करीत नाही. आपल्यासमोर जे घडते आहे त्याला प्रकृतीमध्ये असणाऱ्या गुणांचा असणारा प्रभाव हाच कारणीभूत आहे हे जाणून तो आजूबाजूला विविध बदल घडत असतानाही तटस्थ असतो, मग ते सुख असो अथवा दुःख, सोने असो वा मृत्तिका, कुणी प्रेमाचा वर्षाव केला काय किंवा तिरस्कार केला काय; कुणी त्याला मित्र मानले वा शत्रू; कुणी मानसन्मान दिला किंवा कुचेष्टा केली; कुणी त्याची स्तुती केली काय वा त्याला आरोपी ठरवले काय, तरीही या ज्ञात्याच्या मनाची शांतता ढळत नाही. (अध्याय १४, श्लोक क्रमांक २२ ते २५)

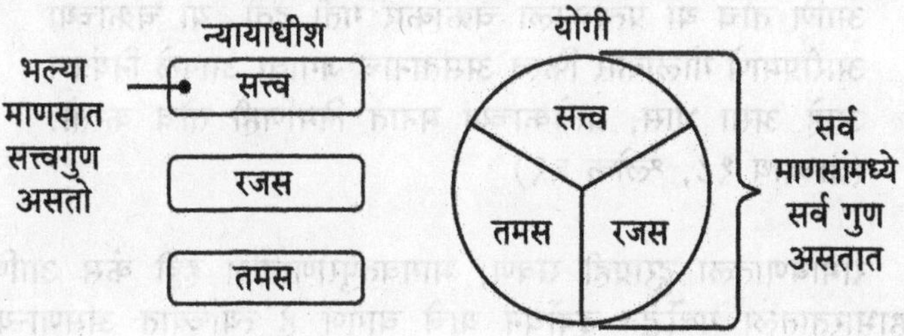

त्रिगुणांकडे पाहण्याचा दृष्टिकोन

रजोगुणाच्या पोटी साऱ्या इच्छांचा (काम) आणि क्रोधाचा जन्म होतो, तमोगुणामुळे सर्व प्रकारचा आळस आणि मनातला गोंधळ पुढे येतो तर सत्त्वगुणामुळे तुमचे व्यक्तिमत्त्व संतुलित, सुजाण होते याकडे कृष्णाने अंगुलिनिर्देश केलेला आहे. हा सारा गुणांचा प्रभाव आहे असे ज्याक्षणी आपण म्हणतो तेव्हा घडणाऱ्या गोष्टींचे श्रेयही आपण घेत नाही किंवा आपण कोणाला असे श्रेय वा अपश्रेय देतही नाही. हेच वेगळ्या शब्दांत सांगायचे झाल्यास, घटनेसंबंधी आपण कुठलाही निष्कर्ष काढत नाही. या परिस्थितीत आपण आत्म्याशी तादात्म्य पावू शकतो. मात्र, ज्या क्षणी, एखाद्या घटितासंबंधी आपण आधीच निष्कर्षाप्रत पोहोचतो, त्या प्रसंगाला आणि त्यातून उद्भवणाऱ्या सुदैवाला वा दुर्दैवाला आपण स्वतःला वा इतरांना जबाबदार ठरवतो तत्क्षणी आपला आत्म्याशी असणारा संबंध तुटतो आणि तिथे अहम् निर्माण होतो. अहंकाराचा प्रभाव असला की माणूस गुणांचे सामर्थ्य स्वीकारायला नकार देतो आणि आपल्या समस्यांसाठी इतरांना दोषी ठरवू लागतो. या परिस्थितीत, आपल्यावर जर तमोगुणाचा प्रभाव असेल तर आपली समस्या सुटावी म्हणून आपण कुणा नेत्याचा शोध घेऊ लागतो. आपली प्रकृती रजोगुणी असेल तर या प्रसंगात आपण अनुयायी मिळवू पाहतो आणि आपण जर सत्त्वगुणी असू तर या प्रसंगापासून स्वतःला केवळ विलग करतो.

> अर्जुना, प्रत्येकाच्याच हृदयात त्या जगदीश्वराचा वास असतो आणि तोच या प्रत्येकाला चक्राकार गती देतो. या चक्राच्या आरीप्रमाणे गोलाकार फिरत असतानाच जगावर आपले नियंत्रण आहे असा भास, प्रत्येकाच्या मनात निर्माणही तोच करतो. (अध्याय १८, श्लोक ६१)

रामायणातला दुराग्रही रावण, भागवतपुराणातला हट्टी कंस आणि महाभारतातला गर्वोद्धत दुर्योधन यांचे वागणे हे त्यांच्यात असणाऱ्या त्यांच्या नियंत्रणाबाहेरच्या गुणाच्या प्रभावाचे फळ होते, हे योगी स्वीकारतो. एक भक्त म्हणून त्याला या तिघांच्या वागण्यात भगवंताचा खेळ म्हणजेच लीला दिसते. हा दृष्टिकोन बाळगल्यास, यज्ञविधीमध्ये

■■■●●●●●●●●●●●●●●○○○○○□□

असणारा अनिष्ट वा अनुचित भाग वगळून टाकण्यापेक्षा तो तो भाग पार पाडणे सोपे होते.

धोका	तमस	'मी इतरांसारखाच वागेन'
	रजस	'मी त्याचा नाश करीन'
	सत्त्व	'मी माघार घेईन'
	योगी	'मी त्याच्यातील क्षुधा आणि भय यांचा वेध घेईन'

खलनायकाला वेगवेगळ्या स्वभावगुणांच्या लोकांनी दिलेला प्रतिसाद

आपण सारेच या त्रिविध गुणांचे मिश्रण आहोत. यांतला एखादा गुण वेगवेगळ्या वेळी आपल्यावर अधिराज्य गाजवत असतो. आपण सारे आळसाला शरण जाऊ शकतो, आक्रमक होऊ शकतो, तटस्थ राहू शकतो किंवा सहभागीही होऊ शकतो. कोणत्या वेळी कोणता गुण आपल्यावर सत्ता गाजवतो याचे भान योगसाधनेमुळे आपल्याला येते.

१४.

तू आणि मी मालमत्तेला महत्त्व देतो

आपले व्यक्तिमत्त्व आणि आपली शारीरिक रचना ठरवणे हे गुणांच्या हातात असू शकते, आपले कर्म आपले आयुष्य कसे जाणार हे ठरवू शकते, हे खरे असले तरी, मालमत्तेची निर्मिती करून आणि मालमत्तेवर हक्क सांगून समाजात स्वतःची काहीएक ओळख निर्माण करण्याचे सामर्थ्य माणसात आहे. मालमत्ता म्हणजेच क्षेत्र होय! माणूस हा त्याच्या देहात राहणारा रहिवासी आहे यापेक्षाही माणूस कुठल्यातरी मालमत्तेचा स्वामी आहे हे समाजाच्या दृष्टीने अधिक महत्त्वाचे असते; कारण मालमत्ता डोळ्यांना दिसते आणि तिची मोजदादही करता येते. परिणामी 'मी' पेक्षा 'माझे' हे बहुमोल ठरते. अंतरात्म्यावर खिळलेल्या दृष्टीचा रोख बदलून ती बाहेर वळते. गीतेच्या तेराव्या अध्यायात कृष्ण त्रिगुणांचे विश्लेषण करण्याआधी 'क्षेत्र' ही संकल्पना समजावून देतो असे असले तरी माझ्या या गीतेत मी मात्र, आधी त्रिगुणांची चर्चा केली आणि मग क्षेत्र या संकल्पनेकडे वळतो आहे; कारण क्षेत्र ही कल्पना समजून घेत असताना चर्चेच्या ओघात येणाऱ्या 'सामाजिक देह', देहाचे कृत्रिम विस्तारणे या संकल्पना ज्या आपल्याला केवळ मानवी समाजातच दिसतात, त्या समजून घेणे अधिक सोपे होते असे मला वाटते.

प्राणी अथवा श्वापदे यांना जिवंत राहायचे असेल तर त्यांना आपल्या आसपास वावरणारे नेमके कोण आहेत, हे कळणे गरजेचे असते. आपल्यासह वावरणारा हा प्राणी मला स्वतःला खाऊ शकतो का? (हा शिकारी आहे का?) की मी त्याला खाऊ शकतो? (हे माझे भक्ष्य आहे का?) की मी याच्यासह संग करून माझा वंश वाढवू शकतो? (हा माझा सहचर होऊ शकतो का?) की हा माझा स्पर्धक आहे? (हा माझे अन्न वा सहचर ओढून घेऊ शकतो का?) हे या प्राण्यांना नेमकेपणाने कळावे लागते. अन्नसाखळीमध्ये आणि बलाधिक्रमात (पेकिंग ऑर्डर) या दुसऱ्या प्राण्याचे नेमके स्थान आणि त्या अनुषंगाने स्वतःचेही नेमके स्थान कळणे या प्राण्यांसाठी गरजेचे असते.

माणसाला या अन्नाच्या साखळीची म्हणा वा बलाधिक्रमाची (पेकिंग ऑर्डर) काळजी करण्याचे कारण नसते. मात्र, तरीही आपण कोण आहोत, आपल्या आजूबाजूला वावरणाऱ्यांचे आणि आपले नेमके नाते काय, आपल्या या अस्तित्वाचा नेमका अर्थ काय, आपले मूल्यमापन कसे केले जाते हे आणि यांसारखे प्रश्न माणसाला भेडसावत असतातच!

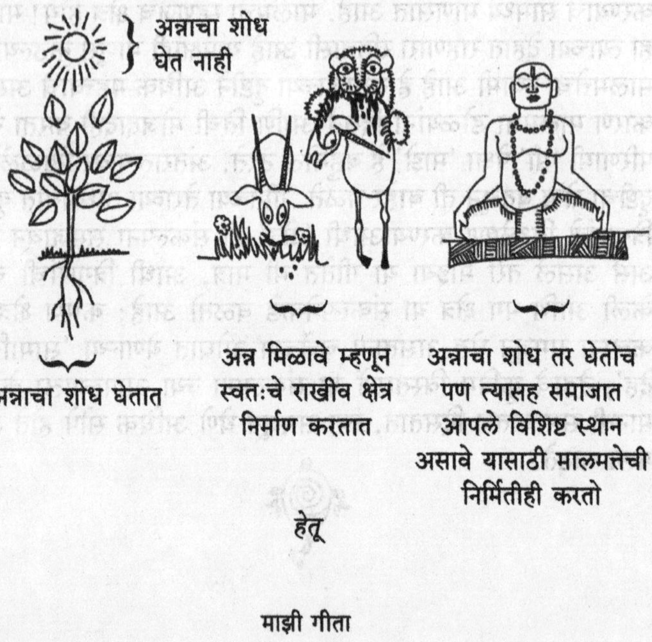

हेतू

सृष्टीतल्या कुठल्याही गोष्टीचा जेव्हा अन्न म्हणून उपयोग होतो तेव्हाच त्या गोष्टीला काही एक मूल्य प्राप्त होते. सूर्य, पाऊस आणि भूमी यांना तसे कुठलेही मूल्य नव्हते, मात्र भूमीत उगवलेल्या वृक्षांनी भूमीतून, सूर्यप्रकाशातून आणि पावसाच्या पाण्यातून आपला अन्नांश मिळवायला सुरुवात करताच भूमी, सूर्य आणि पाऊस यांना एक मूल्य प्राप्त झाले. त्याचप्रमाणे, एक प्राणी हा जोपर्यंत दुसऱ्या प्राण्याचे अन्न ठरत नव्हता किंवा वनस्पती वा झाडे हे कुणा प्राण्याचे खाद्य ठरत नव्हते तोपर्यंत, यांपैकी कुणालाही काहीही मूल्य नव्हते. याच तत्त्वानुसार विचार करावयाचा झाला तर, आपले अन्न म्हणून माणसाचा शोध कोण घेते? माणसाचा अन्न म्हणून उपयोग होत नसतानाही त्याला काही महत्त्व असते का?

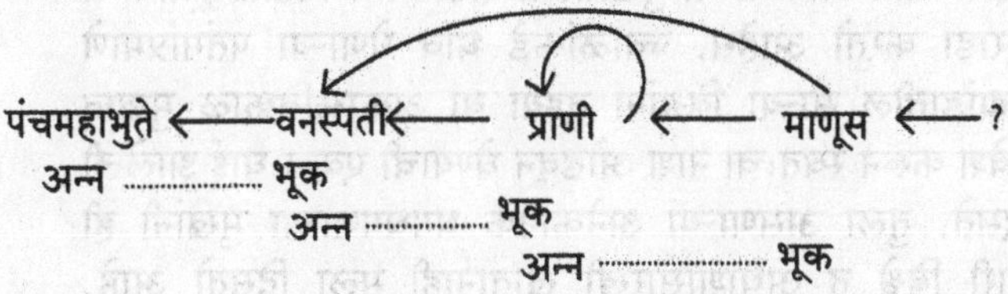

मूल्यमापनाची शृंखला = अन्नाची साखळी

याच दिशेने झालेल्या चिंतन-मननातूनच, माणसाच्या केलेल्या उपयोगाचा ज्यामध्ये उल्लेख आहे त्या, ऋग्वेदातील पुरुषसूक्ताची आणि यजुर्वेदातील, मानव-प्राण्याच्या अवयव विच्छेदनाच्या कर्मकांडाची (पुरुषमेध), निर्मिती झाली. हे सूक्त आणि कर्मकांड या दोन्हींची रचना गीतेच्या एक हजार वर्षे आधी झालेली आहे, हे लक्षात घेतले पाहिजे. या दोन्ही रचनांचा आपण शब्दशः अर्थ घेऊ शकतो किंवा एक रूपक म्हणूनही त्यांकडे पाहू शकतो. शब्दशः अर्थ घ्यायचा झाला तर नरबळी असाच अर्थ यातून निघतो. भारत म्हणजे 'अभिजात रानटी' (नोबल सॅव्हेज) लोकांचा देश अशी एकोणिसाव्या शतकातील युरोपीय प्राच्यविद्यावेत्त्यांची जी कल्पना होती तिला पुरुषसूक्त आणि पुरुषमेध या दोन्हींचा नरबळी हा अर्थ

रुचला. या दोन्हींकडे रूपक म्हणून पाहिले तर एकमेकांना स्वतःची ओळख देण्याचे, एकमेकांची भावनिक आणि बौद्धिक भूक भागवण्याचे जे सामर्थ्य माणसामध्ये आहे त्याकडे आपले लक्ष वेधते. उपनिषदांमध्ये बऱ्याच ठिकाणी अन्नाला अर्थ (मिनिंग) आणि ओळख (आत्मा) यांच्या समान लेखले आहे; सर्व सजीव प्राण्यांना अन्न हवे असते; परंतु फक्त मानव अर्थाचा (स्वतःच्या अस्तित्वाच्या अर्थाचा) शोध घेतो. गीतेच्या अकराव्या अध्यायात जेव्हा मानवांचेही भक्षण करणारे कृष्णाचे कराल विश्वरूप अर्जुनाला दिसते तेव्हा हीच संकल्पना आपल्या डोळ्यांसमोर येते.

> कृष्णा, त्यांच्या (कौरव) आणि आपल्याही पक्षातील योद्धे तुझ्या या मुखाकडे धाव घेताहेत हे मला दिसते आहे. इतकेच नव्हे तर, तुझ्या आग ओकणाऱ्या मुखातल्या दाढांच्या चिमटीत तू सर्वांचा चुराडा करतो आहेस. ज्वाळांकडे धाव घेणाऱ्या पतंगांप्रमाणे ब्रह्मांडातील साऱ्या विश्वांना तुझ्या या अक्राळविक्राळ मुखात प्रवेश करून स्वतःचा नाश ओढवून घेण्याची एकच घाई झालेली दिसते. तुला असणाऱ्या अनेकानेक धगधगणाऱ्या मुखांनी ही सारी विश्वे तू अधाशासारखी खातानाही मला दिसतो आहे. (अध्याय ११, श्लोक क्रमांक २६ ते ३०)

वर वर्णन केलेल्या दृश्याचा शब्दशः अर्थ घेतला तर तो कुणालाही भयकंपित करणारा आहे, कारण या वर्णनातला कृष्ण हा भक्षक-शिकारी वा खलनायक आहे. मात्र जेव्हा अर्जुन आपल्या डोळ्यांवर असणारी पूर्वग्रहाची पट्टी बाजूला करतो तेव्हा या रूपकामागचा अर्थ त्याला उमजतो. कौरव आणि पांडव या दोघांचेही भक्षण करून कृष्णाने या दोघांनाही एक मूल्य प्रदान केलेले आहे. ते आपले पोषण करतात असे कृष्ण आपल्या या कृतीतून सांगतो आहे, हे अर्जुनाच्या ध्यानात येते. आपल्या आजूबाजूला असणाऱ्यांचे अन्न म्हणजेच आपण हे अर्जुनाला जाणवते. अर्जुनामुळे त्याच्या भावांना, त्याच्या चुलत भावांना आणि एकप्रकारे सर्वदूर पसरलेल्या जगालाच एक मूल्य प्राप्त होते आणि हे जग हेच अर्जुनाचेही अन्न होते. जगच अर्जुनाचे लालनपालन करते, त्याला मूल्य प्रदान करते

तसेच त्याच्या आयुष्याला एक हेतूही बहाल करते. हे एकमेकांचे होणारे सेवन हे भौतिक तसेच मानसिकही आहे. अर्जुनाने युद्धातून माघार घेणे म्हणजे इतरांच्या अस्तित्वाला जो एक अर्थ द्यावयास हवा, तो देण्यास नकार देणे आहे.

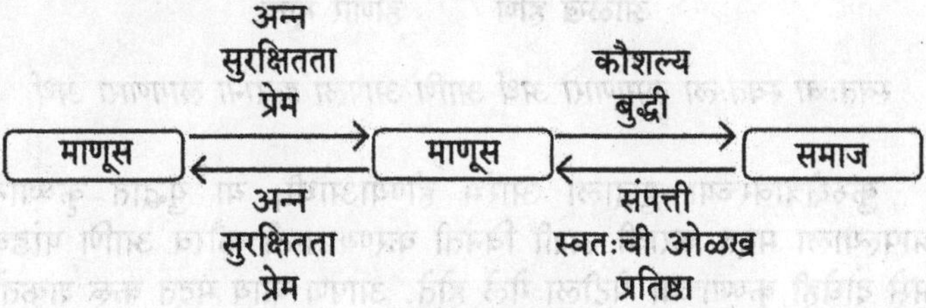

अन्नरूपी माणूस

कृष्ण खातो हे खरे असले तरी, वस्तुतः तो भुकेला नाही. आपण अमर्त्य आहोत असे कृष्णाने स्वतःच घोषित केलेले आहे. परिणामी, त्याला मृत्यूचे भय तर नाहीच पण त्याला अन्नाचीही गरज नाही. आपण अनंत आहोत अतएव आपल्याला इतरांपासून कुणीही वेगळे करू शकत नाही असेही कृष्ण म्हणतो आहे. खाणाराही मीच आणि खाद्यही मीच ही कृष्णाची भूमिका आहे. कृष्ण भुकेला होतो म्हणून तो खातो असे नव्हे तर इतरांना (म्हणजे कृष्ण ज्यांना खातो त्यांना) आपल्याला काहीएक मूल्य आहे असे वाटावे म्हणून तो त्यांचे सेवन करीत असतो. आणि केवळ याच भूमिकेतून तो आपल्या स्वतःचाही इतरांना उपभोग घेऊ देतो, कारण इतरांचे लालनपालन व्हायला हवे. दुसऱ्या शब्दांत सांगायचे झाल्यास, कृष्णाला आपल्या अस्तित्वाचा अर्थ कुठल्याही भौतिक गोष्टींमध्ये शोधण्याची आवश्यकता नाही. त्याला आपली स्वतःची ओळख त्याच्या अंतरात्म्यानेच करून दिलेली आहे.

> अर्जुना, मी कर्मकांड आहे. व्यवहारातला विनिमय तो मी, आहुती मी, औषधी-वनस्पती, मंत्रोच्चार, नवनीत, अग्नी, जे जे काही अर्पण केले जाते ते ते मीच होय! (अध्याय ४, श्लोक २४)

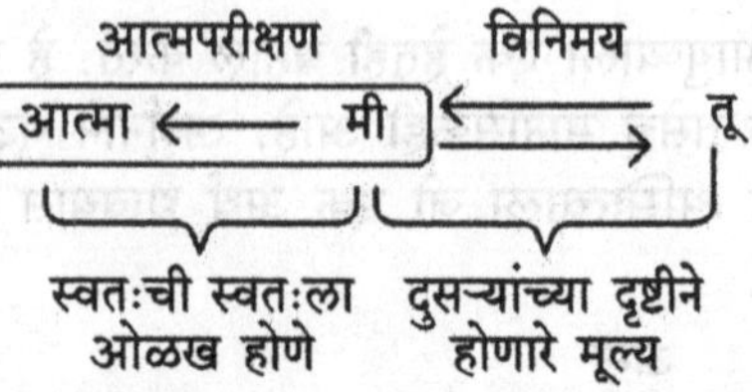

स्वतःचा स्वतःला लागणारा अर्थ आणि आपला इतरांना लागणारा अर्थ

कुरुक्षेत्रावरच्या युद्धाला आरंभ होण्याआधी, या युद्धात कृष्णाने आपल्याला मदत करावी अशी विनंती करण्यासाठी कौरव आणि पांडव असे दोघेही कृष्णाच्या भेटीला गेले होते. आपण काय मदत करू शकतो हे कृष्णाने दोघांनाही सांगितले. कृष्ण त्या दोघांना म्हणाला, कुणी एकाने माझी सुसज्ज नारायणी सेना घ्यावी तर दुसऱ्याने नारायणाला म्हणजे निःशस्त्र असणाऱ्या मला निवडावे. कौरवांनी नारायणी सेनेला पसंती दर्शवली तर पांडवांनी निःशस्त्र असणारा कृष्ण निवडला. कृष्णाची नारायणी सेना ही त्याच्याकडे असलेले सर्व काही म्हणजे त्याची साधनसंपत्ती (रिसोर्स) आहे तर नारायण म्हणजे तो जे सर्व काही आहे ते! सेना ही मूर्त, मोजदाद करता येणारी आणि अगदी मृत्यूलाही पुरून उरणारी असल्यामुळे कौरवांनी कृष्णापेक्षा त्याच्या सैन्याला प्राधान्य दिले.

कौरवांचे हे वागणे आणि पुराणांतल्या असुरांचे वागणे म्हणजे ते स्वतः ब्रह्मदेवापेक्षाही ब्रह्मदेवाने दिलेल्या वराला अधिक महत्त्व देतात, या दोन्हींत साम्य आहे. कौरव असोत की असुर, दोघांनाही आपल्या भौतिक लालनपालनातच स्वारस्य आहे. त्यांना 'दात्याची' नव्हे तर त्याच्याकडे जे 'देय' आहे त्याची अपेक्षा आहे.

यज्ञविधीमध्ये नारायणीची अदलाबदल होते; माझे असते ते तुझे होते. हा विनिमय देवतेची भूक आणि भीती विचारात घेऊन झालेला असेल तर यजमान आणि देवता या दोघांत काहीएक नाते असते. मात्र केवळ यजमानाची क्षुधा आणि त्याला वाटणारे भय यांकडेच लक्ष दिले गेलेले असेल तर मात्र, यज्ञ हा त्या देवतेशी झालेला एक कोरडा व्यवहार ठरतो; कारण इथे तुम्ही कोण आहात यापेक्षा तुमच्यापाशी काय आहे हे अधिक महत्त्वाचे ठरते.

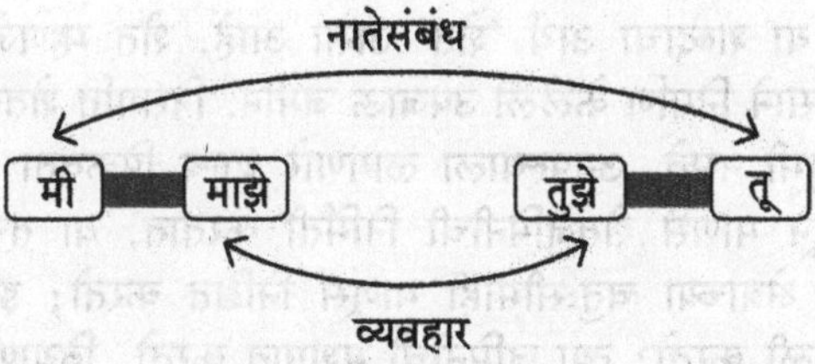

नातेसंबंध आणि कोरडा व्यवहार

अर्थशास्त्रज्ञ नारायणी नामे संपत्तीला महत्त्व देतात. शिक्षणतज्ज्ञ साक्षरता नामे नारायणीला महत्त्व देतात. राजकारणी महत्त्व देतात ती नारायणी म्हणजे सत्ता. स्त्रीवादींची नारायणी म्हणजे लिंग, ते लिंगाला महत्त्व देतात. मालकांची नारायणी म्हणजे नोकरांचे कौशल्य, तेव्हा मालक या कौशल्याला महत्त्व देतात. वैद्य आणि शल्यविशारद यांची नारायणी म्हणजे शरीर ज्याला ते महत्त्व देतात. समाजाला नारायणात स्वारस्य नसते, व्यक्ती कशी आहे, तिची भूक, तिला वाटणारे भय किंवा त्या व्यक्तीमधले सुप्त सामर्थ्य कोणते याची समाज कुठलीही दखल घेत नाही. विचारापेक्षाही भौतिक वस्तूंचे महत्त्व अधिक ठरते. माणसाची मालमत्ता ही त्याच्या भावनेला पर्याय ठरते आणि म्हणूनच माणसाच्या आयुष्यातला एकमेव हेतू हा अधिकाधिक नारायणी मिळवणे हाच झालेला आहे. गीतेच्या तेराव्या अध्यायात नारायणी ही संकल्पना 'क्षेत्र' असे रूप घेऊन आपल्यासमोर येते.

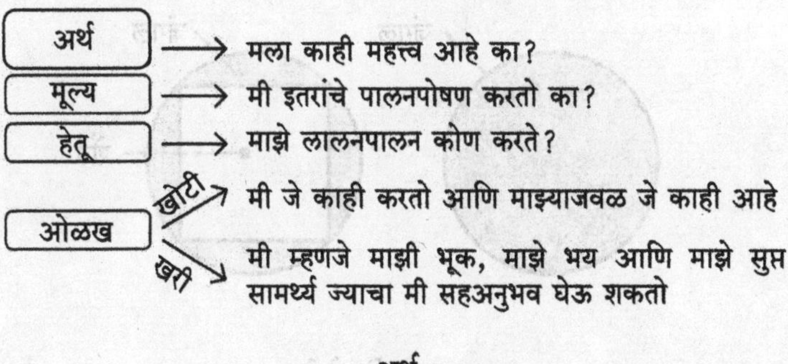

अर्थ

■■■●●●●●●●●●●●●●●○○○○□□

'क्षेत्र' या शब्दाचा अर्थ 'शेत' असा आहे. शेत म्हणजे निसर्गाला नमवून माणसाने निर्माण केलेली उपजाऊ जमीन. निसर्गात शेतजमीन अशी कुठलीही भूमी नसते. आपल्याला लागणारे धान्य पिकवता यावे म्हणून जंगल हटवून माणसे शेतजमिनीची निर्मिती करतात. या तऱ्हेने आपण घडवलेल्या क्षेत्राच्या चतुःसीमाही माणूस निश्चित करतो; झाडे उखडून जमीन मोकळी करतो; त्या जमिनीची मशागत करतो, बियाण्याची पेरणी करून पीक वाढू देतो व वाढलेले अनावश्यक तण काढून टाकतो. आपले शेत आणि त्यात उगवलेले पीक या दोन्हींचेही शेतकरी प्राणपणाने रक्षण करीत असतो. शेतकऱ्याच्या काबाडकष्टामुळे उपजाऊ झालेल्या जमिनीवर, 'ही माझी आहे' असा मालकीहक्क शेतकरी सांगतो. इतर माणसे शेतकऱ्याचा त्याच्या जमिनीवरचा मालकीहक्क मान्य करतात. या रितीने ती शेतजमीन त्या शेतकऱ्याची मालमत्ता होते. हीच मालमत्ता त्या शेतकऱ्याचे प्रत्यक्षात आणि मानसिकदृष्ट्याही भरणपोषण करीत असते. ही जमीन आपल्या मालकाला प्रत्यक्षात त्याचे अन्न देते तर मानसिक पातळीवर या शेतकऱ्याला ही जमीन, एक शेतकरी अशी ओळख प्रदान करते. परिणामी आपल्याला काहीएक अधिकार प्राप्त झाला आहे या भावनेने हा शेतकरी सुखावतो. दुसरीकडे ही अचल मालमत्ता शेतकऱ्याला एक प्रकारचे अमरत्व बहाल करते; कारण आपल्या मृत्युपत्राद्वारे ही संपत्ती, तो आपल्या स्वतःच्या कुटुंबीयांना देऊ शकतो.

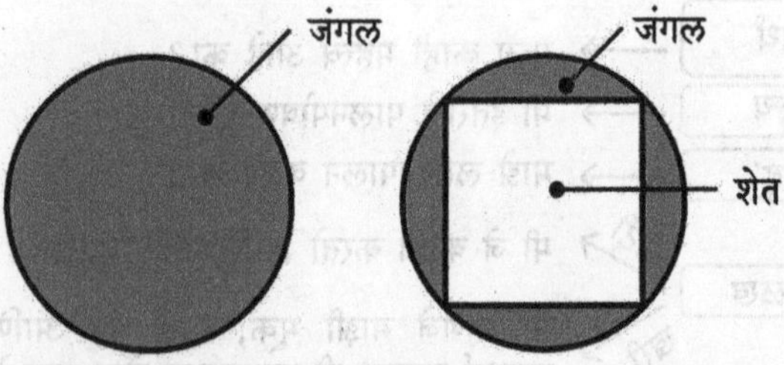

कुरण आणि शेती

सृष्टीची अशी कुठलीही मालमत्ता नसते. आपल्याला पुरेसे अन्न मिळावे, यासाठी वनातले प्राणी आणि श्वापदे आपापला असा एक भूप्रदेश राखीव ठेवतात आणि त्यासाठी इतर प्राण्यांशी लढतात. मात्र असा राखीव परिसर वारसाहक्काने मिळत नाही. सगळ्यात शक्तिशाली असतो तो प्राणी त्या परिसरावर सत्ता गाजवतो. याउलट, माणसाला मालमत्ता वारसाहक्काने मिळू शकते. पित्याची सारी संपदा, मालकीहक्क आणि त्याचबरोबर येणारी संपत्ती, सत्ता, प्रतिष्ठा इत्यादी त्याच्या मुलाला वारसाहक्काने मिळते.

रामायणाच्या कथेत, वनवासात राहत असताना लक्ष्मण सीतेच्या पर्णकुटीभोवती एक रेखा आखतो. याचाच अर्थ लक्ष्मण रामाचे क्षेत्र जाहीरपणे सीमांकित करतो. लक्ष्मणरेखेच्या मर्यादेत सीता रामाची पत्नी आहे मात्र, लक्ष्मणरेखा ओलांडली की सीता ही एक सर्वसामान्य महिला ठरते जिचे अपहरण होऊ शकते. याचाच अर्थ, क्षेत्र ही एक कृत्रिम रचना आहे, एखादी नैसर्गिक घटना नव्हे.

नारायण क्षेत्रज्ञ क्षेत्री	मी	माझे	नारायणी क्षेत्र
	माझी भूक	माझी मालमत्ता	
	माझी भीती	माझे नातेसंबंध	
	माझे सुप्तसामर्थ्य	माझी प्रतिष्ठा	
		मी साध्य केलेले ध्येय	
		माझे ज्ञान	
		माझी मते	

मी आणि माझे

गीतेच्या दुसऱ्या अध्यायात कृष्ण देह आणि देही यांच्याबद्दल बोलतो; तर तेराव्या अध्यायात क्षेत्र (मालमत्ता) आणि क्षेत्रज्ञ (मालक) हे विषय कृष्णाच्या बोलण्यात येतात. क्षेत्रज्ञाचा उल्लेख क्षेत्री या अन्य शब्दानेही केलेला आहे. मालकीहक्क आणि संपदा यांचा समावेश करण्यासाठी शरीर शब्दाची व्याप्ती वाढवल्यामुळे शरीरात राहणाऱ्या रहिवाशाचे मालकात वा क्षेत्रज्ञात रूपांतर होते.

■■■●●●●●●●●●●●●●●●●○○○○□□

अर्जुना, आपले शरीर हे एक शेत आहे तर आपले मन शेती करणारा शेतकरी आहे याची ज्ञानी माणसाला कल्पना असते. तुझे मांस ज्यांनी बनलेले आहे ती पंचमहाभूते, तू कोण आहेस याबद्दलची तुझी समज, तुझी बुद्धिमत्ता, तुझ्या भावना, तुझी ज्ञानेंद्रिये, तुझी कर्मेंद्रिये आणि तुझी इंद्रिये ज्यांमध्ये रममाण होतात ते विषय, आणि ज्यामुळे दुःख व सुख, आकर्षण वा घृणा निर्माण होते ते सर्व – ही सर्व मिळून हे शरीर – तुझे क्षेत्र बनलेले आहे. (अध्याय १३, श्लोक १ ते ६)

क्षेत्र हा देहावरचा तिसरा थर आहे, असे उपनिषदांत म्हटलेले आहे. शरीराच्या, सर्वांत बाहेरचा असणाऱ्या या थराला सामाजिक (कारण शरीर) असे संबोधन आहे. याआधीचा म्हणजे दुसरा थर म्हणजेच आपले प्रत्यक्ष शरीर (स्थूल शरीर) होय. पहिला थर हा मानसिक (सूक्ष्म शरीर) असतो. माणसाच्या सामाजिक देहाचा संदर्भ हा त्याला जन्माच्या वेळी वारसाहक्काने मिळणाऱ्या अथवा त्याच्या स्वकष्टार्जित मालमत्तेशी असतो. सौंदर्य, कलाकौशल्य, उपजत बुद्धी इत्यादी असलेले प्रत्यक्ष शरीर हे शरीरावरचे मांस होय आणि हे जन्मजात लाभलेले असते. मानसिक शरीरामध्ये आपल्या जाणिवा, भावभावना, आपल्या कल्पना आणि सर्वाधिक महत्त्वाचे म्हणजे आपल्या मनात असणारी स्वतःबद्दलची प्रतिमा या साऱ्यांचा समावेश असतो. मानसिक शरीर म्हणजे निवासी- मालक, म्हणजे 'देही' म्हणजेच क्षेत्रज्ञ होय! माणसाचे मन त्याच्या देहावर आणि क्षेत्रावर असणाऱ्या अवलंबित्वावर मात करते तेव्हा त्याला आत्म्याचा शोध लागतो. आपला मृत्यू होताच आपल्या देहावर अग्निसंस्कार केला जातो. मात्र आपण क्षेत्र मागे सोडतो. मृत शरीरात आतापर्यंत राहणारा देही, क्षेत्रज्ञ अथवा आत्मा हा जर अद्यापही देहावर व क्षेत्रावर अवलंबून असला तर पुनर्जन्म घेतो आणि जर तो या रितीने देहावर अवलंबून नसेल तर मात्र, पुनर्जन्म आणि पुनर्मरणाच्या अंतहीन लाटांपासून पूर्णपणे मुक्त होतो.

महाभारतातले कर्ण आणि अर्जुन हे दोघेही विलक्षण बुद्धिमान धनुर्धर आहेत. वस्तुतः कर्णाला जन्मजात लाभलेले दैवी कवच आणि कुंडले

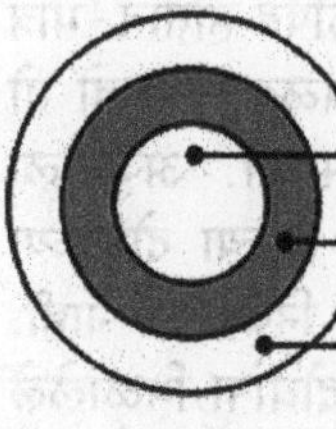

	कर्ण	अर्जुन
मानसिक शरीर	महत्त्वाकांक्षी	असुरक्षित
प्रत्यक्ष शरीर	धनुर्धारी	धनुर्धारी
सामाजिक शरीर	चाकर	राजपुत्र

तीन शरीरे

यांमुळे कर्ण तसा अर्जुनापेक्षा वरचढच होता. हे खरे असले तरी, समाजाने कर्णापेक्षा अर्जुनाकडेच अधिक आदराने पाहिले; कारण अर्जुन हा कुरुवंशात जन्मलेला राजकुमार होता इतकेच नव्हे तर, हस्तिनापूरच्या राजसिंहासनाचाही एक कायदेशीर वारस होता तर कर्ण मात्र एका सामान्य सारथ्याचा मुलगा होता. कर्णाची धनुर्विद्येतील गुणवत्ता ओळखून पुढे दुर्योधनाने कर्णाला अंगदेशाचे राजपद आणि त्यासह एका योद्ध्याची प्रतिष्ठा दिली तरीही समाजाच्या नजरेत कर्ण हा एक सूतपुत्रच राहिला आहे. कारण क्षेत्र हेच समाजाच्या दृष्टीने देहापेक्षा महत्त्वाचे असते. देही वा आत्मा याची काळजी कुणीही करीत नाही.

समाजात बाह्य बाबींना इतके अमूल्य समजले जाते की अर्जुन म्हणा वा कर्ण, या दोघांनाही आपली खरी ओळख करून घेण्यासाठी आपापल्या अंतःकरणात डोकावून पाहावेसे वाटत नाही. आपले धनुर्विद्येतील असाधारण कौशल्य, वारशाने मिळालेले नाव (पंडुपुत्र) आणि तो जिची काळजी घेतो ती संपदा (इंद्रप्रस्थ) या गोष्टींनाच अर्जुनाच्या लेखी महत्त्व आहे. धनुर्विद्येतील नैपुण्याचा कर्णाला अभिमान असला तरी, त्याला वारसाहक्काने मिळालेल्या सूतपुत्र या नावापासून कर्ण नेहमीच दूर राहिलेला आहे आणि दुर्योधनाचा मित्र आणि अंगदेशाचा अधिपती या नवीन नावांसाठी तो झटतो आहे. आपल्याजवळ काय आहे, यामुळे समाज जेव्हा आपल्याला ओळखतो तेव्हा ती आपल्यातील अहंकाराची ओळख असते, आत्म्याची नव्हे!

आपण पूर्वी केलेले कर्म आणि सध्या करत असलेले कर्म या दोन्हींमुळे आपले सामाजिक शरीर वा कारण शरीर घडवले जाते. पूर्वी केलेल्या

कर्मांनुसार काही गोष्टी आपल्याकडे स्वाभाविकपणे आकर्षित होतात. मात्र बळाचा वापर करून काही गोष्टी आपण आपल्याकडे वळवत असतो तो आपण सध्या करत असलेल्या कामाचा परिपाक असतो. अर्जुनाला लाभलेली राजप्रतिष्ठा वा कर्णाचे सारथ्यांशी साहचर्य, हे त्या दोघांच्या भूतकालीन कर्माचे फळ आहे. त्या दोघांपैकी कुणीही हे निवडलेले नाही. ते त्या दोघांनाही जन्मामुळे मिळाले. वारसा म्हणून या दोघांना मिळालेले हे धनुर्विद्येतील जन्मजात कौशल्य पुढे या उभयतांनी स्वप्रयत्नांच्या बळावर अधिक तीक्ष्ण बनवले. इंद्रप्रस्थ या नगरीशी असणारे अर्जुनाचे नाते अथवा कर्णाला लाभलेले अंगदेशाचे राजपद हे त्यांच्या त्यांच्या प्रयत्नांना आलेले फळ होते. परंतु, या विधानात तरी तथ्य आहे का? संघर्षाला तोंड दिल्यानंतरच अर्जुनाच्या आयुष्यात इंद्रप्रस्थ नगरी येणे आणि कर्णाचे अंगदेशाचा अधिपती होणे हेच अपेक्षित वा पूर्वनियोजित होते का? या प्रश्नांची उत्तरे सोपी नाहीत हे मान्य केले पाहिजे. माणसाला लाभलेले कारण शरीर हे एक गूढ असते. आपल्याला लाभलेले हे कारण शरीर आपल्या पूर्वजन्मांपासून आपल्या पुढच्या जन्मांतही आपल्यासहच प्रवास करत असते. या प्रवासात या शरीरावर आपल्याच कर्माचे काहीएक संस्कार (इम्प्रेशन्स) होत असतात आणि ज्यांची परतफेड आपल्याला करावीच लागते त्या कर्जांचा एक हिशेब तयार होत असतो.

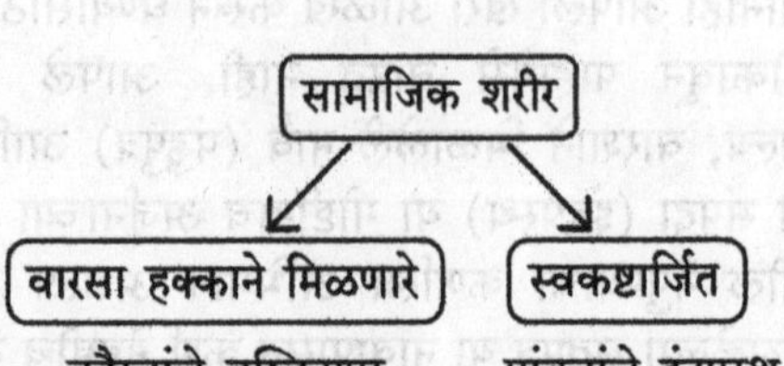

दोन प्रकारची सामाजिक शरीरे

मालमत्ता आणि तिचा मालक या संकल्पनाच निसर्गात (प्रकृती) नसतात; त्यांचे अस्तित्व केवळ मानवी संस्कृतीतच आढळते. परिणामी हिंदू विचारप्रणालीमध्ये निसर्ग आणि संस्कृती, वन आणि शेतजमीन

यांमधील भिन्नतेचा विषय सातत्याने येताना दिसतो. ऋग्वेदातील सूक्तांना ज्या सामवेदाने सुरावटींचा साज चढवला त्यामध्येही या सूक्तांचे दोन प्रकारांत वर्गीकरण केलेले आहे; वनातली गाणी (अरण्यगान) आणि नागरी वसाहतीत गायली जाणारी गाणी (ग्रामगान). जंगलात मानवनिर्मित कायदे अर्थहीन ठरतात तर नागरी वसाहतीतले कायदे हे वनातील कायद्यांपेक्षा वेगळे असतात आणि त्यांना नागर समाजातच किंमत दिली जाते. वनवासात असताना पांडवांना हे सत्य उमजलेले होते.

वनवासात अर्जुनाने जंगलातल्या एका रानडुकराला आपल्या बाणाने मारले. मात्र वनातल्या एका किराताने अन्य एका बाणाने ते डुक्कर मारलेले आहे असे अर्जुनाच्या ध्यानात आले. आपण राजकुमार आहोत तेव्हा या शिकारीवर आपला अधिकार आहे असा अर्जुनाने दावा केला. त्या आदिवासी किराताने अर्जुनाला राजकुमार म्हणून ओळखलेले नव्हते. सरतेशेवटी त्या किराताने द्वंद्वयुद्धाचे आव्हान दिले आणि द्वंद्वात जो जिंकेल त्याने ही शिकार घ्यावी असा प्रस्तावही त्याने अर्जुनाला दिला. अरण्यात आपली सामाजिक प्रतिष्ठा काहीही उपयोगाची ठरत नाही; आपले बळ आणि कौशल्य हीच जंगलात ओळखली जातात, याचे भान अर्जुनाला या प्रसंगाने आलेले आहे.

अज्ञातवासाच्या अखेरच्या एका वर्षाच्या कालावधीत पांडवांनी गुप्तपणे राहणे अपेक्षित होते कारण या काळात त्यांना जर कुणीही ओळखले असते तर, कौरवांशी झालेल्या करारानुसार पांडवांना पुनश्च एक तपाचा वनवास पत्करावा लागला असता. म्हणून पांडवांनी त्यावर्षी गुप्तपणे मत्स्यराज विराटाची चाकरी पत्करली. परिणामी, चाकराचे आयुष्य कसे

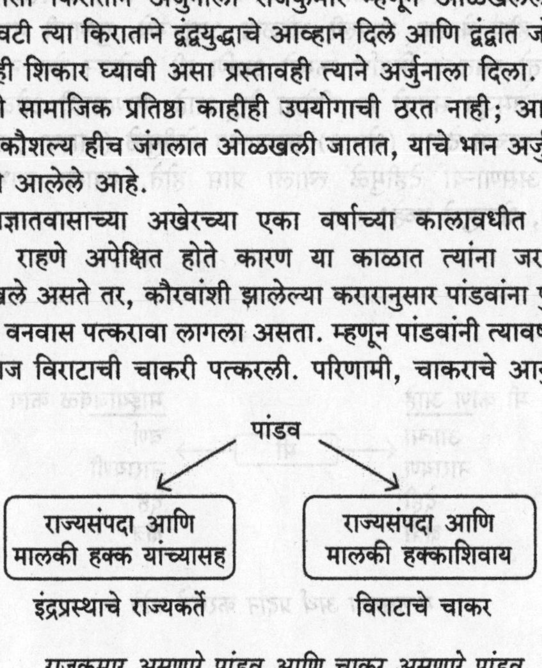

राजकुमार असणारे पांडव आणि चाकर असणारे पांडव

असते याचा पांडवांनी आयुष्यात पहिल्यांदाच अनुभव घेतला. आपल्याकडे फक्त कौशल्य असते तेव्हा मालक देत असलेली वाईट वागणूक आणि तो आपल्यावर करीत असलेले अत्याचार साहणे हेच कुणाही चाकराचे नशीब असते हेही त्यांना उमजले.

पांडवांना त्यांच्या उपाधी किंवा संपदा यांच्या विना काहीही किंमत नव्हती, परिणामी आपले हक्काचे असणारे क्षेत्र (राज्य) कौरवांकडून परत मिळवणे हाच पांडवांचा स्वाभाविक हेतू ठरला. मात्र, पांडवांना आपला हा हेतू साध्य करायला बळ पुरवणे हा काही या कृष्णार्जुन संवादाचा हेतू नव्हे तर, समाजात माणसाचे मूल्य भलेही त्याच्यापाशी असणाऱ्या क्षेत्रावरून ठरवले जात असले तसेच हे सारे आपण आपल्या कुटुंबीयांसाठी, त्यांच्या सुरक्षिततेसाठी मिळवायला हवे असे कुणालाही वाटणे आत्यंतिक महत्त्वाचे आणि साहजिक असले तरी, आपली भौतिक मालमत्ता हीच केवळ आपली ओळख असू नये. कुणाही माणसाची ओळख तो स्वतःच निर्माण करतो आणि ती बाहेरून येत नाही, हे अर्जुनाला उमजून सांगणे हा गीतेचा हेतू आहे. माणसाची ओळख ही अखेरतः त्याच्या देहात (क्षेत्रात) राहणाऱ्या क्षेत्रीमुळे (आत्मा), त्याच्या शरीरात असणाऱ्या देहीमुळे त्याला प्राप्त होते. त्याला लाभलेल्या शरीरामुळे, क्षेत्रामुळे नव्हे!

मी कोण आहे		माझ्याजवळ काय आहे
आत्मा	← मी →	वर्ण
नारायण		नारायणी
देही		देह
क्षेत्री		क्षेत्र

माणसाला अर्थ प्रदान करणारे स्रोत

■■■●●●●●●●●●●●●●●○○○○□□

माझ्याजवळ काय आहे, आणि मी काय करतो, यावरून तू माझे मूल्यमापन करू शकतोस. मात्र, माझ्याजवळ जे काही आहे किंवा जे काही मी करतो आहे ते म्हणजे मी नव्हे! तुझे जर माझ्यावर प्रेम असेल तर मी कोण आहे यावर : माझ्या क्षुधेवर, माझ्या मनातील भयावर आणि तू कोण आहेस, यावर लक्ष केंद्रित करण्याच्या माझ्या सामर्थ्यावर आपले लक्ष केंद्रित कर.

१५.

तू आणि मी तुलना करतो

प्राणी आणि वनस्पती हे कशाचीही मोजदाद वा तुलना करत नाहीत. तग धरून जिवंत राहण्यासाठी आवश्यक असेल तेवढ्याच भूप्रदेशावरील मालकीहक्कासाठी ते लढतात. माणूस मात्र आपली मालमत्ता मोजू शकतो आणि म्हणून, तो तुलनाही करू शकतो. ही मोजदाद करण्याची म्हणजेच एक प्रकारे वास्तवाला मर्यादा घालण्याची क्षमता म्हणजे **माया** होय! ही माया समाजाची रचना, विविध प्रकारे विभाजन आणि समाजातल्या अधिकारश्रेणी तयार करते. या समाजात आपण आपली ओळख शोधत असतो आणि त्याचवेळी ज्या इतरांशी आपण आपली तुलना करतो त्यांचीही ओळख शोधत असतो. याचाच अर्थ, आपण काहीएक मानदंड निर्माण करतो ज्यांना आपण नकोशा असणाऱ्या भ्रामक कल्पना म्हणू शकतो किंवा त्यांना आवश्यक असलेल्या भ्रामक कल्पना ठरवू शकतो. या भ्रामक कल्पनांना माणूस आपल्या कल्पनाशक्तीच्या आधारे सहजी उलथवून टाकू शकतो. माणसाला लाभलेले मनाचे जादूई सामर्थ्य या अर्थाने वेदांसह गीतेमध्येही माया या शब्दाचा वापर विपुल प्रमाणात केलेला आढळतो. मात्र मानवी मनाच्या आकलनशक्तीचे मापन आणि घडण करण्याच्या प्रक्रियेत माया या शब्दाने जी भूमिका निभावली आहे त्या भूमिकेविषयी बऱ्याच उशिरा म्हणजे गेल्या सुमारे एक सहस्र वर्षांमध्ये बहरलेल्या वेदांतिक परंपरेत विस्तृतरीत्या लिहिले गेले आहे.

माझे नेमके काय आहे आणि तुझे नेमके काय आहे यांमध्ये एक सुस्पष्ट विभागणी असली पाहिजे ही क्षेत्राची (अथवा संपत्तीची) मागणी असते. महाभारतात कौरव पांडवांना आपल्यापैकी समजत नाहीत आणि म्हणूनच धृतराष्ट्र आपल्या मुलांचा उल्लेख 'माझी मुले' असा करतो आणि आपल्या सख्ख्या भावाच्या मुलांना म्हणजेच पांडवांना 'माझे पुतणे' असे न संबोधता केवळ पंडूची मुले असे म्हणतो. हस्तिनापूर असो की इंद्रप्रस्थ, ही दोन्ही राज्ये कौरवांच्याच मालकीची म्हणजे कुरुक्षेत्र (कुरूंचे क्षेत्र) आहेत तर पांडव घुसखोर आहेत, हीच धृतराष्ट्राची भूमिका आहे.

पंडुपुत्र म्हणजेच पाच पांडव हा पंडूच्या दोन भार्यांचा विस्तार आहे. पैकी पहिले तिघे हे कुंतीच्या पोटी जन्माला आलेले आहेत तर नंतरच्या जुळे असणाऱ्या दोघांची माता माद्री आहे. द्यूतक्रीडेच्या प्रसंगी युधिष्ठिर सर्वांत आधी माद्रीच्या मुलाला नकुलाला पणाला लावतो. याचाच अर्थ, भीम आणि अर्जुन या सख्ख्या बांधवांपेक्षा युधिष्ठिर आपल्या सावत्र भावाला थोडेसे कमीच लेखतो असा आहे. मात्र, पुढे पांडव वनवासात असताना सरोवरातील विषारी पाणी प्यायल्यामुळे युधिष्ठिराच्या चारही भावांचा मृत्यू झाला असता, या चौघा मृत बांधवांपैकी कुणाही एकाला पुन्हा जिवंत करता येईल असा पर्याय युधिष्ठिराला दिला गेला तेव्हा, युधिष्ठिराने आपल्या सख्ख्या भावांपैकी कुणाही ऐवजी, नकुलाला जिवंत करावे असे सांगितलेले आहे. हा त्याच्या मनोघटनेत झालेला महत्त्वाचा बदल आहे. जो आपल्या मनाच्या सीमारेषा विस्तारून सावत्र भाऊ, दूरभावंडे (कझिन्स) आणि अनोळखी व्यक्ती यांनादेखील नातेवाईकच समजतो तोच खरा राज्यकर्ता, याची जाणीव युधिष्ठिराला झालेली आहे.

भागवतातला कृष्ण बलराम या आपल्या थोरल्या भावाकडे एक सावत्र बंधू म्हणून कधीही पाहत नाही. खरे म्हणजे कृष्ण आणि बलराम या दोघांत कुठल्याही प्रकारचा दुजेपणा नाही. आपले जन्मदाते वसुदेव-देवकी आणि आपले पालनपोषण करणारे नंद आणि यशोदा यांच्यामध्ये, कृष्ण कोणताही आपपर भाव ठेवत नाही. महाभारतातल्या कर्णाला मात्र, त्याला वाढवणाऱ्या, सारथ्यकर्म करणाऱ्या मातापित्यांचा पुत्र ही समाजात

असणारी आपली ओळख कधीही भावलेली नाही; कारण, त्याला एक धनुर्धर होण्याची इच्छा आहे.

सीमारेखा निर्माण करण्याचे आणि त्याचबरोबर माझे काय आहे आणि कुणाला मी माझे मानत नाही या दोन ध्रुवांदरम्यान ही सीमारेखा बदलती ठेवण्याचे माणसाचे हे जे सामर्थ्य आहे त्याची निर्मिती मायेतून होते. कुठल्याही गोष्टीचे मापन करण्याची, तिला सीमित करण्याची आणि तिचे वाटप करण्याची माणसाला लाभलेली ही एक वैशिष्ट्यपूर्ण क्षमता आहे. आभास (इल्युजन) किंवा चुकीच्या समजुतीवर झालेला भ्रम (डिल्युजन) म्हणजे माया होय, असे माया या शब्दाचे सर्वसाधारण भाषांतर केले जात असले तरी माया या शब्दातले क्रियापद 'मा' याचा अर्थ मापणे-मोजणे/अदमास घेणे असा आहे. कुठल्यातरी मूल्यमापन प्रणालीचा चष्मा लावून ज्यावेळी आपण या जगाकडे पाहतो तेव्हा होणारा भ्रम म्हणजे माया होय!

जगाचा अर्थबोध व्हावा, जग म्हणजे नेमके काय हे समजावे म्हणून आपल्या आजूबाजूला असणाऱ्या सगळ्या गोष्टींचे वर्गीकरण करण्यासाठी आणि त्यांना वेगवेगळी नावे देण्यासाठी आपल्याला मूल्यमापनाच्या पद्धतीची मदत होते. यात आपण जगाची समजण्यास सोप्या अशा एककांत (युनिट) सुविहितपणे विभागणी करतो. उदाहरणार्थ, रसायनशास्त्रात असणाऱ्या सर्व मूलद्रव्यांची (एलिमेंट्स) आपण एक आवर्तसारणी (पिरिऑडिक्टेबल) तयार केलेली आहे किंवा जीवशास्त्रात या सृष्टीत असणारे विविध प्राणी आणि वनस्पती आणि रोग यांच्यातील

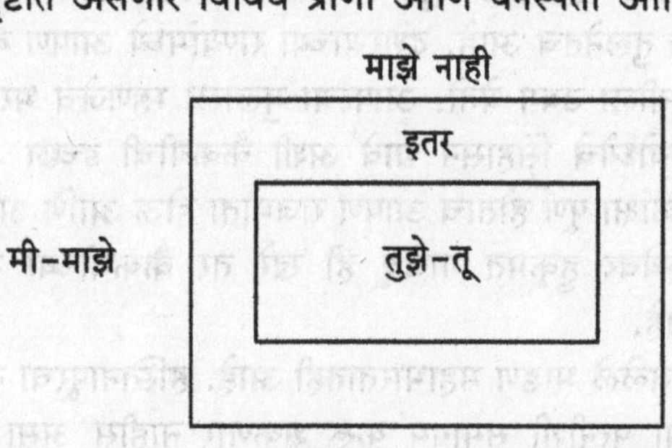

माझे असलेले आणि माझे नसलेले

साधर्म्यावर आधारित असणारे जे वर्गीकरण (टेक्सोनॉमी) आपण केलेले आहे त्यापाठीमागेही हाच हेतू आहे. मूल्यमापन करता येणे ही निसर्गाचे गूढ समजून घेण्यासाठीची विज्ञानाच्या हातात असणारी एक महत्त्वाची किल्ली आहे हे खरे, मात्र या मोजणीतंत्रासह येतात ते तुमचे अंदाज; कारण आपण केवळ वर्गीकरण करत नाही तर तुलनादेखील करतो, एकप्रकारे अधिकारश्रेणी निर्माण करतो आणि म्हणून, स्पर्धाही करतो. मात्र या प्रक्रियेमुळे समाजातील परस्परविरोध वाढतो.

क्षेत्रज्ञ (आत्मा) अमर आणि अनंतही आहे अतएव त्याची कुणाशीही तुलना होऊ शकत नाही. तुझ्यात असणारा आत्मा आणि माझ्यात असणारा आत्मा हा एकच आहे. मात्र, या सत्याची आपल्या दोघांना जर जाणीव नसेल, आपण दोघे एकमेकांच्या भावना वा मन समजून घेत नसू म्हणजे आपल्या दोघांना लागणारी भूक, वाटणारी भीती आणि आपल्यात असणारे सुप्त सामर्थ्य यांची आपल्या दोघांना जाणीव नसेल तर मात्र, आपण समाजाने माणसांचे जे वर्गीकरण केलेले आहे त्यामधील आपले स्थान ठरवण्यासाठी आणि स्वतःला एक ओळख देण्यासाठी आपापल्या क्षेत्रांची तुलना करू.

जेव्हा माझ्याजवळ काय आहे यावर माझे मूल्य ठरते तेव्हा माझ्याजवळ जितके अधिक असते तितके माझे मूल्य वरचढ ठरते. परिणामी, इतरांपेक्षा माझ्याकडे सदैव जास्तच असेल याबाबत मी दक्ष असतो. इथे कुठेतरी दोघांतील तुलनेचा जन्म होतो. रामायणातील भांडणाचा आरंभही तुलनेतच आहे. दशरथाच्या राण्यांमध्ये आपण कनिष्ठ आहोत याचा कैकयीला उबग येतो. आपल्या मुलाला म्हणजेच भरताला आपल्या पतीने अयोध्येचे सिंहासन द्यावे अशी कैकयीची इच्छा आहे. आपली ही महत्त्वाकांक्षा पूर्ण होताच आपण राजमाता होऊ आणि आपली ज्येष्ठ सवत कौसल्येवर हुकूमत गाजवू ही खरे तर कैकयीच्या मनात दडलेली कांक्षा आहे.

तुलनेतून उद्भवलेले भांडण महाभारतातही आहे. हस्तिनापूरचा सम्राट पंडूला, तू आपल्या पत्नीशी समागम करू शकणार नाहीस असा शाप दिला जातो. परिणामी आपण आता कुणाही अपत्याचे पिता होऊ

■■■●●●●●●●●●●●●●●●●○○○□□

शकणार नाही हे पंडूच्या ध्यानात येऊन पंडू आपल्या राजपदाचा त्याग करून वनात जातो. पंडूच्या दोन्ही भार्या म्हणजे कुंती आणि माद्री या दोघीही त्याच्यासह वनात जातात. पंडूला मिळालेल्या शापावर आपल्यापाशी एक तोडगा आहे असे सुचवताना कुंती आपल्या पतीला म्हणते, 'माझ्यापाशी दिव्य अशी मंत्रशक्ती आहे, तिच्या मदतीने मी कुणाही देवाला आवाहन करून माझ्या पोटी गर्भधारणा करायला भाग पाडू शकते'. आपल्या पत्नीच्या या म्हणण्याकडे पंडू प्रथमतः लक्ष देत नाही हे खरे, पण जेव्हा आपल्या थोरल्या भावाची म्हणजे जन्मांध असणाऱ्या धृतराष्ट्राची पत्नी गांधारी गर्भवती आहे हे पंडूला समजते तेव्हा त्याच्या मनाची चलबिचल होते, कारण पंडूच्या पश्चात धृतराष्ट्र हा हस्तिनापूरचा काळजीवाहू राजा झालेला असतो. इथे पंडूच्या मनात तुलनेची भावना जागी होते. परिणामी तो कुंतीला तिच्याजवळ असणाऱ्या मंत्रशक्तीचा उपयोग करायला सांगतो. कुंतीला यमापासून युधिष्ठिर, वायूपासून भीम आणि इंद्रापासून अर्जुन असे तीन पुत्र होतात. पंडूला आणखी पुत्र हवे असतात; मात्र आपण या मंत्राचा उपयोग केवळ तीनदाच करू शकतो असे म्हणून कुंती पंडूला नकार देते. शेवटी तुला शक्य नसेल तर तू तुझ्या सवतीला म्हणजे माद्रीला ही मंत्रशक्ती दे, अशी पंडू कुंतीची करुणा भाकतो. पतीच्या इच्छेचा मान ठेवायचा म्हणून कुंती माद्रीला आपल्या जवळील मंत्रशक्ती देते खरी, पण जेव्हा माद्री अश्विनीकुमार नामे देवतेच्या दुकलीपासून स्वतःला एक जुळे मागून घेते तेव्हा कुंती सावध होते. माद्रीपेक्षा आपल्याला अधिक मुले असणे हेच आपल्या भविष्याचा विचार करता व्यवहार्य आहे हे कुंतीच्या ध्यानात येते आणि माद्रीला आणखी एखादा मंत्र द्यायला ती नकार देते. पुढे, आपल्या आधी कुंतीने मुलांना जन्म दिलेला आहे हे ऐकून गरोदर असणारी गांधारी वेडीपिशी होते आणि आपल्या पोटावर लोह दंडाने प्रहार करून पोटातील गर्भ बाहेर काढावा असा आदेशच आपल्या दासीला देते. परिणामी गांधारीच्या उदरातून लोहासारखा थंड असणारा एक जडशीळ गोळा बाहेर पडतो. महर्षी व्यासांच्या मदतीने गांधारी या मांसाच्या गोळ्याचे शंभर तुकडे करते आणि शंभर पुत्रांची माता होते (माद्रीपेक्षा अठ्ठ्याण्णव मुले जास्त तर कुंतीपेक्षा सत्याण्णव पुत्र

अधिक). आणि या रितीने गांधारी आपले आणि पर्यायाने धृतराष्ट्राचे श्रेष्ठत्व सिद्ध करण्याचा प्रयत्न करते.

कुठल्याही गोष्टीचे मूल्यमापन आणि तुलना करणे ही माणसाची सहजप्रवृत्ती असते. गीता सांगत असताना कृष्णाने देव आणि असुर यांतला भेद कथन करताच देव हे असुरांपेक्षा उजवे असतात असे आपणच ठरवून मोकळे होतो. कृष्ण जेव्हा कर्म, भक्ती आणि ज्ञान या तीन प्रकारच्या योगसाधनेचा उल्लेख करतो तेव्हा यांतला सर्वश्रेष्ठ योग कोणता असा एक साहजिक प्रश्न आपल्यासमोर उभा राहतो. कृष्ण जेव्हा सत्त्व, रज आणि तम या त्रिगुणांवर भाष्य करतो तेव्हा सत्त्वगुण हा रजोगुणापेक्षा आणि रजोगुण तमोगुणापेक्षा उजवा होय असे आपले मन म्हणते. कृष्णाने चातुर्वर्ण्याचा उल्लेख करण्याचा अवकाश की आपण ब्राह्मण हे क्षत्रियांपेक्षा, क्षत्रिय हे वैश्यांपेक्षा आणि वैश्य हे शूद्रांपेक्षा श्रेष्ठ आहेत असेच समजून चालतो. या सगळ्या विवेचनावरून आपल्या मनात तुलनेची बीजे खूप खोलवर रुजलेली आहेत हे आपल्या ध्यानात येते. या सगळ्याची निर्मिती मायेमुळे होत असते.

आधिभौतिक वाद

जो कमजोर असतो त्याला त्रास देण्याची वा छळण्याची एक व्यवस्था (बलाधिक्रम – पेकिंग ऑर्डर) निसर्गात अस्तित्वात असते हे खरे असले तरी प्राण्यांना दुर्बलांवर हुकूमत गाजवण्याची तीव्र इच्छा नसते; मात्र आपले स्वतःचे अस्तित्व टिकवण्यासाठी त्यांना असे वागणे गरजेचे ठरते. कुणाही

■■■●●●●●●●●●●●●●●●●●●○○○□□

क्षीण सहचरावर हुकूमत गाजवली की या प्राण्यांना अधिक अन्न मिळते. माणूस इतरांवर सत्ता गाजवतो ते प्रतिष्ठा मिळवण्यासाठी, आणि आत्मसंतुष्टतेसाठी. समाजात वावरणाऱ्या माणसाला त्याची अशी ओळख प्राप्त व्हावी अशीच समाजाची रचना असते. आणि या रचनेमध्ये नेहमीच सामाजिक व्यक्तिमत्त्वाच्या तुलनेचा आधार घेतलेला असतो. म्हणजे तुमच्याजवळ काय आहे - संपत्ती, ज्ञान, जनसंपर्क, कौशल्य इत्यादी या सगळ्याकडे समाजाचे लक्ष असते. कैकयी, गांधारी, कुंती, पंडू हे सगळे त्यांच्या मुलांच्या आधारे स्पर्धा करताना दिसतात. कुणाला अधिक मुले आहेत? कुणाची मुले अधिक हुशार वा अधिक बलदंड आहेत? कुणाचा मुलगा राजा आहे? या प्रश्नांची उत्तरे ही माणसे आपापल्या संदर्भात देताना दिसतात. माझ्याकडे जे काही आहे ते तुझ्यापेक्षा अधिक मोठे, अधिक चांगले आहे किंवा मी तुझ्यापेक्षा अधिक श्रीमंत किंवा तुझ्यापेक्षा देखणा आहे किंवा तुझ्यापेक्षा मी अधिक नमते घेऊ शकतो किंवा अधिक चांगले वागू शकतो किंवा मी तुझ्यापेक्षा अधिक खोडसाळ आहे ही तुलनेची काही उदाहरणे आहेत. आपल्याजवळ असणारे मालकीहक्क आणि संपदा यांची समाजातल्या इतरांशी तुलना करूनच आपण आपली समाजातली प्रतिमा घडवत असतो आणि समाजासाठी आपण किती महत्त्वाचे आहोत आणि या समाजात आपण असणे हेही किती महत्त्वाचे आहे हे आपण स्वतःच आपल्या मनावर ठसवण्याचा प्रयत्न करीत असतो.

> अर्जुना, ज्याची मोजदाद करता येत नाही किंवा ज्याची तुलनाच होऊ शकत नाही अशा माझ्याविषयीचे सत्य जोपर्यंत मान्य करत नाहीत तोपर्यंत जन्मतःच त्रिगुणांनी युक्त असणाऱ्या या भौतिक विश्वाचा अनुभव घेण्याचा जे कुणी प्रयत्न करतात त्या सर्वांच्या दृष्टीवर मोजमापाचे आणि श्रेष्ठ-कनिष्ठतेचे आवरण असते आणि हे आवरण त्यांच्यापुढे चुकीच्या समजुतीवर आधारलेले भासमान आणि मिथ्या जग उभे करते. अतएव, कल्पनिक सीमारेषांच्या तटबंदीत अडकलेले ते सर्व असुरांसारखे वागतात. (अध्याय ७, श्लोक १३ ते १५)

अनंत आणि अमरत्व या मानवी कल्पनांपासून, आपण नसलो तरी जगाचे हे रहाटगाडगे असेच चालू राहणार आहे या विचारापासून माया आपले लक्ष अन्यत्र वळवते. आपण कुणी फार महत्त्वाचे आहोत या आपल्या भावनेला माया खतपाणी घालते.

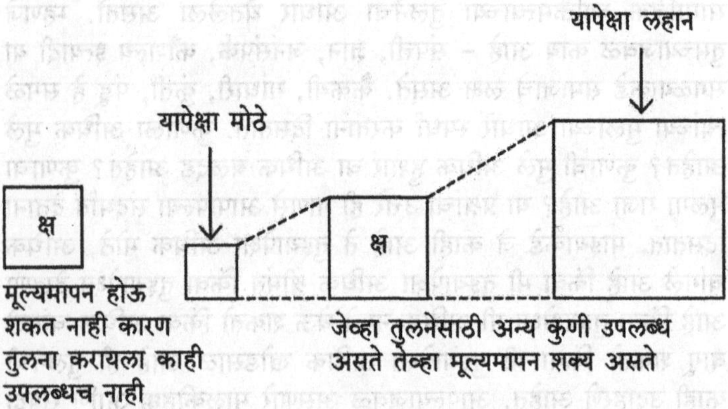

मोजमाप

पुराणांमध्ये ब्रह्मर्षी नारदाचे एक पात्र आहे. मृत्युलोकातील माणसांची विविध प्रकारे तुलना करता यावी म्हणून नारद घराघरांत जाऊन लोकांची बुद्धिमत्ता, त्यांचे मालकीहक्क आणि संपदा न्याहाळतो. इतकेच नव्हे, तर लोकांमध्ये कळलावेपणा करीतही तो हिंडत असतो. त्या कुणाची पत्नी तुझ्या पत्नीपेक्षाही सुंदर आहे, त्याचा मुलगा अधिक हुशार आहे, त्या कुणाच्या मुलीचा पती अतिश्रीमंत आहे, त्या अमक्याचे अनुयायी अधिक आहेत, अमुक एका राजाचे राज्य बरेच मोठे आहे, त्या महिलेकडे अमाप दागदागिने आहेत इत्यादी. नारदाच्या या लावालावीमुळे लोकांमध्ये एकमेकांशी तुलना होऊन अपुरेपणाची भावना निर्माण होते, असूया जन्म घेते. लोकांची महत्त्वाकांक्षा प्रज्वलित होऊन ती आपापसांतील भांडणतंट्याला कारणीभूत ठरू लागते. समाजात या प्रकारे एक प्रकारचा तणाव निर्माण करून 'नारायण, नारायण' हा उद्घोष करत नारद पोबारा करतो. नारदाच्या या नामस्मरणाकडे मात्र कुणीही लक्ष देत नाही; कारण

■■■●●●●●●●●●●●●●●●●●●●○○○□□

दरम्यान समाज नारायणीच्या (क्षेत्र) कच्छपी लागलेला असतो, नारायणाचा (क्षेत्रज्ञाचा) विचार कुणीही करीत नाही.

नारदाला मुळातच गृहस्थाश्रमी व्हायचे नव्हते. त्याला एका तापसाचे आयुष्य खुणावत होते. आपल्या मुलाची ही आवड पाहताच, पिता ब्रह्मदेव नारदावर चिडला आणि त्याने शापवाणी उच्चारली; नारदा, तू सदैव भौतिक वास्तवातच भटकत राहशील आणि म्हणूनच, आपल्याजवळ असणाऱ्या धनधान्य आणि मालमत्तेच्या (नारायणी) बळावर आपले मूल्य जोखणाऱ्या व पर्यायाने स्वतःच्याच अंतःकरणात राहणाऱ्या नारायणाकडे दुर्लक्ष करणाऱ्या संसारी माणसांचा नेहमीच उपहास करीत नारद हिंडत असतो.

त्रैलोक्यात सदैव हिंडणारा नारद एकदा द्वारकेला येतो आणि कृष्णाच्या अंतःपुरात भांडण लावण्याचा प्रयत्न करतो. कृष्णाच्या भार्या नारदाला विचारतात, 'मुनिवर, आपणाला काय हवे?' यावर कळलाव्या म्हणून प्रसिद्ध असणारा व्रात्य नारद उत्तरतो, 'मला आपण आपला पती द्यावा, हे उत्तम!' नारदाची ही मागणी पूर्ण करणे त्या भार्यांना शक्य नव्हते तेव्हा त्यांनी नारदाला तसे स्पष्टपणे सांगितले; यावर नारदाने पर्याय दिला, 'मग मला कृष्णाच्या इतके, किंवा त्याच्यापेक्षाही अधिक मौल्यवान वाटणारे अन्य काहीतरी द्या!' कृष्णाच्या भार्यांनी नारदाच्या या प्रस्तावाला होकार दिला; झाले, कृष्णाची तुला सुरू झाली. तराजूच्या एका पारड्यात कृष्णाने बैठक घेतली आणि दुसऱ्या पारड्यात कृष्णाच्या या भार्यांनी त्यांना त्यांच्या पतीइतक्याच किंवा त्यापेक्षाही अधिक मोलाच्या वाटणाऱ्या वस्तू ठेवायला आरंभ केला. सत्यभामेने स्वतःजवळचे सारे सोनेनाणे त्या पारड्यात ओतले पण तराजूच्या स्थितीत कुठलाही फरक पडला नाही. कृष्णाचे पारडे जडच राहिले. यानंतर रुक्मिणीने कृष्णावरील आपल्या प्रेमाचे प्रतीक असणारे साधे तुलसीपत्र पारड्यात ठेवले मात्र, रुक्मिणीने तुलसीपत्र ठेवलेले पारडे खाली गेले. सरतेशेवटी सत्यभामेच्या सोन्याऐवजी रुक्मिणीच्या श्रद्धेचे प्रतीक असलेल्या एका साध्या तुलसीपत्रावर नारदाला समाधान मानावे लागले.

तर्काच्या कसोटीवर ही कथा उतरत नाही हे खरे; कारण एक साधे तुळशीचे पान कृष्णाइतकेच वा त्यापेक्षा अधिक वजनाचे असणे कसे शक्य आहे? मात्र एक रूपक म्हणून त्याचा अर्थ आपण समजून घेऊ शकतो.

■■■●●●●●●●●●●●●●●●●●○○○□□

माणसाला लाभलेल्या कल्पनाशक्तीच्या सामर्थ्याच्या बळावर साध्याशा तुळशीपत्राला अर्थ प्रदान करण्याचा अवकाश, नाममात्र वजनाचे तुळशीपत्र त्रैलोक्यातील अन्य कुणाही पेक्षा अधिक जड होऊ शकते. मानवी कल्पनाशक्ती सृष्टीतल्या कुठल्याही वस्तूला कुठलेही मूल्य प्रदान करू शकते. कुणा श्वानाला सुवर्ण आणि पाषाणातला फरक कळत नाही हे खरे. मात्र, माणूस सोन्याला पैशाचे रूप देऊ शकतो तर पाषाणातून देवता घडवू शकतो. हे माणसाला लाभलेल्या कल्पनाशक्तीचे सामर्थ्य आहे. सत्यभामा जेव्हा कृष्णाची तुलना सोन्याबरोबर करण्याचा प्रयत्न करते तेव्हा आपण अनंताला (इन्फिनिटी) मोजू शकत नाही हे तिच्या ध्यानात येते. मात्र याच अनंताला आपण एखाद्या चिन्हातही बंदिस्त करू शकतो. रुक्मिणीने तसे करून दाखवलेले आहे.

कृष्णाची तुला

अर्जुना, मी अनंत आहे, मी अमर आहे, हे सारे खरे. मात्र, तरीही मी निसर्गाच्या बंधनांचे उल्लंघन करीत नाही. ज्याची मोजदाद करता येईल अशा एका मर्यादित आणि मर्त्य बंधनात मी माझे अस्तित्व सीमित ठेवतो. (अध्याय ४, श्लोक ६)

■■■●●●●●●●●●●●●●●●●●●○○○○□□

म्हणूनच शिवालयात एखादा पाषाण हा पिंडीच्या किंवा लिंगाच्या अथवा एखाद्या शाळिग्रामाच्या रूपाने निराकार असणाऱ्या दिव्यत्वाचे प्रतिनिधित्व करीत असतो. अखेरतः माणसाची कल्पनाशक्ती हीच कुणालाही काहीएक मूल्य प्रदान करत असते, एखाद्या कृतीला हेतुप्रवण ठरवते, एखाद्या गोष्टीला काहीएक ओळख देते. माणूस जसा एखाद्या गोष्टीला काहीएक अर्थ प्रदान करू शकतो तसेच ती अर्थशून्यही ठरवू शकतो. हे सामर्थ्य मायेचे! मूलतः माया ही परमेश्वराचीच, मात्र त्याने आपल्याला म्हणजे माणसाला बहाल केलेली शक्ती आहे. माया ही या जगाला एक अर्थ प्रदान करते. उच्चारलेल्या प्रत्येक शब्दाचे रूपांतर रूपकात आणि माणसाच्या प्रत्येक कल्पनेचे रूपांतर प्रतीकात करू शकते ती माया. मायेच्या अंगी असणाऱ्या या लोकविलक्षण सामर्थ्यामुळे तिला जादू म्हणतात.

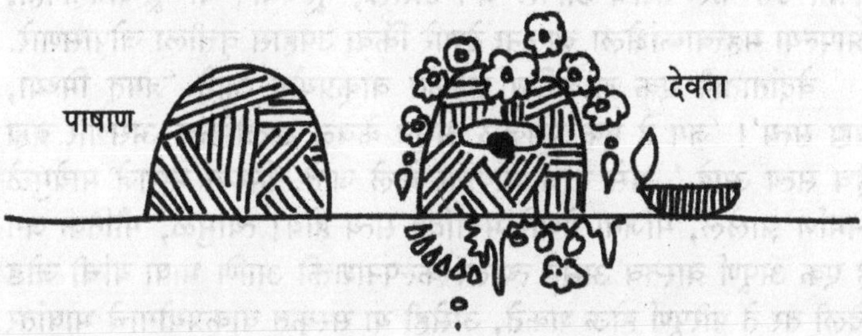

मूल्य प्रदान करण्याची मानवी क्षमता

माया विभाजन करू शकते तसेच ती तुम्हांला सर्वांपासून अलिप्तही ठेवू शकते. तुलनेपोटी उद्‌भवणाऱ्या भांडणाचे कारणही माया ठरू शकते. विश्वातील कुठल्याही गोष्टीचे स्वरूप पूर्णतः बदलून टाकण्याचे सामर्थ्य मायेत आहे. माया माणसाचे वास्तव बदलू शकते कारण माणसाचे मन सृष्टीतल्या कशालाही विशिष्ट अर्थ देऊ शकते. उदाहरणार्थ : कुणा तापसासाठी कामेच्छा आणि हिंसा ही एक भयानक बाब ठरू शकेल तर गृहस्थाश्रमी माणसाच्या दृष्टीने या बाबी केवळ आवश्यकच नव्हे तर

■■■●●●●●●●●●●●●●●●●○○○□□

सुखावह ठरू शकतील. माया या जगाचे विभाजन करू शकते तसेच ते एकत्रही बांधून ठेवू शकते. जसजसा आपण आपला परीघ रुंदावत नेतो आणि त्याच्या कक्षेत आपण आपल्या इच्छेनुसार पाहिजे त्याचा समावेश करत जातो तेव्हा या सगळ्यांशी आपले नाते जोडण्याचे काम माया करत असते. सूतपुत्र असणाऱ्या कर्णाला दुर्योधन आपल्या विश्वात सामील करून घेतो तर राजकुलात जन्मलेल्या स्वतःच्या चुलतभावाला, अर्जुनाला, आपला म्हणत नाही हे उदाहरण इथे योग्य ठरते. अतएव बोलीभाषेत, एकमेकांना नात्यांच्या बंधनात बांधून ठेवतो तो जिव्हाळा म्हणजे माया, असाही अर्थ घेतला जात असतो.

हिंदी भाषेत 'सब माया है' असा एक वाक्प्रयोग नेहमीच वापरला जातो. याचा सर्वसाधारण अर्थ असतो 'जग हा एक भ्रम किंवा भ्रांती' आहे. याचाच अर्थ, आपण या जगाचे जे काही कल्पनाचित्र आपल्या मनात उभे करू तसेच आपले जग असेल; मूल्यवान वा मूल्यविहीनही, आपल्या महत्त्वाकांक्षेला चालना देणारे किंवा उपहास वृत्तीला जोपासणारे.

वेदांतातही एक लोकप्रिय संस्कृत वाक्प्रयोग आहे 'जगत् मिथ्या, ब्रह्म सत्य'! 'जग हे एक मृगजळ असून केवळ अलौकिक असणारे ब्रह्म हेच सत्य आहे,' असे याचे भाषांतर केले जाते. मिथ्या म्हणजे मायेमुळे निर्माण झालेले, मोजता येणारे मर्यादित सत्य होय! त्यामुळे, भौतिक जग हे एक अपूर्ण वास्तव असून त्याला कल्पनाशक्ती आणि भाषा यांची जोड दिली तर ते परिपूर्ण होऊ शकते, असेही या संस्कृत वाक्प्रयोगाचे भाषांतर होऊ शकेल! आपण जगाला कसे जोखतो, आपल्या जगाभोवती आपण आखून घेतलेल्या सीमारेषा कोणत्या आणि आपण आपल्या या जगाची वाटणी कशी करतो, त्यानुसार, आपण स्वतःच आपल्या आयुष्यात नैराश्य आणि आनंद यांची निर्मिती करू शकतो. कारण या जगामध्ये स्वतःची अंगभूत असणारी कुठलीही मूल्यमापन प्रणाली नाही.

> अर्जुना, कुणी विद्वान असो वा जातिबहिष्कृत केलेला, अथवा एखादी गाय वा हत्ती किंवा सामान्य श्वान, सर्वांकडे ज्ञानी समत्व दृष्टीने पाहतो. ज्या कुणाला साऱ्या सृष्टीत समानता दिसते, जो सुखात असो की दुःखात, आपली संतुलित मनोवृत्ती स्थिर ठेवतो

त्याला दिव्यत्वाचा साक्षात्कार झालेला असतो, कारण हे दिव्यत्व निःपक्षपातीच असते. (अध्याय ५, श्लोक १८ ते २०)

तू माझ्याशी तुलना करून मग आपली ओळख निर्माण करू इच्छितोस का? ही माया आहे. हा एक आवश्यक असणारा भ्रम आहे कारण याशिवाय समाजाचे गाडे चालू शकत नाही. माया तुझ्या इच्छा आणि आकांक्षांना खतपाणी घालू शकते किंवा तुला असूयाग्रस्तही करू शकते किंवा तुझ्यात आणि माझ्यात जो फरक आहे त्याकडे अंगुलिनिर्देश करून तुला शांतीचे वरदानही देऊ शकते.

■■■●●●●●●●●●●●●●●●●●○○□□

१६.

तू आणि मी मोहाला बिलगतो

माझी मालमत्ता म्हणजेच मी असेन, तर या जगातील माझे मूल्य अबाधित राखण्यासाठी मी त्या मालमत्तेला चिकटून राहतो. आणि ते तुम्ही माझ्याकडून हिरावून घेण्याचा प्रयत्न करताच माझ्यावर काहीएक अतिक्रमण झाले आहे, अशी माझी भावना होते. कारण माझ्या मालमत्तेशीच माझी ओळख निगडित झालेली असते. या प्रकरणात आपण **मोह** या संकल्पनेचा अर्थ समजून घेण्याचा प्रयत्न करणार आहोत. मोह म्हणजे आपली सीमारेखांबद्दलची आसक्ती जी 'माझे आहे' याला 'माझे नाही' यापासून अलग करते आणि हिंसेचे रूपांतर अधिक्षेपामध्ये करते. हा अधिक्षेप म्हणजेच मानसिक हिंसा होय; मग ती हिंसा शारीरिक अत्याचाराशी संबंधित असेलही वा नसेलही. मानसिक अधिक्षेपामुळे निर्माण होणारी वेदना अधिक दाहक असते, कारण त्यात आपल्या अस्तित्वालाच धक्का पोहचत असतो. या ज्या वर्चस्वाला आपण आपले समजतो त्याच्याशी असणाऱ्या आपल्या संबंधाशी या मोहाचे प्रमाण थेट निगडित असते. या मोहाच्या वा आसक्तीच्या कल्पनेचा अंतःप्रवाह संपूर्ण गीतेमध्ये जाणवतो. हिंदू तापसांच्या व गृहस्थाश्रमींच्या परंपरांमध्ये ही कल्पना एक कळीची भूमिका निभावते आणि त्यामुळेच तिच्यासाठी गीतेत एक वेगळा अध्याय आलेला आहे.

■■■●●●●●●●●●●●●●●●●●●●●○○□□

वस्तूंच्या क्षणभंगुरत्वाबद्दल (पाली भाषेत अनिक्क, संस्कृत अनित्य) आणि अनात्म (पाली भाषेत अनात) या कल्पनेबद्दल गौतम बुद्धाने जीवनभर उपदेश केला. असे असूनही बुद्धाच्या अंत्यसंस्कारानंतर त्याच्या देहाचे जे भाग राहिलेले होते (दात, केस, अस्थी आणि नखे) ते त्याच्या शिष्यांनी, बुद्धाचे पवित्र अवशेष म्हणून विविध स्तूपांमध्ये ठेवून त्यांची आराधना करायला आरंभ केला. या स्तूपांचे व्यवस्थित संरक्षण व्हावे म्हणून त्यांच्याभोवती चैत्यांची उभारणी केली. चैत्यांच्या आजूबाजूला भिक्षूंना राहण्यासाठी विहारांची बांधणी केली गेली. गौतम बुद्धाची स्मृती पुसली जाऊ नये या इच्छेपोटी या भिक्षूंनी बुद्धाच्या दैहिक अवशेषांचे जतन केले. वस्तुतः, आपले कुठलेही अवशेष जतन करू नयेत असे बुद्धाने निक्षून सांगितलेले होते तरीदेखील त्याकडे दुर्लक्ष करून बुद्धाचे शिष्य त्याच्या दैहिक अवशेषांना एकप्रकारे चिकटून राहिले. ज्या गुरूने मानवी जीवनाच्या क्षणभंगुरत्वाकडे समाजाचे लक्ष वेधण्याचा सदैव प्रयत्न केला त्याच्याच पार्थिव अवशेषांना एक चिरस्वरूप देण्याचा हा प्रयत्न होता. अशी कथा आहे की, आपल्या गुरूचा अंतकाल समीप आला आहे असे बुद्धाच्या शिष्यांना उमजल्यावर या गुरूंशिवाय आपले कसे होणार, या भयाने हे शिष्य अश्रुपात करू लागले. हे दृश्य बुद्धाने पाहिल्यावर त्याला जाणीव झाली की, लोकांना जीवनातील दुःखांची सरिता पार करता यावी म्हणून आपल्या उपदेशाचा तराफ्यासारखा उपयोग होईल असे आपल्याला वाटले होते, परंतु लोकांनी त्याच्याकडे एक पालखी म्हणून बघणे अधिक पसंत केले; एक अशी पालखी जी घेऊन त्यांना मिरवायचे होते आणि त्या पालखीचे ओझे सदैव वागवायचे होते. समाजाला मुक्त करणे हे बुद्धाच्या जीवनाचे ध्येय होते, मात्र समाज स्वतःच स्वतःच्या हातापायांत बेड्या घालू इच्छीत होता.

बौद्ध विचारप्रणालीतील अनेक विरोधाभासांपैकी हा एक विरोधाभास आहे. हिंदू संन्याशांच्या जीवनपद्धतीमध्येही हा विरोधाभास आपण पाहू शकतो. हिंदू तापसही आपल्या गुरूच्या मृतावशेषांना जपून ठेवतात. आपल्या गुरूच्या पार्थिवावर अंत्यसंस्कार करण्याऐवजी हे शिष्य त्याच्या मृतदेहाला मीठ, विविध रसायने आणि मसाले लावून तो पुरतात आणि त्यावर स्मृतिस्थळाचे बांधकाम करतात. यामुळे आपल्या आदरणीय गुरूची

स्मृती चिरंतन राहील अशी या शिष्यांची भावना असते. ज्या तापसाने सुरुवातीला आपल्या मालमत्तेचा (क्षेत्र) आणि सरतेशेवटी आपल्या देहाचाही स्वेच्छेने त्याग केलेला असतो, त्याचा मृतदेह ठेवलेल्या या स्मारकाला समाधी असे म्हणतात.

निसर्गात दोन वस्तूंमधेही आकर्षण आणि प्रतिकर्षण अशी नैसर्गिक बले अस्तित्वात असतात. वनस्पती आणि प्राणी वा श्वापदे आपापल्या अन्नाकडे आकर्षित होतात तर आपल्या जिवाला असणाऱ्या धोक्यापासून ते पळ काढतात. माणूसही अगदी असाच वागतो. मात्र, त्याचबरोबर, समाजात त्याची काहीएक ओळख प्रस्थापित करणाऱ्या, त्याच्या मालमत्तेलाही (क्षेत्र) माणूस चिकटून राहतो (राग). ही भौतिक मालमत्ता म्हणजे आपले सामाजिक व्यक्तिमत्त्व आपली ओळख निश्चित करीत असते, असा आपण स्वतःचा समज करून घेतलेला असतो. वस्तुतः आपली खरीखुरी ओळख ही अमूर्त असते, आणि तिची मोजदादही करता येत नाही (क्षेत्रज्ञ), असे जर कुणी आपल्याला सांगितले तर त्यावर आपला विश्वास बसणे अशक्यप्रायच असते, कारण हे सांगणे कधीही सिद्ध करता येत नाही; त्यावर आपण केवळ विश्वास ठेवू शकतो इतकेच! परिणामी आपण आपल्या आयुष्याचे ध्येय वा नीतिनियम, मालमत्ता किंवा नातेवाईक, मालकीहक्क किंवा आपल्या मनातील संकल्पना इत्यादींना कवटाळतो इतकेच नव्हे तर प्राणी आपापले क्षेत्र राखण्यासाठी जसे आपापसांत झुंजतात तसे आपणही यासाठीच झुंजतो. प्राणी आपापल्या भूप्रदेशासाठी लढतात कारण त्या प्रदेशात असणाऱ्या त्यांच्या अन्नावर त्यांचे अस्तित्व अवलंबून असते. माणसे आपापसांत आपल्या मालमत्तेवरून भांडतात कारण त्या संपत्तीवर त्यांची ओळख (अहम्) अवलंबून असते. या सगळ्याला चिकटून राहणे सुखावह असते. मनातली असुरक्षिततेची भावना ही अधिकाधिक मिळवण्यासाठी उद्युक्त करते (काम) परिणामी अधिकाधिक मिळवणे हाच आयुष्याचा हेतू ठरतो. आणि आपल्याला जे हवे ते मिळाले नाही की आपण संतापतो (क्रोध). आणि एकदा का आपल्याला हवे ते मिळाले की त्याविषयी आपल्याला हाव सुटते (लोभ), आपुलकी वाटते (मोह). पुढे त्याचे रूपांतर अभिमानात (मद) होते कारण त्या वस्तूबद्दल आपल्या मनात स्वामित्वाची (पझेशन)

भावना जागृत होते, आपल्यापेक्षाही ज्यांच्याकडे अधिक आहे त्यांच्याबद्दल आपल्याला असूया वाटू लागते तर आपल्यापेक्षा ज्यांच्याकडे कमी आहे त्यांचा आपण मत्सर करू लागतो, परिणामी असुरक्षितता आपल्या मनात घर करते. हे भौतिक वास्तव अशा रितीने आपल्याला भुरळ घालते. इतकेच नव्हे तर, ते आपल्या मनाचा अनेकदा चोळामोळाही करीत असते. म्हणजेच हे भौतिक वास्तव आपल्या विस्तारणाऱ्या मनाच्या कक्षेला पायबंद घालते. हा पायबंद सहा प्रकारे घातला जातो (अरिषड्वर्ग); परिणामी आपल्या अहम्‌चे आत्म्यात रूपांतर होण्याच्या आणि भगवंताचा शोध घेण्याच्या प्रक्रियेला खीळ बसते.

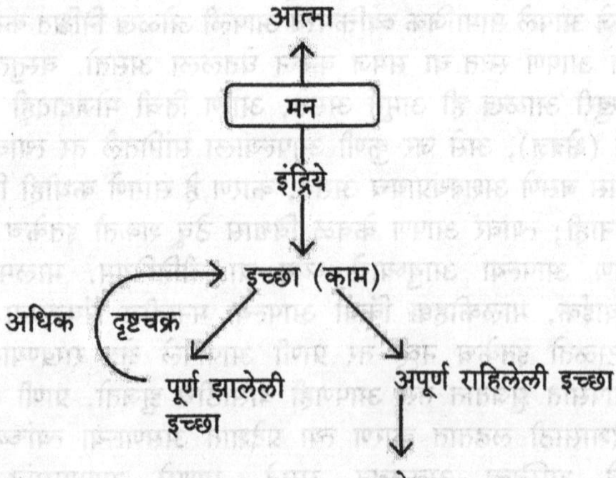

काम आणि क्रोध

अर्जुना, माणसात आक्रमक असणाऱ्या भौतिक प्रवृत्तींमुळे त्याच्या इंद्रियांत, हृदयात आणि मस्तकात इच्छेचा जन्म होतो. इच्छा ही अतृप्त असते आणि ही इच्छा जर अपूर्ण राहिली तर तिचे रूपांतर क्रोधात होते. अग्नीवर धुराचा पडदा निर्माण होतो, आरशावर धूळ जमा होते आणि गर्भावर गर्भाशयाचे आवरण

■■■●●●●●●●●●●●●●●●●●●●●○○□□

असते तद्वतच माणसाची इच्छा आणि क्रोध त्याचे शहाणपण झाकोळून टाकतात. (अध्याय ३, श्लोक क्रमांक ३७ ते ४०)

भीतीपोटी आपल्यात द्वेष उत्पन्न होतो, तसेच मालकीहक्क, जबाबदारी घेणे वा स्वामित्व पत्करणे यापासूनही आपण भीतीमुळे दूर राहतो. आपण प्रेमभंगाला घाबरतो; साहजिकच आपण प्रेमात पडायला नकार देतो. आपल्याला अपयशाची भीती वाटते, सबब आपण संघर्षाकडेच पाठ फिरवतो. आपल्या कृतीला कोणते फळ येईल याविषयी आपल्या मनात भय दाटून येत असते; परिणामी आपण कृती करण्याचेच टाळतो. आपले काय आहे आणि आपले काय नाही या दोघांत आपण आखलेली सीमारेखा सुस्पष्ट असते. सर्वच गोष्टींबद्दल आपल्याला असलेले आकर्षण जर आपल्याला गृहस्थाश्रमी बनवत असेल आणि त्याविरुद्ध म्हणजे कुठल्याच गोष्टीबद्दलची मनात असणारी अनिच्छा जर आपल्याला संन्यासी ठरवत असेल तर या दोघांपैकी कोणीही ज्ञानी नाही. कारण यांपैकी कुणीही वास्तव स्वीकारत नाही. गृहस्थ आपले म्हणून जे काही आहे त्यात नेहमीच भर घालू इच्छीत असतो, कधी कधी इतरांचा बळी देऊनसुद्धा. तर दुसरीकडे संन्यासी वा तापसी जे काही त्याचे आहे त्याकडे तर पाठ फिरवतोच पण दुसऱ्याचे म्हणून जे काही आहे ते सर्वही नाकारत असतो.

वास्तवता एखाद्या गोष्टीला आपल्याकडे स्वाभाविकपणे येऊ देते. ज्या गोष्टी आपल्याकडे साहजिकपणे येत नाहीत त्यांचा शोध वास्तवता घेत नाही. आपल्याला शक्य होणार नाही असे फळ धारण करण्याची इच्छा करणे नव्हे तर जे फळ आपण धारण करणे अपेक्षित असेल तेच धारण करणे हीच शहाणीव. झाडाला फळे येतात ती त्या झाडाच्या गुणांमुळे. आम्रवृक्षाला आंबा येतो यामागे त्या वृक्षाची इच्छा अथवा महत्त्वाकांक्षा नसते तर, ते त्या वृक्षाच्या पोटी असलेल्या सुप्त सामर्थ्याचे प्रकटीकरण असते. मात्र, जेव्हा आम्रवृक्षाला सफरचंदे यावीत अशी आशा आपण करतो तेव्हा मात्र अडचण उभी राहते. कारण आपण गुणांकडे दुर्लक्ष करतो. माणूस हा राजा, योद्धा, व्यापारी, चाकर अथवा कवी इत्यादी होणे हे त्याच्या गुणांवर आणि सुप्त सामर्थ्यावर अवलंबून असते. युद्धाचा तिटकारा आल्यामुळे, अथवा आपल्याला काव्याचे आकर्षण

वाटल्यामुळे कुणा योद्ध्याला कवी बनवण्याचा आपला प्रयत्न तणाव आणि व्यथेलाच निमंत्रण देणारा ठरतो. म्हणूनच हिंदू विचारधारा कुणाचेही परिवर्तन करू इच्छीत नाही तर, हरएक व्यक्तीकडे असणाऱ्या सुप्त सामर्थ्याकडे ती अंगुलिनिर्देश करत असते. आपल्यामध्ये असणाऱ्या या सुप्त सत्त्वाची जाणीव होणे, मात्र, हे सामर्थ्य म्हणजेच आपली ओळख नव्हे हे समजणे किंवा आपल्याजवळ असणाऱ्या या सामर्थ्याचे अस्तित्व नाकारणे ही शहाणीव प्राप्तीची निजखूण असते!

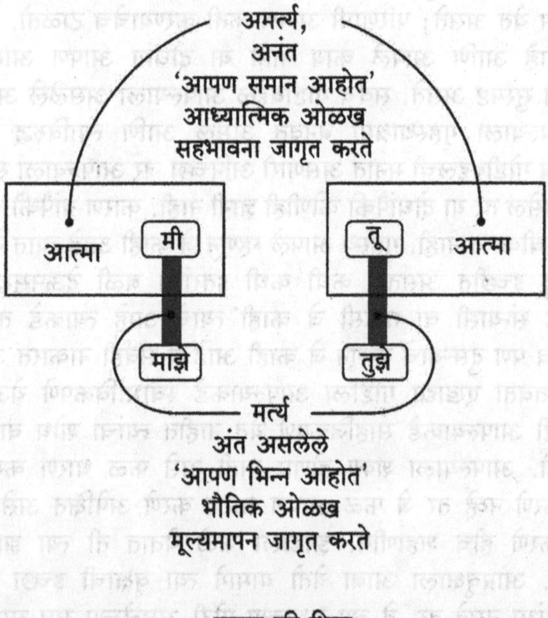

समान की भिन्न

अर्जुना, सारेच सजीव त्यांच्या त्यांच्या स्वभावानुसार वागत असतात. ज्ञानी माणूसही त्याच्या स्वभावानुसारच वागतो. असेच जर असेल तर, संयमाचे मूल्य काय? तुझी इंद्रिये तुझ्या देहाभोवती असणाऱ्या गोष्टींकडे स्वाभाविकपणे आकर्षित होतील

■■■●●●●●●●●●●●●●●●●●○○□□

> किंवा त्यांना त्या गोष्टींचा तिटकारा वाटेल. मात्र, त्यांना तू भुलू नकोस आणि स्वतःचा शोध घेण्यापासून तुला विचलित करू देऊ नकोस. (अध्याय ३, श्लोक ३३ आणि ३४)

निरिच्छ (शून्य) असणे हा जसा एक भ्रम आहे तद्वत हरएक गोष्टीचा (अनंत) ध्यास असणे हाही एक भ्रमच आहे. ज्याला शहाणीव प्राप्त झालेली असते त्याला कशाचीही इच्छा नसते हे खरे; मात्र, आपल्या या प्रवासात जे काही मिळेल त्याचा तो स्वीकार करतो आणि या गोष्टींचा निरोप घ्यायची वेळ येते तेव्हा त्यांचा निरोपही तितक्याच सहजतेने घेतो. रामाचा जन्म राजकुलात झाला म्हणून तो राम आहे असे नव्हे किंवा त्याने आयुष्यात जे काही साध्य केले (रावणवध) त्यामुळे तो राम ठरला असेही नाही. त्याचा विशिष्ट कुलातील जन्म वा त्याची कामगिरी या गोष्टी त्याच्या आयुष्यातून वजा केल्या तरी राम हा राम आहे!

> अर्जुना, आपण स्वतः आणि आत्मा यांतले अभिन्नत्व जो ओळखतो तो या विश्वातील भौतिक सुखसुविधांना निर्मोहीपणे किंवा त्यांचा उबग न येता सामोरा जातो. अतएव त्याच्या मनात सदैव शांतता वास करीत असते. (अध्याय २, श्लोक ६४)

निसर्गात हिंसा असते, मात्र, मानवी संस्कृतीत हिंसा तर असतेच पण त्याचबरोबर संस्कृतीत अतिक्रमणही होत असते. कारण समाजातील माणसांपाशी असणाऱ्या वस्तू केवळ वस्तू नसून त्या त्यांची समाजातली ओळख असतात. कुणाही प्राण्याने राखीव ठेवलेल्या भूप्रदेशावर जेव्हा त्याचे भाऊबंद घुसखोरी करतात किंवा हे प्राणी जेव्हा एकमेकांवर हल्ला करतात तेव्हा दोन्ही पक्ष आपापले अस्तित्व टिकून राहावे यासाठी झगडत असतात. यामध्ये कुठेही नैतिकता नसते. मात्र आपल्यापाशी असणाऱ्या गोष्टी हीच आपली समाजातील ओळख असल्यामुळे, आपल्याजवळ असणाऱ्या या गोष्टींवर कुणी हल्ला केला तर ते आपल्या अस्तित्वावरच झालेले अतिक्रमण आहे, असे आपण समजतो. मनुष्यजातीचे हे एक वैचित्र्यपूर्ण वैशिष्ट्य आहे असेच म्हटले पाहिजे!

■■■●●●●●●●●●●●●●●●●●○○□□

माणसे एकमेकांच्या सामाजिक शरीरावर (क्षेत्र) हल्ला करून अतिक्रमण करू शकतात. यासाठी त्यांना एकमेकांना साधा स्पर्शही करण्याची गरज नसते. हा अधिक्षेप मनोवेदनेला जन्म देतो. हा 'अहम्'वर म्हणजेच मानसिक शरीरावर केलेला प्रहार असतो. बाह्य शरीरामुळेच या अहम्‌ला मूल्य प्राप्त होत असते हे लक्षात घेतले पाहिजे. आणि म्हणूनच जेव्हा एखादा माणूस आपल्या चारचाकी गाडीवर ओरखडा काढतो तेव्हा आपण दुखावतो. यामुळे आपल्याला कुठलीही शारीरिक इजा झालेली नसते पण, या घटनेमुळे आपण अस्वस्थ होतो हे नाकारता येत नाही. या घटनेत कुठलीही हिंसा घडलेली नाही हे खरे, तरी अधिक्षेप झाला आहे असेच आपण समजतो. कारण ती चारचाकी गाडी आपल्या मालकीची असते, एका अर्थाने आपल्या सामाजिक शरीराचाच भाग असते. म्हणजे ही गाडी आपली समाजातली ओळख असते. मानवी समाजरचनेत परिस्थितीच अशी निर्माण केली जाते की त्यामुळे आपल्या आसपास असणाऱ्या गोष्टींचा मोह हा आपल्याला पडतोच; नातेसंबंध, मालमत्ता, मिळालेले हक्क आणि अधिकार यांमुळे आपल्याला समाजात एका ओळखीचा लाभ होतो. दुसऱ्या शब्दांत सांगायचे झाल्यास, मानवी संस्कृती मोह आणि मदाचा महोत्सव साजरा करत असते.

कामेच्छेने भारावलेल्या हत्तीच्या गंडस्थळातून जो स्राव झिरपतो त्याला मद म्हणतात. हत्तीच्या या अवस्थेला 'मदोन्मत्त' असे संबोधन आहे. कामवासनेच्या संपूर्णतः आहारी गेलेला धुंद हत्ती त्याच्या वाटेत येणाऱ्या कुणावरही हल्ला करू शकतो. आपल्याला जे हवे आहे ते मिळवायचेच असा त्याचा निर्धार झालेला असतो. मद या शब्दापासूनच मदिरा म्हणजे मद्य हा शब्द आलेला आहे. मद या शब्दातूनच मदन या शब्दाचीही निर्मिती झालेली आहे. मदन म्हणजे कामदेवता.

कृष्णाला मदनमोहन असेही म्हटले जाते. त्याने मोहिनीचे मंत्रमुग्ध करणारे रूपही घेतलेले होते. विष्णू आणि त्याने भूतलावर घेतलेले सगळेच अवतार पाहिले तर त्यांत त्याचे लैंगिकता आणि हिंसा यांना प्राधान्य देणारे वागणे नजरेत भरते. हे खरे असले तरी, त्यात आसक्ती आणि तिरस्काराचा मात्र अभाव आहे कारण, आपल्या वर्तणुकीतून आपल्या अवतीभोवती असणाऱ्यांना एक मूल्य प्रदान करणे हे विष्णूचे उद्दिष्ट आहे. स्वतःची प्रतिमा उंचावण्याचा मोह विष्णूला नाही.

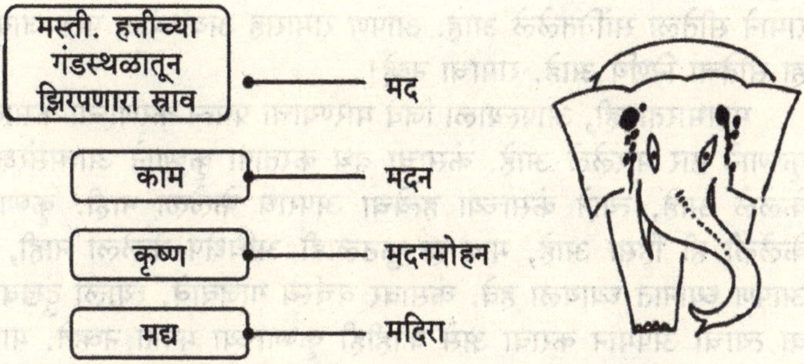

मद या शब्दाचा शब्दशः अर्थ आणि रूपकात्मक अन्वयार्थ

रामायणात, रावणाचा मुलगा इंद्रजित आणि भाऊ कुंभकर्ण यांना राम यमसदनी पाठवतो, इतकेच नव्हे तर रामाची वानरसेना लंकेला आग लावते. इतका विध्वंस झाल्यावरही रावण सीतेला आपल्या बंदीखान्यातून सोडून द्यायला नकार देतो, हे रावणात असलेल्या मदाचे प्रदर्शन आहे. अखेरपर्यंत रावणाला सीतेचा मोह पडलेला आहे; परिणामी, तिला रामाकडे पाठवायला रावण नकार देतो. रावणाला सीता हवी असते कारण रावण सीतेकडे ती रामाची मालमत्ता आहे याच दृष्टीने पाहतो आहे. सीतेवर स्वामित्व गाजवून म्हणजे एका अर्थाने रामाची मालमत्ता बळकावून रामाचा अधिक्षेप करण्याचा रावणाचा इरादा आहे. मात्र, राम सीतेला आपली मालमत्ता मानत नाही तर सीतेची जबाबदारी आपल्यावर आहे अशी रामाची भावना आहे. सीतेला रावणाच्या तावडीतून सोडवावे ही रामाची इच्छा असली तरी, त्यासाठी राम रावणावर कुठलेही अतिक्रमण करत नाही. रामाला आपण सीतेला सोडवणे गरजेचे आहे असे वाटते कारण सीतेची सुरक्षा ही, सीता ज्या रघुकुलाची सून आहे त्या राजपरिवाराचे दायित्व आहे अशी रामाची भूमिका आहे. रामाने रावणावर शस्त्र उचलले ते रामाचे 'स्वतःचे' जे काही आहे ते परत मिळवण्यासाठी नव्हे तर रावण एका 'महिलेला' तिची प्रतिष्ठा द्यायला नकार देतो म्हणून. वस्तुतः रावणवधानंतर सीतेने आपल्यासह अयोध्येला यावे असेही रामाला वाटत नाही, साहजिकच, तुझ्या इच्छेनुसार तू कुठेही जायला मोकळी आहेस असे

रामाने सीतेला सांगितलेले आहे. आपण रामासह अयोध्येला परत जायचे हा सीतेचा निर्णय आहे. रामाचा नव्हे!

महाभारतातही, आपल्याला जिवे मारण्याचा प्रयत्न करणाऱ्या कंसाला कृष्णाने ठार मारलेले आहे. कंसाचा वध करताना कृष्णाने आत्मसंरक्षण केलेले आहे, त्याने कंसाच्या हत्येचा अपराध केलेला नाही. कृष्णाने केलेली ही हिंसा आहे, मात्र हा कुठलाही अधिक्षेप केलेला नाही, हे आपण ध्यानात घ्यायला हवे. कंसावर वर्चस्व गाजवावे, त्याला दुखवावे वा त्याचा अपमान करावा असे काहीही कृष्णाच्या मनात नव्हते. मात्र, कृष्णाने वध केल्यामुळे कंसाचा सासरा असणारा जरासंध दुखावला जातो. त्याला कृष्णाने, आपल्यालाच दिलेले हे आव्हान आहे असे वाटते; कारण जरासंधाच्या लेखी कंस हे सामाजिक शरीर आहे, त्याच्या मालकीची वस्तू आहे. तो कंसामध्ये आपला आत्मसन्मान शोधत असतो. परिणामी, कृष्णाला ठार मारण्यासाठी जरासंध मथुरेवर स्वारी करून ती धुळीला मिळवतो. हा केवळ अधिक्षेपच नव्हे तर अधर्म आहे. पुढे, कृष्ण भीमाच्या मदतीने जरासंधाचाही वध घडवून आणतो. मात्र हा वध घडवून आणतानाही जरासंधाला धडा शिकवावा, त्याच्यावर अधिकार गाजवावा ही कृष्णाची भूमिका नाही तर, युधिष्ठिराच्या सम्राटपदाच्या मार्गात असणारा जरासंध नावाचा काटा बाजूला सारावा हीच कृष्णाची इच्छा आहे. कारण जरासंधाने युधिष्ठिराला कधीही सम्राट होऊ दिले नसते.

कुरूंच्या राजसभेत द्रौपदीचे वस्त्रहरण घडवून आणणे आणि पांडवांना त्यांचे राज्य परत न करणे या दुर्योधनाच्या निर्णयापाठीमागे पांडवांचा जीवघेणा अपमान करण्याची इच्छा होती. पांडवांची मानखंडना करून दुर्योधनाने आपला अहंकार गोंजारलेला आहे. अर्जुनानेही दुर्योधनाला याप्रमाणेच उत्तर द्यावे असे कृष्णाला वाटत नाही. अर्जुनाने कौरवांवर शस्त्र उचलताना त्याच्या या शत्रूंचा अपमान करू नये अशी कृष्णाची इच्छा आहे. म्हणूनच कृष्ण भीमाला असणाऱ्या रक्ताच्या आसुरी तृष्णेचे समर्थन करीत नाही. अखेरतः जगात हिंसा अटळ ठरते हे खरे; कारण त्याशिवाय सजीवांचे भरणपोषण होणार कसे? मात्र अधिक्षेप करणे म्हणजे अहम्‌चा बडेजाव माजवण्यासाठी हीन पातळीवर जाऊन अहम्‌ची तृप्ती होय.

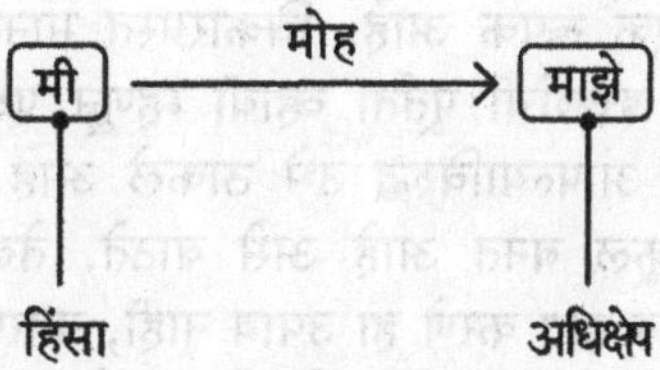

हिंसा आणि अधिक्षेप

भागवत पुराणात गजेंद्र या हत्तींच्या राजाची कथा आहे. मदोन्मत्त झालेला हा गजराज हत्तिणींसह कामक्रीडा करता यावी म्हणून एका कमळांच्या सरोवरात प्रवेश करतो मात्र, सरोवरातली मगर त्याचा पाय घट्ट धरते आणि त्याला खोल पाण्यात ओढते. मगरीच्या पकडीतून सुटण्यासाठी गजेंद्र खूप धडपडतो, मात्र त्याला त्यात यश येत नाही आणि त्याच्या मदतीलाही कुणी येत नाही. परिणामी थकून गेलेला, असहाय गजेंद्र विष्णूचा धावा करतो आणि विष्णू गजेंद्राला त्या मगरीच्या तावडीतून सोडवतो.

गजेंद्रमोक्ष

■■■●●●●●●●●●●●●●●●●●○○□□

ही कथा हे एक रूपक आहे. विकारग्रस्त मानवी मन या भौतिक जगामध्ये आपल्या इच्छांची पूर्तता व्हावी म्हणून प्रयत्नशील असताना, अकस्मात, हे जग आपल्याविरुद्ध उभे ठाकले आहे आणि आपल्याला अधिकाधिक प्रतिकूल बनत आहे असे वाटते. तेव्हा या परिस्थितीत जगाशी निकराने दोन हात करणे हा उपाय नाही, कारण त्यामुळे आपल्या पायाला पडलेली मगरमिठी अधिकाधिक घट्ट होत जाईल. म्हणून, प्राप्त परिस्थितीत आपली झुंज थांबवून अन्य कुणी एक शक्ती यामध्ये हस्तक्षेप करील यावर विश्वास ठेवणे हा यावरचा उपाय आहे, असे हे रूपक आपल्याला सुचवते आहे.

या कथेत गजेंद्र स्वतःकडे बळी म्हणून पाहतो आणि त्याच्या मते मगर खलनायिका आहे. या लढतीत गजेंद्र जिंकला तर, विजयी योद्धा म्हणून त्याची स्तुती होईल आणि तो हरला तरीही स्वतःच्या सुटकेचा प्रयत्न करणारा म्हणून त्याला हुतात्म्याची प्रतिष्ठा मिळेल. मात्र या प्रसंगातील मगर काही खलनायिका नव्हे कारण गजेंद्राकडे मगर एक शिकारी म्हणून वा आपले अन्न म्हणून बघते, हे कुणाही तटस्थ निरीक्षकाच्या ध्यानात येण्यासारखे आहे. त्यामुळे मगरीने या प्रसंगी केलेली हिंसा हे काही अतिक्रमण नाही. मात्र, गजेंद्राच्या मते हे अतिक्रमण आहे कारण तो मदधुंद झालेला असून आपण गजेंद्र असून या साऱ्या हत्तिणींचे स्वामी आहोत, त्यामुळे या सगळ्याजणी आपल्या प्रेमात पडलेल्या आहेत, नव्हे त्या सगळ्यांवर आपलाच वचक आहे अशी त्याची भूमिका आहे. इथे आपण अन्य कुणा प्राण्याची शिकार ठरलेलो आहोत या वस्तुस्थितीकडे गजेंद्राने कानाडोळा केलेला आहे. समोर येणाऱ्या परिस्थितीमुळे आपला मानभंग होत असल्याचा समज करून घेऊन, त्यावर एकतर वीरश्री दाखवायची किंवा हौतात्म्य दाखवायचे यापेक्षाही, आपल्यावर असणारा माया, मोह आणि मद यांचा प्रभाव ओळखून काल्पनिक सीमारेषांच्या मर्यादेसंबंधी तंडत बसण्यापेक्षा, आपल्या आयुष्याला आकार देण्यामध्ये, आपल्या नियंत्रणात असणाऱ्या घटकांचीच नव्हे, तर आपल्या नियंत्रणाबाहेर असणाऱ्या अनेक घटकांचीही भूमिका असते, यावर विश्वास ठेवावा अशी वेदांची शिकवण आहे.

जोपर्यंत आपण हा विश्वास ठेवत नाही तोपर्यंत सगळ्याच समस्या

■■■●●●●●●●●●●●●●●●●●●○○□□

सोडवण्यासाठीचे एक ओझे आपण मनावर बाळगतो. परिणामी आपण उतावळे होतो, दुसऱ्याशी भांडतो आणि आपल्याच समजुतीला बिलगून बसतो. एखाद्या सागराच्या किनाऱ्यावर जितक्या सहजपणे लाटा येऊन आदळतात आणि परत आत जातात तद्वत आयुष्याच्या प्रवाहात येणाऱ्या गोष्टींचा आनंद घेणे आणि आयुष्यातून निघून जाणाऱ्या गोष्टींना (मोह न ठेवता) जाऊ देणे म्हणजे ज्ञानप्राप्ती होय!

> अर्जुना, जे मालमत्तेचा विचार करतात त्यांना मालमत्तेचाच मोह पडतो आणि ते अथकपणे या मालमत्तेच्याच मागे अधाश्यासारखे धावतात. परिणामी, पदरी हताशा येते. त्यामुळे क्रोधाचा जन्म होतो. क्रोधामुळे गोंधळ उडतो. नंतर स्मरणशक्ती दगा देते. पुढे बुद्धिनाश होतो. या सर्वांचा शेवट आत्मनाशात होतो. (अध्याय २, श्लोक ६२ आणि ६३)

निसर्गात अधिक्षेप होत नाही. निसर्गात केवळ हिंसा होते. आपण जेव्हा एखाद्या गोष्टीला काहीएक विशिष्ट अर्थ बहाल करतो आणि त्या आधारे स्वतःची ओळख उभी करतो तेव्हा मात्र अधिक्षेप होतो, अतिक्रमण होते. जोपर्यंत आपण आत्म्याशी संपर्क साधत नाही तोपर्यंत आपल्याला मालमत्तेचा मोह पडतो.

१७.

तू आणि मी उदार असू शकतो

जी भीती आपल्याला एखाद्या कल्पनेला चिकटून राहायला भाग पाडते, त्या भीतीपासून मुक्त होणे म्हणजे **मोक्ष!** आपण जेव्हा क्षमाशील होऊ तेव्हा आणि तेव्हाच आपण भौतिकदृष्ट्या, भावनिकदृष्ट्या आणि बौद्धिकदृष्ट्या उदार होऊ; पुनर्जन्माच्या सापळ्याला पर्याय म्हणून असणाऱ्या या मार्गाची चर्चा गीतेच्या आठव्या अध्यायात कृष्णाने केलेली आहे. मुक्ततेची आस असणारे माणसाचे मनोविश्व आणि व्यवहारी जगाच्या चक्रव्यूहात अडकलेले त्याचे बाह्यविश्व या दोहोंत असणाऱ्या रस्सीखेचीबद्दलचे विश्लेषण गीतेच्या पंधराव्या अध्यायात येते. क्षमा करणे म्हणजे मुळात कृतीच सोडून देणे की कृती केल्यानंतर त्या कृतीच्या विशिष्ट प्रतिक्रियेची अपेक्षा सोडून देणे, या शंकेचे निरसन कृष्णाने गीतेच्या अठराव्या अध्यायात केलेले आहे.

गीतेच्या पंधराव्या अध्यायाचा आरंभ, आपण ज्यात राहतो त्या जगाची रचना स्पष्ट करणाऱ्या एका नेत्रदीपक कल्पनाचित्राने झालेला आहे.

> अर्जुना, ज्या वृक्षाची मुळे आकाशाच्या दिशेने तर शाखा भूमीच्या दिशेने वाढतात तो वटवृक्ष होय! या वटवृक्षाची पाने म्हणजे साक्षात वेद होत, याची ज्ञानी माणसाला जाणीव असते. या वटवृक्षाच्या शाखा म्हणजेच पारंब्या त्यांच्या साहजिक प्रवृत्तीनुसार वर आणि खाली अशा दोन्ही दिशेने प्रवास करीत असतात. माणूस जसा आपल्या अनुभवजन्य ज्ञानाच्या बळावर जगात वावरतो तसेच हेही आहे. वटवृक्षाची आकाशाच्या दिशेने झेपावणारी मुळे, जी भूमीकडे वळतात, ती म्हणजे जणू माणसाने आपल्या कामनापूर्तीसाठी केलेली विविध कर्मे होत. ही कर्मे माणसाला या भौतिक जगाशी घट्ट बांधून ठेवत असतात. आकाशाकडे झेपावणारी मात्र मातीच्या दिशेने वळणारी वटवृक्षाची ही मुळे (मानवी आकांक्षा) छाटून टाकण्याचे सामर्थ्य केवळ ज्ञानातच आहे. अतएव, इंद्रिये आकर्षणाच्या जाळ्यात गुरफटून माणसाची दृष्टी अंधूक होण्याआधी या, निसर्गक्रमापेक्षा नेमका उलटा प्रवास करणाऱ्या वटवृक्षाचे रूप शोधून काढण्याचे सामर्थ्य माणसाला केवळ ज्ञानामुळेच प्राप्त होते. (अध्याय १५, श्लोक क्रमांक १ ते ४)

अक्षयत्वाचे चिन्ह असणाऱ्या वटवृक्षाला हिंदू पवित्र मानतात. वटवृक्षाची मुळे दोन प्रकारची असतात. पैकी काही मूळ असतात तर अन्य दुय्यम प्रकारची असतात, हे या वृक्षाचे वैशिष्ट्य आहे. ही दुय्यम मुळे पारंब्यांमधून निघतात हे खरे असले तरी कालौघात ही मुळे इतकी दाट होतात की झाडाच्या मुख्य बुंध्यापासून त्यांना वेगळे काढणे अशक्य होते.

इथे कवी झालेला कृष्ण, गगनातून वाढणाऱ्या वटवृक्षाचे चित्र आपल्यासमोर रेखाटतो आहे. त्याची मूळ मुळे आकाशात उंच जात आहेत तर दुय्यम मुळे ही जमिनीच्या दिशेने वाढताहेत. अशा प्रकारे या वटवृक्षाचे

संवर्धन वरून आणि खालूनही केले जाते. वटवृक्षाच्या, आकाशात उगवणाऱ्या मुख्य मुळाची मशागत माणसाच्या मनोविश्वातील वास्तव करीत असते. तर, वटवृक्षाच्या, जमिनीकडे धावत असणाऱ्या दुय्यम मुळांची मशागत माणसाचे बाह्य म्हणजेच भौतिक वास्तव करीत असते.

आपण स्वतः म्हणजे हा वटवृक्ष होय. आपले पोषण आतून होते तसेच बाहेरूनही होते. आत असतो तो आपला आत्मा जो अमर्त्य आणि अनंतही असतो आणि म्हणून त्याला मर्त्य आणि परिमित असलेल्या कशाचीही चिंता नाही. आत्मा भुकेला तर नाहीच पण त्याचबरोबर त्याला भीतीचाही स्पर्श होत नाही किंवा आपल्याला कुणी ओळखावे, अशी आस त्याला नाही. बाहेर असलेले जग म्हणजे आपल्या आसपासची माणसे, वस्तू, आपले इतरांशी असणारे नातेसंबंध, आपल्या इच्छा आणि आपल्याला येणारे वैफल्य इत्यादी होय! आपण जेव्हा या बाह्य विश्वाच्या आधारे आपली ओळख मिळवतो तेव्हा ते एका अर्थाने आपल्या सदैव चिंताग्रस्त असणाऱ्या अहंकाराचे प्रकट रूप असते आणि म्हणूनच, ज्ञानरूपी परशूने आपल्याभोवती असलेल्या सर्व दुय्यम मुळांना तू छाटून टाक आणि आत्मारूपी मुख्य मुळाचा आश्रय घे, आणि मुक्त हो, असा कृष्णाने अर्जुनाला उपदेश केलेला आहे. हे मुक्त होणे म्हणजेच मोक्षप्राप्ती होय! या मुक्त अवस्थेत माणसाला बाह्य विश्वाच्या आधारे ओळख मिळवण्याची इच्छा राहातच नाही कारण त्याला स्वतःच्याच अंतःकरणात स्वतःचीच चिरंतन ओळख गवसलेली असते. मोक्ष म्हणजे भयापासून मुक्ती होय!

> अर्जुना, ज्या कुणाला खरोखरच मन, प्रकृती आणि भौतिक प्रवृत्तींमागचे सत्य गवसलेले असते, तो कसेही जीवन जगत असला तरी त्याची पुनर्जन्मापासून सुटका झालेली असते.
> (अध्याय १३, श्लोक २३)

माणसाला होणारी इच्छा (पाली भाषेत तन्हा) ही त्याच्या सर्व दुःखांचे कारण होय, असे गौतम बुद्ध म्हणतो आणि म्हणूनच या इच्छेकडे तुम्ही पाठ फिरवा, इतकेच नव्हे तर, जगात काहीही स्थिर वा कायमचे नसते –

वटवृक्ष; अर्ध्वमूलम् अधः शाखम्

अगदी तुमची ओळख ही देखील त्याला अपवाद नाही हे सत्य तुम्ही स्वीकारा; असा या दुःखावरचा उपायही बुद्धाने सुचवलेला आहे.

गीता मात्र, तुमच्या दोन प्रकारच्या ओळखींवर भाष्य करते. तुमची भौतिक जगातली ओळख म्हणजेच तुमचा अहम् जो तुमच्या मालमत्तेशी संबंधित असतो आणि दुसरी ज्ञानावर आधारित तुमच्या अंतःकरणातली ओळख किंवा आत्मा. भीतीपोटी अहंकाराचा जन्म होतो तर ज्ञानाला आलेले फळ म्हणजे आत्मा होय. अहंकारामुळे काम, क्रोध, लोभ, मोह, मद आणि मत्सर यांचे बीजारोपण होते. तर आत्मा तुम्हांला मोक्षाप्रति नेतो. या प्रवासात आपण कुणालाही जखडून ठेवत नाही वा आपण कुणावर नियंत्रण मिळवण्याचाही प्रयत्न करीत नाही. आपण सगळे जाऊ देतो. आपण उदार होतो आणि सर्वांनाच मोकळीक देतो.

> अर्जुना, जो कुणी आपला अहंकार, मालकीहक्काची भावना आणि हव्यास यांचा त्याग करतो, दुसऱ्या शब्दांत हेच सांगायचे झाल्यास, मी स्वतः, माझे आणि मला यांची जाणीव जो सोडून

देतो त्याला नेहमीच शांती गवसते. (अध्याय २, श्लोक ७१)

भौतिक अथवा बाह्य ओळख (अहम्) ← असुरक्षितता

असुरक्षितता ↓ कल्पनेला चिकटून राहणे ↓ (मोह) साठवणूक

सुरक्षितता → आंतरिक ओळख (आत्मा)

सुरक्षितता ↓ क्षमाशीलता ↓ (मोक्ष) औदार्य

मद ते मोक्ष एक प्रवास

आपण आपल्याजवळील वस्तू इतरांना कशा पद्धतीने देतो हे मोक्षाकडे उत्तम रितीने अंगुलिनिर्देश करत असते. यज्ञविधीमध्ये स्वाहा म्हणून यजमान एकतर दक्षिणा, भिक्षा किंवा दान देऊ शकतो. दक्षिणा म्हणजे पुरोहिताकडून घेतलेल्या सेवेचा मोबदला होय! दक्षिणा देऊन एका अर्थाने यजमान आपले ऋण फेडतो आणि एक व्यवहार पूर्ण करून बंधमुक्त होतो. केवळ भिक्षा ही धर्मार्थ केलेली एक चांगली कृती (पुण्य) असते. जिच्या बदल्यात आपल्याला आदर मिळावा, आपली प्रशंसा व्हावी, आपण दिलेल्या भिक्षेची दखल घेतली जावी अथवा त्याबदल्यात आपल्याला आशीर्वाद मिळावा ही आपली अपेक्षा असते. तर कुठलीही अपेक्षा मनी न ठेवता देणे म्हणजे दान होय! ज्याला दान द्यायचे त्याच्याकडून देणाऱ्याला कसलीच अपेक्षा नसते किंवा दान घेणारा देणाऱ्याच्या ऋणातही राहत नाही. कर्जफेड अथवा दानाच्या कृतीची फलनिष्पत्ती इत्यादींना येथे काहीही स्थान नाही. दान हे सात्त्विक, राजस अथवा तामसी असू शकते, असे गीतेचे प्रतिपादन आहे. दक्षिणा आणि भिक्षा यांना राजस दानाच्या समकक्ष मानले गेलेले आहे.

अर्जुना, सुयोग्य व्यक्तीला समयोचित आणि योग्य त्या स्थळी निरपेक्षपणे केलेले दान हे सात्त्विक दान होय! अनिच्छेने अथवा बदल्यात काहीतरी मिळावे अशी अपेक्षा मनी धरून केलेले दान

म्हणजे राजस दान आहे. कुठलाही सारासार विचार न करता, अनुचित समयी, योग्यता नसलेल्याला, त्याचा उपहास आणि अपमान करायचा म्हणून केलेले दान हे तामस दान असते. (अध्याय १७, श्लोक २० ते २२)

दोन कथांमध्ये याचे विवेचन केलेले आहे. पैकी एक कथा महाभारतातली आहे तर दुसरी भागवतातील आहे. या दोन्ही कथांची सुरुवात सारखीच असली तरी त्यांचे शेवट पूर्णतः भिन्न आहेत.

बालपणीचे दोन सोबती एकमेकांच्या स्नेहापोटी एकमेकांना वचन देतात की मोठे झाल्यावरही, आपण आपल्याकडे जे काही आहे ते समसमान वाटून घेत जाऊ. या दोघांतला एक सरदारपुत्र असतो तर दुसरा हा एका पुरोहिताचा मुलगा असतो. सरदारपुत्रावर नशिबाची कृपा होते तर पुरोहिताचा मुलगा दारिद्र्यात दिवस कंठू लागतो. दारिद्र्याने टेकीला आलेला पुरोहिताचा मुलगा आपल्या श्रीमंत मित्राची मदत घ्यायची असे ठरवतो.

महाभारतामध्ये, पांचाल नरेश द्रुपद, आपला लहानपणीचा सहाध्यायी द्रोण लहानपणी दिले घेतलेले शब्द आपण मोठे झाल्यावरही प्रमाण मानतो म्हणून निष्कांचन द्रोणाचा अपमान करतो. बालपणीच्या मैत्रीचा आधार घेऊन जणू काही हा आपला अधिकारच आहे या थाटात आपले अर्धे राज्य मागण्यापेक्षा द्रोणाने, पुरोहिताला शोभेल अशाप्रकारे दक्षिणा मिळवावी किंवा भिक्षेची याचना करावी, असे द्रुपद त्याला सुनावतो. मैत्री ही दोघा समकक्ष व्यक्तींमध्येच असू शकते असे द्रुपद द्रोणाला सांगतो. या अपमानामुळे संतप्त झालेल्या द्रोणाने द्रुपदाचा राजदरबार सोडला पण त्याच क्षणी आपणही द्रुपदाला त्याच्या बरोबरीचे होऊन दाखवायचेच असा निश्चय द्रोणाने मनोमन केला. द्रोणाने केलेल्या निश्चयाच्या पोटी पुढे सुडाच्या शृंखलेने जन्म घेतला, त्याची परिणती कुरुक्षेत्रावरच्या भीषण मानव संहारात झाली कारण द्रोण कौरवांच्या बाजूने तर द्रुपद पांडवांकडून असे एकमेकांविरुद्ध युद्धाला उभे राहिलेले होते.

श्रीकृष्ण आणि त्याचा बालपणीचा सवंगडी सुदामा यांची कथा भागवतात येते. दरिद्री असणारा सुदामा द्वारकेला जाऊन राजवैभवाचा धनी

■■■●●●●●●●●●●●●●●●●●●●●●○□□

असणाऱ्या कृष्णाची भेट घेतो मात्र, कृष्ण त्याचे अत्यंत आपुलकीने स्वागत करतो, त्याच्यावर अमूल्य भेटवस्तूंचा वर्षाव करतो.

द्रुपदाने द्रोणाची भेट घेताना एका राजाने जी आचारसंहिता पाळणे अपेक्षित असते तिचे पालन केलेले आहे. तू माझ्याकडून वैयक्तिक मदतीची अपेक्षा न बाळगता, समाजामध्ये तुझी जी भूमिका (पौरोहित्य) आहे तिच्याशी सुसंगत असे वागावेस हे बरे, असे द्रुपद द्रोणाला खडसावतो. पुरोहित म्हणून एकतर तू मला काहीएक सेवा दे आणि त्यापोटी माझ्याकडून दक्षिणा घे अथवा तुला भिक्षा घालायलाही माझी ना नाही असेही बोलण्याच्या ओघात द्रुपद द्रोणाला सुनावतो. या प्रसंगात, दुर्दैवाने द्रुपदाला आपल्या बालमित्राची भूमिका समजून घेता आलेली नाही हे आपल्या लक्षात येते. दारिद्र्याने गांजलेल्या आपल्या या बालमित्राला मदतीसाठी आपल्यासमोर पदर पसरताना विलक्षण संकोच वाटतो आहे आणि म्हणून आपल्याला बालपणीच्या वचनाचा आठव देऊन त्याचा एक लटका आधार शोधण्याची द्रोणाची ही धडपड आहे, याची जाणीव द्रुपदाला झालेली नाही. थोडक्यात द्रुपदाने द्रोणाचे दर्शन घेतलेले नाही. दुसरीकडे द्रोण दारिद्र्याने अत्यंत गांजल्यामुळे द्रुपद हा आपला कोणे एके काळचा जिवलग मित्र नव्हे, तर तो आता राजा आहे या वस्तुस्थितीकडे द्रोणाने डोळेझाक केलेली आहे म्हणजेच द्रोणही द्रुपदाचे दर्शन घेण्यात अपयशी ठरलेला आहे.

याउलट सुदामा हाही गरीब असला तरी आपला मित्र असणाऱ्या कृष्णाची भूमिका कालौघात बदललेली आहे याची त्याला जाणीव आहे. आज इतक्या वर्षांनंतर आणि परिस्थिती बदलल्यामुळे बालपणी आपला मित्र असणारा कृष्ण आपल्याला कदाचित ओळखणारही नाही ही शक्यता सुदामाने कृष्णाला भेटायला जाताना गृहीत धरलेली आहे. तो कृष्णाला भेट देता यावी म्हणून सोबत पोहे नेतो. वस्तुतः यासाठी दरिद्री असणाऱ्या सुदाम्याला काही दिवस उपाशीही राहावे लागलेले असते. याचाच अर्थ सुदामाने कृष्णाचे दर्शन घेतलेले आहे. तसेच कृष्णही आपल्या या मित्राचे दर्शन घेतो. कृष्ण सुदाम्याच्या दारिद्र्याचा उपहास करीत नाही, उलट मित्राच्या हक्काने सुदामाकडे भेटीची आणि मित्रप्रेमाची मागणी करतो. यामुळे कृष्णाला आपण पूर्वीइतकेच प्रिय आहोत याची जाणीव सुदामाला

होते. कृष्णाच्या औदार्यामुळे भारावून गेलेला सुदामा त्याच्याकडे काहीही मागत नाही, उलट आपल्याला सर्व काही मिळाले आहे असे त्याला नंतर कळते.

दान या क्रियेत उपकार वा अपेक्षा अभिप्रेत नसते हे मोक्षाचे निदर्शक आहे. आपली संपत्ती किंवा आपली सत्ता यांमुळे आपल्याला आपली ओळख मिळत नसल्यामुळे जेव्हा आपल्याला आपल्या संपत्तीला चिकटून राहावे असे वाटत नाही, किंवा आपल्या आजूबाजूला असणाऱ्या माणसांवर सत्ता गाजवावी असे वाटत नाही तेव्हा मोक्षच आपल्याकडे चालून येतो. खरे म्हणजे आपली संपत्ती आणि आपले अधिकार यांमुळे आपले आयुष्य हे सुखकर होते तर या दोन्हींमुळे आपल्या आजूबाजूला असणारे सशक्त होतात इतकेच!

दक्षिणा	भिक्षा	दान
↓	↓	↓
दिलेल्या सेवेचा मोबदला	स्वप्रतिष्ठा जपण्यासाठी	विना अट केवळ दुसऱ्यांसाठी

परोपकाराचे प्रकार

मोक्षाची अन्य एक खूण म्हणजे दुसऱ्याला सांभाळून घेणे वा त्याला स्वातंत्र्य देणे होय! वस्तुतः हे भावनिक औदार्य आहे. लक्ष्मणाला राम सीतेला वनात सोडून यायला सांगतो हा रामायणाचा शेवट शोकात्म आहे. गोकुळात राहणारी राधा, अन्य गोपिका आणि आपली आई यशोदा या सर्वांना आपण गोकुळात परत येऊ असे कृष्ण वचन देतो. मात्र, मथुरेतील जबाबदारीमुळे कृष्ण गोकुळात कधीही परत येत नाही, या प्रसंगापाशी होणारा भागवताचा शेवटही हृदयद्रावक आहे इतकेच नव्हे तर, आपल्या मुलांचा म्हणा वा द्रौपदीच्या पुत्रांचा मृत्यू कृष्णाने टाळला नाही म्हणून गांधारी कृष्णाला शाप देते या महाभारतातल्या अखेरच्या प्रसंगात वाचक सुन्न होतो.

या पार्श्वभूमीवर, दुःखी असणारी सीता वेगळी ठरते कारण ती रामावर रागावत नाही. तिला रामाच्या वागण्यापाठीमागचा अर्थ उमजतो. रामाची

शहाणीव, त्याचे आपल्यावरील प्रेम यांवर तिचा विश्वास आहे. हे सारे खरे असले तरी, राजपदाच्या ओझ्यामुळे रामावर पडलेल्या मर्यादांचेही सीतेला भान आहे. तसेच कृष्णाच्या विरहाने राधा व्याकूळ झालेली असली तरी ती कृष्णावर रागावत मात्र नाही कारण कृष्णाला आयुष्यात पुढे जायचे आहे याचे भान राधेलाही आहे. आणि यापुढच्या प्रवासात आपण, आपल्या कौटुंबिक जबाबदाऱ्यांमुळे कृष्णाला साथ देऊ शकणार नाही हेही राधा ओळखून आहे. गांधारीने शापवाणी उच्चारताच कृष्ण विचारमग्न होतो पण गांधारीवर संतापत नाही. आपल्या प्रति असणारा गांधारीचा क्रोध कृष्ण समजून घेतो. गांधारीने स्वतःवर लादून घेतलेल्या आजन्म अंधत्वाच्या निर्णयाची जबाबदारी स्वतःवर घेण्याची क्षमता गांधारीत नाही याचीही कृष्णाला जाणीव आहे. गांधारीच्या या निर्णयामुळे तिच्या मुलांच्या मनात सदैव वसणाऱ्या असुरक्षिततेच्या भावनेत वाढ झाली होती हेही कृष्ण ओळखतो. सीता आपली ओळख रामाच्या आधारे सिद्ध करत नाही. राधाही आपले स्थान कृष्णावर अवलंबून ठेवत नाही तसेच कृष्णही आपली भूमिका वा ओळख गांधारीशी निगडित ठेवत नाही, हे आपल्या ध्यानात येते. सीता, राधा आणि कृष्ण या तिघांनीही आपापले व्यक्तिमत्व देही, आत्मा, क्षेत्री, ब्रह्मन् आणि भगवान यांमध्ये विसर्जित केलेले आहे. यांतला प्रत्येकजण हा प्रत्यक्ष उलटा असणारा वटवृक्ष आहे, अतएव या वृक्षाचे भरणपोषण नभांगण करते तर हे वटवृक्ष भूमीची कायम मशागत करीत असतात.

मन

मर्यादित	अमर्यादित
मी = माझे	मी ≠ माझे
तू = तुझे	तू ≠ तुझे
मी ≠ तू	मी = तू

मर्यादित अस्तित्वाकडून अमर्यादित अस्तित्वाकडे

■■■●●●●●●●●●●●●●●●●●●●○□□

मला लोभी, कंजूस आणि नियंत्रक बनवणाऱ्या भयाची जाणीव मला आहे का? भौतिक व्यवहारात, भावनिक पातळीवर आणि बौद्धिकदृष्ट्या औदार्यशील होण्यापासून मला अटकाव करते ते काय आहे? मुक्ती याचा साहजिक अर्थ आपल्याला इतरांपासून तोडून टाकणाऱ्या आणि आपल्याच मनात वसणाऱ्या असुरक्षिततेचा त्याग करणे होय!

१८.

आपण दोघेही एकमेकांसाठी महत्त्वाचे आहोत

औदार्य या संकल्पनेत अन्य कुणाचे तरी अस्तित्व अध्याहृत असते. मठातील जीवनाला महत्त्व देणाऱ्या परंपरा स्वतःला इतरांपासून अलग करण्यावर आपले लक्ष केंद्रित करत असतात. मात्र, गीतेतले तत्त्वज्ञान हे कुणाही तापसासाठी नव्हे तर, गृहस्थाश्रम स्वीकारणाऱ्यासाठी सांगितले गेलेले आहे. गृहस्थाश्रमी व्यक्ती युद्धभूमीवरून पळ काढीत नाही तर कुणाचाही तिरस्कार न करता वा कुणाविषयी ममत्वही न दाखवता ती युद्ध करते. परिणामी ती कुणाचाही अधिक्षेप करत नाही वा तिच्यावरही अतिक्रमण होत नाही. अतएव, बौद्ध विचारप्रणाली आत्म्याच्या अनुपस्थितीचे (अनात्त) आणि निर्वाणाचे म्हणजेच आत्मलोपाचे (ऑब्लिव्हिऑन ऑफ सेल्फ) विचार मांडते तर गीता मात्र **आत्मरती** आणि **ब्रह्मनिर्वाण** या संकल्पना पुढे आणते. आत्मरती म्हणजे तुमच्या अंतःकरणातील अमर्त्याचा आनंद घेणे होय. ब्रह्मनिर्वाण म्हणजे परमात्म्याचा शोध. स्वतः (जीव-आत्मा) आणि अन्य (परम-आत्मा) या दोघांत असणारे नाते हा या आपल्या अखेरच्या प्रकरणाचा विषय आहे. गीतेच्या आरंभीच्या म्हणजे दुसऱ्या अध्यायातच समाधी या शीर्षकाखाली कृष्णाने या संकल्पनेची ओळख करून दिलेली आहे.

■■■●●●●●●●●●●●●●●●●●●●●●●□□

गीतेचा शेवट दोन वेळा होतो. प्रथमतः कृष्णाच्या उपदेशाचा समारोप आहे.

> अर्जुना, या रितीने गुह्यातले गुह्य ज्ञान मी तुला कथन केलेले आहे. माझ्या या कथनावर तू चिंतन करावे आणि तुझ्या इच्छेनुसार तू वागावे हे उचित होय! तुझा जर माझ्यावर संपूर्ण विश्वास असेल आणि म्हणून तू अन्य सारे मार्ग सोडून देणार असशील तर मी तुला मोक्षप्राप्तीकडे नेईन हे नक्की ध्यानात असू दे. जो तुच्छतेने किंवा तिरस्काराने पाहणारा असेल अथवा यामध्ये ज्याला स्वारस्य नसेल अशा कुणालाही तू हे ज्ञान देऊ नकोस. जे कुणी माझे हे कथन ऐकतील त्यांच्यावर मी प्रेमाचा वर्षाव करीन. ज्या कुणाला माझ्या या कथनातले काहीही समजणार नाही मात्र तरीही ते हे कथन ऐकतील त्यांना आनंदाचीच प्राप्ती होईल. मी आतापर्यंत तुला जे जे काही सांगितलेले आहे ते तू एकाग्र चित्ताने ऐकले असावेस असे मला वाटते. या ज्ञानामुळे तुझ्या मनातले सारे भ्रम दूर झाले असावेत असे मी समजतो. (अध्याय १८, श्लोक क्रमांक ६३ ते ७२)

होय, माझ्या साऱ्या भ्रमाचा नाश झालेला आहे आणि इतस्ततः भटकणारे माझे मन आता स्थिरपद झालेले आहे, अशी ग्वाही या उपदेशानंतर अर्जुन कृष्णाला देतो आणि युद्ध करायचे हा निश्चय करून तो रणभूमीवर खंबीरपणे सशस्त्र उभा राहतो. आता मात्र अर्जुनाचे मन निःशंक झालेले आहे आणि कृष्ण सांगेल ती कृती करायला तो सिद्ध आहे.

यानंतर संजय पुन्हा एकदा गीतेचा शेवट करतो. या प्रसंगी, महर्षी व्यासांनी दिलेल्या दिव्यदृष्टीमुळे आपल्याला कृष्णाचे हे शहाणिवेने भारलेले प्रगल्भ शब्द ऐकायला मिळाले एवढेच नव्हे तर, कृष्णाचे विश्वरूप दर्शनही आपल्याला घडू शकले याची कृतज्ञतापूर्वक नोंद संजय करतोच पण त्याचबरोबर व्यासांप्रति कृतज्ञ भाव व्यक्त करायलाही तो विसरत नाही. सरतेशेवटी गीतेच्या अखेरच्या परिच्छेदात तो या कृष्णार्जुन संवादाबद्दल आपले मत देतो.

■■■●●●●●●●●●●●●●●●●●●●●●□□

> जिथे कृष्णाने मानवी मनाला चराचराशी जोडले आहे आणि जिथे धनुर्धारी अर्जुन उभा आहे तिथेच सदैव भाग्य, यश, सार्वभौमत्व, स्थैर्य आणि नियम यांचे वास्तव्य आहे असे माझे मत आहे. (अध्याय १८, श्लोक ७८)

कृष्ण आणि संजय या दोघांनी केलेल्या गीतेच्या समारोपामध्ये असणारा ढळढळीत फरक आपले लक्ष वेधून घेतो. कृष्णाने केलेला शेवट हा तसा मानसिक पातळीवरचा आहे तर, संजयाने केलेला शेवट हा पूर्णतः व्यवहारी आहे. अर्जुनाने कुठल्याही अपेक्षेशिवाय आपल्यावर विश्वास ठेवून, इतरांच्या लाभासाठी, त्याचे योद्ध्याचे कर्तव्य बजावले तर त्याला या मर्त्य जगाच्या बंधनांतून आपण मुक्त करून मोक्षाप्रत नेऊ, असे कृष्णाचे अर्जुनाला सांगणे आहे तर कृष्णाच्या या उपदेशात संजयाला भाग्य (श्री), यश (विजय), राज्यसंपदा (भू), स्थैर्य (ध्रुव) आणि नियम (निती) या पाच वचनांचे प्रतिबिंब दिसते.

अर्जुनाची समस्या ही केवळ त्याची स्वतःची होती, मात्र या समस्येवर कृष्णाने जो उपाय सांगितला त्यामुळे अर्जुनाला इतरांचाही विचार करणे भाग पाडले. इथे संजय इतरांचे प्रतिनिधित्व करतो. कौरव आणि पांडवांच्या युद्धामुळे ज्या हस्तिनापूरवासियांकडे दुर्लक्ष झालेले आहे त्यांचा संजय प्रतिनिधी आहे. संजयाच्या दृष्टीने विचार करता गीतेत कृष्णाने केलेला उपदेश हा निःसंशयपणे राज्यकर्त्यांसाठी - ज्यांनी स्वतःच्या इच्छापूर्तीसाठी लढण्याऐवजी आपल्या प्रजाजनांवर राज्य करणे, त्यांची जबाबदारी घेणे आणि शांतता व समृद्धी प्रस्थापित करणे अपेक्षित आहे त्यांच्यासाठी - आहे. त्यामुळे धृतराष्ट्राने गीता ऐकावी आणि आपल्यावर अन्याय झाला आहे असा त्याचा जो समज होता त्यातून बाहेर पडावे अशी विनंती संजयाने धृतराष्ट्राला केली; कारण या (गैर) समजामुळे धृतराष्ट्राला इतरांची दैना दिसू शकत नव्हती.

> अर्जुना, श्रेष्ठ विचारांच्या माणसांचे अनुकरण करण्यात जग स्वतःला धन्य समजते. (अध्याय ३, श्लोक २१)

■■■●●●●●●●●●●●●●●●●●●●●●●●□□

संजयाने गीतेचा जो शेवट केलेला आहे त्यामुळे गीता आणि वैष्णवपुराणकथा या दोन्हींमध्ये एक नाते प्रस्थापित झालेले आहे. कारण संजयाने उल्लेख केलेली श्री आणि भू ही, युद्धात कधीही पराजित होत नाही म्हणून ज्याला विजय असेही म्हणतात त्या विष्णूच्या सहचरींची नावे आहेत. राजवस्त्रांकित आणि आपल्या राज्ञींसोबत असलेला विष्णू हा या ब्रह्मांडाचा नायक समजला जातो. सार्वभौमत्व, कीर्ती, प्रतिष्ठा आणि प्रसिद्धी व तेजोवलय (करिष्मा) या अमूर्त संपत्तीचे मूर्त स्वरूप म्हणजे श्री होय, तर भू म्हणजे मूर्त संपत्ती म्हणजे भूमी आणि तिच्या पोटात दडलेला खजिना इत्यादी. ध्रुव आणि नीती हे विष्णूचे समर्पित भक्त आहेत. ध्रुव म्हणजे ध्रुवतारा होय. या ध्रुव नावाच्या लहानग्याला, आपल्या अलौकिक पित्याच्या प्रेमाचा अखंड लाभ व्हावा म्हणून त्या पित्याच्या-विष्णूच्या-मांडीवर बसायचे होते कारण विष्णूची मांडी ही एकमेव अशी जागा होती जिथून त्याला कुणीही खाली उतरवू शकले नसते. नीती म्हणजे कायदा-नियम आणि विष्णू हा प्रत्यक्ष धर्म आहे, ही कल्पना स्वीकारली जाते तेव्हाच कायदानियम इत्यादींना महत्त्व असते. धर्माचे अधिष्ठान असेल तर समाजातील असहाय माणसांना मदत करणे आणि सर्वांना न्याय देणे सहज शक्य होते. धर्माशिवाय केलेली कायद्याची अंमलबजावणी म्हणजे हुकूमत, दडपशाही आणि घातपात यांचे केवळ एक साधन बनते.

ज्या काळात रामायण आणि महाभारत या महाकाव्यांचे लिखाण झाले तो काळ आपण डोळ्यांसमोर आणणे आवश्यक आहे. त्याकाळी विविध नातेसंबंधांतून राजेशाही अस्तित्वात यायला आरंभ झालेला होता. म्हणजेच जनसमूहांमध्ये एकाच विस्तारित कुटुंबातील किंवा गोत्रातील व्यक्तींबरोबरच अन्य वंशांतील, कुटुंबांतील आणि कुळांतील व्यक्तींचा समावेश होऊ लागला होता. हे ध्यानात घेतले तर, रामायण ही इक्ष्वाकू वंशजांचा परक्यांशी म्हणजेच राक्षस आणि वा-नर, जे जंगलाचाच कायदा मानीत होते, यांच्याशी जो सशस्त्र संघर्ष झाला त्याची कथा आहे. तर कुरु वंशातील एकाच कुटुंबाच्या दोन शाखांमधील सदस्यांमध्ये असणाऱ्या ताणतणावाचे चित्रण महाभारतात आलेले आहे. या दोन्ही महाकाव्यांचा प्रमुख विषय त्या त्या वंशाची राज्यसंपदा आणि त्यावर नेमका हक्क कुणाचा; हा आहे. अयोध्या, किष्किंधा आणि लंका यांचे

राज्य कुणाचे हा रामायणातला प्रश्न आहे तर हस्तिनापूरच्या राजसिंहासनाचा वारस होणे; ही महाभारतातली समस्या आहे. कुणाही राजाला त्याचे स्वतःचे (मम) आप्तस्वकीय आणि त्याचबरोबर त्याच्या राज्यातील सर्वसामान्य जनता (पर) या दोघांचीही चांगल्या रितीने काळजी घेता येणे हे आवश्यक मानले गेलेले होते. राम हा सर्वश्रेष्ठ नृपती समजला जातो कारण त्याला त्याच्या वैयक्तिक सुखापेक्षा राज्याची, रयतेची आणि स्वतःच्या राजकुलाच्या धवल कीर्तीची सर्वाधिक काळजी होती. कृष्ण हा राज्यावर कुणाला बसवायचे (किंगमेकर) या कलेत निष्णात असणारा सर्वश्रेष्ठ मुत्सद्दी समजला गेला आहे. कारण त्यानेच पांडवांना, कौरवांशी युद्ध करायचे ते त्यांच्यावर सूड उगवण्यासाठी किंवा आपली स्वतःची सत्ताकांक्षा पूर्ण करता यावी म्हणून नव्हे तर, हस्तिनापूरच्या नागरिकांना उत्तम राज्यकारभाराचा लाभ व्हावा म्हणून करणे गरजेचे आहे हे पटवून दिलेले आहे.

> अर्जुना, या त्रैलोक्यात मी करावे किंवा मिळवावे असे काहीही नाही. मात्र तरीही मी कार्यरत राहतो कारण मी कार्यरत राहिलो नाही तर अन्य कुणीही कार्यप्रवण होणार नाही, परिणामी जे जे काही निर्माण केलेले आहे त्यामधील गोंधळ व त्या निर्मितीच्या नाशाला मी कारण होईन. (अध्याय ३, श्लोक २२ ते २४)

विष्णू एका महानागाच्या वेटोळ्यांवर पहुडलेला आहे. मठाधिष्ठित जीवनप्रणालीचे उद्गाते असणाऱ्यांच्या प्रतिमा या नेहमीच नागफण्याच्या छत्राखाली आसनस्थ अवस्थेत दर्शविल्या जात असतात. गौतम बुद्ध किंवा जैन तीर्थंकर पार्श्वनाथ ही याची उदाहरणे आहेत. विष्णूही नागाच्या वेटोळ्यांवर आराम करतो आहे असे पुराणांनी प्रतिपादन केलेले आहे व त्यायोगे कुणीही थोर पुरुष हा भिक्षू असण्याची गरज नाही, तो राजा देखील असू शकतो हा संदेश समाजात पोहाचवलेला आहे. गीता हा वेदांतील दिव्य ज्ञानाचा सारांश आहे. फक्त तो राजाच्या आणि त्याच्या प्रजेच्या गरजांसाठी सुसंगत होईल अशाप्रकारे दिला गेलेला आहे. राज्याला राजाची गरज असते तसेच राजालाही राज्याची आणि प्रजाजनांची आवश्यकता असते, हे वास्तव आहे.

नागफण्याच्या छत्राखाली

धर्म आणि मोक्ष या दोन संकल्पनांमध्ये असणाऱ्या सूक्ष्म ताणाची ओळख गीतेने आपल्याला करून दिलेली आहे. धर्म माणसाने चारचौघांत म्हणजेच समाजात राहावे असे म्हणतो तर मोक्ष मात्र माणसाने समाजापासून अलिप्त असावे असे सांगतो. धर्म म्हणजे नातेसंबंधांची सुघड बांधणी तर मोक्ष म्हणजे नात्यांच्या गुंत्यातून मोकळे होणे. धर्म माणसाला समाजाशी बांधून ठेवतो तर मोक्ष माणसाला बंधमुक्त होण्याचे सामर्थ्य प्रदान करतो. वैदिक कालखंडामध्ये धर्म आणि धर्माचरण ही तरुणाईसाठी सुयोग्य बाब समजली जात असे तर सुमारे अडीच हजार वर्षांपूर्वी बौद्ध आणि जैनांनी समाजात संन्यस्त जीवनप्रणाली लोकप्रिय करून तिला समाजाच्या प्रमुख विचारधारेचे म्हणजेच पर्यायाने मुख्य संस्कृतीचे स्थान प्राप्त करून देईपर्यंत, मोक्ष हा केवळ वृद्धांचाच प्रांत आहे असे समजण्यात येत असे. हिंदू वैदिक कालखंडामध्ये मोक्षापेक्षाही धर्माला अधिक मूल्य होते. मात्र, पुढे म्हणजे पौराणिक काळात हिंदू धर्मामध्ये मोक्षाला धर्मापेक्षाही वरचढ समजण्यास आरंभ झाला आणि त्यावरून त्याअगोदरच्या सुमारे एक हजार वर्षांच्या काळात हिंदू विचारधारेवरही मठाधिष्ठित आयुष्याचा प्रभाव वाढता होता हे लक्षात येते.

■■■●●●●●●●●●●●●●●●●●●●●●□□

पुरुषार्थ : मानवी आयुष्य अर्थपूर्ण करतो

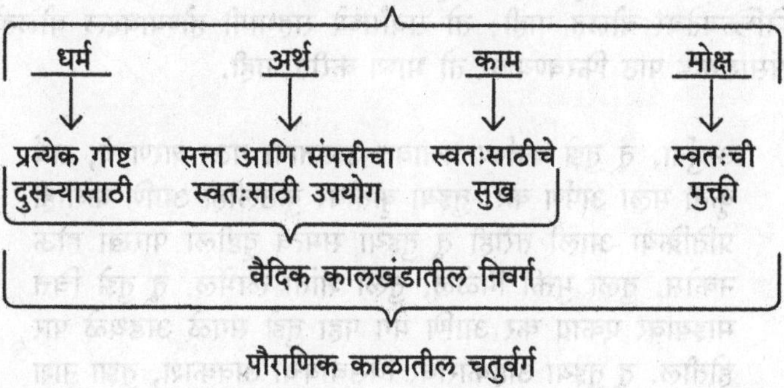

मोक्षाचा समावेश

आज, हिंदू विचारप्रणालीवर विश्वास असणाऱ्याच्या आयुष्याचे ध्येय मोक्षप्राप्तीच आहे की काय असे वाटते. मात्र आयुष्याचे उद्दिष्ट ही संकल्पना, एकदाच मनुष्यजन्म मिळतो असा विश्वास असणाऱ्या संस्कृतींच्याच दृष्टीने महत्त्वाची आहे हे आपण ध्यानात घेतले पाहिजे. या संस्कृतींमध्ये प्रत्येकाच्या अस्तित्वाचा अखेरचा दिवस ठरलेला असतो; मात्र ज्या संस्कृती पुनर्जन्मावर विश्वास ठेवतात त्यांच्या दृष्टीने अस्तित्वाचा अखेरचा दिवस वा जीवनाचे ध्येय यांना महत्त्व नसते. पुनर्जन्मावर श्रद्धा असणाऱ्या संस्कृतीमध्ये महत्त्वाचा असतो तो केवळ ध्यास (परस्युट). हा ध्यासच आपले अंतहीन जीवन सार्थकी लावत असतो. याला पुरुषार्थ असेही म्हणतात. मुळात या ध्यासाचे वर्गीकरण धर्म, अर्थ आणि काम किंवा सामाजिक कर्तव्य, सत्ता आणि सुख अशा तीन प्रकारांत (त्रिवर्ग) केलेले होते. नंतर यात मोक्षानेही स्थान मिळवले, साहजिकच ते चतुर्वर्ग झाले. कुणाही परीक्षकाला मोक्ष हा या चतुर्वर्गातला सर्वोत्तम पुरुषार्थ वाटू शकतो. मात्र प्रत्येक पुरुषार्थाचे (वर्गाचे) त्या त्या विशिष्ट संदर्भातील औचित्य कुणीही त्रयस्थ निरीक्षक नाकारू शकणार नाही हे खरे आहे. अर्थ, काम आणि मोक्ष हे तिन्ही मुख्यतः 'स्वतः'वर लक्ष केंद्रित करतात;

■■■●●●●●●●●●●●●●●●●●●●●●□□

मात्र यांतला चौथा पुरुषार्थ धर्म हा एकमेव घटक इतरांचाही विचार करतो. अतएव गीतेमध्ये कृष्ण सदैव कृतीबद्दल (कर्म) बोलताना आढळतो, तो निष्क्रियतेवर बोलत नाही; तो सर्वांमध्ये सहभागी होण्याबद्दल बोलतो, संसाराकडे पाठ फिरवण्यावर तो भाष्य करीत नाही.

> अर्जुना, तू तुझे कर्तव्य बजावत असताना मला शरण ये, सर्व कृती मला अर्पण कर. तुझ्या कृतीवर कुठलीही आणि कशीही प्रतिक्रिया आली तरीही तू तुझ्या समत्व दृष्टीला पारखा होऊ नकोस. तुला मुक्ती मिळेल, तुला शांती लाभेल. तू तुझे चित्त माझ्यावर एकाग्र कर आणि मग पहा तुझे सगळे अडथळे पार होतील. तू तुझ्या अहंकारावर विसंबायचा अवकाश, तुझा नाश अटळ असेल! (अध्याय १८, श्लोक ५६ ते ५८)

बौद्ध पौराणिक कथांनुसार सिद्धार्थ गौतम आपली पत्नी, मुलगा, पिता आणि आपले राज्य हे सारे सोडून आयुष्यातील दुःखावरचा उपाय शोधण्यासाठी वनात निघून जातो. वनामध्ये त्याची गाठ मानवी मोहाचे मूर्तरूप असणाऱ्या मार नामक राक्षसाशी पडते. गौतम माराचा पाडाव करतो आणि बुद्ध होतो. हिंदू पुराणांत माराची भूमिका ही काम या मोहाच्या देवाकडे दिलेली आहे. काम हा देवांचा राजा असणाऱ्या इंद्राचा मित्र आहे. इंद्र अमरावतीचा रहिवासी आहे. अमरावतीत सर्व कामना पूर्ण होतात म्हणूनच अमरावतीला स्वर्ग असेही म्हटले जाते.

मात्र, देवराज इंद्र असुरक्षिततेच्या भावनेने सदैव ग्रासलेला असतो, अस्वस्थ असतो. आपली राजधानी आणि खजिना कुणीतरी लुटून नेईल याची त्याला सदैव भीती वाटते. त्याचा कुणावरही विश्वास नाही. इंद्राची देवालये कोणीही बांधत नाहीत. याच्या उलट, आपला तिसरा डोळा उघडून कामाचे भस्म करणाऱ्या शिवाची देवालये सर्वत्र दिसतात. हिमाच्छादित कैलास पर्वत हे शिवाचे घर आहे. तिथे काहीही उगवत नाही, काहीही टिकून राहत नाही. इतकी सगळी विपरीत परिस्थिती असूनही शिवाला काहीही फरक पडत नाही कारण मुळातच शिवाच्या राज्यात इच्छा नाही, भूक नाही, साहजिकच तिथे अन्नाची गरज नाही.

■■■●●●●●●●●●●●●●●●●●●●●●●□□

शिवमंदिरांत शिवासह नेहमी शक्तीही असतेच. शक्ती ही देवी आहे. शिवाचे प्रतीक असणारे लिंग जिच्यामध्ये स्थित असते ती शाळुंका (योनी) ही शक्तीची अभिव्यक्ती आहे. या शक्तीच्या वेटोळ्यात शिवाची दगडी पिंडी (लिंग) एकटी एखाद्या खांबासारखी उभी असते. शिवाने बैरागी होऊन या भौतिक जगाकडे पाठ फिरवलेली असूही शकते; मात्र शक्तीने त्याला पृथ्वीतलाशी बद्ध केलेले आहे, त्या संन्याशाला गृहस्थाश्रमाची दीक्षा दिलेली आहे. परिणामी आपल्या भव्य आणि आतिथ्यविन्मुख हिमशिखरांनी वेढलेल्या कैलासातून गंगातटीच्या, बाजारपेठांनी गजबजलेल्या आणि एकापेक्षा अधिक स्मशानेही असलेल्या काशी नगरीत यायला शक्तीने शिवाला भाग पाडलेले आहे. शिवाने काशीमध्ये पाय ठेवताच शक्ती त्याला मानवी इच्छा-आकांक्षा तसेच मानवाची भूक आणि भीती यांची जाणीव करून देते, नव्हे त्याकडे लक्ष देण्याचीही ती शिवाला सूचना करते. कारण माणूस हा शिवाइतका कृतिचतुर, सक्षम आणि गुणसंपन्न नाही हे शक्तीला ठाऊक आहे. शिवाचे काम शक्तीच्या भावभावना जाणून घेऊन तिच्याशी समरस होणे, अपूर्ण आहे म्हणून तिचा तिरस्कार न करता तिच्यावर प्रेम करणे हे आहे हेही शक्तीला माहिती आहे. अतएव, इथे शक्ती कामाक्षी होते. तिचे मादक नेत्र इच्छा जागृत करतात. परिणामी शिवामध्ये कामेच्छा परत एकदा जन्म घेते. ती परमिता म्हणजे स्वतःच्या अस्तित्वाला दुसऱ्याच्या (पर-परम) (शिवाच्या) सहाय्याने परिपूर्णत्व देणारी होते. सर्वांना अन्न देणारी अन्नपूर्णा म्हणजे शक्तीच होय. आणि शिव इतरांसाठी भिक्षा मागणारा भिक्षाटन, भिकारी होतो. शिव आणि शक्तीच्या पोटी दोन पुत्र जन्माला येतात. पैकी एक गजमुखधारी आणि धष्टपुष्ट असणारा गणेश तर दुसरा बलसंपन्न आणि भालाधारी कार्तिकेय हा होय! हे दोघे म्हणजे माणसाच्या संघर्षाला साभिप्राय आणि संमतिपूर्वक मान्यता देणारी, शिवाची समूर्त कृपाभावना आहेत.

सरतेशेवटी सिद्धार्थ गौतम वनातून परत येतो, तेव्हा तो एक समजूतदार पती, पिता, पुत्र वा राजा नसतो तर आत्मज्ञान झालेला शिक्षक असतो. त्याला प्राप्त झालेले ज्ञान त्याला संसारापासून अलिप्त करते. हेच दुसऱ्या शब्दांत सांगावयाचे झाल्यास, सिद्धार्थ समाजात परत आला तरी तो त्या समाजाशी पुन्हा संबद्ध झाला नाही. हिंदू महाकाव्यात मात्र, जे जे कुणी

वनातून परत समाजात आले ते ते नेहमीच समाजात परत एकदा मिसळून गेले आहेत. रामायणात राजमहालातील कारस्थानापोटी रामाला वनवास पत्करावा लागतो. वनवासात राहणारा राम जंगलचा कायदा नाकारतो, तिथे सुव्यवस्थेची घडी घालून देतो. वनातून परतलेला राम हा नंतर सर्वश्रेष्ठ राजा होतो. महाभारतात, पांडवांचा जन्मच मुळात वनात झालेला आहे. तिथून हस्तिनापुरात आल्यानंतर पुढे आपल्या जिवाला धोका आहे असे ध्यानात येताच ते पहिल्यांदा वनात परततात, पुढे द्यूतक्रीडेत सर्वस्व गमावल्यावर ते दुसऱ्यांदा जंगलात जातात. त्यानंतर हस्तिनापुरावर पांडव अनेक वर्षे यशस्वी राज्य करतात आणि तिसऱ्यांदा म्हणजे अखेरचे वनात जातात. जंगलातून मानवी समाजात परत आलेले पांडव प्रत्येक वेळी पूर्वीपेक्षा अधिक शहाणे आणि समजूतदार होत जातात, त्यांना समाजमनाची असणारी जाणीव अधिकाधिक खोल होत गेलेली आहे. एकीकडे वनाने बुद्धाला सगळ्या मानवी नातेसंबंधांपासून दूर नेले, तोडून टाकले. तर त्याच वनाने रामायण आणि महाभारताच्या नायकांना मात्र मानवी नातेसंबंधांचे महत्त्व पटवून दिले. परिणामी, हे नायक समाजाशी एकरूप झाले. इतकेच नव्हे तर, दरवेळेला त्यांना समाजाची असणारी जाण अधिकाधिक प्रगल्भ होत गेली.

पतंजलीच्या योगसूत्रांत योगक्रियेच्या एकूण आठ पायऱ्या दिलेल्या आहेत. यांतली एकएक पायरी जसजशी आपण चढत जातो तसतसे क्रमाक्रमाने आपण समाजापासून शरीराने, श्वासाने, जाणिवेने आणि शेवटी मनाने विभक्त होतो आणि आपला प्रवास आत्म्याच्या दिशेने सुरू होतो. या प्रक्रियेतल्या सर्वोच्च पायरीला समाधी म्हणतात. समाधी म्हणजेच अनंताशी एकरूप होणे असे म्हटले जाते! एखाद्या तापसाच्या दृष्टीने समाधी म्हणजे आपले मर्त्य असणारे शरीर स्वेच्छेने त्यागण्याचे आणि अनंतात विलीन होण्याचे सामर्थ्य होय! मात्र गृहस्थाच्या दृष्टीने समाधी या शब्दाला वेगळा अर्थ आहे आणि या अर्थाची सूचक चिन्हे या शब्दाच्या रचनेतच आहेत.

समाधी हा शब्द दोन शब्दांच्या संयोगातून जन्माला आलेला आहे. यांतला पहिला शब्द सम याचा अर्थ, हिंदुस्थानी संगीतातील तालाच्या आवर्तनातील पहिला ठोका आणि आदि म्हणजे मुळारंभ. 'दुसऱ्याकडे'

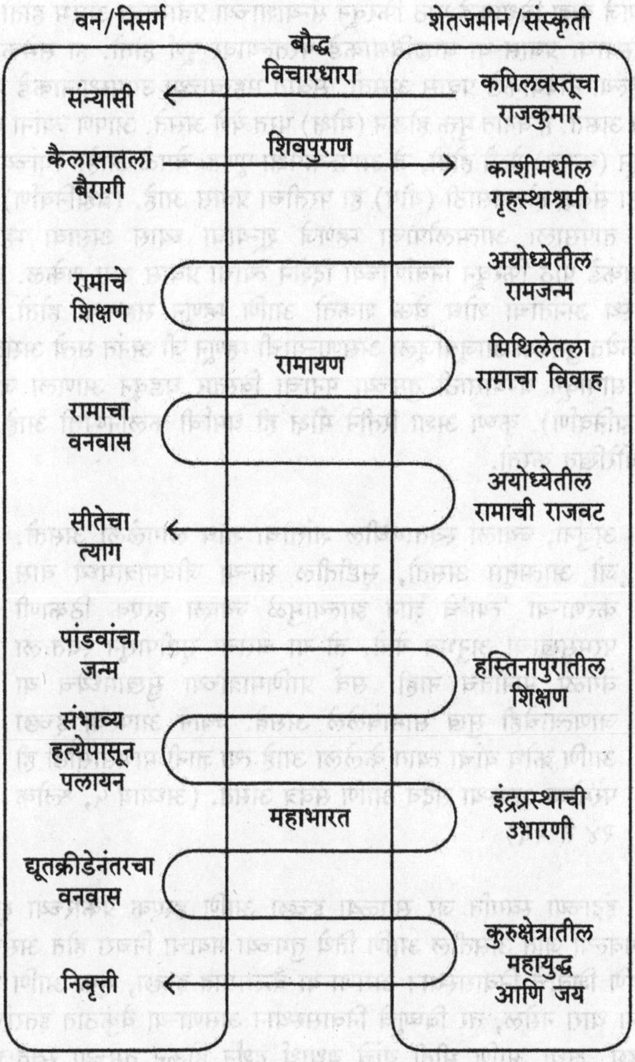

बुद्ध, राम आणि पांडव या प्रत्येकाचे वनातून परत येणे

■■■●●●●●●●●●●●●●●●●●●●●●●●□□

म्हणजे बाह्य विश्वाकडे पाठ फिरवून संन्याशाच्या प्रवासाचा आरंभ होतो तर गृहस्थाचा प्रवास या बाह्यविश्वाकडे परतल्यावर पूर्ण होतो. हा समेकडे-पहिल्या ठोक्याकडे प्रवास असतो. सर्वांत महत्त्वाच्या उगमस्थानाकडे परत येणे असते. हे वनात मुक्त होऊन (मोक्ष) परत येणे असते. आपण ज्यांना मागे ठेवून (वनात) गेलो होतो, जे आपल्यापेक्षा पूर्णतः वेगळे आहेत त्यांच्याशी पुन्हा संबद्ध होण्यासाठी (योग) हा परतीचा प्रवास आहे. (ब्रह्मनिर्वाण).

तापसाला आत्मलोपाचा म्हणजे शून्याचा ध्यास असावा म्हणून जगाकडे पाठ फिरवून निर्वाणाच्या दिशेने त्याचा प्रवास असू शकेल. मात्र गृहस्थ अनंताचा शोध घेऊ शकतो आणि म्हणून सहभागी होतो. या प्रक्रियेत तुमच्या आजूबाजूला असणाऱ्यांची म्हणून जी अनंत सत्ये असतात ती सामावून घेण्यासाठी तुमच्या मनाचा विस्तार घडवून आणला जातो (ब्रह्मनिर्वाण). कृष्ण अशा रितीने मोक्ष ही धर्माची फलनिष्पत्ती आहे, हे अधोरेखित करतो.

> अर्जुना, ज्याला स्वतःमधील शांतीचा शोध लागलेला असतो, जो आत्मतृप्त असतो, सृष्टीतील साऱ्या जीवमात्रांमध्ये वास करणाऱ्या 'त्या'चे ज्ञान झाल्यामुळे ज्याला हरएक ठिकाणी परमसुखाचा अनुभव येतो, तो या चराचर सृष्टीपासून स्वतःला वेगळा मानीतच नाही. सर्व प्राणिमात्रांच्या सुखामध्येच या जाणत्याचेही सुख सामावलेले असते. ज्याने आपल्या इच्छा आणि क्रोध यांचा त्याग केलेला आहे त्या ज्ञानी माणसासाठी ही परमोच्च अवस्था सदैव आणि सर्वत्र असते. (अध्याय ५, श्लोक २४ ते २६)

इंद्राच्या स्वर्गात जर सगळ्या इच्छा आणि हरएक प्रकारच्या क्षुधा भागवल्या जात असतील आणि तिथे तुमच्या भयाचा निचरा होत असेल; आणि शिवाचे निवासस्थान असणाऱ्या कैलासात इच्छा, भूक आणि भय यांना थारा नसेल, तर विष्णूचे निवासस्थान असणाऱ्या वैकुंठात इतरांच्या इच्छा, क्षुधा आणि भीती यांचे यथार्थ दर्शन होऊन तुमच्या स्वतःच्या कामना, क्षुधा आणि भीती यांपासून तुमची मुक्तता होत असते.

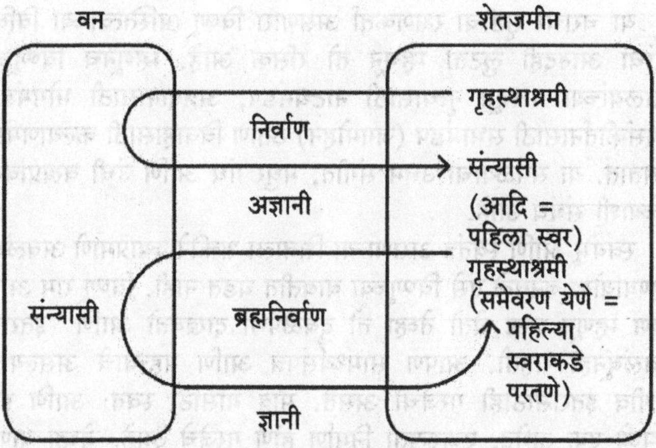

उगमाकडे परत

तटविहीन क्षीरसागरामध्ये वैकुंठ ही विष्णूची नगरी वसलेली आहे. काठ नसलेला हा क्षीरसागर हे असीम असणाऱ्या निसर्गाचे (प्रकृतीचे) रूपक आहे. या तीर नसलेल्या दुग्धसागराच्या रूपकात आणखीही एक अर्थ दडलेला आहे तो म्हणजे या महासागराच्या निर्मितीमागे कुठलाही हेतू नाही किंवा त्याचे असे कुठलेही ध्येय (डेस्टिनेशन) नाही. भूमीवर निर्माण होणाऱ्या साऱ्या संपत्तीची निर्मिती ही सरतेशेवटी निसर्गाच्या घुसळणीतूनच होत असते, या प्रक्रियेचे निदर्शक म्हणजे क्षीरसागरातले दूध होय! या जगावर नियंत्रण मिळवण्याचा प्रयत्न करणारे आणि त्यासाठी आपापसांत लढून आळीपाळीने जय आणि पराजय मिळवणारे देव व असुर आणि त्यांच्यातील या लढती तसेच, पृथ्वीवर होणारा मानवी संस्कृतीचा उत्कर्ष आणि पतन हे सारे पाहण्यासाठी भूदेवता आर्त हाका मारून, या क्षीरसागरामध्ये गाढ निद्रेत असणाऱ्या विष्णूला जागे करते आणि त्याला या साऱ्या घटना पाहायला भाग पाडते. परिणामी, पृथ्वीवर राहणाऱ्या प्रत्येकाला निसर्गाचे (प्रकृती) वास्तव रूप समजावून देण्यासाठी आणि त्याचबरोबर मानवजातीत (पुरुष) दडलेल्या सुप्त सामर्थ्याची जाणीव करून देण्यासाठी विष्णू पृथ्वीवर विविध अवतार घेतो.

■■■●●●●●●●●●●●●●●●●●●●●●●●●□□

या चराचर सृष्टीचा रक्षणकर्ता असणारा विष्णू अस्तित्वाच्या विविध रसांचा आनंदही लुटतो म्हणून तो रसिक आहे. म्हणूनच विष्णूच्या देवालयांच्या वास्तूत नृत्यासाठी नाट्यमंडप, अन्नदानासाठी भोगमंडप, नामसंकीर्तनासाठी सभामंडप (जगमोहन) आणि विवाहासाठी कल्याणमंडप असतात. या सगळ्यांचा उत्तम संगीत, मधुर गंध आणि उंची वस्त्रप्रावरणे यांच्याशी संबंध आहे.

स्वयंभू आणि स्वतंत्र असणाऱ्या शिवाला शक्तीने ज्याप्रमाणे अवलंबून राहण्यायोग्य बनवले तसे विष्णूच्या बाबतीत घडत नाही. विष्णू राम आणि कृष्ण म्हणून जन्म घेतो तेव्हा तो दुबळेपणा दाखवतो आणि इतरांवर अवलंबूनही राहतो. आपण सामर्थ्यसंपन्न आणि महत्त्वाचे असल्याची जाणीव इतरांसाठीही गरजेची असते. मात्र यासाठी स्वतः आणि इतर यांमध्ये एक अभेद, एकरूपता निर्माण होणे गरजेचे आहे. जेव्हा माणूस स्वतःमध्ये समोरच्याचे प्रतिबिंब पाहतो, स्वतःमध्ये समोरच्याला सामावून घेतो तेव्हा आणि तेव्हाच हे घडणे शक्य असते. तुला माझी गरज भासायला

ब्रह्मदेव

■■■●●●●●●●●●●●●●●●●●●●●●●●□□

हवी असे मला वाटते. मात्र तुला जर माझी आवश्यकताच वाटत नसेल आणि तरीही माझ्याकडून काहीही न घेता तू मला निव्वळ काही ना काही देत असशील, तर मात्र, मी स्वतः आणि माझे हे अस्तित्व अर्थहीन, कवडीमोल आणि हेतुशून्य ठरते. तुला माझी गरज आहे असे जेव्हा मला वाटते तेव्हा तुझी ही भावनाच माझे मन प्रकाशाने भरून टाकते. आणि मला कृतकृत्य वाटते. त्याचप्रमाणे मला तुझी गरज आहे, असे तुला वाटणे आवश्यक आहे. मला जर तुझी गरजच नसेल, मी अवलंबून राहण्यायोग्य असूनही जर मी अलिप्त असेन तर तू अपमानित होशील, दुखावशील, आणि आपले अस्तित्व अनावश्यक आहे आणि या सगळ्या प्रकरणात मी मोठेपणाचा आव आणतो आहे असे तुला वाटेल.

रामायण, महाभारत व भागवत यांमध्ये येणाऱ्या विष्णूच्या अनेक कथांमध्ये विष्णू मानवी आयुष्यातला जन्म, मृत्यू आणि अगदी दारुण दुःखाचाही अनुभव कसा घेतो हे दर्शवलेले आहे. राम असो की कृष्ण, दोघेही माणसासारखेच वागताना दिसतात. या दोघांची आपापल्या प्रियतमेविषयीची तळमळ मानवीच आहे. देव असले तरी आयुष्याच्या एका टप्प्यावर राम सीतेसह आणि कृष्ण राधेसह राहू शकत नाही आणि तरीही, या दोघांच्या वागण्यात कुठेही कडवटपणा, संताप किंवा सूडबुद्धी दिसत नाही. कारण या दोघांचे प्रेम निरपेक्ष होते.

भावना असलेला, स्खलनशील, जितके देतो तितकेच त्याला मिळते असा असणारा हा देव, ही केवळ हिंदू विचारप्रणालीतली वैशिष्ट्यपूर्ण कल्पना आहे.

सर्वसंगपरित्याग केलेला आणि आर्ष बौद्ध विचारातील ज्ञानप्राप्ती झालेल्या गौतम बुद्धाचे पुढे नंतर बौद्ध विचारातील करुणामय बोधिसत्वात जे रूपांतर झाले ते एकप्रकारे, बैरागी असणाऱ्या शिवाचे गृहस्थाश्रमी शंकरामध्ये जे परिवर्तन झाले त्याचे प्रतिबिंब आहे. तर विष्णू जो एकाच वेळी राजा आहे तसाच संन्यासी आणि प्रेमिकही आहे, इतकेच नव्हे तर, तो इतरांचा सांभाळ करतो आणि त्याला इतरांच्या मदतीची आवश्यकता भासते, ही वैष्णव पुराणातील एक विलक्षण कल्पना आहे.

रामरूपी विष्णू सीतेचा त्याग करतो तर कृष्णावतारात विष्णू राधेला सोडून देतो तरी सीता अथवा राधा विष्णूवर संतापताना दिसत नाही. या

संन्यासी ते गृहस्थाश्रमी

दोघींचे विष्णूवर असणारे प्रेमही निरपेक्ष आणि समर्पितच आहे. दोघींच्याही बाबतीत प्रेम सुखप्राप्तीची हमी कधीही देत नाही किंवा अधिकार व बंधन ठरत नाही. प्रेमभावना ही स्वतःच एक पारितोषिक आहे, मानवतेच्या आविष्काराची सर्वोच्च शक्यता आहे. ही अवस्था गाठणे म्हणजे आत्मरत होणे. कुठल्याही अपेक्षेशिवाय एखादी कृती करून त्यातून कृतकृत्यता अनुभवणे म्हणजे आत्मरती; गीतेच्या तिसऱ्या अध्यायातील सातव्या श्लोकात याचा संदर्भ आहे. आत्मरती हे ब्रह्मस्थितीचे फळ आहे. मानवाच्या कल्पनाविश्वाचा अर्थ समजून घेताना स्वतः स्थिर राहणे म्हणजे ब्रह्मस्थिती; दुसऱ्या अध्यायातील बहात्तराव्या श्लोकात हा उल्लेख आहे. हे तेव्हाच घडते जेव्हा ब्रह्मांडात घडणाऱ्या अनंत घडामोडींमध्ये आपण केवळ निमित्तमात्र आहोत याची सतत जाणीव राहते; अकराव्या अध्यायातील तेहतिसाव्या श्लोकात कृष्णाने हेच सांगितलेले आहे.

डोळे मिटून ध्यान करण्याची पद्धत लोकप्रिय करण्याचे श्रेय हे बौद्ध विचारधारेचे आहे तर आपले डोळे उघडे ठेवून देवालयातील देवतेचे दर्शन घेणे ही परंपरा पुराणकालीन हिंदू जीवनपद्धतीत सुरू झाली. एका पद्धतीमध्ये अंतरंगातील प्रवासावर लक्ष केंद्रित केले गेलेले आहे तर दुसऱ्या परंपरेत तुमच्या मनातील प्रवासाच्या आधारे तुमचा भौतिक जगातला प्रवास सुकर व्हावा यावर लक्ष देण्यात आलेले आहे.

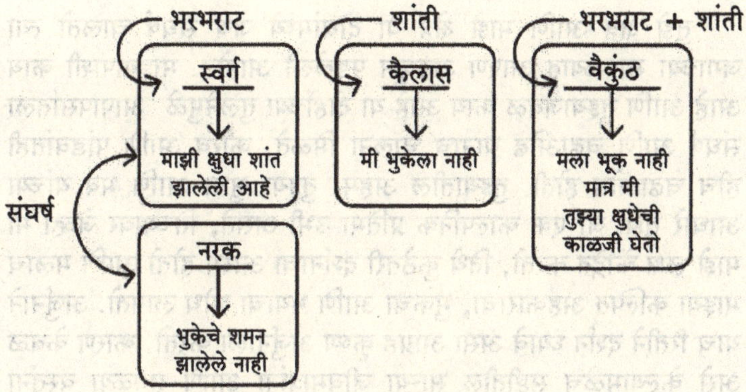

स्वर्ग, कैलास आणि वैकुंठ

आत्मा ही कल्पना मनाचीच निर्मिती असल्याची जाणीव झाली की दुःखापासून मुक्ती मिळते, असे बौद्धांच्या निर्वाण या संकल्पनेचे तत्त्व आहे. तर गीतेमध्ये ब्रह्मनिर्वाण या संकल्पनेमुळे, इतरांनी स्वतःच्या मागे लावून घेतलेले काल्पनिक चिंतांचे शुक्लकाष्ठ; दुसऱ्यांवर नियंत्रण, वर्चस्व गाजवण्याची आणि दुसऱ्यांमध्ये अडकून पडण्याची त्यांना भासणारी गरज; सोडून देण्याची क्षमता व अधिकार मिळाला असूनही सोडून देण्याची त्यांची असमर्थता, या सगळ्याची जाणीव होते आणि त्याची सह-अनुभूती मिळते. आपण जसजसे इतरांचे, समोरच्यांचे त्यांची पारख न करता अधिकाधिक निरीक्षण करू तसतसे आपल्याला समोरच्यामध्ये वा इतरांमध्ये आपल्या स्वतःचेच प्रतिबिंब पडलेले आढळेल. आपल्याच कल्पनाविश्वाच्या आधारे आपणच आपल्या मनातील चिंतांची निर्मिती करीत असतो. म्हणजे, आपणच आपल्या मनात स्वतःची जी प्रतिमा उभी करून जोपासलेली असते तिला स्वैर सोडत असतो.

अर्जुना, ज्याला ईश्वरी अस्तित्वाची सदैव जाणीव असते इतकेच नव्हे, तर जो त्या सर्वेश्वराशी अंतर्बाह्य एकरूप होतो, त्याला नेहमीच शांती आणि परमोच्च आनंदाचा लाभ होतो. (अध्याय ६, श्लोक १५)

तुझे क्षेत्र आणि माझे क्षेत्र या दोघांमध्ये जेथे संघर्ष चालतो त्या जगाच्या सापळ्यात आपण अडकून पडलेलो आहोत. माझ्यापाशी काय आहे आणि तुझ्याजवळ काय आहे या दोहोंच्या तुलनेमुळे आपापसांतला संघर्ष आणि चढाओढ यांनाच चालना मिळते. कौरव आणि पांडवांतही हीच चढाओढ होती. तुझ्यातील अहम्, तुझ्या क्षुधा आणि भय यांच्या आधारे तुझी जी एक काल्पनिक प्रतिमा उभी असते, तिच्यावर जेव्हा मी माझे लक्ष केंद्रित करतो, तिथे कुठेतरी दर्शनाचा आरंभ होतो आणि मलाच माझ्या कल्पित अहंकाराचा, भुकेचा आणि भयाचा शोध लागतो. अर्जुनाने याच रितीने दर्शन घ्यावे असा आग्रह कृष्ण अर्जुनाला करतो. कारण केवळ असे केल्यामुळेच सृष्टीतील साऱ्या जीवमात्रांना आणि सगळ्या वस्तूंना व्यापून राहिलेला आत्मा, अनंत आणि अमर्त्य आहे इतकेच नव्हे तर तो सदैव शांतस्वस्थही असतो हे आपल्याला समजते.

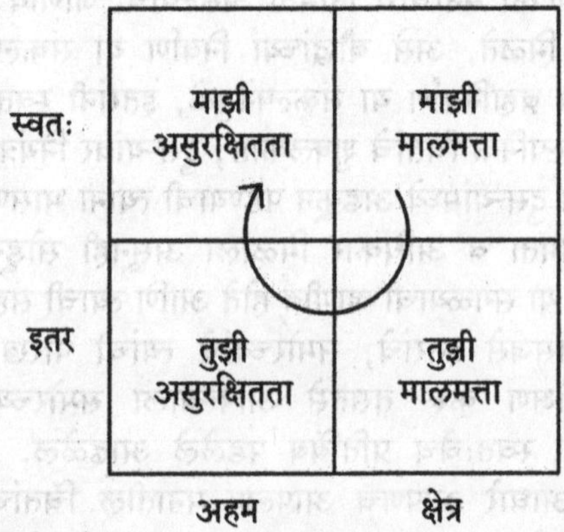

गीतेचा प्रवास

हेच दुसऱ्या शब्दांत सांगायचे झाले तर, अन्य कुणाचे दर्शन घेणे म्हणजेच स्वतःचेच दर्शन घेणे होय! बाह्यदर्शनाचा मार्ग हा सरतेशेवटी अंतःकरणाच्या दर्शनापाशीच जाऊन थांबतो. हे आत्मज्ञान, आपल्याला येणारे हे भानच आपल्याला आपल्या सगळ्या चिंता स्वीकरण्यासाठी आणि त्यांपासून मुक्त होण्यासाठी सहाय्यही करते. परिणामी,

युद्धप्रसंगातही आपण स्वतःसह इतरांकडे अधिक प्रेमाने, अधिक ममत्वाने पाहू शकतो.

गीतेने दिलेले आणि तिच्या कथनातून आविष्कृत झालेले हे अभिवचन आहे ते तुमच्या पर्यंत पोहोचवण्याचा माझा हा केवळ एक प्रयत्न आहे.

तुझी आणि माझी वर्तणूक नियंत्रित न करताही आपण दोघेही एकमेकांशी नाते जोडू शकतो का? आपल्या क्षुधा आणि भय यांपासून आपणा दोघांनाही मुक्ती मिळावी यासाठी आपण एकमेकांना सहाय्य करू शकतो का? (जर याचे उत्तर होकारार्थी असेल) तर आपला प्रवास ब्रह्मनिर्वाणाच्या दिशेने सुरू आहे. जेव्हा कुठल्याही बाह्य वा भौतिक यशामुळे आनंदून जाण्यापेक्षा आपल्याला आपल्या अंतःकरणातील आनंदाच्या झऱ्याचा शोध लागतो तेव्हा आपण आत्मरतीकडे मार्गक्रमण करीत असतो.

माझ्या गीतेनंतर :
कृष्णाचा आणखी एक उपदेश

श्रीमद्‌भगवद्‌गीतेनंतर येते ती 'कामगीता' हे परमेश्वराच्या कामेच्छेचे गान आहे. त्यानंतर येते ती 'अनुगीता' म्हणजे गीतेचा पाठपुरावा. या दोन्हींचे कथन देखील कृष्णानेच केलेले आहे. त्या अशा रितीने सांगितल्या गेल्या.

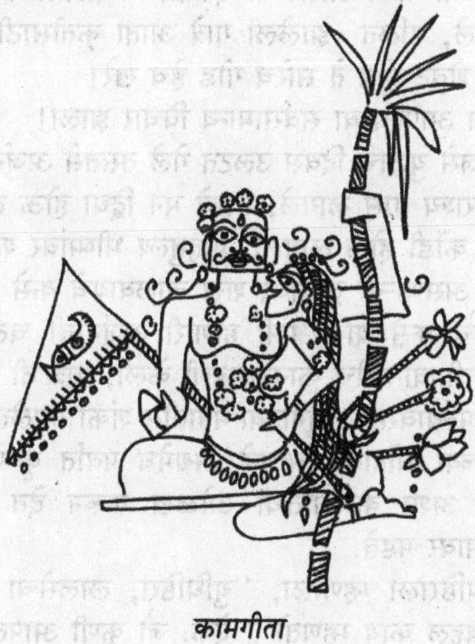

कामगीता

■■■●●●●●●●●●●●●●●●●●●●●●●■□

कृष्णाने गीतेचा समारोप केल्यानंतर अर्जुनाला विचारले; मी जे काही सांगितले ते तू नीट ऐकले आहेस ना? तुझ्या मनातला गोंधळ दूर झाला की नाही? कृष्णाच्या या दोन्ही प्रश्नांना अर्जुनाने होकारार्थी उत्तरे दिली.

> कृष्णा, तुझ्या कृपेने आता माझ्या मनात कुठलाही भ्रम अथवा गोंधळ उरलेला नाही. मी (या कुरुक्षेत्रावर) कसे वागायला हवे हे मला समजले आहे. आता मी स्थिरचित्त झालेलो आहे. आता माझ्या मनावर कुठल्याही शंकेचे मळभ राहिलेले नाही. तुझी आज्ञा पाळायला मी सिद्ध झालेलो आहे. (अध्याय १८, श्लोक ७३)

यानंतर युद्धाला प्रारंभ झालेला आहे याची उद्घोषणा म्हणून अर्जुनाने आपला देवदत्त शंख फुंकला आणि आपला रथ युद्धभूमीकडे वळवावा असे कृष्णाला सुचवले. कृष्णाने घडवलेल्या सम्यक्‌दर्शनामुळे अर्जुनाचे भरकटलेले मन थाऱ्यावर आले. तो एकाग्रचित्त झाला. संभ्रम दूर होऊन सर्व सुस्पष्ट झाले, गलित झालेली गात्रे आता कृतीसाठी सिद्ध झाली. शेवटी, ज्याचा शेवट गोड ते सारेच गोड हेच खरे!

अर्थात, हा आपला वा सर्वसामान्य विचार झाला!

मात्र, जसजसे युद्धाचे दिवस उलटत गेले तसतसे अर्जुनाला पुन:पुन्हा संशय आणि नैराश्य ग्रासू लागले, त्याचे मन द्विधा होऊ लागले. त्याची पुन्हा मानसिक कोंडी होऊ लागली. पितृतुल्य भीष्मांवर शरसंधान करावे की नाही, गुरु असणाऱ्या द्रोणांवर शस्त्र चालवायचे कसे किंवा नि:शस्त्र कर्णाला वधायचे कसे या प्रश्नांनी होणारी अर्जुनाची चलबिचल हेरून कृष्णाने अर्जुनाची चांगलीच कानउघाडणी केली, मात्र ती व्यर्थ गेली.

महायुद्ध संपल्यावरही अर्जुनाच्या मनातील शंका संपलेल्या नव्हत्याच!

महाभारताच्या चौदाव्या म्हणजे अश्वमेध पर्वात कृष्ण युधिष्ठिराला अत्यंत लहान अशा कामगीतेची ओळख करून देत असताना ती अर्जुनाच्या कानावर पडते.

कृष्ण युधिष्ठिराला म्हणाला, ''युधिष्ठिरा, लालसेचा देव असणारा कामदेव स्वत:बद्दल काय म्हणतो ते ऐक. जो कुणी आपल्या शस्त्राने या

लालसेचा नाश करण्याचा प्रयत्न करतो त्याला शेवटी आपल्या शस्त्राचाच मोह पडतो. जो कुणी दानधर्म करून या मोहावर विजय मिळविण्याचा प्रयत्न करतो, तो अखेरतः दानधर्माच्याच प्रेमात पडतो. जो कुणी धर्मग्रंथाच्या सहाय्याने मोहावर मात करू इच्छितो त्याचा शेवट त्या धर्मग्रंथाच्या लोभातच होतो. आपण सत्याचा शोध घ्यायचा यत्न केला तर आपण मोहावर विजय मिळवू शकू अशी ज्यांची धारणा असते, त्यांना शेवटी सत्याचाच मोह पडतो. उग्र तपश्चर्येच्या बळावर मोहाचे भस्म करू इच्छिणाऱ्याला अंती तपश्चर्येचाच मोह पडतो. मोहावर विजय मिळवणे म्हणजे सर्वसंगपरित्यागाचा मार्ग निवडणे असे जो मानतो, त्याचा घास हा सर्वसंगपरित्यागच घेत असतो. मोहाचा अंत घडवून आणता येत नाही हे खरे; पण मोहाला धर्माच्या कोंदणात बसवून त्याला एक चांगले रूप मात्र देता येते. तेव्हा धर्माचरण करून मोहाचा नाश करण्याचा प्रयत्न करणे शक्य आहे. या प्रक्रियेतही शेवटी तुम्हांला धर्माचरण करण्याचा मोह पडेल आणि साऱ्या विश्वासाठीची ती एक चांगली घटना ठरेल. कारण यामुळेच तुम्ही जगामध्ये अधिकाधिक विनिमय करायला उद्युक्त व्हाल, परिणामी विश्वाची भरभराट आणि प्रगती होईल आणि तुमच्या खांद्यांवर असणाऱ्या हरएक जबाबदारीतून तुम्ही स्वतःला मुक्त कराल आणि तुम्ही जगासमोर उभा केलेला हा आदर्श निरपेक्ष वृत्तीने काम करण्यासाठी इतरांना सामर्थ्य प्रदान करील.''

यानंतर कृष्ण द्वारकेला जाण्यासाठी निघाला असतानाच अर्जुनाने त्याला अडवले आणि युद्धाच्या आधी कृष्णाने जे काही सांगितले होते ते परत एकदा सांगण्याची कृष्णाला गळ घातली. अर्जुनाच्या या विनवणीने कृष्णाला आश्चर्य तर वाटलेच पण तो त्यावेळी थोडासा चिडल्यासारखाही झाला. मात्र 'मी जे काही बोललो ते सर्व आत्ता आठवावे असे तुला वाटते आहे का?' असे विचारून कृष्णाने अर्जुनाचा अंदाज घेतला. सरतेशेवटी कृष्ण अर्जुनाला म्हणाला, 'कुरुक्षेत्रावरचा तो एक विलक्षण तणावपूर्ण आणि तरीही प्रेरित करणारा क्षण होता, त्या क्षणी मी पूर्णपणे जागृत आणि दक्ष होतो. चराचर सृष्टीशी माझा तेव्हा संपर्कही होता आणि त्यावेळी माझ्या साऱ्या सहजशक्ती जाग्या होत्या. आता मात्र तो क्षण भूतकाळाचा भाग झालेला आहे. (तेव्हा आता ते कसे शक्य आहे?)'.

■■●●●●●●●●●●●●●●●●●●●●●■□

असे कृष्ण म्हणाला खरा पण तरीही याप्रसंगी देखील गीतेचा पाठपुरावा करणारी अनुगीता त्याने अर्जुनाला सांगितलेली आहे. महाभारताच्या चौदाव्या म्हणजे अश्वमेध पर्वात अनुगीता येते. अनुगीतेतील ज्ञान हे तसे दुय्यम दर्जाचे आहे. अनुगीतेच्या कथनात कृष्ण एकूण तीन संभाषणांचा संदर्भ देतो. पैकी पहिले संभाषण हे कश्यप मुनी आणि एका विद्वान ब्राह्मणामध्ये झालेले आहे तर दुसरा संवाद तो ब्राह्मण आणि त्याच्या पत्नीमध्ये झालेला आहे. तिसरा संवाद मात्र तो ब्राह्मण आणि त्याचा विद्यार्थी या दोघांत झालेला आहे. हे संवाद आकाराच्या दृष्टीने पाहता गीतेपेक्षा दुप्पट मोठे (छत्तीस अध्याय), दीर्घ आणि अतिशय क्लिष्ट आहेत. या अनुगीतेतले ज्ञान म्हणजे एका रूपकापासून दुसऱ्या रूपकापर्यंतचा असा रूपकांच्याच घनदाट वनातून केलेला प्रवास ठरतो. व्याधगीता आणि भगवद्गीतेतल्याप्रमाणे, ज्ञानी आणि जाणता असणारा मिथिलाधिपती जनक, जो उपनिषदांमधला तज्ज्ञ आहे आणि रामायणातल्या सीतेचा पिताही आहे, त्याचा येथे देखील संदर्भ येतो. वर उल्लेख केलेले तिन्ही संवाद कृष्ण अर्जुनाला सांगतो आणि आपले बोलणे आटोपते घेतो. भगवद्गीतेतील ज्ञानाची अर्जुनाला पुनश्च एकदा प्राप्ती झाली असावी असे कृष्णाला वाटते. त्यानंतर कृष्ण निघून जातो.

इतर बहुतेक गीतांमध्ये जसे कर्म आणि ज्ञान यांसंबंधी विवेचन केलेले आहे तोच प्रकार अनुगीतेतही आहे, मात्र अनुगीतेत भक्तीचा उल्लेख नाही. कुरुक्षेत्राच्या रणभूमीवर अर्जुनाचा जो भावनोद्रेक झाला त्यावर उपाय म्हणून भक्तियोगाचा मार्ग कृष्णाने भगवद्गीतेत सांगितलेला असू शकेल; कुणी सांगावे? त्यावेळी (म्हणजे कुरुक्षेत्रावर) अर्जुनाला कुणीतरी आणि तोही कुणा त्रयस्थाने वा बाहेरच्याने भावनिक आधार आणि विश्वास देण्याची आवश्यकता होती. अर्जुनाला त्या क्षणी जो आधार गरजेचा होता तो कुणीतरी, सर्वांपेक्षा महान असावयास हवा होता इतकेच नव्हे तर तो अर्जुनाच्या अवतीभोवती असणाऱ्या सृष्टीपेक्षाही प्रचंड असणे गरजेचे होते. जो कुणी अर्जुनाची त्या क्षणी काळजी घेईल, त्याच्यावर बिनशर्त प्रेमवर्षाव करील असा आधार ही त्या युद्धभूमीवरील प्रसंगात अर्जुनाची गरज होती. थोडक्यात, अर्जुनाला प्रत्यक्ष परमेश्वराच्याच आधाराची आवश्यकता होती. अर्जुन आणि कृष्ण दोघेही द्वारकेला जायला निघतात तेव्हा अनुगीतेच्या

■■■●●●●●●●●●●●●●●●●●●●●■□

अखेरच्या अध्यायात कृष्णाला अर्जुन आदराने भगवान असे संबोधतो, मात्र कृष्ण स्वतःला भगवान म्हणवून घेत नाही.

ज्या अर्जुनाला प्रत्यक्ष कृष्णाने वैदिक ज्ञानामृताचा उपदेश अनेक वेळा केलेला आहे तो अर्जुनही त्याचा मृत्यूनंतर नरकाचा धनी होतो असे महाभारताच्या अखेरीस सांगितलेले आहे; असुरक्षिततेची भावना आणि आख्यता यांमुळे अर्जुनाच्या नावावर पाप जमा झालेले होते. त्याचे हे पाप धुतले जाईपर्यंत त्याला नरकवास भोगणे क्रमप्राप्त होते. त्यानंतर मात्र तो आपल्या पित्याच्या निवासस्थानी म्हणजे इंद्राच्या स्वर्गात जाऊ शकत होता. मात्र हा मुक्कामदेखील कायमस्वरूपी नव्हे तर जोपर्यंत अर्जुनाजवळ पुण्य आहे तोपर्यंतच तो स्वर्गात राहू शकतो. विष्णूचे वैकुंठ सहजासहजी हाती येतच नाही.

अर्जुन हा कृष्णाचा सखा, महाभारताचा नायक, प्रत्यक्ष कृष्णमुखातून गीता ऐकायला मिळालेला भाग्यवंत; कृष्ण नारायण आणि अर्जुन हा नर असे जरी असले तरी यामुळे अर्जुन परिपूर्ण ठरत नाही. अर्जुनच कशाला, कुरुक्षेत्राच्या युद्धानंतर हे जगही परिपूर्णतेपासून शेकडो योजने दूरच राहिले ही वस्तुस्थिती आहे. पारंपरिकदृष्ट्या कुरुक्षेत्राच्या युद्धानंतर सृष्टीच्या प्रलयाआधीच्या अवस्थेचा म्हणजेच कलियुगाचा, संस्कृतीच्या अखेरच्या टप्प्याचा आरंभ झालेला आहे. कृष्णाने हस्तक्षेप करूनसुद्धा ही परिस्थिती ओढवलेली दिसते.

परिपूर्णतेच्या ध्यासाचा जन्म जग आपल्या नियंत्रणाखाली असावे आणि आपल्या रुचीप्रमाणे जगाची व्यवस्था असावी या भावनेतून होतो. आपणच सुसंघटित केलेल्या या जगातली हरएक चीज आपल्याला ज्ञात असते, आपणच निर्माण केलेल्या या जगाभोवती आपण एक संरक्षक कवच उभे करीत असतो. या जगाकडे आपण एक समस्या म्हणून पाहावे. या समस्येवर, जगातल्या या अराजकावर आपण काहीएक निश्चित असा उपाय शोधून काढणे गरजेचे आहे, अराजक नष्ट करून जगाला शिस्त लावायला हवी. रुग्ण असलेल्या जगावर औषधोपचार करणे आवश्यक आहे, परिणामी जग रोगमुक्त होऊ शकेल. जगातले प्रदूषित हवामान शुद्ध करायला हवे त्यामुळे अखेरतः या जगाचे भले होईल, अन्यथा आयुष्य ही एक शोकात्मिका ठरेल, असे या विचारसरणीचे सूत्र आहे. हे एक नेहमीचेच

मर्यादित (फायनाईट) आकलनावर आधारित असणारे निरीक्षण आहे असे म्हटले पाहिजे, कारण माणसाला केवळ एकच आयुष्य लाभते ही समजूत या मांडणीच्या मुळाशी आहे.

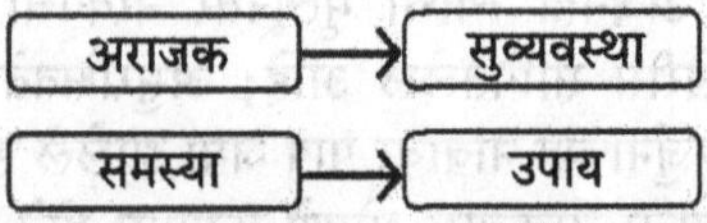

मर्यादित कथनांचा उत्कर्षबिंदू

'परफेक्ट' या इंग्रजी शब्दाचे संस्कृत वा अन्य कुठल्याही भारतीय भाषेत अचूक भाषांतर करता येणे शक्य नाही. या शब्दाच्या जवळ जाणारा शब्द म्हणजे उत्तम (एक्सलंट) आणि पूर्ण किंवा परिपूर्ण (कम्प्लिट किंवा कॉम्प्रिहेन्सिव्ह) असे फारतर म्हणता येते. इथे असणारी 'इडन' ही संकल्पना हिंदू नाही हे पुन्हा ध्यानात येते. अब्राहमिक पुराणांनुसार परिपूर्णत्वापासून ढळता येत नाही. तसेच ग्रीक पुराणांत म्हणतात त्याप्रमाणे संस्कृती म्हणजे अराजकापासून सुशासनापर्यंतचा प्रवासही नव्हे. तेव्हा हे जग समजून घेण्यासाठी आपण आपल्या मनाचा परीघ नित्य विस्तारत राहणे, जगरहाटी अधिक नीटपणे, अधिक खोलवर समजून घेणे एवढेच केवळ आपल्या हाती राहते. कारण आपण आपला हा प्रवास हा एका सीमित सत्याकडून (लिमिटेड रिॲलिटी) म्हणजेच मिथ्याकडून असीम असणाऱ्या वास्तवाकडे (सत्य) करत असतो. इतर लोकांच्या कर्माचा आपल्या आयुष्यावर होणारा परिणाम आपण टाळू शकत नाही या जाणिवेबरोबर शहाणीव प्राप्त होते. पृथ्वीवर कोणे एके काळी रामायणातले रामराज्य नावाचे एक परिपूर्ण राज्य होते त्या संकल्पनेत याचा सुस्पष्ट पुरावा सापडतो.

रामराज्यात सारेच पूर्वनियोजित आणि शुद्ध आहे. त्या राज्यात कुणीही असमाधानी नाही. त्या राज्यातील हरएक रहिवाशाची काळजीही घेतली जाते आहे. मात्र तरीही या रामराज्यातल्या कुणा ब्राह्मणाचा मुलगा अकाली मृत्यू पावतो कारण 'खालच्या ज्ञाती'त जन्मलेल्या शंबुकाला तपस्वी व्हावे असे वाटते आणि म्हणून तो आपल्या व्यवसायाकडे पाठ फिरवतो.

■■■●●●●●●●●●●●●●●●●●●●●■□

सीतेच्या चारित्र्यासंबंधी अयोध्येत कुजबुज होते आणि एक धोबी, सीता रावणाकडे राहिल्यामुळे रघुकुलाची कीर्ती कलंकित झाली असे म्हणतो. इतरांच्या इच्छा आणि नीचपणा ही रामाच्या नियंत्रणाबाहेर आहेत. आपल्या राज्याचे परिपूर्णत्व पुनःस्थापित करताना रामाला भयंकर उपाय योजणे भाग पडते. राम निष्पाप शंबुकाला मारतो आणि आपल्या निष्पाप पत्नीला राज्याबाहेर काढतो. उर्वरित लोकांना शुद्धतेचा लाभ मिळावा, सर्वकाही पूर्वीप्रमाणेच पूर्वनियोजित असावे यासाठी काही लोकांच्या इच्छाआकांक्षांचा चुराडा केला जातो तर काही लोकांना वाऱ्यावर सोडून दिले जाते. परिपूर्णतेच्या हव्यासापोटी मोजाव्या लागणाऱ्या भयावह किमतीचे दर्शन आपण इथे घेऊ शकतो. या सगळ्या घटनांमध्ये जो काही शारीरिक आणि मानसिक हिंसाचार झाला त्यामुळे कर्माची अधिकाधिक वलये निर्माण झाली आणि सरतेशेवटी, त्यांचे रूपांतर परिपूर्णतेला तडाखे देणाऱ्या प्रक्षुब्ध लाटांमध्ये झाले. बाहेर असूनही शंबुकाचा आक्रोश आणि सीतेचे अपार दुःख यांनी रामराज्याची पाठ सोडली नाही. इंद्राच्या स्वर्गाला संतप्त असुर वेढा घालतात त्याप्रमाणे, रामराज्यात ज्यांना वाऱ्यावर सोडून देण्यात आलेले आहे त्यांचाच अयोध्येला वेढा पडलेला आहे इतकेच नाही तर रामराज्याचे रणभूमीत रूपांतर झाले असे म्हणणे इथे योग्य राहील.

सरतेशेवटी त्रेतायुगानंतर द्वापरयुगाचा आरंभ होतो. याकाळात भीष्म आणि कर्ण यांसारखी सचोटीची माणसे कौरवांच्या उत्कर्षाची वाट मोकळी करून देतात तर युधिष्ठिरासारखा प्रामाणिक राज्यकर्ता द्यूतक्रीडेत आपली राज्यसंपदा आणि धर्मपत्नीही गमावतो आणि हे सगळे कृष्ण पृथ्वीवर वावरत असताना घडते हे विशेष!

हे सगळे पाहिल्यावर मनात एक प्रश्न उभा राहतो तो म्हणजे, रामायण वा महाभारत, या दोघांचाही शेवट हा सुखान्त नाही म्हणून ही महाकाव्ये शोकात्म ठरतात का? महाकाव्यांचे या तऱ्हेने वर्गीकरण करणे याचा अर्थ ही महाकाव्ये माणसाला जो काही संदेश देऊ इच्छितात त्या संदेशांबद्दलच तुमचे मन पूर्वग्रहदूषित आहे असा होतो. या दोन्ही महाकाव्यांचा शेवट हा त्या त्या महाकाव्याच्या नायकाच्या मृत्यूने होतो. रामायणातल्या सातव्या कांडात रामाचा मृत्यू होतो तर महाभारताच्या सोळाव्या म्हणजे मौसलपर्वात कृष्ण मृत्यूच्या अधीन होतो. अर्जुनाचा मृत्यू हा सतराव्या पर्वात दाखवला

गेलेला आहे. राम शरयू नदीत जलसमाधी घेतो तर कृष्ण एका भरकटलेल्या बाणाचे लक्ष्य ठरतो. हा मृत्यू म्हणजे आपला अंत नव्हे, हे राम आणि कृष्ण या दोघांनाही ठाऊक होते. अतएव, अखेरच्या क्षणी दोघांच्याही मुखावर हास्य होते. या मरणानंतर आपले पुढचे आयुष्य आपली वाट पाहत उभे आहे याचीही जाणीव या दोघांना होती. दुसरीकडे स्वर्गारोहणाचा उद्देश मनी बाळगून हिमालयाचे शिखर चढून जाणारा अर्जुन वाटेतच कोसळला आहे आणि आपण स्वर्गात पोहोचू शकलेलो नाही हे दुःख उरी असतानाच मृत्यूने त्याला कवेत घेतलेले आहे.

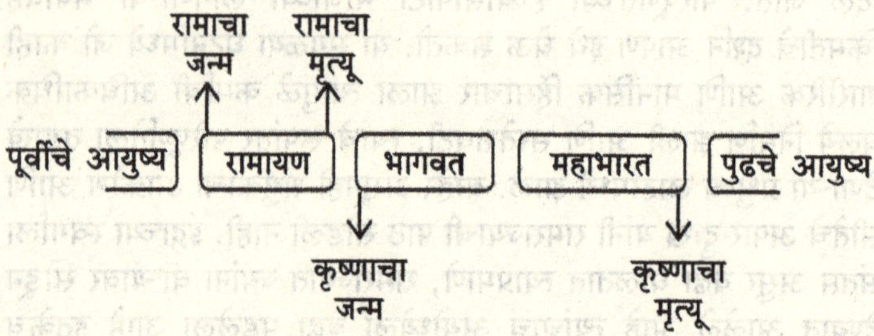

हिंदू महाकाव्यांचा आरंभ आणि शेवट

गीता परिपूर्णत्वाला प्रेरणा देत नाही; म्हणूनच गीतेत नियम नाहीत. गीतेत केवळ आहेत ते नातेसंबंध जोडण्याचे तीन वेगवेगळे मार्ग - कर्मयोग, भक्तियोग आणि ज्ञानयोग. हे तिन्हीही माणसाची वर्तणूक, मानवी भावभावना आणि माणसाची ओळख (आयडेंटिटी) यांच्याशी संबंधित आहेत. मात्र हे तिन्ही मार्ग परस्परावलंबी म्हणजे एकमेकांवर अवलंबून आहेत. एकाशिवाय दुसऱ्याचे अस्तित्वात असणे शक्य नाही. कर्मयोगाचा अवलंब केल्याशिवाय आपल्याजवळ इतरांना देण्यासारखे किंवा आपण अन्य कुणाकडून काही घेण्यासारखे असणार नाही. आयुष्यात भक्तियोग नसेल तर आपले एखाद्या यंत्रात रूपांतर होईल. यंत्रांना जसे इतरांबद्दल काहीही वाटत नाही तशी आपलीही अवस्था होईल. ज्ञानयोगाची उपासना नसेल तर, आपले मूल्य शून्यावर येईल, आपले आयुष्य अर्थहीन होईल, कुठलेही उद्दिष्ट डोळ्यांसमोर नसल्यामुळे ते भरकटेल. जो काहीही करीत

■■■●●●●●●●●●●●●●●●●●●●●■□

नाही वा समोरच्याला वा दुसऱ्याला समजून घेत नाही असा कुणीही भक्त असू शकत नाही. जो काहीही करीत नाही किंवा भावनाशून्य असा ज्ञानी माणूस असू शकत नाही. ज्याला कुठल्याही भावना नाहीत वा जो समोरच्याला समजून घेत नाही तो कर्मयोगाचा साधक असू शकत नाही.

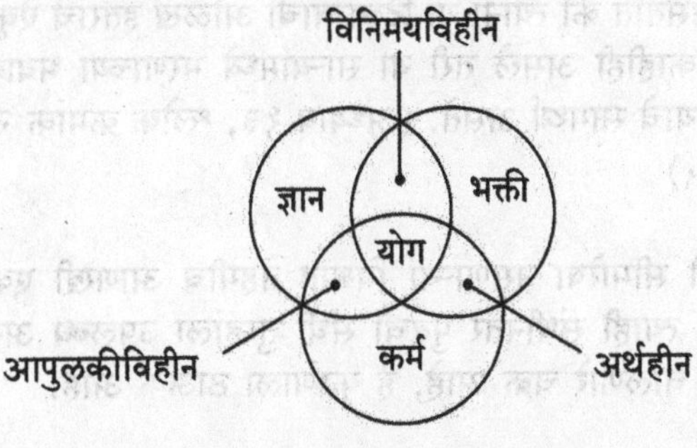

तिन्ही योगमार्गांचे परस्परावलंबित्व

कुणा आईने आपल्या लहानग्यासमोर विविध अन्नपदार्थांनी भरलेले पान ठेवावे तद्वत, कृष्णाने अर्जुनाला या तिन्ही मार्गांसंबंधी मार्गदर्शन केलेले आहे. समोरच्या वाढलेल्या पानातील कुठल्या अन्नपदार्थाचा आस्वाद घ्यायचा, आपल्या देहाला कोणत्या पदार्थांची आवश्यकता आहे याचा निर्णय अर्जुनाने करावयाचा आहे. समोर ठेवलेल्या पानातील कोणताही अन्नपदार्थ अर्जुनाने भक्षण केला तरी त्याच्या शरीराच्या पचनसंस्थेवर त्याचे नियंत्रण नाही; आपले शरीर शेवटी काय पचवू शकेल हे त्याला माहीत नाही. अर्जुनाने जो काही संकल्प केलेला असेल त्याच्यावरच याची फलनिष्पत्ती अवलंबून आहे असेही नाही, तर संकल्पासह अर्जुनाची असणारी साहजिक प्रवृत्ती (गुण) आणि अर्थातच त्याला कोणता अनुभव यायला हवा आहे (कर्म) या सगळ्या घटकांवर या प्रक्रियेची फलनिष्पत्ती अवलंबून आहे, हे आपण लक्षात घेणे गरजेचे आहे. हे सर्व कृष्ण जाणतो, अतएव पुनःपुन्हा शंका विचारणाऱ्या आणि निराश होणाऱ्या अर्जुनावर कृष्ण नाराज होत नाही. हे असेच घडायला हवे हेही कृष्णाला ज्ञात आहे.

> अर्जुना, काही लोक ध्यानधारणा आणि आत्मपरीक्षण करून दिव्यत्वाचा शोध घेतात तर अन्य काही तर्काच्या आणि विश्लेषणाच्या आधारे हे गूढ उकलण्याचा यत्न करतात. काहींना आपल्या कर्माद्वारे याचा शोध घ्यावासा वाटतो, मात्र काही जण असेही असतात की त्यांना या दिव्यत्वाची ओळख इतरांचे ऐकून होते. ते काहीही असले तरी या साऱ्यांमध्ये मरणाच्या भयावर मात करण्याचे सामर्थ्य असते. (अध्याय १३, श्लोक क्रमांक २४ आणि २५)

कुठल्याही सीमारेषा नसणाऱ्या विश्वात नेहमीच आणखी एक संधी मिळत असते, त्याही संधीनंतर पुढची संधी तुम्हांला उपलब्ध असते, हे एक अव्याहत चालणारे चक्र आहे, हे कृष्णाला ठाऊक आहे.

संदर्भग्रंथ सूची

'गीते'चा शब्दशः आणि वाचनीय अनुवाद करणारे ग्रंथ :

- Debroy, Bibek. *The Bhagavad Gita*. New Delhi: Penguin Books India, 2005.
- Nabar, Vrinda and Tumkur, Shanta. *The Bhagavad Gita*. Hertfordshire, UK: Wordsworth Classics, 1997.
- Menon, Ramesh. *The Shrimad Bhagavad Gita*. Delhi: Rupa Publications, 2004.
- Miller, Barbara. *The Bhagavad-Gita*. New York: Bantam Press, 1986.

'गीते'चे काव्यात्म रूप अबाधित ठेवून केलेले अनुवाद :

- Rao, Mani. *Bhagavad Gita*. New Delhi: Fingerprint, 2014.
- Mitchell, Stephen. *Bhagavad Gita*. London: Random House, 2000.

'गीते'च्या प्रत्येक श्लोकाचे त्यावरील भाष्यासह केलेले अनुवाद :

- Easwaran, Eknath. *The Bhagavad Gita*. Mumbai: Jaico Publications, 1997.
- Sivananda, Swami. *Bhagavad Gita*. Divine Life Society Trust, 2008.
- Radhakrishnan, S. *The Bhagavadgita*. Delhi: Harper Collins India,2008.

'गीते'च्या इतिहासाचे विवेचन करणारे ग्रंथ

- Davis, Richard. *The 'Bhagavad Gita': a Biography*. Princeton, USA: Princeton University Press, 2016.
- Desai, Meghnad. *Who Wrote the Bhagavadgita: a Secular Inquiry into a Sacred Text*. Delhi: Harper Collins India, 2014.

वेद, पुराण आणि इतर हिंदू साहित्याचा गौरव करणारे ग्रंथ :

- Agarwal, Satya P. *Selection from the Mahabharata: Reaffirming Gita's call for good of all*. New Delhi: Motilal Banarsidass, 2002.
- Dange, Sadashiv Ambadas. *Encyclopaedia of Puranic Beliefs and Practices, Vol: 1–5*. New Delhi: Navran, 1990.
- Flood, Gavin. *An Introduction to Hinduism*. New Delhi: Cambridge University Press, 1998.
- Frawley, David. *From the River of Heaven*. New Delhi: Motilal Banarsidass, 1992.
- Jaini, Padmanabh S. *The Jaina Path of Purification*. New Delhi: Motilal Banarsidass, 1979.
- Mani, Vettam. *Puranic Encyclopaedia*. New Delhi: Motilal Banarsidass, 1996.
- Stall, Frits. *Discovery of the Vedas*. New Delhi: Penguin Books India, 2008.
- Zimmer, Heinrich. *Myths and Symbols in Indian Art and Civilization*. New Delhi: Motilal Banarsidass, 1990.

मानवी व्यक्तिमत्त्वविकासातून कल्पकता आणि भाषाशैली यांच्या योगदानाचे विवेचन करणारे ग्रंथ :

- Coupe, Lawrence. *Myth [The New Critical Idiom Series]*. London: Routledge, 1997.
- Harari, Yuval Noah. *Sapiens: A Brief History of Humankind*. London: Harvill Secker, 2014.
- Pagel, Mark. *Wired for Culture*. London: Penguin Books UK, 2012.